आपल्या स्नेहीजनांना पुस्तके भेट द्या

मनोव्यापार आणि नात्यांमधले ताणेबाणे यांची गुंफण
उलगडून दाखवणाऱ्या कथा

दिवा

प्रमोदिनी वडके-कवळे

D9900540

मेहता पब्लिशिंग हाऊस

Email : production@mehtapublishinghouse.com

Website : www.mehtapublishinghouse.com

DIVA by PRAMODINI VADAKE-KAVALE

दिवा : प्रमोदिनी वडके-कवळे / कथासंग्रह

© प्रमोदिनी वडके-कवळे

Email : author@mehtapublishinghouse.com

प्रकाशक : सुनील अनिल मेहता, मेहता पब्लिशिंग हाऊस,
१९४१, सदाशिव पेठ, माडीवाले कॉलनी, पुणे - ४११ ०३०.

मुखपृष्ठ : चंद्रमोहन कुलकर्णी

प्रकाशनकाल : जून, २०११ / पुनर्मुद्रण : ऑक्टोबर, २०१७

P Book ISBN 9788184982404

E Book ISBN 9789386888297

E Books available on : play.google.com/store/books
www.amazon.in/b?node=15513892031

आमच्यातलं नातं घट्ट जपणारी
माझी धाकटी भावंडं
ज्योत्स्ना, नीलम आणि संतोष यांना...

प्रस्तावना

गेली वीस-एक वर्षे प्रमोदिनी वडके कवळे कथालेखन करीत आहेत. ह्यापूर्वी त्यांचे पाच कथासंग्रह प्रसिद्ध झाले आहेत. साहित्य परिषदेचा पुरस्कारही त्यांना मिळालेला आहे. दिवा हा त्यांचा सहावा कथासंग्रह.

एका गोष्टीची गंमत वाटते की गेली वीसपंचवीस वर्षे कथा हा एक दुय्यम साहित्यप्रकार आहे अशी चर्चा वातावरणात आहे आणि तरीही, विशेषत: दिवाळी अंकातून नवेजुने कथाकार आणि त्यांच्या कथा यांना महत्त्वाची जागा आहे, त्याअर्थी कथेचा असा एक वाचकवर्ग आहे. त्याला साहित्यिकदृष्ट्या हा साहित्यप्रकार श्रेष्ठ आहे का दुय्यम आहे यात रस नाही. मुळात 'गोष्ट' हे जे कथेचे मूळ, त्यावरील वाचकांचे प्रेम कायम आहे.

गोष्टीत काहीतरी घडून गेलेल्या घटनांचे कथन केले जात असते. गोष्टीत पात्रे असतात. ती घटना घडवतात किंवा त्यांच्याबाबत घटना घडतात. काहीतरी सतत बदलणारे असते. 'पुढे काय... पुढे काय' हा तर गोष्ट ऐकणाऱ्यांचा आणि वाचणाऱ्यांचा ध्यास असतो. कथाकारही त्यांची उत्कंठा कधी ताणत तर कधी वेगाने पूर्ण करत कथन करत असतो. हे कथन करत असताना कथाकार त्यातील घटनांची विशिष्ट प्रकारे रचना करत असतो. कधी फक्त कालानुक्रमाने कथन केलेले दिसते, तेव्हा चोखंदळ वाचकाला 'गोष्ट' वाचली एवढेच समाधान मिळते. पण कथेकडून त्याची ह्यापेक्षा अधिक अपेक्षा असते. घटनांची गुंफण करताना कार्यकारणभावाचे सूत्र जाणवावे ही अपेक्षा तर असतेच, पण काही अनपेक्षित, अपरिचित, अभिनव अशा रचनेतून त्याला सौंदर्याचा सर्जनशील असा अनुभवही हवा असतो. वाचन ही सुद्धा एक सर्जनशील क्रिया झाली तर ती वाचकाला अधिक आनंद देते. ह्या अशा सर्जनशील वाचनाचा अनुभव देणाऱ्या कथा किंवा कोणतेही

साहित्य, हे वाचकाचे 'आपले' असे होते. तो अधिक काळ अशा साहित्यकृतीमधे रेंगाळत रहातो.

कोणत्या वाचकाला कोणते साहित्य असा आनंद देईल, हे त्या वाचकाच्या क्षमतेनुसार बदलते, तरी मुळात तशी शक्यता मूळ कलाकृतीतही हवी. लेखक कथेत आपल्या निवेदनातून ह्या शक्यता निर्माण करत असतो. लेखकाची साहित्यिक आव्हान पेलण्याची क्षमता, कल्पकता त्याची जीवनाबद्दलची जाण, कलेबद्दलची जाण, त्याची मूल्यदृष्टी, एकूण त्याची कथावस्तूविषयीची भूमिका आणि दृष्टिकोन ह्यामुळे ती कलाकृती वाचकाला सर्जनशील आनंदापर्यंत नेण्याइतकी सक्षम होत असते.

पुन्हा त्याचे तंत्र-मंत्राचे आडाखे करणे ही एक समीक्षात्मक सोयच असते. काही आडाखे पाळत, तर काही पूर्वीचे संकेत मोडत नवनव्या वाटा कथेने शोधल्यामुळेच ती अजून टिकून आहे. कथेचे तिचे म्हणून काही सामर्थ्य आहे. वैशिष्ट्य आहे. जीवनातील एखाद्या छोट्याशा अनुभवाची स्थितीची दखल घेत कथा ना.सी. फडके यांनी म्हटले होते तसा 'एकच एक संस्कार' करत असते. अगदी मनोरंजनासाठी कथा वाचणाऱ्या वाचकालाही हा संस्कार शोधायची सवय लागते. तो आपापल्या कुवतीनुसार तो आनंद घेतो. चांगली कथा मनात रेंगाळते, पछाडून टाकते, विचारात पाडते, आनंद देते, ती ह्या एकात्म परिणामामुळे.

अर्थात मी वाचक म्हणून हा अनुभव मांडते आहे.

प्रमोदिनी वडके-कवळे यांचा 'दिवा' हा कथासंग्रह वाचताना असेच काही माझ्या मनात होते. हा कथासंग्रह मुख्यत: स्त्रियांचे भावविश्व रेखाटणारा आहे. पण हे स्त्रियांचे जग फक्त स्त्रियांचे नाही. नसते. त्या स्त्रिया, त्यांचे कुटुंब, कुटुंबातील लहानमोठी माणसे, कामानिमित्त भोवतालच्या परिसराशी येणारा संबंध, शेजारी, नातेवाईक, ऑफिसमधील सहकारी यांच्याशी जोडलेल्या असतात. ह्या स्त्रियांच्या जीवनातील प्रश्न मुख्यत: नातेसंबंधाशी जोडलेले आहेत. या स्त्रियांच्या भोवतीचे वातावरण पारंपारिक बाज सांभाळत मध्यमवर्गीय जिण्याच्या चौकटीत रहाण्याची

मागणी करणारे. पण बदलाची निकडही जाणवते आहे अशा संधिकालातील आहे. ह्या परिस्थितीत ह्या स्त्रिया ज्या प्रकारे वागतात, स्वत:ला ओळखतात, परिस्थितीचा स्वीकार करतात आणि प्रतिसाद देतात, त्यामागे लेखिकेची भूमिका स्पष्ट दिसते आणि तेच ह्या कथांचे वैशिष्ट्य आहे.

'बोरीबाभळी'तील अनुताई आणि सुधाताई यांचे 'मी'पणाचे पीळ, वेगवेगळ्या कारणाने जपलेले दोघींचे स्वभाव भिन्न, पण आयुष्याच्या संध्याकाळच्या टप्प्यावर दोघींच्या मुक्कामाचं स्टेशन एकच असल्याची जाणीव त्या दोघींमधे मैत्रीचे समजूतदार धागे जुळवते. 'ब्रह्मी बुडाले ब्रह्मांड' कथेतील रेणूच्या आयुष्याचा प्रवास नीळकंठेश्वरावर श्रद्धा ठेवूनही सगळं आयुष्य मातीमोल ठरवण्याकडे चाललेला. पण अखेर आतापर्यंत आपल्याच मनाची शक्ती आपल्याला सांभाळत होती, नीळकंठेश्वर नव्हे, ह्या लख्ख जाणिवेने तिला निवांतपण येते. स्वत:च्या मनाचा स्वच्छ स्वीकार करणे माणसाला खरेच अवघड असते. 'दिवा' कथेतील सरोज आणि अविनाश ह्यांच्यासारख्या संवेदनाशील मनाच्या व्यक्तींनाही ते अवघडच होते. पेलणारे नव्हतेच. पण एका सुंदर स्नेहभावनेचा 'दिवा' तेवत राहिला पाहिजे, ही सरोजला होणारी जाणीव तिचे मन निर्भय करून उजळून टाकणारी असते. 'घाट' मधील विद्या, 'कस्तुरी' मधील आत्याबाई, 'खोल मनतळी' मधील मृणाल, 'राजवस्त्र' मधील प्रिया, 'त्रिपूर' मधील ललिता आणि मित्रा, 'वाळवंट' मधील ती आणि वीणाताई या सगळ्यांच्या कथांत मानवी भावभावनांचे भलेबुरे खेळ चाललेत. पण त्या सर्वजणी स्वत: त्या खेळातील भ्रामक गुंतागुंत बाजूला करत, ओळखत, मनाला सत्याच्या खुंट्याशी आणतात. स्वत:च असे विचाराने सत्याशी पोचणे हे आत्मभान माणसाला फार मोठ्ठे बळ देते. 'कलाकार', 'काटा रुते' अशा एकदोन कथा पुरुषमनही उभे करण्याचा प्रयत्न करतात. प्रमोदिनी यांची भाषा नेमके शब्द निवडून वातावरण उभे करणारी आहे. क्वचित कुठे मागच्या दशकातील काही यशस्वी लेखिकांचा प्रभाव त्यांच्या शैलीत जाणवतो. पण लेखक म्हणून कथाविषयाकडे पहाण्याची त्यांची भूमिका ही खास त्यांचीच असते.

ह्या स्त्रीप्रधान कथा वाचताना आणखी एक विचार मनात तरळून गेला. भारतीय स्त्रियांचे विश्व गेल्या पन्नास-साठ वर्षांत खूप बदलले आहे. स्वातंत्र्यानंतर घटनेने स्त्रियांना बहाल केलेले अधिकार, १९७५ चे आंतरराष्ट्रीय स्त्रीवर्ष, स्त्रीमुक्ती विचारांची आंदोलने आणि चळवळी, सध्याची खुली अर्थव्यवस्था, पर्यावरण असमतोल, चंगळवाद, जगाचे झालेले बाजारीकरण ह्यामुळे जीवनाला येत चाललेले बकालपण आणि ह्यातूनही 'नवे शतक स्त्रियांचेच असेल' अशा झालेल्या घोषणा, हे सगळे सामान्य माणसाच्या वैयक्तिक आयुष्यात कितपत पोचते आणि परिणाम करते हे नेमके सांगता आले नाही तरी, आपल्यावर त्याचा प्रत्यक्ष परिणाम झाल्याचे फारच थोड्यांना मान्य होते, पण अप्रत्यक्ष परिणाम होतच असतो. हा परिणाम जीवनशैलीवर तर होतोच, पण माणसाच्या विचारप्रक्रियेवर आणि त्यामुळे त्याच्या निर्णयप्रक्रियेवर होत असतो.

प्रमोदिनी वडके-कवळे यांच्या या संग्रहातील कथा संधिकालाच्या सीमेवरील आहेत. त्यामुळे असा वेगाने बदलत्या भोवतालाचा प्रत्यक्ष रंग ह्या कथांना नाही. पण स्त्रियांच्या निर्णयक्षमतेची ताकद त्या ओळखतात. त्याची खूण ह्या कथांतून उमटलेली आहे. यापुढील लेखनात त्यांना आपली भूमिका अधिक ठोस आणि अधिक खोल करण्याची गरज वाटेल.

त्यांनी मला ह्या कथासंग्रहाच्या निमित्ताने माझे विचार मांडण्याची मैत्रीच्या नात्याने विनंती केली. त्यामुळे मलाही वाचकाच्या भूमिकेतून कथेबद्दलचे माझे विचार तपासण्याची संधी मिळाली. त्यांच्या या संग्रहाचे वाचक चांगले स्वागत करतील अशी अपेक्षा आणि पुढील लेखनासाठी शुभेच्छा!

आशा साठे

मनोगत

मानवी स्वभाव आणि नाती हा माझा मनापासून आवडीचा विषय. आजच्या वेगवान जीवनशैलीत कुणाच्याही, अगदी आपल्या जवळच्या व्यक्तीच्याही वागण्यामागचा कार्यकारणभाव शोधत बसायला कुणालाच वेळ नसतो. माझा मात्र तो लाडका छंद आहे. माझ्या या छंदाला आजपर्यंत वाचकांनी मनापासून दाद दिली.

माझ्या या नव्या कथासंग्रहालाही ती मिळेल अशी आशा आहे.

'मेहता पब्लिशिंग हाऊस'सारख्या प्रतिष्ठित संस्थेतर्फे माझा हा कथासंग्रह वाचकांसमोर येतोय याचा मला जास्त आनंद वाटतो.

यातल्या कथा मी केवळ शब्दबद्ध केल्या. पण हा संग्रह सुंदर करण्याच्या प्रक्रियेत अनेकांचे श्रम गुंतलेले आहेत.

त्या सर्वांचेच ऋण मला मान्य आहे.

प्रमोदिनी वडके-कवळे

अनुक्रमणिका

बोरीबाभळी

दारावर टकटक झाल्याचं जाणवलं तरी अनुताई उठल्या नाहीत.

आज साडेसात वाजून गेले तरी डोळ्यांवर झापड होती. काल रात्रभर डोळ्याला डोळा लागला नव्हता. सभागृहातल्या घड्याळाचे दोनचे ठोके स्वच्छ ऐकू आले होते. त्यानंतर कधीतरी रेंगाळत-रेंगाळत झोप पापण्यात शिरली होती आणि आता पहाट उलटून गेल्यावर ती जास्तच गडद झाली होती....

छानसं स्वप्न पडत होतं. किट्टू आणि रोनी अनुताईंच्या खोलीत आले होते. किट्टू त्यांना अगदी खेटून बसून आपल्या बुकमधला किंग लायन दाखवत होती आणि तिच्यावर रागावलेला रोनी आपल्या चिमुकल्या हाताने अनुताईंच्या गालाला धरून त्यांचं तोंड आपल्याकडे वळवून आपल्या बोबड्या आवाजात त्यांना ग्राउंडवरच्या खेळाची काहीतरी गंमत सांगत होता. ग्रॅनीचं तोंड आपल्याकडे वळवायच्या जोरदार प्रयत्नात त्याची मऊ, कोवळी बोटं अनुताईंच्या गालात रुतली होती. चेहरा अगदी जवळ आल्यामुळे त्याचे गोबरे गाल त्यांच्या गालाला लागत होते. त्या मऊ स्पर्शाच्या सुखद गुदगुल्या....

धाडकन दार आपटल्याचा आवाज झाला.

अनुताई दचकल्या. पाण्यावरच्या रांगोळीसारखे किट्टू आणि रोनीचे चेहरे थरथरले. धूसर झाले. डोळ्यांपुढे एक रंगहीन पोकळी तरंगली आणि हळूहळू त्यांना

जाग आली.

'सुधाताईंनीच दार आपटलं असावं.'

त्रासिक चेहरा करून त्या काहीतरी पुटपुटत होत्या.

"दार कुणी आपटलं?" अनुताईंनी स्वप्न मोडल्याचा गुस्सा त्यांच्यावर काढला.

"मीच!" कमरेवर हात ठेवत भांडायचा पवित्रा घेऊन सुधाताई ठसक्यात म्हणाल्या.

"का? झोपू द्यायचं नाही का? स्वत:ला झोप येत नाही तर...."

"झोपा ना. खुश्शाल झोपा काढा. पण तुम्हाला झोपायचं असेल ना तेव्हा तुमचे सगळे ते पानंफुलंवाले... त्यांना सांगून झोपत जा... उगीच दुसऱ्याला त्रास."

भिंतीजवळच्या टेबलाकडे पाहिल्यावर अनुताईंना त्यांच्या बोलण्याचा उलगडा झाला.

बकुळीच्या ताज्या फुलांचे दोन गजरे तिथे ठेवलेले होते.

"संतोष येऊन गेला वाटतं?"

त्या उत्साहाने उठल्या.

"हूं." सुधाताई गुरगुरल्या.

पण त्यांच्या रागाचा विसरच पडला अनुताईंना.

'आजच्या दिवसाची सुरुवात किती सुरेख, किती प्रसन्न झाली होती. पहाटेच स्वप्नात किट्टू आणि रोनी आले होते. उठल्याउठल्या बकुळीचे गजरे मिळाले, कितीतरी दिवसांनी! सुधाताईंची किटकिट रोजचीच असते. त्यांच्याकडे काय लक्ष द्यायचं?'

अनुताईंनी असं धोरण स्वीकारल्यामुळे सुधाताईंची मात्र पंचाईत झाली. योगासनं करताना मध्येच उठून दार उघडावं लागल्यामुळे त्यांच्यात भांडणाचा आवेश अगदी हवा गच्च भरलेल्या फुग्यासारखा ठासून भरला होता. पण अनुताईंच्या अशा वागण्यामुळे त्यातली हवाच निघून गेली.

सुधाताई मग नुसत्याच फुसफुसत राहिल्या.

"...अयि गिरी नंदिनी... नंदित मेदिनी... विश्वविमोदिनी... नंदनुते...."

ओली साडी पिळताना सुधाताईंच्या लक्षात आलं की, आपण मगापासून ही एकच ओळ पुन्हापुन्हा म्हणतोय. स्वत:वरच चिडून मान झटकत त्यांनी पुन्हा पहिल्यापासून म्हणायला सुरुवात केली.

पण आज काय झालं होतं कोण जाणे. पुन्हा त्याच ओळीपाशी येऊन त्यांची गाडी अडली. काही केल्या पुढच्या ओळी आठवेचनात.

सुधाताई स्वत:वरच वैतागल्या. हल्ली बरेचदा असं व्हायचं. वर्षानुवर्षं पाठ असलेला एखादा श्लोक, एखादा रोजच्याच वापरातला साधा शब्द उगीचच त्यांची

अडवणूक करायचा आणि मनही एखाद्या हट्टी मुलासारखं त्या न आठवणाऱ्या शब्दाचीच पाठ धरून बसायचं. पुढे जायला तयारच व्हायचं नाही. पुस्तक हातातही न धरता अख्खी सुभाषितमाला शिकवणाऱ्या सुधाताईंना आपल्या स्मरणशक्तीचा हा पराभव सहन व्हायचा नाही.

पण आज मात्र त्या पुढल्या ओळीच्या मागे लागल्या नाहीत.

डोक्यात अजून अनुताईंबद्दलचाच राग फणफणत होता.

'सकाळीसकाळी चिडायला लावून सगळा दिवसच खराब करून टाकला या बाईने. मला त्रास द्यायला मुद्दामहून अशी वागते ही. शी! कुठून असली पार्टनर मिळालीय कोण जाणे!'

चरफडत धुणं उरकून त्यांनी साडीचा पिळा खांद्यावर टाकला आणि अंघोळीच्या वेळी बंद केलेला गीझर बाथरूमबाहेर पडताना सवयीने पुन्हा चालू केला.

बाहेर आल्यावर मात्र आपण अनुताईंसाठी गीझर चालू केलाय हे लक्षात येऊन त्या पुन्हा आत वळल्या....

'घेऊ देत स्वत:चं स्वत:ला पाणी तापवून.'

अनुताई आपल्या कॉटवर आरामात पेपर वाचत बसल्या होत्या. सुधाताईंना मागे वळलेलं पाहताच त्यांना वाटलं की, सुधाताई गीझर चालू करायलाच आत वळल्यायत.

पेपरमधून डोकं वर काढत समजूतदार आवाजात त्या म्हणाल्या, ''बंद केला असेल तर राहू देत. नाहीतरी मी आज उशिराच अंघोळ करणारेय.''

त्यांच्या त्या समजूतदार आवाजाने आणि, 'आपण त्यांच्यासाठीच मागे वळलोय,' अशा गृहित धरण्याने सुधाताईंचा पुरता गोंधळ उडाला. तरीही आपला राग दाखवण्याचा एक प्रयत्न त्यांनी केलाच....

''आधी सांगायला काय होतं? मी चालूच ठेवलाय गीझर. नको असेल तर स्वत: बंद करा आता.''

...आणि एवढं पुरेसं वाटलं नाही म्हणून अनुताईंकडे पाठ होती तरीही साडी नेसतानेसता त्यांना ऐकू जाईलशा आवाजात पुटपुटणं चालूच होतं, 'सारखंसारखं दुसऱ्याला नाचवायचं... केव्हाही उठायचं... केव्हाही अंग धुवायचं... शिस्त कशी ती नाहीच. नुसते फुलापानांचे नखरे बघून घ्यावेत.'

त्यांचं पुटपुटणं ऐकून अनुताईंनी रागाने तोंडासमोरचा पेपर बाजूला सारला आणि त्यांना चांगलं खरमरीत उत्तर द्यायला तोंड उघडलं. पण मग तो विचार बदलून त्या उठल्या आणि कपडे घेऊन तरातरा अंघोळीलाच निघाल्या.

''सुधाताई, चक्कर मारायला येणार का?'' अकरा नंबरमधल्या शारदाक्का

बोलवायला आल्या.

सुधाताई हो-नाही म्हणायच्या आतच पुढली मुख्य चौकशीही झाली, "अग्गोबाई! आज अनुताई लवकर गेल्या वाटतं अंघोळीला?"

'प्रसन्न विहार'च्या बारा नंबरमधली ही शीतयुद्धं नेहमीचीच... जवळजवळ रोजचीच होती. सुधाताई गेली दोन वर्षं इथे राहत होत्या. अनुताईंना येऊन नुकता दीड महिना झाला होता. पण त्या इथे आल्यापासून भांडणाशिवाय त्यांचा एक दिवसही रिकामा गेला नव्हता. निदान छोटीशी चकमक तरी झडायचीच. बरेचदा अनुताई 'मला कुठे इथे कायम राहायचंय?' म्हणून सोडूनच द्यायच्या. पण एखाद्या वेळी त्याही हट्टाला पेटायच्या.

सुधाताई मात्र सदैव ताठ्यात असायच्या.

'आपण इथे पैसे मोजून राहतो. उगीच का म्हणून कुणाचं काहीही सहन करायचं?'

दोघी अगदी मोठमोठ्याने भांडायच्या नाहीत. पण शेजारच्या खोलीत साध्या बोलण्याचाही आवाज जात असल्यामुळे या दोघींचं जरा वाजलं की, अकरा नंबरमधल्या शारदाक्कांना लगेच कळायचं. काहीतरी निमित्त काढून त्या ताबडतोब बारा नंबरमध्ये यायच्या.

इथे दोन वर्षं काढलेली असल्यामुळे सुधाताईंना शारदाक्कांचा भोचकपणा चांगला ठाऊक होता, म्हणूनच अनुताईंचा कितीही राग आला तरी सुधाताई शारदाक्कांच्या चौकशीला बिलकूल दाद द्यायच्या नाहीत.

आजही त्या येताच काहीच झालं नाही असं भासवत अनुताईंनी अस्ताव्यस्त टाकलेला पेपर उचलून सुधाताईंनी बाथरूमकडे तोंड करत मोठ्या आवाजात विचारलं, "पेपर वाचून झालाय ना अनुताई? मी कोडं सोडवून टाकते आता."

सकाळची आन्हिकं उरकली की, प्रसन्न विहारातले काही जण फिरायला बाहेर पडत. कुणी हॉलमध्येच टी.व्ही.वरचे कार्यक्रम पाहत बसत. ज्याच्या-त्याच्या इच्छेनुसार विहाराच्या व्यवस्थेत सहभागी होण्याची परवानगी असल्यामुळे काही जण बागकामात, बाजारहाट करण्यात मनापासून भाग घेत. काही बायकांना स्वयंपाकघरात लक्ष घालायची हौस होती. कुणाची देवभक्ती, कुणाचं वाचन, कुणाची योगसाधना, ध्यानधारणा... आयुष्यभर करायच्या राहून गेलेल्या, नाहीतर वेळ आणि एकटेपणा घालवायला म्हणून स्वीकारलेल्या कितीतरी गोष्टी!

अनुताई, सुधाताई आणि शारदाक्का, तिघीही कडक ऊन किंवा पाऊस नसेल तर चक्कर मारायला बाहेर पडायच्या. जवळच एक गणपतीचं देऊळ होतं.

तिथपर्यंत किंवा थोडं पुढे एसटी स्टँडपर्यंत.

गणपतीच्या देवळात बरेचदा याग, महापूजा असले धार्मिक कार्यक्रम चालू असायचे. बाहेरगावाहून येणाऱ्या भाविकांची गर्दी असायची. तिघींनाही वेगवेगळ्या कारणांसाठी तिथे जायला आवडायचं. शारदाक्का धार्मिक वृत्तीच्या होत्या. पण त्यांचा धार्मिकपणा सोयीस्कर असायचा. स्वत:वर कशाचंही बंधन येणार नाही इतपत भाविकपणा त्यांना सोसायचा. आवर्जून देवळात जाण्याइतकी सुधाताईंची देवावर श्रद्धा नव्हती. पण आयुष्यभर संस्कृत शिकवल्यामुळे मंत्रपठणासारख्या कार्यक्रमात त्यांना मनापासून रस वाटायचा. अनुताईंचा स्वभाव आत्मतुष्ट. प्रसन्न विहारमधलं आणि ह्या गावंढ्या गावातलं आपलं वेगळेपण त्या कटाक्षाने जपायच्या. आपण देवळात गेल्याबरोबर 'भाविक' लोकांच्या नजरा गर्रकन वळतात आणि आपल्या या वयातही व्यवस्थित राहणीबद्दलचं कौतुक आणि अचंबा त्यांच्या डोळ्यांत उमटतो, हे त्यांना ठाऊक होतं. लोकांच्या नजरेतली ती कौतुकाची प्रतिबिंबं पाहण्यासाठी म्हणून त्यांना देवळात जायला आवडायचं.

पण आज मात्र त्या म्हणाल्या, "तुम्ही दोघी जाऊन या. मी नाही येत."

"का हो?" शारदाक्कांनी सुधाताईंकडे शंकित दृष्टिक्षेप टाकत विचारलं.

"रात्री झोप नीट झाली नाही. अगदी गळून गेल्यासारखं झालंय आज."

"पण आज एवढा त्या संतोषने बकुळीचा गजरा आणून दिलाय. तो कधी लावणार मग?"

शारदाक्का समोर असूनही सुधाताईंनी मनात धुमसणारा राग काढायची संधी सोडली नाही.

अनुताईंच्या व्यवस्थित राहणीवर आणि स्वत:ला वेगळं समजण्यावर त्यांचा पहिल्या दिवसापासून आक्षेप होता. अनुताईंच्या रोजच्या साड्यादेखील लॉंड्रीतून धुवून आणलेल्या, स्टार्च केलेल्या असायच्या. साडी आणि ब्लाऊजचं परफेक्ट मॅचिंग, डाय करून नीट आकार दिलेले केस आणि सगळ्यात कहर म्हणजे बकुळीचा छोटासा गजरा किंवा सोनचाफ्याचं फूल... नाहीतर अबोलीचा गुच्छ पिनमध्ये ओवून साडीपिनसारखा डाव्या वक्षाच्या वर खोवलेला असायचा. सुधाताईंच्या धुवट साध्या राहणीच्या पार्श्वभूमीवर अनुताईंचा हा व्यवस्थितपणा म्हणजे नखरेच वाटायचे त्यांना आणि मग जेव्हा संधी मिळेल तेव्हा त्या अनुताईंच्या नटवेपणावर झोड उठवायच्या.

भांडायच्या मूडध्ये असतील तर अनुताईही त्यांना तसंच खमंग उत्तर द्यायच्या.

पण आज मात्र सुधाताईंचा टोमणाही त्यांनी शांतपणे गिळून टाकला.

सुधाताई निमूटपणे शारदाक्कांबरोबर बाहेर पडल्या. आज त्यांच्या रागाला वाटच मिळत नव्हती. तुंबलेला गुस्सा पुन्हापुन्हा खजील होऊन मागे फिरत होता.

“आज जेवावंसं तरी वाटतंय की नाही?” बारा वाजले तरी भिंतीकडे तोंड करून पडलेल्या अनुताईंना सुधाताईंनी खोचक स्वरात विचारलं.

“सुधाताई, तुम्ही जा. खरंच मला कशाचीही इच्छा नाही.”

“पण काय झालंय एवढं? पित्त उसळलंय का? तरी बरं दिवसातून तीनदा अगदी वेळापत्रकानुसार गोळ्या घेत असता तुम्ही.”

“पित्तबित्त नाही हो.”

अनुताईंना एकदम हुंदकाच फुटला.

“आज माझी नातवंडं आली होती स्वप्नात. दीड महिना होऊन गेला, त्यांना बघितलं नाही. दोघांनाही खूप आहे माझं. कदाचित त्यांच्याही स्वप्नात मी....”

सुधाताईंनी कुत्सितपणे तोंड वाकडं केलं.

“मुलांचं काही खरं नसतं हो. समोर असेल तेवढा वेळ माणूस हवं असतं त्यांना. पाठ फिरली की संपलं. स्मरणशक्ती फार तोकडी असते त्यांची.”

“नाही हो. किट्टू-रोनीचं असं नाही आणि मीसुद्धा अशी कधीच घराबाहेर राहिलेली नाही ना! फार होमसिक वाटतंय.”

सुधाताई ‘काय बाई हा बालिशपणा’ अशा अर्थाचं फिसकन हसल्या.

“हसू येतंय तुम्हाला. बरोबरच आहे. तुम्हाला कसं कळणार माझं दुःख?”

तोंडून वाक्य निघून गेलं आणि अनुताईंनी जीभ चावली.

‘सुधाताईंचं लग्न झालेलं नाही. घरानातवंडांची ओढ त्यांना कुठून असणारेय? काहीतरीच काय बोलून गेलो आपण?’

पण त्यांचं बोलणं ऐकूच न आल्यासारखं कोऱ्या चेहऱ्याने सुधाताई म्हणाल्या, “घरची आठवण आली म्हणून काय जेवायचं नाही? पित्त चढेल हं अशाने. मी आपली जाते. भावेकाका आज बेसनभात करणार होते.”

ऐकलं नाही असं भासवलं तरी अनुताईंचं बोलणं त्यांच्या मनात ठुसठुसत होतं.

“घराची, नातवंडांची ओढ तुम्हाला कशी कळणार?”

जेवून आल्यावर त्या आडव्या झाल्या तरी मिटल्या डोळ्यांपुढेही तेच प्रश्नचिन्ह.

‘तुम्हाला वाटत असेल अनुताई, ही कडक शिस्तीची रूक्ष मास्तरीण. मुलांना शिस्त लावण्यात आणि पुस्तकी धडे शिकवण्यात हिची हयात गेली. लग्न नाही, संसार नाही अन् मुलंनातवंडं नाहीत. हिला कसली आलीय घराची ओढ?

पण खरं सांगू? माझ्याइतकी संसाराची हौस तुम्हालाही नसेल. मुलाबाळांचं

म्हणाल तर चार मुलांच्या आईला नसेल एवढा बालसंगोपनाचा अनुभव आणि कौशल्य माझ्यात आहे. ताईचा नितीन तर दीड महिन्याचा होता तेव्हापासून माझ्या... केवळ माझ्याच अंगाखांद्यावर वाढलाय. मॅट्रिकला होते मी तेव्हा. बोर्डाची परीक्षा आणि त्याला गोवर आलेला. केवढाले फोड फुलले होते अंगावर. उष्णतेने त्याच्या अंगाची आग व्हायची तर रात्रभर कडुनिंबाच्या पाण्यात भिजवलेल्या कपड्यात गुंडाळून मी मांडीवर घेऊन बसायची त्याला. तो कपडा सुकला की, नितीन दचकून डोळे उघडायचा. हातातलं पुस्तक खाली ठेवून मी त्याचा कपडा बदलायची, थोपटायची. त्याला झोप लागली की, पुन्हा पुस्तक उघडायची....'

आठवणींच्या तंद्रीत बुडालेल्या सुधाताई स्वत:च्याही नकळत पडल्यापडल्याच मांडी झुलवायला लागल्या. जसा काही तान्हा नितीन आताही रडत होता.

'थोरली ताई दिसायला देखणी. भरीला नटण्यामुरडण्याची आवड. सतराव्या वर्षीच चांगल्या स्थळाकडून मागणी येऊन तिचं लग्न झालं. दोन वर्षांवर रिटायरमेंट आली होती. चौघीपैकी एकीचा तरी भार हलका झाला म्हणून अण्णा कृतकृत्य झाले.

पण अण्णांचं समाधान फार काळ टिकलं नाही. ताईचा नवरा बाहेरख्याली निघाला. सोन्यासारख्या ताईला त्याची मारझोड सहन करावी लागायची. वर्षभर कशीबशी ती सासरी राहिली. बाळंतपणाला माहेरी आली तेव्हा अण्णांना म्हणाली, 'तुम्ही घरात ठेवणार नसाल तर मी जीव देईन. पण परत त्या घरात जाणार नाही.'

अण्णा खचलेच होते मनातून. तरीही त्यांनी 'निदान स्वत:च्या पायावर उभं तर राहता येईल.' अशा विचाराने ताईला नर्सिंगचा कोर्स द्यायचा निर्णय घेतला.

दीड महिन्याच्या नितीनला घरी ठेवून ताई नर्सिंग कोर्सला गेली. कोर्स पुरा झाल्याझाल्या तिला तिथल्याच सरकारी हॉस्पिटलमध्ये नोकरीही मिळाली आणि दुसरा जोडीदारही.'

'माय मरो आणि मावशी उरो,' ही म्हण सोळा वर्षांच्या सुधाने आणि दीड महिन्यांच्या नितीनने अशी शब्दश: जगली होती.

ताईने परस्पर दुसरं लग्न केल्याच्या धक्क्यातून अण्णा सावरलेच नाहीत. त्यांच्याबरोबर कोसळू पाहणारं घराचं छप्पर मात्र सुधाने आपल्या कोवळ्या मनगटावर सावरून धरलं. इंटरचं वर्ष अर्ध्यावर टाकून तिने गावातल्या हायस्कूलमधली नोकरी पत्करली. अण्णांनी पहाटे उठवून घोटून घेतलेला संस्कृतचा अभ्यास तिथे कामी आला. घरीदारी, शेजारी, गावातल्या नातेवाइकांच्या, सगळ्यांच्या नजरा कौतुकाने ओथंबल्या.

सुधाचं राज्य सुरू झालं.

मॅट्रिकच्या वर्गाचा जादा तास घेऊन ती घरी यायची तेव्हा आईच्या डोळ्यांत कौतुकाची निरांजनं उजळलेली असायची. तिने शेगडीवर सुधीसाठी ताजा भात वाफेला लावून स्टोव्हवर आमटी उकळत ठेवलेली असायची. पोर दिवसभराची दमूनभागून घरी येणार. तिला पहिल्या वाफेचं कडकडीत अन्न लागतं, म्हणून दिवेलागणीच्या वेळेला जेवू नये, हा धर्मनियमसुद्धा आई बाजूला सारायची.

सकाळी सातला मुलं शिकवणीला यायची. त्याआधी सुधाला सगळं आवरून तयार व्हायला लागायचं, म्हणून तिच्या लवकर झोपण्याची काळजी. आतल्या खोलीत साडेआठलाच बिछाना तयार असायचा.

सकाळी तिला उठवताना आईचा स्वर रेशमाचा व्हायचा आणि स्पर्श सायीचा. घरातली एकुलती एक मच्छरदाणी सुधीला. उन्हाळ्यात खडखडता टेबलफॅन फक्त तिच्यासाठीच फिरायचा. तिला आवडत नाहीत म्हणून जेवणात वरणफळं व्हायची नाहीत आणि तिचं आवडतं शिकरण मात्र आठवड्यातून दोन-तीन वेळा पानात यायचं.

या पंक्तिप्रपंचाबद्दल धाकटी भावंडंही कधीच कुरकुर करायची नाहीत. उलट तीही सुधाताईच्या वेळा आणि मर्जी सांभाळण्यासाठी धडपडायची. घरासाठी ती घेत असलेल्या कष्टांची कृतज्ञ जाणीव घराच्या विटेविटेला होती. शाळेत, मित्रमैत्रिणींच्यात सुधाताईबद्दल बोलताना भावंडांच्या डोळ्यांत अभिमान दाटून यायचा. शब्दाशब्दातून आदर झिरपायचा... 'आमची सुधाताई!'

आई-अण्णा, चार धाकटी भावंडं आणि ताईचा तान्हा नितीन, या साडेसात माणसांच्या राज्यातली पराक्रमी राज्यकर्ती होती सुधा. तिच्या पसंतीने आई लुगडी घ्यायची. नातेवाइकांना लग्नाकार्यात द्यायचा आहेर तिला विचारून ठरवला जायचा. कधी क्वचित सिनेमाला नाहीतर शाळेच्या सहलीला जायचं असलं तरी भावंडांना तिची परवानगी लागायची. संकष्टीचा उपास सोडायचा असला आणि तिला उशीर होणार असला तर अण्णा तिच्यासाठी थांबून राहायचे. चिमुकल्या विश्वातले इवलेइवले मानदंड, सगळे सुधासाठी. कुठल्याही बाबतीत तिचा शब्द शेवटचा. घर तिच्या तालावर झुलायचं. तिच्या नजरेला घाबरायचं आणि तिच्या हसण्याने उमलायचं.

आजपर्यंत घरात विशेष वेगळं स्थान नसलेली सुधा सुरुवातीला ह्या बदलाने थोडी संकोचल्यासारखी झाली. पण नंतर ह्या मुजऱ्यानमस्कारांची आपोआप सवय झाली तिला. हळूहळू कर्तेपणाची, जबाबदाऱ्यांची नशा चढत गेली. नजरेत वीज खेळायला लागली. जिभेला धार चढली आणि ओठांवर *अहं ब्रह्मास्मि*ची गर्विष्ठ मुरड!

शाळेतही योगायोगाने तीच परिस्थिती. संस्कृतचे शिक्षक दिवसेंदिवस दुर्मिळ

होत चाललेले असताना सुधाचं तल्लीन होऊन शिकवणं, व्याकरणाचा सखोल अभ्यास मुलांकडून घोटून, घटवून तयारी करून घेणं ह्या सगळ्यांचं मुख्याध्यापकांना, शाळेच्या संचालकमंडळाला कौतुक वाटायचं. शिक्षणमंडळाचे नियम बदलल्यावर शाळेनेच तिच्या बी.टी. च्या परीक्षेचा आर्थिक भार उचलला. एक वर्षाची भरपगारी रजा दिली आणि परत रुजू झाल्यावर पगारही वाढवला. काहीशी मनाविरुद्ध या पेशात आलेली सुधा आपल्याला दुसऱ्या वाटेने जायचं होतं, हेही विसरली. विद्यार्थ्यांच्या डोळ्यांतला भक्तिभाव, पालकांच्या नजरेतला आदर आणि कुटुंबीयांच्या नजरेतली कृतज्ञता एवढ्याच भावनांच्या रिंगणात तिचा अहंकार फिरत राहिला, फुलत राहिला.

भावांची शिक्षणं, बहिणीचं लग्नं, सगळी कर्तव्यं पार पाडून ती कृतार्थ झाली. आई अधूनमधून लग्नाचा विषय काढायची तेव्हा क्षणभर स्वत:च्या संसाराचा मोह वाटायचा. आपल्यासाठी जीव टाकणारा नवरा, मुलं, त्यांच्या बाळलीला....

पण भाच्यांचे चेहरे बघितले की, ते विचार कुठल्याकुठे पळायचे.

'भाऊ अजून तसे लहानच आहेत. आजपर्यंत त्यांना कसली जबाबदारी उचलायची सवय नाही. आपल्यावरच तर अवलंबून आहेत ते. त्यांना सोडून कसं जायचं? आता हाच आपला संसार आणि हेच आपलं घर....'

मनातले अस्पष्ट मोह पुसून ती नव्या जोमाने समोरची एखादी जबाबदारी उचलायला पुढे व्हायची.

अधिकाराची, आपल्यावाचून सगळ्यांचं अडतंय, ह्या उबदार भावनेची धुंदी वर्षानुवर्षं तशीच राहिली होती. स्वत:चा संसार मांडता न आल्याचं दु:ख त्या कैफात केव्हाच विरघळून गेलं होतं. किंबहुना आपल्याला असं काही वाटायचं, हेही तिच्या लक्षात राहिलं नव्हतं.

त्यागाच्या जाणिवेच्या कैफात बुडालेल्या सुधाला कर्तेपणाची ती रेशमी झूल कधी आणि कशी विरत गेली, तेच कळलं नाही.

अधूनमधून एखादा प्रसंग, एखादं वाक्य सुईसारखं टोचून कळे नकळेशी जखम करून जायला लागलं. आधारासाठी कुणाला आपली गरज उरली नाही की काय, अशी भीती वाकुल्या दाखवायला लागली. नोकरी चालू होती तोवर या सावल्या फिक्या होत्या. शाळेत प्रवेश घ्यायला, रिझल्ट काढून आणायला, महत्त्वाचे प्रश्न मिळवायला, कशाला ना कशाला तरी तिची गरज लागत होती सगळ्यांना. पण रिटायरमेंटनंतर तेही संपलं. भावाच्या घरात आता सुधाची शिस्त टोचायला लागली. नितीनच्या नुकत्याच लग्न होऊन आलेल्या बायकोला तर नवऱ्याची मावशी हे फारच लांबचं नातं वाटायचं. सुधाताईची कामं करायला, तिची मर्जी सांभाळायला आता कुणालाच वेळ नव्हता. सगळेच 'बिझी' होते.

धाकट्या बहिणी मधूनमधून आल्या की सांगायच्या, ‘सुधाताई, आपली कामं दुसऱ्यासाठी कशाला वाट पाहत ठेवायची? आपणच करून टाकावीत.’

सुधाला कष्टाची सवय नव्हती, असं नाही. पण कर्तबगारीचा मान आणि कृतज्ञता या भावनेतून आपली छोटीछोटी कामं घरातल्यांनी करावीत, हे इतकं अंगवळणी पडलं होतं की, ते असं कधी थांबेलसं वाटलं नव्हतं. तिचं कुणी ऐकलं नाही की, भयंकर मोठा अपमान झाल्यासारखी चीड दाटून यायची मनात. कारण आजवर तसं घडलंच नव्हतं.

एकदा धाकट्या शीलाचा फोन आला तर फोनवर सहज बोलल्यासारखी ती म्हणाली, ‘सुधाताई, अधूनमधून चार-आठ दिवस माझ्याकडे नाहीतर अलकाकडे राहायला ये ना. तेवढीच वैनींना जरा मोकळीक.’

सुधा खंतावून विचार करत राहिली– हे प्रेमाचं बोलावणं नाही. वैनींने तक्रार केली असेल. ती निवारण्याचा मोठेपणा घेण्यासाठी आपल्या बहिणी आपल्याला राहायला बोलावताहेत. लहानपणी साधे केसाचे शेंडे कापण्यासाठी आपली परवानगी मागणाऱ्या, कॉलेजमधल्या मुलाने लग्नाचं विचारलं तर, ‘सुधाताई म्हणेल तसं.’ असं उत्तर देणाऱ्या बहिणीने आपल्याला असा सल्ला द्यावा? अशी वेळ का येऊ दिली आपण?

मागचे दिवस, घरातलं आपलं स्थान आठवून तिच्या घशात आवंढा दाटला.

‘आणि वैनीना मोकळीक? म्हणजे? मी काय बांधून घातलंय कुणाला?

मोठेपणाच्या आणि अनुभवाच्या नावाखाली सगळ्या जबाबदाऱ्या स्वत:च्या शिरावर घेणारं कुणाला आपलं अस्तित्व एवढं जाचक वाटत असेल? कुणाला, म्हणजे ज्यांच्यासाठी आपण इतके दिवस आपल्या सुखदु:खांसकटचं सगळं आयुष्य वेचलं त्या आपल्या जवळच्या माणसांनाच? आता ह्यांना आपलं अस्तित्व जाचायला लागलं तर वेगळं आयुष्य कुठे उभारायचं?’

आठवडाभर विचार करून स्वत:शी आणि मायामोहांशी झगडून शेवटी तिने निर्णय घेतला.

‘घरातून बाहेर पडायचं. जिथे आपण नको आहोत तिथे राहायचं नाही.’

निवृत्तीनंतरच्या आयुष्याबद्दल वेगळा काही विचार कधी केलेलाच नव्हता. पण पहिल्यापासून स्वतंत्रपणे जगल्यानंतर आता आपलं आयुष्य इतरांच्या नियमांच्या चौकटीत बसवणंही नकोसं वाटत होतं. मिळणारी पेन्शन पुरेशी होती. गरजा मर्यादित होत्या. चैनीच्या छानछोकीच्या राहणीचं आकर्षण नव्हतं. अगदीच वेळ आली तर शिकवण्या करायचीही तयारी होती.

त्याच वेळी कुणीतरी ‘प्रसन्न विहार’ बद्दल माहिती दिली. ज्येष्ठ नागरिकांसाठी सर्व सुखसुविधा असलेला वृद्धाश्रमच!’

'आपण थकलोय, उताराला लागलोय,' हे मनाशी कबूल करणं जड वाटत होतं तरी तिच्यातल्या वास्तववादी सत्यप्रिय शिक्षिकेने ते स्वीकारलं. 'जाते' म्हटल्यावर तिला कोणी अडवलं नाही. छोट्या अखिलेशने तेवढा ओठांचा चंबू करून, 'मी पन तुज्याबलोबल येऊ आत्याज्जी?' म्हणत आपले इवले हात तिच्या गळ्यात टाकले. थोडा वेळ 'कुथे च्याल्लीश?'ची भुणभुण केली. पण जरा वेळाने आपल्या टेडीबरोबर बोलण्यात, खेळण्यात तोही आत्याज्जीचं जाणं विसरून गेला.

कधीच तुटणार नाहीत असं वाटणारे सगळे धागे तिच्या नकळत केव्हाच विसविशीत होऊन गेले होते. मागे राहिल्या होत्या त्या पोखरलेल्या पोकळ गाठी.

त्या सोडवायला मग फारसा वेळ लागला नाही.

"सुधाताई, अहो चहा घ्यायचा नाही का आज? भावेकाकांनी मुद्दाम आठवणीने पुदिन्याचा चहा करून पाठवलाय तुमच्यासाठी."

बर्वेमावशींच्या चिरक्या आवाजाने सुधाताईंना जाग आली. त्या खरंच हातात चहाचा कप घेऊन आल्या होत्या. किती वाजले होते कोण जाणे. पावसाचे ढग घेरून आले होते. त्यामुळे खरंच संध्याकाळ झालीय की काय, तेच कळत नव्हतं.

"आत्ता चहा?" त्यांनी बर्वेमावशींना विचारलं.

"तुम्ही दुपारी आला नव्हतात ना चहाला? भावेकाकांना वाटलं की, तुमची तब्येत बरी नाही की काय? म्हणून मुद्दाम पुदिन्याचा चहा बनवून पाठवून दिलाय. बाकीच्यांना एक वेळ विसरतील. पण तुम्ही आलात की नाही, त्यावर बारीक लक्ष असतं हो भावेकाकांचं." बर्वेमावशीनी अगदी सविस्तर स्पष्टीकरण दिलं.

त्यांच्या स्वरातला खवचटपणा कानाआड करत सुधाताईंनी त्यांच्या हातातला कप घेतला.

"राहू देत. तोंड धुवून घेते."

नाहीतरी जुन्या आठवणीनी तोंडाला आलेली कडू चव घालवण्यासाठी काहीतरी हवंच होतं.

चहाचे दोन घोट घेतल्यावर त्यांना खरंच बरं वाटलं. पुदिन्याच्या पानांची मिरमिरती चव या हवेत सुखद वाटत होती. मनोमन त्यांनी भावेकाकांना थँक्स दिले.

भावेकाका मुंबईहून आलेले विहारचे मेंबर आणि तिथल्या मेसचे मॅनेजरही. त्यांच्या एकुलत्या एक मुलाने ख्रिश्चन मुलीशी लग्न करायचं म्हणून धर्म बदलला होता. त्याच्याशी असलेलं नातं तोडून रागाच्या तिरीमिरीत लालबागच्या कामगारवस्तीतलं चालतं हॉटेल सोडून ते इकडे निघून आले होते. इथल्या मेसचं काम त्यांनी आपणहून अंगावर घेतलं होतं आणि आता त्यात ते अगदी पुरेपूर रमले होते.

सुधाताईंशी त्यांचं विशेष जमायचं. सुधाताईंचा काहीसा फटकळ वाटणारा बाणेदार स्वभाव, पेपरमधल्या मजकूरावरची निर्भीड टीकाटिप्पणी, त्यातून दिसून येणारी हुशारी... सगळंच त्यांना भावून जायचं. त्यांच्याशी बोलताना भावेकाकांचा आवाज आपोआप मऊ व्हायचा.

सुधाताईंच्याही ते लक्षात आलं होतं. पण आता अशा मृदू भावनांवरचा त्यांचा विश्वासच उडाला होता. काहीतरी स्वार्थ असल्याशिवाय कुणीही दुसऱ्याच्या गुणांचा आदर, कौतुक करत नाही, असं कडवट तत्त्वज्ञान त्यांच्या मनात मूळ धरून राहिलं होतं.

तरीही आपल्या चहा न घेण्याची दखल घेऊन कुणीतरी आवर्जून आपला आवडता पुदिन्याचा चहा पाठवावा, ही जाणीव तापल्या मनावर गारव्याची फुंकर घालून गेलीच.

दुपारच्या चहाची वेळ. चहा पिऊन झाला तरी बरेच जण हॉलमध्येच बसलेले होते. कुणी गप्पा मारत, कुणी पेपर वाचत. तेवढ्यात नानाजी दोन बायका आणि तीन-चार पुरुषांचा घोळका घेऊन तिथे आले. संस्था पाहायला इन्दौरचे कुणी पाहुणे आले होते. नानाजी त्यांना इथल्या सोयीसुविधांबद्दल, नियमांबद्दल आणि कशा प्रकारे देणगी देता येते, याबद्दलही सांगत होते.

त्यांच्याबरोबरच्या दोघी मध्यमवयीन बायका सुधाताई, बर्वेमावशी, अनुताई आणि शारदाक्का बसल्या होत्या, तिथे आल्या. बर्वेमावशींचे कान नानाजींच्या बोलण्याकडेच लागलेले.

जवळ आलेल्या बायकांना त्या चटकन म्हणाल्या, ‘‘बरीच जणं आईवडिलांच्या श्राद्धानिमित्त विहाराला एखादं पक्वान्न वगैरे देतात.’’

‘‘मावशी!’’ सुधाताईंनी त्यांना दापलं.

पण त्यांचं आपलं चालूच, ‘‘गेल्या महिन्यात पुण्याहून ते पारखी आले होते. त्यांच्या आईच्या श्राद्धानिमित्त त्यांनी पुरणपोळ्या आणल्या होत्या. बरोबर साजूक तुपाचा हा एवढा थोरला डबा.’’

‘‘मावशी, तुम्हाला गोळी घ्यायचीय ना? साडेचार वाजले.’’ सुधाताईंनी आवाज थोडा वरच्या पट्टीत नेला.

त्या पाहुण्या बायकाही चमकल्या.

तसं मग अनुताईंनी सावरून घेतलं, ‘‘आईवडिलांची आठवण म्हणून असं काहीकाही देण्याची लोकांची भावना असते खरी, पण खरं म्हणजे ही काही धर्मार्थ संस्था नाही. इथे प्रत्येक जण आपापले पैसे भरूनच राहतो. कुणी दया दाखवलेली सगळ्यांनाच आवडते असं नाही.’’

त्या पाहुण्या बाईंना सांगत राहिल्या तरी शारदाक्कांकडे वळून बर्वेमावशींचं

खाद्यपुराण चालूच होतं, "त्या रत्नागिरीच्या कुणीशी नारळाची बर्फी दिली. तिला केवढा खवट वास येत होता ना? देऊन द्यायचं तर चांगलं तरी द्यावं."

हे असे विसंवाद नेहमीचेच. प्रसन्न विहारमधल्या पंधरा खोल्यांतले तीस मेंबर्स म्हणजे अगदी तीस प्रकारचे नमुने होते. आयुष्य उपभोगल्यानंतर घट्ट आणि परिपक्व झालेले अस्सल मनुष्यस्वभाव.

आजवर वेगवेगळी आयुष्यं जगलेल्या या सगळ्यांना शेवटच्या वळणावर नाइलाजाने एकत्र यावं लागलं होतं. त्यामुळे अशा चकमकी रोजच झडायच्या.

प्रसन्न विहार! मुंबई-गोवा महामार्गावरच्या एका निसर्गरम्य खेड्यातला हा वृद्धाश्रम मुंबईच्याच एका ट्रस्टने चालवलेला. त्यामुळे त्याचं बांधकामही शहरातल्या सगळ्या सोयी, अडचणींचा विचार करूनच झालेलं होतं. इथली राहणी थोडी महाग होती खरी. पण मोजल्या पैशाची पुरेपूर किंमत देणारी होती. इथले बहुतेक रहिवासी आर्थिकदृष्ट्या उच्चमध्यमवर्गीय. पण वृत्ती मात्र प्रत्येकाची वेगवेगळी....

बर्वेमावशी खरं म्हणजे सुसंपन्न घरातून आलेल्या होत्या. पण उभं आयुष्य नवऱ्याच्या आणि सासूच्या धाकात गेल्यामुळे या वयातही त्यांची खाण्यावरची लालसा संपलेली नव्हती. सतत विहाराच्या स्वयंपाकघरात लुडबुडायच्या, अधाशीपणे खायच्या.

पोटी मूल नसलेले जगदाळे पतीपत्नी. श्रीयुत जगदाळे रिटायर्ड आय.ए.एस. ऑफिसर, इथेही बायकोला आपल्या तालावर नाचवायचे. इतर बायकांच्यात मिसळू द्यायचे नाहीत.

सरंजामे आणि चव्हाण दोघं एका खोलीत राहायचे. स्वभावही एकसारखेच हिरवट. इथे या आडगावात सकाळी उठून फिरायला म्हणून नदीवर जायचे आणि धुणं धुणाऱ्या, अंघोळ करणाऱ्या बायकांकडे बघून हळू आवाजात कुजबुजायचे. विहारातल्या मोलकरणींना मुद्दाम त्रास द्यायचे.

नारकरांचा स्वभाव पक्का हिशोबी. दर महिन्याला पैसे भरताना ते इथल्या व्यवस्थेतल्या त्रुटींबद्दल तक्रार करत राहायचे आणि महिनाभर डोळ्यांत तेल घालून विहाराच्या कारभारावर लक्ष ठेवायचे. रोज पेपरमधले बाजारभाव वाचून साध्या भोपळ्याच्या भाजीचा आणि मटकीच्या उसळीचाही खर्च मोजायचे. सतत बोटं मोडून आकडेमोड चाललेली असायची त्यांची. घारूअण्णा त्यांना बॉर्न अकौंटंट म्हणायचे.

घारूअण्णांचा स्वभाव गमत्या, खोडकर. सतत काहीतरी गमतीजमती सांगून इतरांना हसायला लावणारा. त्यांना उपमाही अगदी समर्पक सुचायच्या.

दोन नंबरमधले वीरूकाका आणि पाच नंबरमधल्या कमलताई, दोघांना अगदीच उठता येत नसल्याने त्यांचं चहा, जेवण खोलीत जायचं. बाकी सगळ्यांचा दुपारचा

चहा आणि जेवण हॉलमध्येच एकत्र व्हायचं.

घरापासून दूर राहिलेल्या या वयस्कर लोकांना माणसांच्या सोबतीची भूक असते, म्हणून प्रसन्न विहारच्या संचालकांनी अशी व्यवस्था केली होती. पण कधीमधी अशा व्यवस्थेचाही त्रास व्हायचा. आयुष्यातलं दुसरं बालपण सुरू झालेली ही मंडळी जेवणाच्या टेबलावरसुद्धा भांडण उकरून काढायची. साध्या अगदी पेपरमधल्या एखाद्या बातमीवरूनही महायुद्ध भडकायचं.

अर्थात, हे असे स्वभाव म्हणजे परिस्थितीचा दृश्य परिणाम होता. सगळ्याचं मूळ कारण एकच– उतारवयातल्या एकटेपणाचं दुःख. जन्मभर कष्ट करून मनासारखा पैसा मिळवूनही या वयात वजाबाकीतल्या शून्यासारखं उरलेलं भयानक एकटेपण. कुणाची मुलं विचारत नव्हती, कुणाची मुलं हवे तेवढे पैसे द्यायला तयार होती, पण त्यांना हे 'ॲंटिक पीसेस' घरात नको होते. कुणाची मुलं अकाली गेलेली, कुणी जोडीदारावाचून मागे एकटं राहिलेलं. प्रत्येकाच्याच आयुष्यातला तिसरा अंक चालू होता; भयाण, उदास आणि एकाकी!

शारदाक्कांची परिस्थिती थोडी वेगळी. चार मुलं, पण त्यांना कुणी सांभाळायला तयार नव्हतं. कारण अतिशय भोचक आणि तोंडाळ स्वभाव. विश्वस्तांपैकी कुणीतरी त्यांचे नातेवाईक होते, म्हणून प्रसन्न विहारमध्ये त्यांची वर्णी लागली होती. आर्थिकदृष्ट्या श्रीमंत, उच्चभ्रू अशा तिथल्या मेंबर्समध्ये वावरताना त्यांच्या मनात आपल्या परिस्थितीबद्दलचा न्यूनगंड सदैव जागता असायचा. जीभ म्यान व्हायची, पण नजरेत मात्र 'अग्गोबाई! कम्माल झाली!!' ही उद्गारचिन्हं सदैव उमटलेली. त्यातल्या त्यात त्यांना अनुताई आणि सुधाताईच जवळच्या वाटायच्या. कारण शारदाक्कांच्या खोलीतल्या नयनाबाई म्हणजे श्रीमंत पतीची राणी. आपल्या म्हाताऱ्या नवऱ्याची इस्टेट बळकावून त्याच्या मुलाबाळांविरुद्ध खटले चालवत इथे ऐषरामात जगणाऱ्या आपल्या या पार्टनरची शारदाक्कांना भीतीच वाटायची. सतत त्या बारा नंबरमधल्या वादळांचा कानोसा घेत राहायच्या आणि जर्रा काही ऐकू आलं की, लगेच तिकडे धाव घ्यायच्या.

सुधाताईंना त्यांचा स्वभाव पुरेपूर ठाऊक असल्यामुळे त्या शारदाक्कांना चार हात लांबच ठेवायच्या.

अनुताईंची वेगळीच तऱ्हा. सून आणि मुलगा परदेशी गेले, म्हणून जेमतेम आठ-दहा महिन्यांसाठी त्या इथे आल्या होत्या. आपण इथल्या कायम रहिवासी नाही, हे डोक्यात असल्यामुळे, सुधाताईंशीच काय, पण कुणाशीही वादविवाद झाले तरी त्या तो राग मनात धरून ठेवायच्या नाहीत. तिथल्या जगाबद्दलची तुच्छता आणि स्वतःच्या आयुष्याबद्दलची तृप्ती, यामुळे त्यांचं वागणं काहीसं बेफिकीर आणि निर्विकार असायचं. इथले सगळे रहिवासी अगतिकता म्हणून इथे आलेत,

पण आपण मात्र केवळ चेंज, हॉस्टेलच्या जीवनाचा वेगळा अनुभव म्हणून इथे आलो आहोत, हा तोरा त्यांच्या वागण्यातून नेहमीच दिसायचा.

काहीही असलं तरी सर्वांच्यात एक समान सूत्र होतं. आपापल्या 'मी' चा पीळ जपण्याचा इथला प्रत्येक जण प्रयत्न करत होता, कधी ताठ राहून तर कधी केविलवाणं होऊन.

आयुष्याच्या उतरणीवर मी-माझं-मला या आत्मकोशाचाच तर दिलासा होता.

रात्रीचे साडेनऊ वाजून गेले होते. जेवणं केव्हाच उरकली होती. बाहेर मुसळधार पाऊस आणि अधूनमधून विजेचा लपंडाव. त्यामुळे आज हॉलमधल्या टी.व्ही.पाशी कुणीच नव्हतं. फक्त जांभळे वॉचमन आणि त्याची मुलगी तेवढी घोंगडं गुरफटून टी.व्ही.वर डोळे जडवून बसली होती आणि दरवाज्याजवळच्या टेलिफोनशेजारच्या खुर्चीत पाय वर घेऊन हातांची गुडघ्याभोवती मिठी घालून बसलेल्या अनुताई. बाकी हॉल रिकामाच.

'आज बुधवार. दर बुधवारी रात्री गिरीश फोन करतोच, न चुकता, न कंटाळता. त्याला ठाऊक आहे आपल्या फोनची आई किती उत्सुकतेने वाट बघत असते ते.'

गुडघ्यावर हनुवटी टेकून संथपणे झुलताझुलता अनुताईंच्या मनात गिरीशचे, किट्टू-रोनीचे आणि आपल्या सायनच्या घराबद्दलचेच विचार रुंजी घालत होते.

गिरीश अनुताईंचा एकुलता एक मुलगा. विश्वनाथांसारखा... आपल्या वडिलांसारखाच उमद्या स्वभावाचा. जन्मभर विश्वनाथांनी अनुताईंना दु:खाचा वारा लागू दिला नव्हता आणि आता गिरीशही त्यांना तसाच जपत होता. वडिलांना अबोल वचन दिल्यासारखा.

विश्वनाथांच्या आठवणीने अनुताईंना भरून आलं.

लग्न ठरलं तेव्हा अनु सेकंड इयरला होती. डिसेंबरमध्ये पसंती झाली आणि विश्वनाथना सहा महिन्यांच्या ट्रेनिंगसाठी कोईमतूरला जायचं होतं, म्हणून लगेच पंधरा दिवसांनंतरचा मुहूर्त ठरला.

जानेवारीत कॉलेजचं गॅदरिंग. नाटकातली हिरॉईनची भूमिका अनुसाठीच ठेवलेली असायची. पण या वेळी लग्न ठरलं म्हणून तिने नाटकात काम करायला नकार दिला.

तिची मैत्रीण विशाखा तिला म्हणाली, ''अनु, खरं म्हणजे तू हट्ट धरायला हवा होतास. नाटकानंतरचा मुहूर्त बघा म्हणून. अगं, हेच दिवस असतात आपल्यातले गुण सिद्ध करायचे, त्यांना वाव द्यायचे. एकदा लग्न झालं की, मग या सगळ्या

गोष्टी बंद होऊन जातात.''

अनुच्या डोळ्यांसमोर विश्वनाथची रुबाबदार छबी होती. तिरक्या नजरेने तिच्याकडे पाहत हळूच केलेलं मंदमधुर स्मित... त्याच तंद्रीत गुरफटलेली होती ती अजून. विशाखाचं बोलणं चक्क खोडूनच काढलं तिने.

''जिथे हवे तिथे सिद्ध झालेत की माझे गुण. आता नाटकंबिटकं कशाला हवीत? त्याच्या घरची राणी. एवढी मोठ्ठी भूमिका मिळालीय मला.''

विशाखा चमत्कारिक नजरेने तिच्याकडे पाहतच राहिली होती.

मुळातच अनुचा स्वभाव फारसा महत्त्वाकांक्षी, अटीतटीने स्पर्धा जिंकण्याचा नव्हताच. नशिबाने आजवरचं आयुष्य हवं तसं संथ आणि समृद्धपणे गेलं होतं. आभाळातल्या उंच ताऱ्यांची अपेक्षा तिने कधीच धरली नव्हती. निवांतपणे जगावं आणि जे समोर आलंय त्याचा मनसोक्त आनंद लुटावा, अशी आत्ममग्न, आत्मतुष्ट वृत्ती. आयुष्याबद्दलच्या तिच्या तत्त्वज्ञानात एक सुख मिळवण्यासाठी दुसरं सोडून द्यावं लागण्याचं दु:ख कुठेच बसत नव्हतं. जे आणि जेवढं मिळेल ते पुरतंच की.

पुढच्या आयुष्यात विश्वनाथांबरोबरच्या सहजीवनात तिला कधीही आपल्या बोलण्याचा पश्चात्ताप करायची वेळ आली नाही. आयुष्यभर ती त्यांच्या घराची सम्राज्ञी बनूनच राहिली.

विश्वनाथांची नोकरी एअरलाईन्समधली. शिवाय त्यांना स्वत:लाही प्रवासाची आवड. अनुला त्यांनी देशोदेशी फिरवून आणलं. कुठल्याही अगदी साध्याशाही दु:खाची झळ तिच्यापर्यंत पोहोचू दिली नाही.

गिरीशच्या जन्माच्या वेळी तिला बराच त्रास झाला, म्हणून मुलीची हौस असूनही त्यांनी दुसरं मूल होऊ दिलं नव्हतं.

'तू इतकी परिपूर्ण साथ दिलीयस की, आयुष्यात आता मला दुसऱ्या कशाचीच गरज नाही.' ते नेहमी म्हणायचे आणि खरंच गिरीशनंतर अनुकडून फारसं सुख मिळालेलं नसतानाही त्यांच्या आयुष्यात वेळोवेळी मोहाचे क्षण येऊनही ते अविचल राहिले होते, शेवटपर्यंत...! आयुष्यातला शेवटचा श्वासही त्यांच्या अनुच्याच मिठीत... रात्री झोपताना नेहमीप्रमाणे लहान मुलासारखे अनुच्या पोटावर हात टाकून झोपले ते सकाळी उठलेच नाहीत.

त्या आठवणीने आताही अनुताईंच्या अंगावर शहारा आला.

शेजारी असूनही त्यांची झोपमोड न करता, त्यांना न सांगता विश्वनाथ तसेच निघून गेले होते, आयुष्यभराची साथ अशी नि:शब्दपणे सोडून.

अनुताईंचे डोळे डबडबले. विश्वनाथांचा स्पर्श, त्यांचा आवाज, सगळं अजूनही ताजं होतं मनात. नुकतंच काही क्षणांपूर्वी अनुभवल्यासारखं.

रात्रीच्या शांततेत प्रसन्न विहारमधल्या त्या लांबलचक हॉलमधल्या एकाकी

वातावरणात अनुताईंना विश्वनाथांच्या सोबतीची आसुसून तहान लागली. दिव्याच्या मंद प्रकाशात पावसाच्या आवाजाच्या पार्श्वभूमीवर एकटेपणाच्या भकास सावल्या चारी बाजूने आपल्यावर चाल करून येताहेत, असं वाटलं. त्यांचा जीव घुसमटला....

....आणि त्या तडफडीतून त्यांना सोडवायला आल्यासारखी टेलिफोनची रिंग वाजली. जिवाच्या कराराने त्यांचा हात पुढे झेपावला. पंचप्राण कानात गोळा झाले.

"हॅलो आई, कशी आहेस?"

"ठीक आहे."

आवाजात उमटू पाहणारा हुंदका अनुताईंनी मोठ्या प्रयासाने दाबला.

'आपल्या एकटेपणासाठी उगीच त्याला कशाला काळजीत टाकायचं? बिचारा एवढा सातासमुद्रापलीकडून फोन करतो तर....'

"गिरीश, किट्टू आणि रोनी कसे आहेत रे? काल माझ्या स्वप्नात आले होते."

"हो? तुला खूप मिस करतात दोघं."

'गिरीशचा आवाजपण ओलावल्यासारखा वाटतोय का? की आज आपलंच मन हळवं झालंय?'

"आई, तुझी तब्येत ठीक आहे ना? तिथली सगळी सोय चांगली आहे ना? तुला करमतं ना?"

'नेहमीचेच प्रश्न पण मायेने भरलेला गिरीशचा स्वर हवासा वाटतो.'

"गिरीश, तुम्हाला यायला किती दिवस आहेत रे अजून?"

त्याच्या सगळ्या प्रश्नांवर उत्तर म्हणून अनुताईंकडे तेवढा एकच प्रश्न होता.

गिरीश गप्प, बराच वेळ....

अनुताईंना ओशाळं वाटलं.

'एवढ्या लांबून तो फोन करणार सेकंदा-सेकंदासाठी भरपूर पैसे मोजणार आणि आपण असं लहान मुलासारखं काहीतरी विचारून त्याचा वेळ वाया घालवणार....'

"म्हणजे तसा इथे काही त्रास नाही रे." त्यांनी सावरून घेतलं.

"आई!"

गिरीश गलबलला.

"मला कळतंय गं. तुला फार एकटंएकटं वाटत असेल. जमलं तर मध्येच येऊन जाईन मी."

"छेऽऽ छेऽऽऽऽ उगीच काहीतरीच काय? येणं असं सोपं आहे का? असा वेडेपणा करू नको. मी ठीक आहे. माझी काळजी करू नकोस. तुझं कंपनीचं काम संपलं की मगच ये... आणि पुढच्या वेळी जरा उशिरा फोन केलास तरी चालेल. मी जागीच असते. पण किट्टू आणि रोनी उठल्यावर फोन कर. लैलाशीही बोलायला मिळेल...."

फोन संपल्यावरही त्या तिथेच बसून राहिल्या. रूममध्ये जावंसंच वाटेना.

गिरीशचा हा असा हळवेपणा, आततायीपणाने निर्णय घेणं त्यांना नवीन नव्हतं. विश्वनाथांचा स्वभावही असाच होता अगदी. पण ते जेवढे हळवे तेवढेच रागीट आहेत, असं सासूबाई म्हणायच्या. त्यांचा राग कधी फारसा पाहिला नाही आपण. पण गिरीश मात्र सारखा रागावत असतो लैलावर.

लैलाचा विचार मनात येताच त्यांच्या ओठांवर मुरड पडली.

लैला-गिरीशचा प्रेमविवाह. ती त्याच्याच वर्गात होती. विश्वनाथ नको नको म्हणत असताना गिरीशने तिच्याशी लग्न केलं होतं. अनुताईंनाही ती पसंत नव्हतीच. पण 'गिरीशला आवडलीय ना? मग झालं,' असा आपल्या स्वभावानुसार समजूतदार विचार करून त्यांनी विश्वनाथांचीही समजूत घातली.

तरीही त्यांचं आणि तिचं फारसं पटायचं नाहीच. भांडणं नाहीत, पण जवळीकही नाही. ती फारशी बोलायचीच नाही त्यांच्याशी. सदोदित घरातलं त्यांचं अस्तित्व डावलल्यासारखं वागायचं. त्यांना नगण्य मानायचं.

विश्वनाथ असेपर्यंत अनुताईंना तिच्या वागण्याचं काही वाटलं नाही. पण ते गेल्यावर मात्र त्यांना त्रास व्हायचा.

इतके दिवस घर हेच त्यांचं विश्व होतं. विश्वनाथांच्या सततच्या बदल्यांमुळे फारसे जवळिकीचे संबंध असणाऱ्या मैत्रिणी त्यांनी जोडल्याच नव्हत्या. तशी गरजही वाटली नाही कधी. पार्ट्या, पिकनिक्स, फॅमिली फंक्शन्स सगळे संबंध तेवढ्यापुरतेच! खरा आनंद घराशी, घरालाच बांधलेला. त्यामुळे लैलाच्या वागण्याने त्या दुखावल्या जायच्या. पण गिरीश त्यांची समजूत घालायचा, 'आई, तुझा मुलगा मी आहे की ती? तिच्याकडे लक्ष देऊ नकोस.'

सुदैवाने विश्वनाथांनी अनुताईंना आर्थिकदृष्ट्या कुणावरही अवलंबून राहावं लागणार नाही, याची व्यवस्थित सोय केली होती. पाच रूमच्या ब्लॉकमधली अनुताईंची खोली इतकी स्वतंत्र होती की, बाहेर जायला-यायलाही वेगळा दरवाजा होता. दिवसभर त्या आपल्या खोलीतच असायच्या.

किट्टू-रोनीला मात्र आजीचा खूप लळा होता. ते दोघंही त्यांच्याच खोलीत तळ ठोकून बसलेले असायचे, मम्मी कितीही ओरडली तरी....

मात्र कंपनीच्या कामासाठी गिरीशचं बेल्जियमला जायचं ठरलं तेव्हापासून लैलाही त्यांच्याशी अगदी सरळ वागायला लागली होती. अनुताईंच्या खाण्यापिण्याची, औषधांची, तब्येतीची आवर्जून चौकशी करायला लागली होती. प्रसन्न विहाराची माहितीसुद्धा तिनेच काढून आणली होती.

‘वर्षभर आम्ही इथे नाही. इतके दिवस हक्काने कुणाकडे राहायला जाणार? आणि एकट्या तरी किती दिवस राहणार? इथे-तिथे पेईंग गेस्ट म्हणून राहण्यापेक्षा हे बरं. थोडा होस्टेल लाईफचा अनुभव घ्या. कॉलेजचे दिवस पुन्हा जगा. आम्ही तिकडे असताना तुमची आबाळ झाली तर आमचंही लक्ष लागणार नाही...’ असं म्हणून तिने स्वत: जातीने इथे पत्रव्यवहार आणि फोनाफोनी करून त्यांच्या राहण्याचं नक्की केलं होतं.

अनुताईंनीही मग स्वत:ला समजावलं होतं.

‘तरुण वय आहे. राग नाकावरच असतो या वयात. कदाचित आपल्याही वागण्यात काही चूक झाली असेल. जाऊ दे. आपल्याला तरी दुसरं कोण आहे?’

आणि खरोखरच त्यांची पूर्ण जबाबदारी घेऊन तिने जायच्या आदल्या दिवशी गाडीने त्यांना इथे आणून सोडलं होतं. त्या नको-नको म्हणत असताना बरोबर पैसे आणि फराळाचे पदार्थ दिले होते. वेळ पडली तर असावं म्हणून ह्या गावातल्या एकुलत्या एका बँकेत खातंही उघडून ठेवलं होतं.

खरं म्हणजे त्या चौघांना ‘सीऑफ’ करून ते गेल्यावर मग इकडे यावं, असं अनुताईंना वाटत होतं. गिरीशचे नेहमी घरी येणारे बरेच मित्र होते. गिरीशने सांगितलं असतं तर कुणीही त्यांना गाडीने इथवर आणून सोडलं असतं.

पण लैला म्हणाली, ‘नको. आम्ही निघताना तुम्हाला राहवणार नाही आणि मुलंही रडून गोंधळ घालतील.’

तिचं म्हणणं त्यांना पटलं होतं.

तिचं ते वाक्य आठवून आताही त्या स्वत:शीच खिन्न हसल्या.

‘सोडायला गेलं नाही तर वियोगाचं दु:ख कमी होतं, असं थोडंच आहे?’

इकडे यायच्या आदल्याच दिवशी रात्री झोपण्यापूर्वी गिरीश त्यांच्या खोलीत आला होता. त्यांच्या खांद्याभोवती हात वेढून त्यांना अगदी बिलगून बसला होता, लहानपणी लांबची ट्रीप जायची असली की, बिलगून बसायचा तसाच!

‘आई, रागावली नाहीस ना माझ्यावर?’ आवाज भरून आलेला.

अनुताईंच्या पोटात गलबललं.

‘रागवायचं कशासाठी? तुला तुझी कंपनी पाठवतेय फॅमिलीसहित. अशा वेळी फॅमिली म्हणजे फक्त बायको आणि मुलंच धरतात. मला ठाऊक आहे ते... आणि दहा-बारा महिन्यांचाच तर प्रश्न. तू काय तिकडे कायमचा थोडाच राहणार आहेस?’

स्वत:च्या समजुतीसाठी मनात म्हटलेली वाक्यंच अनुताईंनी त्याच्यासमोर मोठ्याने उच्चारली. पण तरीही बराच वेळ गिरीश त्यांना बिलगून तसाच बसून राहिला होता, काहीही न बोलता....

आताही खाली मान घालून आपल्याला बिलगून बसलेली गिरीशची मूर्ती

डोळ्यांसमोर आली आणि अनुताईंना हुंदका फुटला.

टी.व्ही. जवळ बसलेल्या जांभळेने चमकून मागे पाहिलं आणि जागचा न उठता चौकशी केली, "बरंबिरं नाय का आज्जी?"

"नाही रे. जरा कफ झालाय ना." अनुताईंनी उगीच खोकल्याचा आवाज काढला.

जांभळेला ते कारण पटलंही.

"हां! पावसापान्याचे दिवस हाईत ना!" असं म्हणून पुन्हा त्याने टी.व्ही.वर नजर जडवली.

पावसाची किरकिर चालूच होती. पण आता जोर कमी झाला होता. छत्री उघडून त्या आपल्या खोलीकडे निघाल्या.

सगळ्या खोल्यांची दारं बंद होती. बहुतेक खोल्यांमधले दिवेही मालवलेले....

'किती सुखी आहेत इथले सगळे जण.' क्षणभर अनुताईंना वाटलं, 'ह्या अशा पावसाळी रात्री हे सगळे पांघरुणात गुरफटून सुखाने झोपू शकतात आणि आपण मात्र....'

पण नंतर आपल्या अशा वाटण्याचं त्यांनाच हसू आलं. इथल्या तीस रहिवाशांत आपणच सर्वांत सुखी आहोत, हे त्यांना ठाऊक होतं.

भावेकाका तर थट्टेने म्हणायचे, 'जगी सर्व सुखी असा कोण आहे, असा प्रश्न रामदासांनी विचारला तेव्हा त्यांना अनुताईंचा पत्ता ठाऊक नसावा.'

सुधाताईही ठसक्यात, पण मनातल्या मनात खंतावून नेहमी म्हणायच्या, 'अनुताईंचं काय? आपल्यासारखं थोडंच आहे? प्रसन्न विहार म्हणजे त्यांची वेटिंग रूम आहे. आपलं मात्र ते मुक्कामाचं स्टेशन आहे.'

अनुताई खोलीत आल्या तेव्हा सुधाताई टेबललँपच्या प्रकाशात डायरी लिहीत होत्या.

अनुताईंची चाहूल लागल्यावर मागे वळून न पाहताच त्यांनी विचारलं, "काय म्हणताहेत तुमची मुलं-नातवंडं?"

"ठीक आहेत." अनुताईंचं क्षीण उत्तर.

"पाऊस थांबला का हो?"

"नाही." ओली छत्री बाथरूमच्या कोपऱ्यात नेऊन ठेवत त्यांनी उत्तर दिलं.

खरं म्हणजे ह्या प्रश्नोत्तरांना काही अर्थ नव्हता. पाऊस थांबला असला आणि नसला तरी सुधाताई आत्ता या वेळी थोड्याच बाहेर जाणार होत्या? पण सुधाताईंची ती सवय होती. मूड बरा असला की, त्या आपण होऊन संवाद सुरू करायच्या. आजचा प्रश्न म्हणजे त्यांचा मूड ठीक असल्याचं लक्षण होतं. बरेचदा रात्रीची झोप येत नसेल आणि दोघींचं जमण्याचा मूड असेल तर आपापल्या बेडवर पडून गप्पा

रंगायच्या. सुधाताईंचे अनुभव, वाचन, शाळेतले किस्से... अनुताईंना श्रोत्याची भूमिका आवडायची. पण आज अनुताईंचाच मूड नव्हता, बोलायचा किंवा ऐकायचाही.

झोप येत नव्हती तरी डोळ्यांवर आडवा हात ठेवून त्या बेडवर पडून राहिल्या.

"काय बाई हा माजोरीपणा! लोकांना अन्न मिळत नाही आणि इथे बघा. जातंय वाया."

टेबलावरचं झाकलेलं ताट जांभळेच्या मुलीला देतादेता सुधाताईंचा तोफखाना धडधडायला लागला.

"अन्नाचा अपमान करू नये कधी. अन्न श्रापतं. उपाशी ठेवतं."

अनुताई भिंतीकडे तोंड करून पडून राहिल्या होत्या. कालपासून त्यांना पित्ताचा त्रास होत होता. त्या जेवल्या नाहीत म्हणून भावेकाकांनी मऊ भात आणि आमसुलाचं सार करून पाठवलं होतं. पण काही खाण्यावर त्यांची इच्छाच नव्हती.

सुधाताईंची फणफण आपली चालूच. काल अनुताई झोपल्यापासून त्यांनी चार-पाच वेळा त्यांची चौकशी केली होती. बाजारातून स्वत:च्या संपलेल्या जिनसा आणताना अनुताईंसाठी आलेपाकाच्या वड्याही आणल्या होत्या. रात्री आपली आवड ऐकताना त्यांना आवाजाचा त्रास होऊ नये म्हणून ट्रान्झिस्टरचा आवाजही हळू केला होता... तरीही आपल्या स्वभावानुसार त्यांचं तोंड बंद राहत नव्हतं. भावेकाकांनी अनुताईंना अगत्याने काही पाठवावं, हेही त्यांच्या रागाचं कारण होतंच.

आणि वर अनुताईंना त्याची कदर नसावी?

"त्या भावेकाकांना म्हणावं आज काऽही पाठवू नका. उगीच अन्न आंबून जातं आणि खोलीभर त्याचा वास दरवळतो. धडधाकट माणसाचंही पित्त भडकायचं." सुधाताईंनी जांभळेच्या पोरीलाच दरडावलं.

"आम्ही काय घर सोडून आलो नाही का? पण हे काय लहान मुलीसारखं? एवढं वेड आहे घराचं तर एकदा जाऊन यावं. उगीच इथे सुतकी तोंड करून कशाला बसायचं?"

पडल्यापडल्या सुधाताईंची बडबड ऐकणाऱ्या अनुताई एकदम हुशारल्या. रागारागाने का होईना, पण सुधाताईंनी किती छान उपाय सुचवला होता.

'खरंच! काय हरकत आहे? जाऊन यावं का सायनला? नुसतं घरात फिरलं तरी बरं वाटेल... आपली खोली, गिरीश-लैलाच्या आठवणी, मुलांच्या वस्तू, फोटो, खेळणी, कपडे... आपल्या माणसांत गेल्यासारखं तरी वाटेल. इथे अगदी रानात पडल्यासारखं वाटतंय. त्यापेक्षा बरं.'

उत्साहाने त्या उठून बसल्या.

"सुधाताई, मुंबईला जायला गाड्या कितीकिती वाजता आहेत तुम्हाला ठाऊक आहे?"

बडबडायचं विसरून सुधाताई त्यांच्या तोंडाकडे पाहतच राहिल्या.

अनुताईंना बसमध्ये बसवून देऊन सुधाताई परत फिरल्या तेव्हा त्यांना अगदी गळून गेल्यासारखं झालं होतं. काल नुसतं मनात यायचा अवकाश. लगेच बसचं रिझर्वेशन मिळवून आज अनुताई घरी निघाल्याही होत्या. सुधाताईंना त्यांच्या ह्या निरागस, 'जग आपल्याला हवं तस्संच आहे की!' अशा भाबड्या समाधानी वृत्तीचा हेवा वाटत होता आणि स्वत:च्या आयुष्याची, ताठर स्वभावाची किंचितशी खंतही!

मनात आणलं असतं तर त्यांनाही अधूनमधून केव्हाही घरी जाणं शक्य होतं. पण त्यांचा स्वभाव अनुताईंसारखा मोकळा, बिनगाठीचा नव्हता; मनातले मानापमान ठळकपणे जपणारा होता. एरवी अनुताईंवर कितीही चिडत असल्या तरी क्षणभर त्यांना वाटून गेलं की, आपल्यालाही असं निर्विकल्प प्रेम करता यायला हवं होतं घरावर. असं प्रेम म्हणजे टॉनिकच असतं, आयुष्य आनंदी उत्साही ठेवणारं. घरी जायचं नुसतं मनात येताच अनुताईंचा आजार कसा दोन सेकंदात पळाला....

का कोण जाणे, पण खटके उडत असले तरी अनुताईंची सोबत सुधाताईंना मनापासून पटून गेली होती. आधीच्या शकुताई म्हणजे नुसती पीडा होती. अनुताई स्वत:च्या तोऱ्यात राहत असल्या तरी त्यांचा स्वभाव दुसऱ्याला समजावून घेणाराही आहे. उगीच हेवादावा मांडत नाहीत किंवा शकुताईंसारखा एवढ्यातेवढ्या गोष्टीचा राग मनात धरून ठेवत नाहीत.

नकळत त्यांच्या मनात अनुताईंच्या गुणांची बेरीज सुरू झाली.

अनुताईंची सोबत सुसह्य वाटण्याचं आणखी एक कारण होतं.

जन्मभर अनुताई दुसऱ्या कुणावर तरी विसंबून जगल्या होत्या. आपले आपण निर्णय घेऊन, पुढे होऊन एखादं छोटंसं का होईना पण आव्हान पेलण्याची त्यांना सवय नव्हती. त्यामुळे त्यांच्या स्वभावात पडखाऊ समजूतदारपणाची छटा होती. सुधाताईंच्या ताठर, स्वावलंबी स्वभावाचं त्यांना कौतुक वाटायचं आणि ते अधूनमधून त्यांच्या नजरेत दिसायचंही. कधीकधी त्या लहान मुलासारख्या गोंधळून जायच्या आणि तो प्रश्न सुधाताईंनी सहजपणे सोडवला की, 'सुधाताई, कसं हो तुम्हाला सगळं जमतं?' असा आदरभाव त्यांच्या चेहऱ्यावर उमटायचा. सुधाताईंच्या भुकेल्या 'अहं'ला अनुताईंच्या नजरेतलं ते कौतुक गोंजारून जायचं.

उद्या दुपारी अनुताई परत येतील. विहारातून बाहेर पडताना उद्या संध्याकाळपर्यंतची परवानगी सुधाताईंनीच घेऊन दिली होती त्यांना मॅनेजरकडून.

त्यांच्या त्या अर्जावर अनुताईंची जबाबदारी घेणारी व्यक्ती म्हणून सही होती तीसुद्धा सुधाताईंचीच... पण आता मात्र दीड दिवस खोलीत एकटीनेच राहायची कल्पना त्यांना नकोशी वाटत होती. कितीही नाकारलं तरी एकटेपण भिववतंच आपल्याला. सोबत हवीच....

सावकाशीने पावलं मोजत त्या विहाराच्या गेटपाशी आल्या. चव्हाण आणि सरंजाम्यांची दुक्कल तिथेच खिदळत उभी होती.

सुधाताईंना पाहताच चव्हाण आश्चर्याने म्हणाले, "सुधाताई, कुठे फिरताय एकट्याच? तुमच्याकडे कोणीतरी येऊन थांबलंय केव्हाचं."

"माझ्याकडे? माझ्याकडे कोण यायला बसलंय?" सुधाताईंनी त्यांना उडवूनच लावलं.

"कोण ते आम्हाला माहीत नाही. पण एकदम रुबाबदार आहेत." चव्हाण कुत्सितपणे म्हणाले.

त्यांच्यावर विश्वास बसला नाही तरी सुधाताई तुरूतुरू विहाराच्या ऑफिसकडे वळल्याच.

बस दादरच्या बसस्टँडवर थांबली, तसा अनुताईंच्या पोटात मोठा खड्डा पडला.

'आपलं चुकलंच. सुधाताईंना बरोबर आणायला हवं होतं....' त्यांना मनोमन वाटून गेलं.

बसस्टँडवरची ती गर्दी. माणसांची, हमालांची, गाड्यांची लगबग. त्यांना एकदम जत्रेत आईचं बोट सुटून गेलेल्या लहान मुलासारखं असुरक्षित वाटायला लागलं.

तशी गाडीतच त्यांना भीती वाटायला लागली होती. गाडीने वेग घेतला. रोजची फिरण्याची, ओळखीची ठिकाणं मागे पडली आणि हर्षोल्हसित झालेलं त्यांचं मन हळूहळू स्थिरावायला लागलं. उत्साहाने असं उठून एकाएकी घरी जाण्यातल्या अडचणी त्यांना जाणवायला लागल्या.

आजपर्यंत कधी एकटीने प्रवास केलाच नव्हता त्यांनी. इतकी वर्षं मुंबईत होत्या तरी बस किंवा ट्रेनने कुठे जायची वेळच आली नव्हती. विश्वनाथ होते तेव्हा तर शोफरही असायचा दिमतीला. ते गेल्यावरही क्वचित कुठे मुंबईत एकटीने जाण्याची वेळ आलीच तर गिरीश टॅक्सी बघून द्यायचा. प्रसन्न विहारमध्ये सोडायलाही लैला आणि गिरीशच आलेले होते.

‘मी माझ्या डोळ्याने तुझी नीट सोय लागलेली पाहिल्याशिवाय मला चैन पडणार नाही.’ गिरीश म्हणाला होता. मधल्या आठ-दहा महिन्यांच्या काळात अनुताईंना असं घरी यावंसं वाटेल आणि एस.टी.चा प्रवास करावा लागेल, ही शंका गिरीश-लैलालाच काय, पण खुद्द अनुताईंनाही आली नव्हती.

‘आपण आपल्या सुखवस्तू राहणीमानाचा, सरळ आयुष्याचा तोरा मिरवतो प्रसन्न विहारमध्ये. पण खरं म्हणजे आपण त्या सगळ्यांपेक्षा किती कमकुवत... अगदी अडाणीच आहोत....’ अनुताईंना वाटलं.

‘त्या खेडवळ शारदाक्का खानदेशातल्या त्यांच्या चुलतदीराकडच्या लग्नालाही एकटीने जाऊन आल्या. जांभळे वॉचमनची आठवीतली मुलगीसुद्धा शाळेसाठी रोज एस.टी.ने जा-ये करते आणि आपण मात्र....’

विहारातून निघायच्या आधीच एक मुख्य अडचण त्यांच्या लक्षात आली होती– घराची किल्ली.

लॅचच्या तीन किल्ल्या केलेल्या असल्या तरी आजवर कधीच घराची किल्ली जवळ बाळगायची वेळ त्यांच्यावर आली नव्हती. तशी त्यांची खोली अगदी स्वतंत्र होती. तिला बाहेरून कुलूप लावता यायचं. त्याची किल्लीही त्यांच्या पर्समध्ये कुठेतरी असायची. पण इकडे यायचं ठरल्यावर लैलानेच ती स्वत:कडे घेतली होती.

‘आठ-दहा महिने फ्लॅट बंदच राहणारेय. उगीच रिस्क कशाला घ्यायची? दरवाज्याच्या, कपाटांच्या, गाडीच्या सगळ्या किल्ल्या एकत्र करून मी बँकेत सेफमध्ये ठेवते.’ ती म्हणाली होती.

सायनला अगदी बिल्डिंगपर्यंत जाऊनही आपल्याला घर उघडता येणार नाही, हे लक्षात आल्याबरोबर त्यांनी हे सुधाताईंनाच सांगितलं होतं रडवेल्या आवाजात.

“इमर्जन्सी म्हणून सोसायटीत किंवा तुमच्या निकटच्या कुणाकडे ठेवत नाही का तुम्ही एखादी किल्ली?”

सुधाताईंनी लगेच समस्या ताब्यात घेऊन त्यांच्या पद्धतीने सोडवायला सुरुवात केली.

अनुताईंनी कौतुक आणि कृतज्ञतेच्या नजरेने त्यांच्याकडे पाहिलं.

‘कसलाही कोणताही प्रश्न समोर येऊन उभा राहिला तरी ह्या डगमगत कशा नाहीत? आयुष्यभर मुलांना शिकवल्यामुळे ह्यांच्या मेंदूत सगळ्या समस्यांवरचं एखादं गाईडच ठाम बसून गेलंय की काय?’

सुधाताईंनी विचारल्यावर त्यांनाही आठवलं की, बी विंगमधल्या दातारांकडे आपल्या घराची एक किल्ली असते.

‘आपल्या हे कसं लक्षात आलं नाही?’

दातारांकडच्या किल्लीच्या भरवशावर त्या निघाल्या होत्या खऱ्या. पण बसमध्ये

बसल्यावर मात्र त्यांना वाटलं की, आधी दातारांकडे फोन करून विचारायला हवं होतं. नेमकं आपण जायच्या वेळीच ते सगळे बाहेर निघून गेले तर? किंवा लैलाने त्यांच्याकडचीही किल्ली घेऊन लॉकरमध्ये ठेवली असली तर?

कितीतरी शंका. बस मध्येच थांबवावी आणि उतरून प्रसन्न विहारमध्ये परत जावं, असं तर दर दहा मिनिटांनी मनात येत होतं. स्वत:च्या भित्रेपणाचं एकीकडे आश्चर्यही वाटत होतं.

'एवढ्या सुशिक्षित, शहरात आयुष्य काढलेल्या आपण. शेवटी एवढ्या बावळट कशा राहिलो? की हा वयाचा परिणाम? मग सुधाताई मात्र....'

नेटाने मनातली भीती दूर सारायचा प्रयत्न केल्यावर त्यांना मार्ग सुचला.

'दादरला उतरल्यावर दातारांकडे फोन करू आणि मगच सायनला जाऊ....'

एवढा मोठ्ठा प्रश्न स्वत:चा स्वत:च सोडवताना त्यांना एकाच वेळी समर्थही वाटलं होतं आणि एकाकीही.

एस.टी.डी. बूथची पिवळी पाटी समोर दिसताच त्या घाईघाईने त्या काचेरी चौकोनात शिरल्या.

"एस.टी.डी. का लोकल?" तिथे बसलेला माणूस गुरगुरला.

"लोकल, म्हणजे इथेच सायनला."

अशा ठिकाणाहून फोन करायचीही अनुताईंची पहिलीच वेळ होती.

त्याने पुढ्यातला टेलिफोन अनुताईंकडे सरकवला. अनुताईंनी पर्समधली छोटी डायरी काढून पुन्हा एकदा दातारांच्या नंबरची खात्री करून घेतली आणि जिभेचं टोक किंचितसं बाहेर काढून मनातल्या मनात आकड्यांचा उच्चार करत नंबर फिरवला.

फोन एंगेज्ड होता.

त्यांनी पुन्हा आकडे फिरवले. एकदा, दोनदा, चार-पाचदा.... फोन एंगेज्डच.

"लागत नसंल तर थांबा. जरा येळानं करा." तो माणूस पुन्हा गुरकावला.

"बरं बरं...." अपराधी चेहऱ्याने अनुताई मागे सरकल्या.

'फोन एंगेज्ड येतोय म्हणजे दातारमंडळी घरात आहेत.'

त्यांना जरा धीर आला.

मागच्या माणसानं फोन केला आणि तो बराच वेळ बोलत राहिला. अनुताईंचा धीर पुन्हा खचत चालला.

'एवढ्या वेळात दातार बाहेर तर निघून जाणार नाहीत ना?'

त्याचा फोन संपल्यावर मात्र त्या आत्मविश्वासाने पुढे झाल्या. नंबर फिरवून समोरच्या इंडिकेटरकडे बघत राहिल्या. रिंग वाजत होती.

पण एकदम अनुताईंना धक्का बसला. समोरच्या इंडिकेटरवरचे आकडे त्यांच्या घरचा फोन नंबर दाखवत होते.

'अरे बापरे! चुकून आपण घरचाच नंबर लावला वाटतं....'

गडबडीने त्यांची बोटं फोन बंद करायला सरसावली. तेवढ्यात पलीकडून कुणीतरी फोन उचलला.

"हॅलो... हॅलो कोण हवंय? हॅलो...."

'आँ?' त्या दचकल्याच, 'आपल्या घरातला फोन कुणी उचलला?'

"हा पारसनीसांचाच नंबर आहे ना?" काहीशा शंकेनं त्यांनी विचारलं.

"हो. तुम्हाला कुणाशी बोलायचंय?"

'हा तर लीनाचा– लैलाच्या बहिणीचा आवाज.'

नेहमी तिचा फोन यायचा. त्यामुळे अनुताई चांगलाच ओळखत होत्या तो.

"लैला किंवा गिरीश...."

"दोघंही घरात नाहीत." त्यांचा प्रश्न पूर्ण होण्यापूर्वीच तिने सांगून टाकलं.

बहुधा तिने अनुताईंचा आवाज ओळखला नसावा.

"गिरीश ऑफिसला गेलेत आणि लैलाताई थोड्या वेळाने येईल. काही निरोप आहे का?"

"आणि गिरीशची आई?" आता मात्र त्यांनी जाणीवपूर्वक आपला आवाज बदलला.

"त्या आता वृद्धाश्रमात राहतात, खोपोलीजवळ. पण आपण कोण बोलताय?"

"मी गिरीशच्या आईची जुनी मैत्रीण. त्या तिकडे कशा गेल्या पण?"

"मला ते नीटसं ठाऊक नाही. पण दीदीला, म्हणजे लैलाला तिचं फॅशन डिझायनिंगचं ऑफिस सुरू करायचं होतं ना इथे, म्हणून काहीतरी ॲडजस्टमेंट केलीय वाटतं."

"कधी परत येणारेत त्या? मला भेटायचं होतं त्यांना."

"बहुतेक नाहीच आता. तुमचा फोन नंबर द्या. दुपारी दीदी आल्यावर तुम्हाला त्यांचा पत्ता आणि तिथला फोन नंबर देईल."

"नको. मी घरी येते आत्ता."

"अहो, आत्ता इथे फर्निचरचं काम चाललंय. सतरा तारखेला दीदीच्या ऑफिसचं ओपनिंग आहे ना! मीपण आता क्लासला निघालेय. तुम्हाला कुणी ओळखणार नाही इथे. दीदी तासाभराने येईल."

"ते दोघं बेल्जियमला का कुठे गेले होते ना?"

"नाही बाई. निदान मला तरी ठाऊक नाही आणि...."

बीपबीप आवाजात अनुताईंना पुढचं काही ऐकू आलं नाही. वेळ संपल्यामुळे

फोन कट झाला होता तरी त्या रिसीव्हर हातात धरून तशाच उभ्या.

"पुन्ना करायचाय का काय?" तो रागीट माणूस विचारत होता, तशाच गुरगुरत्या आवाजात.

"नाही." शांतपणे अनुताईंनी सांगितलं.

पर्समधून पाचाची नोट काढून त्याला दिली आणि त्या बूथबाहेर पडल्या, उरलेले पैसे परत न घेता, त्याच्या रागीट हाकांना न जुमानता....

आता त्यांना कशाचीच क्षिती वाटत नव्हती.

बाहेर कोरडंभक्क ऊन. माणसांना वाहून नेणारा रखरखीत रस्ता. कर्कश्श आवाजाची वाहनं... पण त्या सगळ्यापासून तुटून बाजूला पडल्यासारख्या हातात बॅग घेतलेल्या अनुताई रस्त्यात मध्येच उभ्या. नजरेत प्रश्नचिन्ह.

'आता कुठे जायचं? घरी की विहारात?'

"अनुताई मुंबईला गेल्यायत? मला ठाऊकच नाही. माहीमचा हलवा आणायला सांगितला असता. दादरला स्टेशनसमोरच्या दुकानात साजूक तुपातला मिळतो." बर्वेमावशी शारदाक्कांजवळ बोलत होत्या.

सुधाताईही तिथेच चहा घेत बसल्या होत्या.

शारदाक्कांनी जरासं भिऊनच सुधाताईंकडे पाहिलं. बर्वेमावशींच्या खादाडपणाची सुधाताईंना फार चीड येते. सारख्या टोकत असतात त्या मावशींना.

पण आता मात्र सुधाताई न चिडता म्हणाल्या, "अनुताई काही हलवायांची दुकानं फिरायला नाही गेल्यायत मुंबईला. आपले नानाजी दर बुधवारी जातात. त्यांना सांगा."

शारदाक्कांनाच काय, पण बर्वेमावशींनाही त्यांच्या शांतपणाचं आश्चर्य वाटलं.

सुधाताईंच्याही मनात आलंच, 'आज बर्वेमावशींचा राग कसा आला नाही आपल्याला?'

थोडा वेळ विचार केला आणि त्यांच्या लक्षात आलं, 'आज कुणावर चिडावंसंच वाटत नाहीये आपल्याला. खरं म्हणजे सकाळी अनुताईंना बसस्टँडवर सोडून येताना मन खिन्न होतं. पण विहारात आलो तर तो जगदीश सामंत भेटायला आलेला.

नव्वदच्या बॅचमधला सगळ्यात हुशार, पण तेवढाच खोडकर मुलगा. सगळ्या शिक्षकांना अगदी भंडावून सोडलं होतं त्याने. पण आता शिक्षणाधिकारी झालाय. आवर्जून शाळेतून आपला इथला पत्ता मिळवून धडपडत भेटायला आला, म्हणाला, 'मॅडम, मला घडवण्यात तुमचा फार मोठा वाटा आहे. मला नेहमी आठवण येते तुमची. पुढल्या महिन्यात माझ्या मुलाचा पहिला वाढदिवस आहे. त्या वेळी मी

माझ्यावर संस्काराचे ठसे उमटवणाऱ्या सगळ्याच ज्येष्ठ व्यक्तींना बोलावणार आहे. त्या यादीतलं पहिलं नाव माझ्या आईचं आहे आणि दुसरं तुमचं... आज आमंत्रण द्यायला आलोय. त्या वेळी मला स्वत:ला यायला जमणार नाही कदाचित, पण गाडी पाठवीन तुम्हाला न्यायला. आलंच पाहिजे. गणिताच्या भंडारे सरांनाही बोलावणारेय मी.'

'अरे, तिथे कशाला यायला हवं? इथूनच आशीर्वाद देईन हो तुझ्या मुलाला.'

'चालणार नाही. तुम्ही यायलाच हवं. यावर्षी आणि दरवर्षीही. हवं तर अधूनमधून राहायलाच या माझ्याकडे. मोठा बंगला बांधलाय मी पनवेलला.'

तो आणखीही बरंच काही बोलत होता, स्तुतीचं आणि आग्रहाचं. जाताना अगदी वाकून नमस्कार करून गेला. हातात अंजीर बर्फीचं मोठ्ठं खोकं.

तो गेल्यापासून असंच झालंय. जग सुंदर भासतंय आपल्याला. ऊन म्हणजे सौम्य निळा प्रकाश आणि आयुष्य म्हणजे अशा निळ्या शीतल क्षणांची गुंफण.

'आपल्याला शोधत कुणीतरी यावं, आपल्याला घरी राहायला बोलवावं, त्याच्या आयुष्यात आपल्याला आदराचं स्थान असावं....' या जाणिवेने सुधाताई भारावल्या होत्या. मन भरून आलेल्या मेघासारखं झालं होतं... मायेच्या वर्षावासाठी उत्सुक, आतुर.

आजवर विद्यार्थ्यांनी, नातेवाइकांनी त्यांना वेळोवेळी मान दिला होता. पण तेव्हा सुधाताईंपाशी पैसा होता, पद होतं. जगदीश सामंतच्या आजच्या नमस्कारात मात्र निरपेक्ष प्रेमादर होता.

'कधी एकदा अनुताई परत येतायत आणि त्यांना ही घटना सांगते,' असं सुधाताईंना झालं होतं. शारदाक्का, बर्वेमावशी, भावेकाका, अगदी जांभळेलाही सांगून झालं होतं. आता एकट्या अनुताईच राहिल्या होत्या.

एकदम विचारांना ब्रेक लागून सुधाताई थबकल्या.

'अनुताईंना हे ऐकून काही विशेष वाटेल का? की रोजचीच एक घटना म्हणून त्या सोडून देतील? आपल्या उतावळेपणाला मनातल्या मनात हसतीलही कदाचित.

नाही. अनुताई असं करणार नाहीत. तसा त्यांचा स्वभाव समजूतदार आहे... आणि प्रेमाची किंमत त्यांना चांगली ठाऊक आहे. जन्मभर त्यांना प्रेमाचाच अनुभव आहे.'

सुधाताईंपुढे लखकन एक सत्य चमकून गेलं. अनुताईंच्या मऊ स्वभावाबद्दलचं सत्य... मनातून आपल्याला वाटणाऱ्या हेव्याबद्दलचं सत्य. त्यांच्या व्यक्तिमत्त्वातल्या सहज दिमाखाबद्दलचं सत्य....

'खऱ्या प्रेमाचा, आपुलकीचा एवढास्सा कण मिळाला तर किती हुरळून गेलो आपण. मग अनुताई तर जन्मभर या अशा क्षणांच्या राशीत लोळल्यायत. आपल्यापेक्षा

खूप श्रीमंत आहेत त्या. त्यांच्यापुढे हेव्यादाव्याचे खेळ मांडणाऱ्या आपण किती क्षुद्र.'

आपल्या क्षुद्रपणासकट आपल्याला सहन करणाऱ्या, समजून घेणाऱ्या अनुताईंची मनापासून ओढ लागली त्यांना.

अनुताई उद्या येणार आहेत, हे ठाऊक असूनही उगीचच त्या गेटजवळच्या कट्ट्यावर जाऊन रस्त्याकडे बघत बसल्या, एकट्याच, डोळ्यांत अपराधीपणाचे अश्रू....

बसच्या खिडकीतून येणारं गार वारं लागलं आणि अनुताईंना बरं वाटलं. ठाणे सोडून गाडी पुढे निघाली होती.

'आता थोड्या वेळाने पनवेल... आणि मग पुढे जेमतेम दोन तासांचाच तर रस्ता. सात-साडेसातपर्यंत विहारात पोहोचू आपण....'

मनगटावरच्या घड्याळात पाहत त्यांनी स्वत:शीच हिशोब मांडला.

आत्ता या क्षणी मनात कसलीही खळबळ नव्हती, गांगरलेपण नव्हतं. अंधाराची, उशीर झाल्याची भीती नव्हती. रोजच एसटीने प्रवास करत असल्यासारखा ठामपणा आणि स्थिरपणा होता त्यांच्या हालचालींत आणि विचारांतही! जशा काही सकाळच्या बसने मुंबईला गेलेल्या भित्र्या, डळमळत्या अनुताई कुणी वेगळ्याच होत्या... आणि आत्ता मुंबईहून परतणाऱ्या अनुताई वेगळ्या.

चुकून लागलेल्या त्या एका फोनने क्षणार्धात त्यांना बदलून टाकलं होतं. त्यांचा या वयातही उरलेला भाबडेपणा आणि जगावर विश्वास टाकण्याची निर्भर वृत्ती त्या तीन मिनिटांनी पुसून टाकली होती आणि मागे उरल्या होत्या एकाकीपणाला ताठ मानेने जवळ बोलावून स्वीकारणाऱ्या घट्टमुट्ट अनुताई!

लीनाचा फोन ठेवल्यावर क्षणभर... अगदी क्षणभरच त्या कमालीच्या सुन्न, हताश झाल्या होत्या. नजरेसमोर केवळ एक दगडी भिंत उभी होती, हिरवळीचा लवलेशही नसलेली, कुठे जायला फट नसलेली, पोरकेपणाची रखरखीत काळी भिंत....

पण दुसऱ्याच क्षणी त्यांनी स्वत:ला सावरलं. आपण या जगात कुणालाही नको आहोत, ही जाणीव औषधाच्या कडू गोळीसारखी गटकन गिळून टाकली आणि पुन्हा बसस्टँडच्या दिशेने पावलं टाकायला सुरुवात केली.

आता शांतपणे विचार करताना एकेका गोष्टीचा अर्थ कळायला लागला होता. साखळीतले रिकामे दुवे आपोआप जुळले जात होते....

'एवढं परदेशी जायचं ठरलं तरी लैलाने कुणाला पार्टी दिली नव्हती... कुठे निरोपसमारंभ झडले नव्हते... आपण इकडे येईपर्यंत किट्टू-रोनीची शाळा चालूच...

त्यांच्या तिकडच्या शाळेबद्दल, अभ्यासाबद्दल आपण विचारलेल्या शंकांना 'बघू आता कसं काय होतंय ते,' असंच उत्तर मिळत होतं... आपल्याकडची किल्ली काढून घेणं, आपण विमानतळावर जाऊ नये म्हणून कारणं शोधणं, आपण जायच्या आदल्या दिवशी गिरीशचं जवळ येऊन बिलगणं, जायचं ठरल्यावर लैलाच्या प्रेमाला आलेली भरती....

तिकडचा नंबर मागितला तर गिरीशने 'तू उगीच फोनसाठी पैसे खर्च करू नकोस. हवं तर मी आठवड्यातून दोनदा फोन करीन.' म्हणणं, त्या दिवशी फोनवर चुकून 'येऊन जाऊ का?' विचारणं... कितीतरी वेड्यावाकड्या गोष्टी! आपल्या मनाने कसली शंका घेतलीच नाही कधी. सगळं जग अगदी सरळ आहे, असंच वाटायचं आपल्याला. सुधाताई म्हणतात ते खरंय... 'नातीबिती सगळे निरर्थक शब्द. खरं नातं एकच, स्वार्थाचं नातं.'

सुधाताईंच्या आठवणीने अनुताईंना गलबलल्यासारखं झालं.

'केवळ आपली खोली लैलाच्या ऑफिससाठी वापरायची म्हणून गिरीशने आपल्याला घराबाहेर काढलं. तेही त्याला जडच वाटत असणार. पण बायकोच्या हट्टापायी... त्यातही आपली नीट व्यवस्था लावून आर्थिक सोय करूनच... गिरीशची आई असलो तरी त्याला मोठं करण्यासाठी आपल्याला काही खस्ता नाही खाव्या लागल्या. पण सुधाताईंनी मात्र ज्यांच्यासाठी कष्ट उपसले त्यांनीच त्यांना घराबाहेर काढलं. त्यांची कुठलीही सोय न लावता... त्यांच्या ऋणाची जाणीव न ठेवता....

वाळवंटातून चालल्यासारखंच आहे सुधाताईंचं उभं आयुष्य! म्हणूनच त्यांचा स्वभाव असा कोरडा, खरखरीत! एका कटू अनुभवाने आपल्याला इतकं वाईट वाटतंय, मग त्यांनी काय करावं? तरीही त्या ताठपणे उभ्या आहेत. स्वत:ला सांभाळत!

आता प्रसन्न विहारमध्येच राहावं लागणार आहे, कायमचं. सुधाताईंना समजून घ्यायचं. जीभ काटेरी असू देत, पण मनात कडवटपणा नसतो त्यांच्या. काल आपण नुसतं घरी जायचं म्हटलं तर लगेच धावाधाव करून त्यांनी....'

अनुताईंच्या घशात आवंढा दाटून आला आणि डोळ्यांतून पाणी, सुधाताईंच्या जिव्हाळ्याचं!

स्वत:च्याही नकळत त्यांचा हात पर्सकडे गेला. दादरच्या बुकस्टॉलवरून त्यांनी सुधाताईंसाठी घेतलेलं योगासनांचं पुस्तक मधल्या कप्प्यात होतं.

'शारदाक्का आणि बर्वेमावशींसाठीही काहीतरी घ्यायला हवं होतं,' अनुताईंना वाटून गेलं.

सुधाताईंशी गप्पा मारायला म्हणून शारदाक्का जेवणानंतर बारा नंबरमध्येच थांबल्या होत्या. पण त्यांच्या बडबडीकडे सुधाताईंचं लक्षच नव्हतं. गेटजवळच्या मधुमालतीच्या कळ्या काढून त्या त्यांची छोटीशी गोल वेणी गुंफत होत्या. अचानक शारदाक्का उठून उभ्या राहिल्या.

''अग्गोबाई! अनुताई? आजच आलात?''

सुधाताईंनी चमकून दाराकडे पाहिलं. खरंच दारात अनुताई उभ्या!

''मला वाटलंच होतं तुम्ही आज यालसं....'' सुधाताई हळुवारपणे पुटपुटल्या. तेवढं बोलतानाही त्यांना भरून आलं.

''ह्या बघा, तुमच्यासाठी मधुमालतीच्या कळ्या....''

''मलाही राहवलंच नाही तिकडे. वाटलं तुम्ही एकट्याच....''

अनुताईंनी पुढे होऊन त्यांच्या खांद्यावर हात ठेवले.

शारदाक्कांच्या उपस्थितीला न जुमानता मग त्या दोघी एकमेकींशीच बोलत राहिल्या, खूप दिवसांच्या गप्पा साचून राहिल्यासारख्या!

टेबलावरच्या घड्याळाचे काटे टिकटिकत होते. काळ त्याच्या वेगाने पुढे निघाला होता. त्याच्याबरोबरच त्या दोघींची मैत्रीही पुढे निघाली होती.

दोघींच्याही मुक्कामाचं स्टेशन आता एकच होतं.

■

ब्रह्मी बुडाले ब्रह्मांड

नारायणशास्त्रींनी शेवटच्या ओळीचं निरूपण सुरू केलं तेव्हा अकरा वाजायला आले असावेत. दुपारपासून अखंड चालू असलेली आषाढझड कमीकमी होत आता पूर्ण थांबली होती. हवेतला गारवा कमी झाला होता. आभाळ अजूनही काळवंडलेलंच होतं. तशात कृष्णपक्ष. त्यामुळे बाहेर काळोख जास्तच गडद वाटत होता. रेणुकेच्या डोळ्यांवर झोप अगदी दाटून आली होती. पण अजूनी आरती व्हायची होती, म्हणून ती डोळे ताणताणत खांबाला टेकून बसून राहिली होती. माधव केव्हाच उठून गेला होता.

'घालीन लोटांगण' झालं आणि माणसं हळूहळू बाहेर पडली. लक्ष्मीवैनींचा हात धरून नारायणशास्त्रीही रस्त्याला लागले. रेणुका दोन पायऱ्या खाली उतरून त्या दोघांच्या सोबतीला दिवा धरून उभी राहिली. वळणावरून ते दोघं दिसेनासे झाले तेव्हा ती आत आली. सभामंडपात लखख उजेड होता.

नीळकंठेश्वरावर गावकऱ्यांची अपार श्रद्धा! अलीकडे गावातल्या निम्म्या-अर्ध्या घरातले पुरुष नोकरीचाकरीच्या निमित्ताने पुण्यामुंबईकडे गेले होते. गावाचाही चेहरामोहरा बदलत होता. नवीन सुधारणा येत होत्या. पण कोणीही नीळकंठेश्वराला विसरलं नव्हतं.

पूर्वी गावाच्या एका कुशीला वसलेल्या एवढ्याशा देवळाचा सभामंडप आता सगळ्या चाकरमान्यांनी फंड, वर्गणी गोळा करून केवढातरी वाढवला होता. जमिनीच्या जागी रंगीत फरशांची रांगोळी चितारली होती. नक्षीदार तकतकीत खांब

रोवले होते. त्यावर भक्कम छत चढवलं होतं. कुणीकुणी भक्तिभावाने दिलेल्या देवादिकांच्या, रविवर्म्याच्या चित्रांच्या तसबिरींनी आणि मोठमोठ्या आरशांनी सभामंडपाच्या भिंती सजल्या होत्या. छताला अडकवलेल्या काचेच्या हंड्यांमधून विजेचे बल्ब सोडले होते. त्यांचा प्रकाश त्या स्वच्छ काचेतून अधिकच उजळून बाहेर पडायचा आणि ऑईलपेंट दिलेल्या भिंतीवरून परावर्तित व्हायचा. शिवाय मंडपातल्या आठही खांबांवर विजेच्या नळ्या बसवलेल्या होत्या. त्याखेरीज मधल्या रांगेत लखलखणारी तीन झुंबरं... सभामंडप नुसता झळाळत होता.

नीळकंठेश्वराला बेलपानं वाहावी तशा सावकाशीनं एकएक बटन दाबून रेणुकेने सगळे दिवे मालवले आणि ती गाभाऱ्याच्या उंबऱ्यापाशी आली. महादेवाच्या इतर देवळांसारखा नीळकंठेश्वराचा गाभारा खोल नव्हता. मंडपातल्या फरशीपेक्षा दोनच पायऱ्या खाली, काळ्या पाषाणाच्या पिंडीसमोर अर्धा पुरुष उंचीच्या दोन पितळी समया तेवत होत्या. त्यातलं तेल संपत आलेलं असावं. उंबऱ्यावरचा दगडी दिवाही मंदावला होता. तिने कोपऱ्यातली तेलाची तपेली उचलून त्या दगडी दिवलीत तेल घातलं.

मोठ्या समया फक्त कीर्तन-प्रवचनाच्या वेळीच लावल्या जायच्या. पण उंबऱ्यावरचा हा दिवा म्हणजे नीळकंठेश्वराच्या कृपेची साक्ष होती... सतत तेवता! त्यातलं तेल संपू नये, वाऱ्यावादळाने तो दिवा विझू नये म्हणून रेणुका जिवाचा आटापिटा करायची. तेवढ्यासाठी ती माधवला घेऊन येऊन रोज रात्री देवळाच्या ओवरीत झोपायची. दिवसातून दहा वेळा देवळात डोकावून जायची.

तेलाची तपेली कोपऱ्यातल्या कोनाड्यात ठेवून पुन्हा एकदा तिने नीळकंठेश्वराला हात जोडले. काळीभोर तेजस्वी शाळुंका, त्यावर गंधाने रेखलेली तीन बोटं आणि रेणुकेकडे मायेने पाहणारा नीळकंठेश्वराचा डोळा. भवताली बेलपानांची आणि चाफ्याची वेलबुट्टी मांडलेली. वर संथपणे झुलणारं पितळेचं लख्ख घवघवीत अभिषेकपात्र... भक्तिभावाने तिचे डोळे आपोआप मिटले गेले. मंडपातल्या आठही घंटांचा मंजुळ नाद कानात घुमला. प्रवचनावेळी लावलेल्या चंदनी उदबत्तीचा, नैवैद्याच्या दूधसाखरेचा, सायंपूजेच्या बेलपानांचा, चाफ्याचा संमिश्र दरवळ देहामनाला वेढून आत खोलखोल झिरपला. उंबरठ्यावरच्या दिवलीसारखी शांत, स्नेहाळ ज्योत मनात उजळली. क्षणभरासाठी तिची जणू समाधीच लागली. मिटल्या डोळ्यांनी नीळकंठेश्वराच्या जागत्या डोळ्यांशी संवाद साधला. देवाला पाठ न दाखवता उलट्या पावली चालत, ओवरीत येऊन ती अंथरुणावर पडली.

अनगळांची सून नैवैद्य घेऊन आली तेव्हा रेणुकेचं न्हाणं नुकतंच आटोपलं होतं. आज सकाळीच तिने मागच्या पडवीतला पत्रा काढला होता. त्याला दहा ठिकाणी भोकं पडून तो पुरेपुर गंजला होता. पावसाची सर आली की, पडवीभर पागोळ्यांच्या झिरमिळ्या झुलायच्या न् पायतळी पाण्याचा गालिचा. आषाढाचा पुरा महिना पावसाने काही डोळा उघडलेला नव्हता. रोजची रिपरिप आणि ठरवल्यासारखी दोन-चार दिवसांनी मुसळधार झोड. पडवीतल्या जमिनीत तर इतकी ओल मुरली होती की, मूठभर तांदळाचे दाणे टाकले असते तर आठवड्याभरात वीतवीत उंचीची पोपटी रोपं तरारून वर आली असती. पडवीतली ती ओल आता स्वयंपाकघराच्या जमिनीलाही धरू लागली होती.

तो पत्रा गंजलाय हे तिच्या आधीच लक्षात आलं होतं. पावसाळा तोंडाशी आला तेव्हा तिने दहा वेळा माधवला सांगितलं होतं. पण त्याला वेळच नव्हता. साबणाच्या कारखान्यात नुकतीच नोकरी मिळालेली. वेळेवर जाणंयेणं भागच होतं. त्यातून ह्याचं काम चांगलं. मग शेठ कधी सुटीच्या दिवशीपण बोलवायचा. जावंच लागायचं. रेणुकेला काही बोलताच यायचं नाही.

माधवाच्या पाठचा सदा. तो अजूनही तसा लहानच होता आणि माधवसारखी वागण्याबोलण्याची समजही नव्हती त्याला. त्याचंच नाक गळत असलं तर ते पुसायचं सांगावं लागायचं त्याला. तो पत्र्याची गळती कुठं थांबवणार?

किशोरी मुळातच नाजूक. आडावरून पाण्याची कळशी आणली तरी तिला धाप लागायची. तिच्यावर विसंबणंही शहाणपणाचं नव्हतं.

शेवटी कालपासून पाऊस उघडलाय असं बघून रेणुकेने आज सकाळीच शंकरभाऊजींच्या गोप्याला हाक मारली. त्याला फणसाच्या साठाचं आमिष दाखवलं न् त्याच्या मदतीने स्वत:च तो पत्रा खाली उतरवला. वैशाखात बाजारपेठेतल्या रस्त्याचं काम चालू होतं तेव्हा तिथल्या मुकादमाकडून तिने डबाभर डांबर मागून आणलं होतं. पाण्याच्या चुलीवर ते गरम करून तिने पत्र्याची भोकं तात्पुरती बुजवली आणि पुन्हा पत्रा वर चढवला.

ह्या सगळ्या उटारेटीत अंघोळीला बारा वाजले होते. नीळकंठेश्वराच्या नैवैद्याची वेळ झाली होती. आज द्वादशी. दर द्वादशीला नीळकंठेश्वराला अनगळांकडचा नैवैद्य असायचा. तोच घेऊन त्यांची सून आली होती.

"वैनी, आज इतक्या लवकर? आणि तुम्ही स्वत:?" डोळ्यांवर आडवा हात धरून बाहेरच्या उन्हाचा अंदाज घेत रेणुकेने विचारलं.

"अगोऽ बारा वाजायला आले. उन्हाकडे कसली बघत्येस? आषाढातलं फसवं ऊन ते...."

अनगळवैनी एकदा बोलायला लागल्या की, त्यांना थांबवणं म्हणजे महामुष्किल कर्म.

"तशी थोडी लवकरच आल्येय मी. जरा एक काम होतं तुझ्याकडे."

"वेण्याबिण्या हव्या असतील. पाव्हणी आल्येत कुणी?"

"नाही गं."

हातातलं नैवैद्याचं पान तिने बाजूच्या स्टुलावर ठेवलं आणि ताटाखाली धरलेल्या हातात अलगद जपलेला काचेचा सट रेणुकेच्या हाती दिला. त्यात भोकराचं लोणचं होतं.

"देवळात जाताना वाट वाकडी करून एवढं बापूकाकांच्या सुनेला देशील?"

"कोणाला? दुर्गीला?"

"हो. हळू. बोलू नकोस कोणाकडे."

"अहो, पण...."

"खावंसं झालंय तिला."

"अग्गोबाई! कधी?" आनंदाने रेणुकेचे डोळे विस्फारले.

"दोन महिने पुरे होतील ह्या संकष्टीला. खरं की खोटं म्हणून जीव जरा धागधुगीतच होता तिचा, म्हणून बोलली नव्हती कोणाला. काल नीळकंठेश्वराला जाताना भेटली तेव्हा भोकराचं लोणचं मागितलं माझ्यापाशी. कध्धी असं काही मागत नाही म्हणून मला जरा अचंबाच वाटला. मग खनपटीला बसून विचारलं तशी लाजली. मीच नेऊन दिलं असतं, पण सासूबाईंचं तुला ठावकीच आहे. बरणीतलं लोणचं काढतानाच तीन-तीनदा मला विचारलं. सांगितलं दुपारला काढत्येय म्हणून. देशील ना एवढं?"

"होऽऽ एवढं आनंदाचं काम... बरं झालं बाई. नीळकंठेश्वरच पावला म्हणायचा. बारा वरसं झाली. देवाचे डोळे मिटलेले नसतात हो वैनी. पण एखादं माणूस उशिरा दृष्टीस पडतं त्याच्या. चांगल्याचं चांगलं करायला कध्धी विसरत नाही तो...."

रेणुका पुन्हापुन्हा नीळकंठेश्वराच्या दिशेने हात जोडत राहिली.

बापूकाकांची सून दुर्गी अगदी साखरेसारख्या स्वभावाची. जाईल तिथे गोडवा आणणारी. पण लग्नाला बारा वर्षं झाली तरी तिच्या घरी पाळणा हलला नव्हता. सासू सारखी टोचून बोलायची. नातवाची वाट बघून गेल्या साली तीही वारली. दुर्गी तर आताशा झुरणीलाच लागल्यासारखी झाली होती. रेणुकेला तिच्याबद्दल फार वाटायचं. नीळकंठेश्वराला हात जोडताना कितीतरी वेळा ती दुर्गीसाठी विनवणी करायची. तिच्या विनवण्यांना नीळकंठेश्वर पावला होता... आनंदाने आणि श्रद्धेने तिचे डोळे भरून आले.

"निर्मळ मळे उदकाचे तळे,
बेलाचा वृक्ष सुवर्णाची कमळे,
कैलासनाथाची देवळेराऊळे,
पानांचा विडा फुलांचा झेला...."

खणखणीत आवाजात रेणुका कहाणी सांगत होती. बाहेर श्रावण मुसळधार बरसत होता. घरादारात अंधारलेलं आभाळ दाटलं होतं. देव्हाऱ्यापुढच्या पाटावर ठेवलेल्या निरांजनाचा उजेड रेणुकाच्या चेहऱ्यावर पसरला होता. भक्तिभावाने ती कहाणी सांगत होती. तिची सासू, सदा आणि किशोरी समोर बसून ऐकत होते. कारण कहाणी ऐकल्याशिवाय श्रावणी सोमवारचा उपास सुटला नसता... रेणुकेचा आणि तिच्यामुळे इतरांचाही!

नीळकंठेश्वराचं देऊळ वाट्याला आलं होतं म्हणूनच असं नाही. पण अगदी कळायला लागल्यापासून तिचा नीळकंठेश्वरावर अपार विश्वास. गावात गुरवांची सात-आठ घरं. त्यातली तीन गावाच्या पश्चिमेला असलेल्या कान्हाईच्या देवळाशी वहिवाटीने बांधलेली होती. आलटून-पालटून चार-चार महिने प्रत्येकाकडे ते देऊळ असायचं आणि त्या चार महिन्यांच्या उत्पन्नावर वर्षभराचा चरितार्थ चालायचा. कारण घरातली पुरुषमाणसं नोकरीचाकरीच्या फंदात फारशी पडायचीच नाहीत.

पूर्वेकडच्या गुरवांची स्थिती याहून फारशी वेगळी नव्हती. त्या बाजूला राम, मारुती, गणपतीची अशी तीन-चार देवळं. पण सगळ्यात जागृत देवस्थान नीळकंठेश्वर. उभ्या गावाचा त्याच्यावर विश्वास. घरात जर्रा अशुभाची चाहूल लागली की, आधी नीळकंठेश्वराला नवस बोलला जायचा आणि काही चांगलं घडलं तर साखरेची पुडी पहिल्यांदा ठेवली जायची तीही नीळकंठेश्वरासमोरच. त्यामुळे त्या देवळाचं उत्पन्न जबरदस्त. पण भावकीही तेवढीच. आलतचुलत सगळी घरं जवळजवळ. मग देवळातल्या महिन्यांवरून भांडणं. शेवटी गावच्या पंचांच्या समझोत्यानं सगळ्या गुरवांच्या आणि देवळाच्या वाटण्या झाल्या आणि नीळकंठेश्वराचं देऊळ रघू गुरवाच्या एकट्याच्या वाट्याला आलं.

त्या वेळी रेणुकेचं लग्न झालेलं नव्हतं. रेणुका कान्हाईच्या अंतू गुरवाची मुलगी. पण कसा कोण जाणे, पहिल्यापासून ती सोमवारचा उपास करायची, अगदी कडक. त्या दिवशी नीळकंठेश्वराला जाऊन आल्याखेरीज ती तोंडात पाणीदेखील घ्यायची नाही. आई आणि आजी कौतुक करायच्या. नीळकंठेश्वर नवसाला पावला तर भोळा सांब नवरा मिळेल, अशी चेष्टाही करायच्या. पण नंतरनंतर मात्र आई

चिडायला लागली. परंपरेनं चालत आलेलं कान्हाईचं देऊळ. पण कान्हाईच्या उत्सवाच्या वेळी रेणुकेला जेवढा उत्साह नसायचा, तेवढा महाशिवरात्रीच्या वेळी निघणाऱ्या नीळकंठेश्वराच्या छबिन्याला असायचा. त्या निमित्ताने भरणाऱ्या जत्रेचे वेध तिला कित्येक दिवस आधीपासून लागायचे.

"काय भुरळ घातलीय त्या नीळकंठेश्वरानं, कान्हाई जाणे. तिकडचा कुणी गुरव आपल्याशी सोयरीक करणारेय का?" आई चिडून म्हणायची.

बोलाफुलाला गाठ पडली. खरंच रघू गुरवाने अंतू गुरवाला रेणुकेबद्दल विचारलं. खरं म्हणजे अशी मुलाकडच्यांनी विचारायची पद्धत नव्हती. त्यांच्यात आणि पूर्वपश्चिमेकडच्या गुरवांच्यात अगदी उघडउघड युद्ध नसलं तरी बारीकसारीक हेवेदावे सतत धुमसत असायचेच. पण तरीसुद्धा रघू गुरवानं विचारलं आणि अंतू गुरवानं हो म्हटलं.

रेणुकेला खरंतर एवढ्यात लग्न करायचं नव्हतं. फायनलच्या परीक्षेत चांगले मार्क पडले होते. तिच्या मनात पुढे शिकायचं होतं. पण नुकतीच आई गेली होती. वर्षाच्या आत कार्य उरकायला हवं होतं आणि नीळकंठेश्वराच्या रोजच्या पूजेची पर्वणी तिला खुणावत होती. तिच्याने नाही म्हणवेना.

व्यंकटेश रघू गुरवाचा एकुलता एक मुलगा. सुमार रूपाचा. अंगी कतृत्वही बेताचंच. काही उद्योग न करायचा आळस अंगात परंपरागत भिनलेला. देवाच्या कृपेवर मिरवायचं आणि नुसतं बसून खायचं, हा गावातल्या सगळ्याच गुरवांचा परिपाठ होता. अपवाद म्हणून एखाददुसऱ्या घरातली तरणी पोरं हल्ली मुंबईला जाऊन नोकरीला लागली होती तेवढीच. बाकी सगळा अंधारच. शिवाय त्या रिकामपणाला चिकटलेली नाना व्यसनं– पत्ते, सिनेमे, जत्रेतले तमाशे... काय न् काय!

रेणुकेला हे अजिबात पटायचं नाही. देवाची पूजा करायचा हक्क शास्त्रशुद्ध ब्राह्मणांकडून आपल्याकडे आलाय. त्यामुळे आपलं वागणंही तसंच निर्मळ असायला हवं, असं तिचं ठाम सांगणं असायचं. नुसतं मांसमच्छर खाल्लं नाही की, झाला सोवळेपणा, असं नको....

पण तिच्या सांगण्याला घरात कोणी किंमत द्यायचं नाही. सगळ्या भाऊबंदांना बाजूला सारून, नाना हिकमती करून नीळकंठेश्वराच्या देवळाची वहिवाट आपण आपल्याकडे आणलीय, ह्या गर्वाने रघू गुरव, तिचा सासरा बैलाशी स्पर्धा करणाऱ्या बेडकीसारखा फुगला होता. व्यंकटेश तर काय? त्याचाच एकुलता एक मुलगा. बापसे भी सवाई. त्या दोघांना आवरायला तिचे हात अपुरे पडत होते. तिची सासू एरवी कितीही खमकी असली तरी नवऱ्यापुढे आणि मुलापुढे मवाळ व्हायची....

"बाप्येमाणसं ती. त्यांनी चार व्यसनं केली तर कुठे बिघडलं? महादेवासारखा

महादेव. तोपण भांग चढवत होता आणि धर्मराजासारखा साधासरळ माणूसपण फासेकवड्या खेळत होताच की!'' असा तिचा ठांबेठोक हिशोब होता.

'अगदीच झिंगून येऊन बायकापोरांना ठोकत तर नाहीत ना?' एवढ्या दिलाशावर तिला ह्या दोघांची व्यसनं चालत होती. रेणुकेचा जीव तळमळायचा. नवऱ्याने काहीतरी काम करावं म्हणून तीळतीळ तुटायचा.

ती स्वत: फायनलपर्यंत शिकली होती. वाचनाची आवड होती. तिला वाटायचं की, नारायणशास्त्रींसारखीच चातुर्मासात, श्रावणाअधिकात व्यंकटेशने एखादी पोथी वाचावी. आपण लक्ष्मीवैनींसारखं त्याच्या बाजूला बसून राहावं. एखाद्या वेळी त्याला शक्य झालं नाही तर त्याचा वसा पुढे न्यावा. ओव्यांचं निरूपण करावं. बायाबापड्यांच्या कौतुकाच्या नजरा शेवंतीच्या वेणीसारख्या अंबाड्यावर माळून घ्याव्यात....

पण हे होत नसे. व्यंकटेशाला कशाचीच आवड नव्हती. देवावर तिच्यासारखी अपरंपार श्रद्धा नव्हती. वाचनाबिचनात त्याचं मन रमत नसे. थोरला माधवदेखील त्याच्याच पावलावर पाऊल टाकू पाहत होता. पण लक्षात येताच रेणुकेने त्याला धारेवर धरलं. त्याच्यामागे शिस्तीचा बडगा लावला. डोळ्यांत तेल घालून त्याच्या शाळेतल्या जाण्यायेण्यावर, अभ्यासावर लक्ष ठेवलं. शेवटी दोनदा ठेचकाळून का होईना गेल्या साली माधव मॅट्रिकची परीक्षा पास झाला होता. नीळकंठेश्वराने रेणुकेच्या प्रयत्नांना यश दिलं होतं. त्याच्यावरची तिची श्रद्धा आणखी एका वेढ्याने दाट झाली होती.

''आई, निघालो गं मी.''

शर्टाची बटणं लावत पायात चपला अडकवून माधव बाहेर पडला. रेणुका अचंब्याने त्याच्याकडे पाहतच राहिली. तो अंगण उतरून जाईपर्यंत ती गप्पच राहिली. पण तो फाटक ओलांडायला लागला तेव्हा मात्र तिला राहवलं नाही.

''माधवा....'' मोठ्याने हाका मारत ती अंगणात आली.

''काय गं?'' त्रासिक चेहऱ्याने त्याने मागे वळून बघितलं.

''अरे, डबा न्यायचा नाही का?''

''अरे! खरंच की!''

त्याचा चेहरा सर्रकन बदलला. नेमकी चोरी पकडावी तसे अपराधी भाव क्षणभर चेहऱ्यावर तरळून गेले. पण नंतर लगेच 'असं कसं विसरलो?'चा अचंबाही.

''कालपण डबा न खाताच परत आणला होतास.''

नजरेने त्याचा चेहरा चाचपत तिने डबा त्याच्या हातात दिला.

''अगं आई, कामच खूप असतं हल्ली. जेवणाची सुट्टी घ्यायलापण जमत नाही कधीकधी.''

"अरे, एवढं काम करायचं तर तेवढी ताकद नको का अंगात? खाण्यापिण्याची आबाळ करून कसं चालेल?"

आणि मग क्षणभर थांबून अडखळत तिने विचारलं, "ह्या महिन्याला पगार झाला नाही अजून?"

माधव एकदम विचारात पडला. मान खाली घालून गरीब आवाजात म्हणाला, "तुला सांगणारच होतो. शेठ म्हणालाय ह्या महिन्याला पंधरा तारखेपर्यंत दम धरा. त्याच्या मुंबईच्या कारखान्याचा खटला चाललाय कोर्टात. त्याचा निकाल लागेल एवढ्यात. कदाचित पगार वाढेलसुद्धा चाळीस-पन्नास रुपयांनी."

"चाळीस-पन्नास रुपयांनी? नीळकंठेश्वर पावला बाई."

रेणुकेचे हात आपोआप जोडले गेले. मिटल्या डोळ्यांपुढे किशोरीचा फाटलेला फ्रॉक आणि सदाच्या तुटक्या चपला तरळून गेल्या.

"असू देत मग. नाहीतर एव्हाना होतो तुझा पगार म्हणून विचारलं हो मी. तसे थोडे पैसे आहेत आता माझ्याकडे. पोतदारांकडे वेण्या दिल्या होत्या मंगळागौरीला. त्याचेही पैसे यायचेत. आज जाऊन बघते...." स्वत:शीच पुटपुटत तिने हिशोब केला. तेवढ्यात माधव अजून तसाच समोर उभा असल्याचं जाणवून तिला गहिवर आला.

त्याच्या केसातून मायेने हात फिरवत ती म्हणाली, "माधवा, तिथलं काम अंगमेहनतीचं. तुझं वाढतं वय... मला समजतंय सगळं. हे बघ, सकाळी दूध घेतोसच. पण जरा लवकर उठावं. व्यायाम करावा थोडा... आणि तुला कधी अंडबिंडं खावंसं वाटलं तर खात जा बाहेर कुणा मित्राबित्राकडे. घरी नको. आजीला नाही चालायचं. पण असलं काही खाशील ना, त्यादिवशी मला सांग हो गुपचूप. मग सदाकडनं पूजा करून घेईन मी नीळकंठेश्वराची... मला खात्री आहे गावातली माणसं तुझ्याबद्दल काहीही बोलत असली तरी तू तसं वेडंवाकडं वागायचा नाहीस. पण चार जणांच्या संगतीनं कधीकधी काही खावंसं वाटतं...."

"येतो मी. उशीर होतोय."

तटकन तोडल्यासारखा माधवने केसातला तिचा हात बाजूला केला आणि खिशातला कंगवा काढून भांग नीट करून तो चालायला लागला.

'अगदी बापाच्या वळणावर गेलाय. ह्याच्या मनात नक्की काय आहे, ते कधी कळणारेय आपल्याला?'

तो दिसेनासा होईपर्यंत हिरमुसल्या नजरेने रेणुका रस्त्याकडे पाहत उभी होती.

कपाळी कुंकू टेकताना सवयीनेच रेणुकेची नजर बिछान्यावरच्या सासूकडे वळली. सासू उपहासाने जिवणी मुरडून तिच्याकडेच टक लावून बघत होती. रेणुकेचं लक्ष जाताच तिने मान भिंतीकडे वळवली. रेणुकेचे डोळे आपोआप शरमेनं झाकोळले. सासूच्या अशा बघण्याचा, डोळ्यांतल्या नाराजीचा अर्थ तिला कळत होता. बारा वर्षांपूर्वी तिचे सासरे गेले आणि वर्षभरातच एके दिवशी अचानक व्यंकटेश नाहीसा झाला. किशोरी जेमतेम वर्षाची होती तेव्हा... यापूर्वीही एक-दोनदा तो असाच न सांगता आठ-आठ दहा-दहा दिवस गायब झाला होता आणि पुन्हा स्वत:हूनच परत आला होता. या वेळी मात्र त्याचा पत्ताच नव्हता. जमेल तेवढ्या परीने रेणुकेने त्याचा शोध घ्यायचा प्रयत्न केला होता. कधी कोणी पंढरपुराहून आलं की, सांगायचं व्यंकटेश भेटला होता... धडपड करून ती पंढरपूरपर्यंत जाऊन यायची... व्यंकटेशाचा पत्ता नसायचा... कधीतरी कुणी त्याला गाणगापूरला पाहिल्याचं सांगायचं... कोणाला जवळच्याच गावात तो कफनी घालून, जटा वाढवून येऊन गेल्याचं समजायचं... कानावर येईल त्यावर विश्वास ठेवून रेणुका त्याचा शोध घ्यायचा प्रयत्न करायची, निव्वळ अंथरुणावर खिळलेल्या सासूसाठी!

व्यंकटेश निघून गेल्यावर सासूने अंथरूणच धरलं होतं. अधूनमधून भांड्याला भांडं लागत असलं तरी रेणुकेचा सासूवर जीव होता आणि सासूचीही तिच्यावर माया होती. व्यंकटेश परत आला तर सासूची तब्येत सुधारेल, एवढ्याच कारणासाठी ती उधारीउसनवारी आणि पायपीट करून व्यंकटेशाला शोधायचा प्रयत्न करायची. नाहीतर तिला स्वत:ला पूर्ण माहिती होतं की, व्यंकटेश चुकूनसुद्धा कुठल्या तीर्थक्षेत्री जाणार नाही. त्याची देवावर तेवढी निष्ठा कधीच नव्हती. कमाईचं साधन एवढंच त्याच्या लेखी देवाचं अस्तित्व!

गावकऱ्यांनी वेळोवेळी फेडलेल्या नवसातून नीळकंठेश्वराला वाहिलेले चांदीचे नाग, चांदीचे डोळे, चांदीचे पाळणे ह्यांच्या गाथणी बांधून माळ्यावरच्या पत्र्याच्या ट्रंकेत ठेवलेल्या होत्या. त्या ट्रंकेची चावी आधी व्यंकटेशाकडे होती. नंतर रेणुकेनेच ती त्याच्याकडून काढून घेतली होती. व्यंकटेश नाहीसा झाला तेव्हा ती चावी आणि ट्रंकेतल्या पाळण्याची एक गाथणही नाहीशी झाली होती, हे तिने सासूला बोलून दाखवलं नव्हतं.

हळूहळू तो भेटल्याचं कोणी सांगायला येईनासं झालं... तीन-चार वर्षांपूर्वी हणमंता शिंप्याच्या मेव्हण्यानं आपण व्यंकटेशाचं प्रेत नदीतून वाहत आलेलं पाहिल्याचं अगदी छातीठोकपणे सांगितलं. पण रेणुकेने शांतपणे ते नाकारलं. सासूने रडून आकांत मांडला. पण डोळ्यांतून टिपूससुद्धा सांडू न देता कोरडेपणाने तिने सासूला सावरलं. व्यंकटेश जिवंत आहे, हे केविलवाणी तोंडं करून बसलेल्या मुलांना आणि ऊर बडवून घेणाऱ्या सासूला तिने खंबीरपणे पटवून दिलं. गळ्यातली

काळ्या मण्यांची पोत आणि कपाळीचं कुंकू ती निर्धाराने जपत राहिली. त्या सौभाग्यलेण्यांचा व्यंकटेशाशी असलेला संबंध तिच्या मनाने केव्हाच तोडला होता. पण तरीही तिला त्या अहेवलेण्यांचा आधार हवा होता, विशीतल्या मुलाच्या आईला शोभणार नाही असं प्रमाणबद्ध शरीर गावातल्या नजरांपासून वाचवण्यासाठी. सवाष्ण म्हणून नीळकंठेश्वराच्या सेवेचा हक्क जपण्यासाठी. सहानुभूतीच्या नजरांपासून स्वत:ला आणि मुलांना दूर ठेवण्यासाठी....

आपलं अनाथपण गोंजारत बसणं, लोकांकडून कीव करून घेणं, उगीचच कोणापुढे मदतीसाठी हात पसरणं रेणुकेच्या लखलखत्या स्वभावात बसतच नव्हतं. फक्त नीळकंठेश्वराच्याच कृपेवर आपण जगतोय, हा दृढ विश्वास तिच्या श्वासाश्वासात भिनलेला होता. व्यंकटेश गेला तरी माधव आता तयार झाला होता. त्याला पुढे करून तिने नीळकंठेश्वराचं देऊळ राखून ठेवलं होतं. आपल्या गळक्या छपराच्या घरावरचं त्याचं कृपाछत्र स्वत:च्या हिमतीवर सावरून धरलं होतं. भाऊबंदांच्या काळ्या करण्यांना भीक घातली नव्हती. कपाळीचं कुंकू आणि गळ्यातले काळे मणी तिला ही हिंमत द्यायला पुरेसे होते. तिच्याविरुद्ध वाकडं बोलायची कुणाची प्राज्ञा नव्हती.

देवळातल्या उत्पन्नाच्या जोडीला जमतील तशी चार कामं ती उरकत होती. परसदारी तिने बाग फुलवली होती. सगळ्या प्रकारची फुलं, कागदी लिंबं, रातांबे... गावंढ्या गावात कार्य ते काय निघणार? पण हळदीकुंकू, मंगळागौरी, डोहाळजेवणं असल्या समारंभांनासुद्धा गावातल्या बायकांच्या डोक्यात रेणुकेच्या हातच्या गुंफलेल्या वेण्या असत. शिवाय कुणाचे सांडगे घालून दे, कुणाचे पापड लाटून दे हे ती करतच होती. लग्नाकार्यात मदतीला धावून जात होती. आता माधवलाही नोकरी लागली होती. पगार फारसा नसला तरी दर महिन्याला तो तिच्या हाती चार पैसे ठेवत होता. व्यंकटेशावाचून तिने कुठेही, काहीही अडू दिलं नव्हतं. ती स्वत: खंबीर होती. नीळकंठेश्वर पाठीशी होता. आणखी काय हवं होतं?

''माधवाच्या आई, आहात का घरात?'' ओटीवरून घारूअण्णांचा आवाज आला.

जुईच्या कळ्या गुंफणारा तिचा हात नकळत थांबला.

''कोण ते?'' सासूनं समजून-उमजून चिरक्या आवाजातला प्रश्न केला.

''मी घारूअण्णा.''

घारूअण्णा अदबीने उंबऱ्याबाहेरच उभे होते.

''अबोलीची फुलं असली थोडी तर विचारायला आलो होतो. एखादी बारकीशी

वेणी....''

''विचारा तिलाच.'' सासूने आवाजात फणकारा आणून त्यांच्या येण्याचा निषेध नोंदवण्याचा क्षीणसा प्रयत्न केला.

एरवी आपल्या सुनेच्या धारदार स्वभावाचं तिला कौतुक होतं. तिच्या त्या तसल्या तिखट स्वभावामुळे कोणी तिच्याजवळ यायचा प्रयत्न करत नाही, याचा अभिमान होता. मुलगा परागंदा झाला तरी आपली सून 'तसली' नाही, याची खात्री होती. पण घारूअण्णा आले की मात्र का कुणास ठाऊक, तिचा हा विश्वास डळमळायला लागायचा.

घारूअण्णा गावातले पोस्टमास्तर. गावाच्या भाषेत सांगायचं तर देवमाणूस! सोळा वर्षांपूर्वी त्यांचा एकुलता एक मुलगा गणपतीच्या विहिरीत पडून गेला. संकष्टीचा दिवस होता. सावित्रीचा– त्यांच्या बायकोचा कडक उपास होता. पाच वर्षांच्या वामनला घेऊन ती गणपतीला गेली होती. प्रदक्षिणा घालत असतानाच तिला कुणीतरी वामन विहिरीत पडल्याचं सांगितलं. ती एकदम बेशुद्धच पडली. शुद्धीवर आली तेव्हा तापाने फणफणलेली होती. ताप उतरला तेव्हा उजव्या हातापायावरून वारं गेल्याचं लक्षात आलं. ओठांचा उजवा कोपरा वाकडा झाला होता. उजव्या डोळ्यांचं बुब्बुळ अस्थिर बनलं होतं.

मुलाचं दुःख बाजूला ठेवून घारूअण्णांना बायकोला सांभाळावं लागलं. तेव्हापासून गेली सोळा वर्षं ते सावित्रीला एखाद्या लहान मुलासारखं सांभाळत होते. स्वयंपाक करून पोस्टात जात होते. घरातलं सगळं आवरत होते. तिची वेणीफणीसुद्धा करत होते. तिची कोणी कीव केलेली त्यांना आवडत नसे. तिच्या एका हाताने करवेल तेवढं काम ते तिला करू देत. पण कधीही तिला कोणावर सोपवून ते कुठे गेले नाहीत किंवा त्यांचं पाऊलही कधी वाकडं पडलं नाही.

रेणुकेला त्यांच्याबद्दल आदर होता. त्यांच्या बायकोवरच्या प्रेमाचं, निष्ठेचं कौतुक होतं. त्यांच्याबद्दल बोलताना तिच्या डोळ्यांतून ते कौतुक सांडत असे, म्हणूनच तिच्या सासूला तिचं घारूअण्णांशी बोलणं खटकायचं. पण नेमकं बोट ठेवून दाखवून द्यावं असं काहीही त्या दोघांच्या वागण्यात सापडायचं नाही.

''अबोलीची फुलं नाहीयेत आता. जुईची वेणी चालेल?'' रेणुका बाहेर आली.

''नको. आठ-दहा दिवस सावित्रीचं चाललंय अबोलीची वेणी... अबोलीची वेणी. म्हणून म्हटलं असली तर बघावी.''

फुलं नाहीयेत हे कळूनही घारूअण्णा पायरीशीच घुटमळत राहिले.

त्यांची घुटमळ लक्षात येताच रेणुका किंचित सुखावल्यासारखी झाली.

''बेलाची पानं हवी होती का?''

''अं...? हो.'' गुन्ह्याची कबुली द्यावी तशा चाचरत्या स्वरात घारूअण्णा

म्हणाले.

"आहेत. देवळातून आणावी लागतील. वेळ आहे ना जरा?"

आत येऊन रेणुकेने लुगडं सारखं केलं. केसांवरून हात फिरवला आणि थोड्या वेळापूर्वीच खुडून फळीवरच्या फुलपात्रात ठेवलेलं अनंताचं फूल ओच्यात घेऊन ती बाहेर आली.

"चला देत्ये."

सावित्रीसाठी घारूअण्णा कुणी सांगतील तो उपाय करायचे. बेलपानांचा रस हा त्यातलाच एक उपाय. बरेचदा ते बेलपानं स्वतःच खुडून न्यायचे. कधी कुणी देवावर लक्ष वाहिलेला असेल तर रेणुका सांगायची, 'आज नीळकंठेश्वरावरची बेलपानं न्या औषधाला. लवकर उतार पडेल.'

घारूअण्णा नापसंतीदर्शक मान उडवायचे. पण रेणुकेचं मन मोडायचे नाहीत.

घराच्या मागच्या बाजूला एक लहानसं टेकाड. त्यावर नीळकंठेश्वराचं देऊळ. तीन-चार मिनिटांचा चढावाचा रस्ता. दिवसातून शंभरदा रेणुकेचं देवळात जाणं-येणं व्हायचं. पण आत्ता घारूअण्णांच्या सोबतीने चालताना मात्र पावलं मंदावल्यासारखी झाली. गेले कित्येक दिवस तिच्या हे लक्षात आलं होतं.

'दर दोन-तीन दिवसांआड कसलंतरी निमित्त काढून घारूअण्णा येतातच... आणि ते आले नाहीत तर आपलेही डोळे भिरभिरत राहतात. कधी मर्यादा सोडून वागले-बोलले नाहीत तरी त्यांच्या घाऱ्या डोळ्यांत डोकावलं की, तीर्थाचा हात डोळ्यांपाशी नेल्यासारखा थंडावा मिळतो जिवाला. आपलेपणाची खूण कळे न कळेशी सापडून जाते.'

देवळापाशी आल्यावर ते बाहेरच्या दगडी दीपमाळेपाशी थांबले. हेही त्यांचं अखंड व्रत. मुलगा गेल्यापासून त्यांनी कधीच कुठल्याच देवळाची पायरी चढली नव्हती.

आज श्रावणातली एकादशी. इनामदारांच्या मधूने आणि त्याच्या नव्या नवरीने पूजा करून बेलाचा लक्ष वाहिला होता. सदाने दुपारीच येऊन ती पूजा दुरडीत भरून ठेवली होती. कोनाड्यातली ती दुरडी घेऊन रेणुका बाहेर आली. पायरीवर टेकलेल्या घारूअण्णांच्या हाती दुरडी देऊन तिने अलगद ओच्यातलं अनंताचं फूल काढलं आणि त्यांच्यासमोर धरलं.

"हे घ्या. तुमच्या सावित्रीसाठी!"

घारूअण्णांनी कृतज्ञतेने तिच्याकडे पाहिलं. तिची नजर खाली झुकली.

"तिला फुलं आवडतात ना?"

ते हसले.

"आवडतात खरी... पण अंबाडा बिट्टीयेवढा. हे फूल नाही शोभायचं त्यावर.

त्याला मोठाच अंबाडा हवा.''

आणि मग शून्यात नजर लावून ते स्वत:शीच पुटपुटले, 'कसे भरघोस केस होते सावित्रीचे. काऽही राहिलं नाही.'

त्यांच्या सुस्काऱ्याचा रोख रेणुकेला बरोबर पकडता आला.

''एवढी वर्षं झाली अण्णा. तुम्हाला कधी दुसरं लग्न....''

घारूअण्णांनी हात लांब करून तिचं बोलणं थांबवलं.

''शेवटी माझंही मनच आहे माधवाच्या आई, पण सावित्रीला फसवणं नको वाटतं. खांद्यावर मान टाकून लहान लेकरू निजावं तसं आपलं पांगळं आयुष्य माझ्यावर टाकून ती निर्धास्त झालीय. तिच्याशी प्रतारणा होणार नाही माझ्याच्यानं.''

''नीळकंठेश्वराला डोळे आहेत अण्णा. तो बरं करेलच तुमच्या सावित्रीला.''

अण्णा एकदम उसळले, ''काही सांगू नका मला देवाचं! कर्म करणाऱ्याला शिक्षा आणि ते नाकारणाऱ्याला क्षमा. असला उफराटा न्याय आहे त्याचा. द्रौपदीचं लुगडं फेडणाऱ्या दुर्योधनाने आयुष्यभर राज्य केलं आणि रानावनात अज्ञातवासात भटकणारा युधिष्ठिर मात्र जरा खोटं बोलला तर त्याचा अंगठा....''

बोलताबोलता त्यांचा गळा दाटून आला.

''फुलालासुद्धा न दुखावणाऱ्या माझ्या सावित्रीनं आणि नखाएवढ्या वामनानं काय वाकडं केलं होतं हो ह्या नीळकंठेश्वराचं? लहान पोराच्या हातातला घास कावळ्यानं उडवावा तसं सावित्रीच्या कुशीतून त्यानं वामनला ओढून नेलं. केळीच्या रोपासारखी रसरशीत सावित्री... तिचं जगणंच शोषून घेतलं. आमच्यासारख्या निरुपद्रवी माणसांच्या आयुष्याशी खेळून काय समाधान मिळालं त्या परमेश्वराला? सांगा ना....''

अचानक त्यांना आपला आवाज चढल्याचं जाणवलं.

किंचित वरमलेल्या, समजावल्यासारख्या सुरात ते म्हणाले, ''तुमची नीळकंठेश्वरावर किती श्रद्धा आहे ते मला माहिती आहे. तुम्हाला दुखवायचं नाही मला... पण तुम्ही सांगा ना, तुम्हाला तरी काय सुख दिलं त्यानं? व्यंकू गुरवासारखा नाकर्ता नवरा आणि तुमच्यासारखी हरहुन्नरी बायको... संसाराचा सगळा भार टाकून व्यंकू गुरव निघून गेला तेव्हा तुमचा नीळकंठेश्वर आला मदतीला? त्याचा तो जिथं असेल तिथं निवांत असेल. पण तुम्ही मात्र संसाराची भ्रांत सांभाळत देवाची पूजा करताय. शेवटी तुम्हाला आधार कुणी दिला? गावातल्या चार माणसांनीच ना?''

''अहो, माणसांच्या रूपानेच येतो तो.'' रेणुकेने त्यांना थांबवायचा प्रयत्न केला.

''मग तुम्ही ह्या दगडाला गंधाक्षताफुलं कशासाठी वाहताय?''

''श्रद्धा असते आपली एक. कुणीतरी पाठीशी आहे, एवढा आधारदेखील पुरतो

मनाला.''

"नाही.''

घारूअण्णांनी निकराने मान हलवली.

"अहो, आपली श्रद्धा देवावर नसते माधवाच्या आई. ती आपली आपल्यावरच असते. देवावरची श्रद्धा हा भ्रम आहे मनाचा. आपण आपल्यावर श्रद्धा ठेवतो आणि तीच आपल्याला तारते. आपल्या मनाला सांभाळते....

"तुमच्या देवांचा राजा इंद्र. मेनकेसारख्या अप्सरा रोज नाचत होत्या त्याच्या दरबारी. पण त्याला आपल्या विषयवासना आवरता आल्या नाहीत... आणि तुमच्यामाझ्यासारखी सामान्य माणसं... मनाच्या जोरावर स्वतःच्या भुका आवरून धरू शकतोच ना? बाईमाणूस आहात. मी विचारू नये असं, पण व्यंकू गुरव निघून गेला त्यानंतर तुमच्या शरीराला काहीच वाटलं नसेल? कधीच भुकावलं नसेल ते?''

रेणुकेचा चेहरा एकदम कावराबावरा झाला. कानाची पाळी तांबूसली.

"जाऊ दे घारूअण्णा. उगीच कुठून कुठे पोहोचताय तुम्ही. मी आपली सहज बोलून गेल्ये हो.''

"नाही माधवाच्या आई.''

घारूअण्णांना आज काय झालं होतं कोण जाणे. थांबायलाच तयार नव्हते....

"अहो, शेवटी आपण सामान्य माणसं. इथं-तिथं कुठंही उगवणाऱ्या लव्हाळ्याच्या जातीची. मोठमोठे वृक्षदेखील कोसळतात अशा प्रलयात. आपण स्वतःचं मूळ घट्ट धरून उभे राहतो. पण म्हणून कोणी लव्हाळ्याची पूजा करत नाही, पिंपळा-औदुंबरासारखी! मग आपण आपल्या इच्छा मनातच मारणार आणि पुण्य मिळवल्याच्या समाधानात प्राण सोडणार... पण केव्हातरी, कुणाशीतरी बोलावंसं वाटतं.''

बोलताबोलता एकाएकी घारूअण्णा पुढे झाले आणि काही कळायच्या आत आपल्या हातातलं अनंताचं फूल त्यांनी रेणुकेच्या अंबाड्यात खोवलं. खांद्याशी, पाठीशी त्यांचे गरम श्वास घुटमळले... क्षण-दोन क्षणच....

अचानक नाकाडोळ्यांत पाणी जावं तशी रेणुका गुदमरली. तिच्या खांद्यावर थोपटल्यासारखं करून ताबडतोब पाठी वळून ते चालायलासुद्धा लागले, रेणुकेकडे न पाहताच.

त्यांची पाठमोरी आकृती दिसेनाशी झाली तेव्हा रेणुकेने मागे वळून नीळकंठेश्वराला नमस्कार केला, बाहेरूनच... आणि संथ पावलांनी ती घराकडे वळली.

घरापाशी येताच इकडेतिकडे बघून अंबाड्यात खोवलेलं ते अनंताचं फूल तिने नीळकंठेश्वराला वाहिलेलं कमळ उतरावं तशा अलगदपणे काढलं. नाकापाशी नेऊन खोल श्वास घेतला. एखाद्या महागामोलाच्या दागिन्यासारखं ते जपून ओच्यात ठेवलं

आणि मगच ती घरात शिरली.

सासूच्या डोळ्यांना नाही तरी नाकाला मात्र तिने फूल माळलेलं लगेचच समजलं असतं आणि तिच्या हेही लक्षात आलं असतं की, व्यंकटेश नाहीसा झाल्यापासून आजपर्यंत रेणुकेने कुंकू लावलं असलं तरी केसात कधीच फुलं माळली नाहीत.

रात्रभर रेणुकेला स्वस्थ झोप नव्हती. नारायणशास्त्रींनी श्रावणात दासबोध लावला होता. त्यांचं वाचन संपलं तरी माधव आला नव्हता. त्याची वाट पाहत ती देवळाच्या पायरीवर बसून राहिली होती. खूप उशिरा धावतपळत माधव आला आणि 'का रे?' ह्या तिच्या प्रश्नाला तिरसटलेल्या स्वरात 'जरा काम होतं गं.' एवढंच उत्तर देऊन अंथरुणावर पडला.

आज रविवार असूनही खरंतर तो दिवसभर बाहेरच होता. पण रेणुकेने फारसं मनावर घेतलं नाही. तिचं चित्त तरी कुठे थाऱ्यावर होतं? दोन हातापलीकडे माधव बिनघोर झोपला होता आणि उशाखालच्या अनंताच्या फुलाच्या दरवळाने रेणुकेची झोप उडाली होती. जरा डोळ्यांवर झापड आली तर देवळातल्या आठही घंटा घणघणल्याचा भास होऊन, ती दचकून डोळे उघडत होती.

श्रावणी सोमवार म्हणून सदा-किशोरीची शाळा सकाळची. ते दोघंही शाळेत गेले न् रेणुकेने माधवच्या डब्यासाठी थालीपीठाचं भिजवायला घेतलं. तेवढ्यात घाबराघुबरा झालेला सदा पळत आला.

''आई... आई, घारूअण्णांच्या घरासमोर केवढी गर्दी जमलीय.''

''काय?''

तिचा हात परातीतच थांबला.

''नक्की बघितलंस तू?''

''हो. मी आत जाणार होतो, पण मला जाऊच दिलं नाही कुणी.''

''बरं. तू जा बघू शाळेत.''

सासूचा नुकताचा डोळा लागला असावा. ओचेपदर झटकून ती बाहेर पडली. डोळ्यांसमोर सारखा सावित्रीचा चेहरा येत होता. तिच्या दुमडलेल्या ओठांतून आठ-दहा वर्षांच्या मुलीसारखं भाबडं, निरागस हसू सांडत असायचं. डोळ्यांच्या बाहुल्या भिरभिरत असायच्या. केस नेहमी व्यवस्थित विंचरलेले. त्यात एखादं फूल, नाहीतर वेणी माळलेली. लुगडं नीटसपणे नेसलेलं. काजळ-कुंकू जिथल्यातिथे. बाहुलीसारखं

बारकंसं मनगट. पण त्यात सोन्याच्या बांगड्यांमध्ये काचेची कांकणं झळाळत असायची. एवढी आजारी असूनही सावित्रीला घारूअण्णा अगदी व्यवस्थित ठेवायचे. उभं गाव तिच्याकडे बघून हळहळायचं. रेणुकेला मात्र कधीच तिची कीव आली नाही. उलट तिला सावित्रीचा किंचितसा हेवाच वाटायचा, 'घारूअण्णांसारखा इतकं प्रेम करणारा नवरा... अशी सेवा करून घ्यायलाही भाग्य लागतं. सोळा वर्षं तशी काढलीत बिचारीनं आणि आता हे असं अहेवपणीचं मरण!'

अभावितपणे रेणुकेचे हात नीळकंठेश्वराच्या दिशेला जोडले गेले.

"नीळकंठेश्वरा, घारूअण्णांचं म्हणणं ऐकलंस बाबा."

घारूअण्णा नेहमी म्हणायचे, 'माझ्याआधी सावित्रीला मरण यावं. मी गेलो तर हाल होतील तिचे.'

'आज त्यांना काय वाटत असेल? सोबत संपल्याचं दुःख की सावित्री आपल्याआधी गेल्याचं समाधान?'

विचारांच्या तंद्रीत ती घारूअण्णांच्या घरापाशी पोहोचली. गर्दीतून आत शिरताना घारूअण्णांना शोधणारी तिची नजर एकदम थबकली.

ओटीवरच्या झोपाळ्यावर घारूअण्णांचा अचेतन देह ठेवलेला होता आणि उशापाशी सर्वस्व हरवलेल्या भकास चेहऱ्याने सावित्री बसली होती.

"काल संध्याकाळी बाहेर जाऊन आले तेव्हा म्हणाले की, आज अबोलीची वेणी नाही मिळाली. उद्या बघतो नक्की. उद्या उजाडलाच नाही त्यांचा....

"काल रात्री पिठलं-भात टाकला नुसता. म्हणाले की, आज भाकरी थापायचा कंटाळा आलाय. कधी त्यांना कसला कंटाळा नसायचा. किती वेळा सांगितलं स्वयंपाकाला बाई ठेवा. तर विचारायचे की, माझ्या हातचं आवडत नाही तुला?

"कध्धी माझा रागराग केला नाही की माझ्या पांगळेपणाचा कंटाळा केला नाही...."

अर्धबोबड्या स्वरात सावित्री बोलत होती. बोलताबोलता त्यांच्या आठवणीने हेलावत होती.

"मरणही किती चांगलं आलं त्यांना. श्रावणी सोमवार, द्वादशी."

आज प्रथमच रेणुकेला सावित्रीची कीव करावीशी वाटली. प्रेमाची पाखर घालणारा नवरा साथ सोडून गेला होता. पण तिच्या वाकड्या ओठांना धड आक्रोशही करता येत नव्हता. चेतना गोठलेल्या एका डोळ्याने नीट रडताही येत नव्हतं की दुःख पदरात बांधून रेणुकेसारखं धीराने उभं राहता येत नव्हतं.

बोल बोल म्हणता घारूअण्णांना जाऊन चार दिवस झाले. त्या चार दिवसांत रेणुकेचं कशाकशातच लक्ष नव्हतं. जसं काही तिच्या मनालाच घारूअण्णांच्या जाण्याचं सुतक आलं होतं. रोजची सगळी कामं यंत्रवत उरकत होती. कामात दिवस सरत होता आणि रात्री अंथरुणावर पडलं की, घारूअण्णांचं वाक्य मनात फेर धरत होतं....

'द्रौपदीचं लुगडं फेडणाऱ्या दुर्योधनाने आयुष्यभर राज्य केलं आणि रानावनात, अज्ञातवासात भटकणारा युधिष्ठिर मात्र जरा खोटं बोलला तर त्याचा अंगठा....'

'आयुष्यभर घारूअण्णांनी कोणाकडे वाकडा डोळा करून पाहिलं नाही. शरीराची भूक मारत जगले आणि काल जरा आपल्या अंबाड्यात फूल खोचलं तर... खरंच देवाने शिक्षा दिली असेल त्यांना? एवढा निर्दय आहे नीळकंठेश्वर? एवढा कोपिष्ट? आपल्याला तरी काय दिलंय त्याने?'

मनातल्या विचारांनी मग तिची तीच भिऊन जायची. आपणही घारूअण्णांसारख्या नास्तिक होत चाललेय की काय, ह्या शंकेनं अर्धीमुर्धी व्हायची. गालावर हलकेच चापट्या मारत स्वत:चे कान पकडायची.

नीळकंठेश्वराच्या देवळातदेखील ती उपचारापुरतीच जात होती. शांळुकेवरच्या त्या कनवाळू डोळ्यांशी तर संवादच साधत नव्हता आताशा.

'मोहासी मधेची तोडीले. दु:खासी दु:घडची केले....
शोकास खंडून सांडिले. येकीकडे....

नारायणशास्त्रींचे नुसते शब्दच कानावर आदळत होते. डोळे आणि मन मात्र आपोआप बाहेरच्या अंधाराची वाट चालायला लागले होते.

"दुर्गीचं ऐकून वाईट वाटलं हो जिवाला." रात्री निघतानिघता लक्ष्मीवैनी म्हणाल्या.

"काय झालं दुर्गीला?"

रेणुकेला त्या काय म्हणतायत तेच कळलं नाही.

"दुर्गी धुपवली ना! तुला कळलं नाही? काल सकाळपासूनच अंगावर जात होतं. आज सकाळी तालुक्याला घेऊन गेला राघव. घरात कुणी बाईमाणूस नाही. त्याला तरी कुठून सुचणार म्हणा."

"दुर्गी धुपवली? बापूकाकांची दुर्गी?"

रेणुकेच्या संवेदनाच बधिरल्या. मटकन ती पायरीवरच बसली.

कितीतरी वेळ ती तशीच बसली होती. पावसाची भुरभुर चालू झाली. तोंडावर

शिंतोडे उडायला लागले तेव्हा उठून आत आली. थकून गेल्यासारखे तिने दिवे मालवले. रोजच्या सवयीनुसार दिवलीत तेल घातलं आणि ती अंथरुणावर येऊन पडली. आपण नीळकंठेश्वराला रोजच्यासारखा नमस्कार करायला विसरलो, हेही तिच्या लक्षात आलं नाही. मिटल्या डोळ्यांसमोर गर्भभाराने जडावलेल्या दुर्गीचा आनंदलेला चेहरा येत होता आणि त्या चेहऱ्याला सावित्रीचे भकास गोठलेले डोळे जडवलेले होते.

"कित्ती वेळ ठेवला पिंड. पण कावळाच शिवेना. शेवटी दर्भाचा कावळा केला." आडावर अंघोळ करताकरता शंकरभाऊजी बायकोला सांगत होते.

"कसा शिवेल?" त्यांच्या बायकोचा उंच, किनरा स्वर.

"बायकोत मन अडकलं असेल हो बिचाऱ्यांचं. देव तरी किती निष्ठुर म्हणते मी. एवढा पुण्यशील माणूस, पण आयुष्यभरात कश्शाकश्शाचं समाधान मिळालं नाही त्याला."

चुलीपाशी हाताच्या मुटक्यावर चेहरा ठेवून बसलेल्या रेणुकेला त्यांचं संभाषण सहज ऐकू येत होतं. घारूअण्णांचे शब्द पिच्छा सोडत नव्हते....

'आपण आपल्या इच्छा मनातच मारणार आणि पुण्य मिळवल्याच्या समाधानात प्राण सोडणार.'

'कोणकोणत्या इच्छा राहिल्या असतील त्यांच्या मनात? आपल्याबद्दलची एखादी भावना असेल? आपल्याबद्दल त्यांना नेमकं काय वाटत होतं? शेवटच्या क्षणी प्राण कुडी सोडून जातायत याची जाणीव झाल्यावर त्यांच्या मनात नेमकं काय आलं असेल? सावित्रीबद्दलची काळजी की आपल्याबद्दलची लालसा? आयुष्य असं रितं घालवल्याची खंत की काही मिळाल्याचं समाधान? आदल्या दिवशी संध्याकाळी जे घडलं ते आठवून सावित्रीशी प्रतारणा केल्याची भावना कुरतडत असेल का त्यांना?'

"काकूऽ काकू गंऽ" शंकरभाऊजींचा गोप्या ओरडत घरात शिरला.

"काय झालं रे?" रेणुकेने थोडंसं वैतागूनच विचारलं, "आरडतोयस का एवढा? कोण आडाबिडात पडलं की काय?"

"काकू, माधवदादाला पकडून नेलं पोलिसांनी."

"काय?" तिचा श्वास घशातच अडकला.

भिंतीलगत झोपलेली सासू सटपटून कुशीवर वळली.

"बारकूच्या अड्ड्यावर सकाळीच आले पोलीस... माधवदादाच्या हातात डबापण तसाच होता." थांबूनथांबून गोप्या सांगत होता.

"आई म्हणाली की, काकूला सांगून काही फायदा नाही. तिला खरं वाटायचं

नाही. पण त्याला नोकरीवरून केव्हाच काढलं होतं शेठनी.''

''गोप्या आई ओरडेल तुला. जा बघू तू.''

गोप्याने पुढे काहीही सांगितलं असतं तरी ते ऐकायची तिच्या मनाची तयारी नव्हती. माधवबद्दल कितीही वेडंवाकडं ऐकू आलं तरी आजवर तिचा नीळकंठेश्वरावरचा विश्वास अभेद्य राहिला होता. पण गेल्या आठ-दहा दिवसांत त्याचे बुरूज ढासळत चालले होते. आज शेवटचा सुरूंग लागला होता.

गोप्या निघून गेला तरी ती चुलीच्या ज्वाळांकडे भकास नजरेने बघत बसून राहिली होती.

चारही बाजूला भोकं पडलेल्या पत्र्यासारखं आभाळ धोधो कोसळत होतं.

सगळा धीर गोळा करून ती पोलीस चौकीवर जाऊन आली. ती माधवची आई आहे हे समजताच तो रगेल पोलीस जास्तच गुरगुरायला लागला. असं कोणाचं काही ऐकून घ्यायची वेळ तिच्यावर कधीच आली नव्हती. शरमेनं ती काळवंडून गेली.

कोपऱ्यातल्या जाळीच्या दरवाज्याआड माधव आणि दुसरे दोघं-चौघं जण बसले होते. चौकीच्या पायऱ्या उतरताना क्षणभर थांबून तिने माधवकडे पाहिलं. त्याच्या डोळ्यांत आशा पालवली. पण दुसऱ्याच क्षणी तिच्या नजरेचा रंग पालटला. तिरस्काराने मान फिरवून ती भराभर पायऱ्या उतरली. गळ्यात आवंढा दाटून येत होता. माधववर तिने केवढा विश्वास टाकला होता. आता त्याच्याबद्दल मायाही वाटत होती आणि संतापही येत होता.

खरंतर आपल्याला स्वत:चा राग येतोय की माधवचा, हेच तिला कळेनासं झालं होतं.

ब्रह्म भासले उदंड. ब्रह्मी बुडाले ब्रह्मांड...
पंचमहाभूतांचे थोतांड. तुच्छ वाटे....

नारायणशास्त्रींनी जेमतेम पाच ओव्यांचं निरूपण केलं. रेणुकेवरच्या प्रसंगाची सगळ्यांनाच कल्पना आली होती. तिची तब्येतही बरी दिसत नव्हती.

नारायणशास्त्री आणि लक्ष्मीवैनी रस्त्याला लागले. खांबाला टेकून बसलेली रेणुका खूप थकल्यासारख्या चालीने दरवाज्यापाशी गेली आणि दरवाजा बंद करून परत नीळकंठेश्वरासमोर आली. शाळुंकेवरचा डोळा मख्खपणे पाहत होता. पापणी

न हलवता रेणुकेने त्याच्याकडे टक लावली.

'का असा छळवाद मांडलायस माझा? घारूअण्णा म्हणाले तशी माझ्याच मनाची शक्ती मला सांभाळत होती. पण ती मी तुझ्या रूपात बघत आले. तू दु:ख पदरात बांधलंस, तेही निमूटपणे सोसत आले. त्यातूनच सुखाचे थोडे कण वेचले होते मी. तेही असे उधळून द्यायचा काय अधिकार होता तुला? जे जे चांगलं झालं, ते तुझ्यामुळेच, असं मानून तुझ्या पायावर वाहिलं... आणि तू? तू त्याचं निर्माल्यदेखील दिलं नाहीस मला. हेच तुझं देवपण? ती भाबडी दुर्गी, मी घडवलेला माधव, आपल्या दु:खाशी निमूटपणे बांधून राहिलेले घारूअण्णा... काय केलं होतं ह्या सगळ्यांनी तुझं?'

रेणुकेचे ओठ हलत नव्हते. पण डोळ्यांतून त्रिपुरारतीची धग सांडत होती. तिचे धगधगते डोळे नीळकंठेश्वराला जणू जाळू पाहत होते.

तरातरा ती ओवरीत गेली. कोपऱ्यात गुंडाळून ठेवलेली वळकटी उचलून पुन्हा सभामंडपात आली आणि मंडपाच्या मधोमध नीळकंठेश्वरासमोर पायानेच तिने ती वळकटी उलगडली... झोपण्यापूर्वी पुन्हा एकदा त्याच्याकडे दृष्टी टाकली. तिच्या नजरेत या वेळी भक्ती नव्हती. स्वत:वरचा खंबीर विश्वास होता.

'इतके दिवस मला वाटत होतं मलाच गरज आहे तुझ्या आधाराची. पण नाही. मी खंबीर आहे. माझी दु:खं ओढायला, माझा संसार पेलायला माझे हात समर्थ आहेत. पण तुला मात्र माझी गरज आहे. तुझं देवपण टिकवायला, मिरवायला माझ्यासारखे विश्वास टाकणारे भक्त हवेत तुला. आजवर मी तुझ्याकडे आधार मागायला तुझ्या पायाशी आले. आता तुझं देवपण टिकवायला तुला माझ्या पायाशी यावं लागेल.'

नीळकंठेश्वराकडे पाय करून ती अंथरुणावर पडली.

हंड्या लखलखत होत्या. दिवे झळकत होते. झुंबरं चमचमत होती. ते लख्ख तेज अंगावर घेत रेणुका शांतनिवांत झोपली होती.

उंबरठ्यावरच्या दिवलीतलं तेल संपत आलं होतं. ज्योत फडफडत होती. पिंडीवरचा डोळा केविलवाणा होऊन पाहत होता.

■

दिवा

रोजच्यापेक्षा थोडी लवकर, सव्वापाचलाच सरोजला जाग आली. बाजूची खिडकी रात्री वाऱ्यासाठी उघडीच ठेवली होती. बाहेर लक्ष गेलं आणि तिला एकाएकी उदास वाटलं. मे महिन्याचा शेवटचा आठवडा. वारा अगदी पडलेला होता. आकाश झाकोळलेलं. नुकतीच पहाट फुटत होती. पण त्यात नेहमीसारखा ताजेपणा नव्हता. गुलमोहोराच्या केशरी ज्वाळाही मलूल वाटत होत्या.

उठावंसं वाटत नव्हतं, पण पडून राहण्याचीही इच्छा होईना.

उठल्याउठल्या तिनं भिंतीपलीकडच्या आवाजाचा अंदाज घेतला. सगळं शांत होतं.

नकळत तिच्या श्वासातून एक सुस्कारा निसटला, 'हुश्श!' अशा अर्थाचा. अविनाश अजून आहेत. कालची रात्र टळली... एक दिवस तरी....

पण साडेसातलाच विजूचा फोन आला.

''काकू, पपा गेले, पहाटेच... दादा म्हणतोय इथूनच परस्पर....''

सुन्न होऊन तिने फोन खाली ठेवला.

'सकाळचं समाधान किती फसवं होतं! शेवटी ते गेलेच. अपर्णा गेल्यापासून कधीही बाहेर पडताना घराची किल्ली देताना सांगायचे, 'मी बाजारात जातोय हं. अर्ध्या तासात येईन.' किंवा 'आज जरा एका मित्राकडे चाललोय. यायला उशीर होईल.' अगदी चार दिवसांपूर्वी त्यांना त्रास झाला म्हणून हॉस्पिटलमध्ये नेलं,

तेव्हाही आपण गाडीजवळ गेलो तर आपल्या सुकलेल्या चेहऱ्याकडे बघून म्हणाले, 'काळजी करू नका. परत येतोय लवकरच. चांगला ठणठणीत होऊन!'

आणि आता तर पार्थिवही घरी येणार नाही.'

उसळणाऱ्या पुरात छोट्याशा निसरड्या खडकावर उभं राहावं तसं तिला वाटलं... निराधार! गलितगात्र!!

सोफ्याच्या हातावर मस्तक टेकवून तिने हुंदके दाबायचा निष्फळ प्रयत्न केला.

खरं म्हणजे त्यांचा मृत्यू काल रात्रीच समजून चुकला होता. डॉक्टरांना, अजयला, धुळ्याहून आलेल्या पमाताईला... सगळ्यांनाच! लहान असून विजूलाही जरासा अंदाज आला होता.

'सुजाता कधी यायचीय रे?' अविनाश जसे काही गेलेच, अशा स्वरात पमाताईंनी अजयला विचारलं होतं आणि त्यानेही तशाच स्वरात सांगितलं होतं, 'सहाच्या गाडीने निघणार होती... पोहोचेल रात्री अकरापर्यंत.'

विजूने हिरमुसल्या चेहऱ्याने सरोजकडे पाहिलं होतं... दादा आणि आत्याने पपांचा मृत्यू असा गृहीत धरणं त्यालाही पटलं नव्हतं. तसा विजू पहिल्यापासून अविनाशसारखाच थोडासा हळवा, भावनेला महत्त्व देणारा... आणि अजय थेट अपर्णासारखा व्यवहारी, परिस्थितीसमोर ठामपणे उभं राहून पूर्णपणे वर्तमानकाळातच जगणारा.

आताही अविनाशचं पार्थिव घरी न आणण्याचा निर्णय त्याने, 'पपा तर गेलेच. घरातले सगळे इथे आहेतच. मग उगीच नसता घोळ घालून वेळ कशाला काढायचा?' अशाच शब्दात मांडला असेल.

हुंदके आवरून ती उठली. घरात कुणीच नव्हतं. नम्रता क्लासला गेलेली. निखिल अजून जिममधून आला नव्हता. काल संध्याकाळी ती हॉस्पिटलमधून उशिराच आली होती. जेवताना त्या दोघांनाही तिने सांगितलं होतं... 'मराठे काकांची तब्येत आज जरा जास्त आहे. काही खरं वाटत नाही त्यांचं मला.' तेव्हा दोघांचेही चेहरे काळजी आणि दयेने बदलले होते. निखिलने तिच्या खांद्यावर थोपटत समजूतदारपणे, 'तू उगीच काळजी करत जागत बसू नकोस हं आई. बरं वाटेल काकांना.' म्हणून तिला झोपायला लावलं होतं.

तरीही त्यांना हे समजल्यावर थोडा धक्का बसेलच. अविनाशबद्दल त्यांच्या मनात खास जिव्हाळा नसला तरी अजयसारखा दुरावाही नव्हता. निदान निखिल येईपर्यंत तरी घरात थांबावं, असं तिला वाटून गेलं. पण दुसरं मन म्हणालं, 'लवकर हॉस्पिटलमध्ये गेलेलं बरं. निदान अखेरचं दर्शन तरी....'

मनातल्या त्या अभद्र विचारांनी तिची तीच दचकली. अगदी नको वाटले ते विचार तिला.

'आता यापुढे त्यांची सजीव मूर्ती आपल्यासमोर नसणार. त्यांचं मनातलं,

आयुष्यातलं स्थान कायम असलं तरी अविनाशचं दृश्य अस्तित्व आता संपलं. मधल्या जाळीपाशी उभं राहून त्यांचं मऊ स्वरात सावकाशीने एकेक शब्द उच्चारत गप्पा मारणं, आपली एखादी कृती आवडली तर डोळे बारीक करून खुषीकौतुकाने हसणं, हवं त्या क्षणी निराशा पुसून टाकायला पुढे येणं... सगळंच संपलं आता. लग्न झाल्यापासून अनिलचा सहवास अगदी दुरूनच, केवळ त्याच्या सुटीपुरताच मिळाला. मुलं आता वाढत्या वयात त्यांच्या मित्रांच्या विश्वासात... इतके दिवस आई-नाना इथे होते. त्यांची भांडणं, त्यांचं वय आपल्यालाच समजून घ्यावं लागायचं. पण आपल्या मनातलं एवढंसंही काही नेमकेपणाने समजून घेणारे अविनाशच होते. आपली व्यथा नेमकी समजून घेऊन त्यावर आपल्या त्यावेळच्या मन:स्थितीला पेलवेल अशी फुंकर घालायला. आता ते शेजारच्या घरात, पुढल्या सामाईक अंगणात, या जगातच कुठेही असणार नाहीत... आपल्या दु:खाप्रश्नांना तोंड द्यायला आपण एकट्या... अगदी एकट्याच उरलो या जगात....'

क्षणोक्षणी कोसळणाऱ्या मनाला कसंबसं सावरत ती बाथरूममध्ये शिरली.

हॉस्पिटलमधून आल्याआल्या तिने अनिलला फोन लावला.

"हॅलो...."

"काय गं?" त्याने तिचा आवाज ऐकताच धास्तावून विचारलं.

"अहो, शेजारचे मराठे गेले... आज सकाळीच."

"म्हणजे तो शनिवारी आलेला ॲटॅक मॅसिव्हच होता म्हणायचा...." त्याचा स्वर अगदीच सहज.

अविनाशच्या मृत्यूमध्ये त्याला धक्कादायक असं काहीच वाटलं नव्हतं. कधीतरी होणारच आहे अशी एक घटना. ती फक्त आज घडलीय... बस्स!

आपल्या मनावर फुंकर घालणारं काहीतरी तो बोलेल या तिच्या अपेक्षेवर पाणीच पडलं.

उलट तो म्हणाला, "मी असा घाबरलो होतो. म्हटलं एवढा डेटाईमला घरचा फोन म्हणजे काय झालं?"

'ही बातमी काय तडकाफडकी फोन करून द्यायलाच हवी, अशी थोडीच आहे? नंतर फोन झाल्यावर कळवलं असतं तरी चाललं असतं.' अशी त्याच्या स्वरातली लपलेली वाक्यं तिला त्याने फोन बंद केल्यानंतरही ऐकू आली. विरसून ती फोनजवळून बाजूला झाली.

'बावीस वर्षं संसार केल्यानंतर त्याच्या अशा विचारण्याचं तुला आश्चर्य

कशाला वाटायला हवं?' स्वत:च्याच मनाला दटावलं तिनं.

नम्रताने मात्र अगदी सरोजलाही अपेक्षा नव्हती इतकं हळुवारपणे समजून घेतलं तिला.

अंघोळ करून आल्यानंतर सरोजच्या हातात कॉफीचा कप देत ती म्हणाली, "आई, मी कुकर लावलाय. निखिलला ब्रेड आणायला सांगते. पोळ्याबिळ्या काही नकोत आणि विजू घरी आला की, आमटीभात नेऊन देते त्याला. वैनी आणि अजूदादा आले तर त्यांचाही कुकर लावीन मी. तू आता जरा स्वस्थ पड फक्त."

"नमूऽ" सरोजला हुंदका फुटला.

नम्रताने तिच्या खांद्यावर मायेनं थोपटलं.

"आई, असं रडून तुलाच त्रास होईल गं. मराठेकाकांना त्यांच्या मनासारखंच मरण आलं ना? अपर्णामावशीसारखंच तडकाफडकी जायचं होतं त्यांना. तसेच गेले. दोन दिवस हॉस्पिटलध्ये राहिले तेवढेच. पण परावलंबित्व नाही येऊ दिलं...."

"सगळं खरं. पण इतकं लगेच अपेक्षित नव्हतं गं त्यांचं जाणं. विजू किती लहान आहे अजून. अगदी एकटा पडेल तो आता. अजयचा स्वभाव हा असा...."

"आई, हे सगळे त्यांचे प्रॉब्लेम आहेत."

नमूच्या शांत स्वराने सरोजला फटकारल्यासारखं झालं. आपण सांगतोय ते सगळे परिणाम किती वरवरचे आहेत, याची लख्ख जाणीव मनात चमकली.

'अविनाशच्या जाण्याने मराठ्यांच्या कुटुंबात केवळ समस्या निर्माण होतील. पण आपल्या मनात उभं ठाकलंय ते अपार दु:ख. त्या दु:खावरचं सांत्वन हवंय आपल्याला आणि अशा पोकळ शब्दांच्या गुंत्यातून आपण ते मिळवू पाहतोय....'

"आई, जास्त विचार करू नकोस गं त्यांचा. आधीच फार सोसलंस तू त्या घरापायी." नमू कळवळून म्हणाली.

सरोजने चमकून तिच्याकडे पाहिलं....

'हिला काय म्हणायचंय? काय आणि किती जाणते ही माझ्या आणि अविनाशच्या नात्याबद्दल? की हिच्याही मनात अजयसारखीच तेढ? मराठ्यांच्या कुटुंबाची आणि आपली खूप जवळीक असली तरी अपर्णाच्या अनपेक्षित मृत्यूनेही आपण इतक्या मोडून गेलो नव्हतो. पण अविनाशच्या जाण्याने मात्र....

आपल्या साध्यासुध्या शेजारधर्माचा प्रवास इथवर कसा कधी येऊन पोहोचला?'

शेजारच्या वाडेकरांनी बंगला विकल्याची कुणकुण सोसायटीतल्या इतर लोकांकडून

कानावर आली तरी सरोजने फारशी चौकशी केली नव्हती. एका संध्याकाळी ती ऑफिसमधून आली तर त्यांच्या दारापुढे ट्रक थांबलेला. सामानाची हलवाहलव चालू होती. आता सोडून निघालेच आहेत तर निरोप घेण्याचा चांगुलपणा तरी दाखवावा या विचाराने तिची चाल मंदावली. पण तेवढ्यात बाहेरच्या ओट्यावर हमालांना सूचना देत उभ्या असलेल्या मीनावैनी तिला बघताच झर्रकन आत निघून गेल्याचं जाणवलं, तसा तो विचार रद्द करून तीही सरळ आपल्या गेटमध्ये शिरली.

अनिलची नोकरी मस्कतला. सरोज, मुलं आणि आई-नानाच इथे राहणारे. विलास पुण्याला होस्टेलला. तोसुद्धा अनिलसारखाच सुट्टीपुरता येणारा. म्हणूनच नाना रिटायर्ड झाल्यावर जुनी जागा सोडून नवा फ्लॅट घ्यायचा विचार चालू झाला तेव्हा अनिलने बंगल्याचाच प्रस्ताव मांडला.

नानांनीही तो उचलून धरला. त्यांचे पी.एफ.-ग्रॅच्युइटीचे पैसे आलेले होतेच. शिवाय त्यांच्या मित्राच्या ओळखीने गावाबाहेरच्या नव्या वसाहतीत चांगला प्लॉट अगदी कमी किमतीत मिळत होता.

पण आई म्हणाल्या, ''नको बाई. पहिल्यापासून आपल्याला चाळीत राहायची सवय. माणसातून उठून तिथे भुतासारखं एकटंच जाऊन राहायला नको. तुम्ही दोघं इथं नाही. आम्ही म्हातारे. आमची दुखणी, मुलांची आजारपणं... सरोज एकटी कायकाय बघेल? इथे अडल्यापडल्याला चाळीतली माणसं लगेच धावून तरी येतात.''

''तुमची बायकांची अक्कल स्वयंपाकघरापुरतीच. पुरुषमाणसं पुढे जायचं म्हणाली तरी तुम्ही त्यांना पाट मांडून चुलीच्या उबेला बसवून घ्याल.'' नाना भडकून म्हणाले.

आईंचं आणि त्यांचं कशावरच एकमत व्हायचं नाही.

''कुजा जन्मभर चाळीतच.''

''तुम्हाला एवढी बंगल्याची हौस असेल तर रोज भाजीपाल्यापासून सगळं आणून द्यावं लागेल. आधीच सांगून ठेवते. सरोज ऑफिसात गेल्यावर मला नाचवायचं नाही.'' आईंनी ठणकावलं.

त्या दोघांचं एवढ्याशा कारणावरून असं तडतडणं रोजचंच. जमवून घेताघेता सरोजला अगदी नको व्हायचं. तिचा निखिल अगदी तान्हा होता आणि नम्रता तीन वर्षांची. पण ही दोघं त्यांच्यापेक्षाही जास्त त्रास द्यायची तिला. त्यामुळे चांगला शेजार आणि सोबत ही सर्वांत जास्त तिचीच मानसिक गरज होती.

शेवटी अनिलनेच तोडगा काढला. गावात जुळ्या बंगल्यांची स्कीम जोरात चालू होती. त्यात पैसे भरले तर नानांना बंगल्याचा भपकाही मिळाला असता आणि आई-सरोजला हवी ती सोबतही!

पण अनिलचा हा अंदाज प्रत्यक्षात मात्र पार फसला. जुळ्या बंगल्यात त्यांच्या शेजारी आलेल्या वाडेकरांच्या घरातल्या सगळ्याच माणसांचा स्वभाव चमत्कारिक होता. बारीकसारीक कारणावरून वाद... आणि ते वादही साधेसुधे नाहीत, अगदी खणखणीत. हातवारे... अरेतुरे....

निमित्त अगदी साधंच असायचं. पण तेवढ्यानेही मोठा भडका उडायचा.

दोन्ही बंगल्यांचा पुढचा व्हरांडा आणि त्यापुढचं अंगण सामाईक होतं. वाडेकरांची मुलं शाळेचं वय ओलांडून पुढे गेलेली. पण सरोजची मुलं बरीच लहान. त्यांना ही एवढीच जागा आपली वगैरे काही कळायचं नाही. निखिल तर आईचं लक्ष चुकवून रांगतरांगत पलीकडे जाऊन वाडेकरांच्या दाराला धरून उभा राहायचा आणि गमतीने त्यावर थापा मारून खिदळायचा. कधीकधी तर शी, शूसुद्धा....

मग मीनावैनी सरोजच्या नोकरीचा, आईंच्या संस्कारांचा उद्धार करायच्या.

पुढच्या अंगणातली तगर जास्वंदी ही झाडं 'देवाचीच तर आहेत,' म्हणून नाना पूजेला फुलं काढायचे. त्यावर वाडेकरकाकांची बडबड... "आम्ही आधी राहायला आलो. पैसे टाकून रोपं विकत आणली. पाण्याचं दुर्भिक्ष्य होतं तरी आटापिटा करून जगवली. तुम्ही आयती फुलं तोडायला आलात. तुमचा देवही तुमच्यासारखाच. त्याला चोरीचीच फुलं लागत असणार...."

मग नानांनाही चीड यायची. रागाने बोलायला लागले की, त्यांचं ब्लडप्रेशर वाढायचं.

एका सुटीला अनिल आलेला होता, तेव्हा शेजाऱ्यांबद्दलच्या तक्रारींना वैतागून त्याने सरळ गवंडी आणला आणि भिंत घालून व्हरांड्याचे उघडउघड दोन भाग करून टाकले. पुढचं अंगण तारेच्या जाळीनं विभागून टाकलं. अर्थात, तरीही भांडणं थांबली नाहीतच. फक्त त्या भिंतीने आणि जाळीने शेजारी नावाचं नातं मात्र अगदी पुसूनच टाकलं.

बंगला विकताना शेजारच्या प्लॉटहोल्डरचं एन.ओ.सी. लागतं. तेवढ्यापुरतंसुद्धा बोलणं झालं नाही त्या दोन कुटुंबात. वाडेकरांनी डायरेक्ट अनिललाच फोन करून फॅक्सने त्याचं नो ऑब्जेक्शन सर्टिफिकेट मागवून घेतलं. रोजचा संपर्क येत नसल्याने अनिलच्या मनातलं वैर एवढं तीव्र आणि आडमुठं नसणार, हे त्यांनी ओळखलं होतं.

वाडेकरांनी बंगला सोडला तेव्हा 'आता कशी माणसं येताहेत कोण जाणे!' असा विचार सरोजच्या मनात येऊन गेला. पण तोही तेवढ्यापुरताच. कारण सोबत म्हणून शेजारच्या बंगल्याचा, त्यातल्या माणसांचा आपल्याला काहीही उपयोग

नाही, हे आता सगळ्यांच्याच मनातलं गृहीत होतं.

डिसेंबरचे दिवस. मुलांच्या शाळेला नाताळच्या सुट्ट्या लागल्या होत्या, म्हणून आई-नानांनी दक्षिण भारताच्या सहलीचे पैसे भरले होते. ते दोघं त्याच तयारीत मश्गुल होते. सरोजही त्यांच्याखेरीज पंधरा दिवस घर चालवायच्या विवंचनेत बुडालेली.

त्याच सुमारास 'नवे' शेजारी राहायला आले. मधल्या भिंतीपलीकडे संध्याकाळी दिवा दिसला तरी शेजारी नवं कुटुंब राहायला आल्याची नोंद कुणाच्याच मनात ठळकपणे उमटली नाही. आई-नाना जाणार म्हणून मुलांनाही तिने सुटीतल्या क्लास-शिबिरात गुंतवलं होतं.

नव्या शेजाऱ्यांची दखल घेतली फक्त नानांनी, तीही नकारात्मकच.

"शेजारी ती नवी माणसं राहायला आलीत. कुणी आपणहून बोलायला जाऊ नका. वाडेकरांनी आधीच कान भरून ठेवले असतील त्यांचे." नाना जाताना तिला आणि मुलांना बजावून गेले होते.

एका संध्याकाळी ती घरात एकटीच असताना बेल वाजली.

दार उघडलं तर दारात एक हसतमुख जोडपं उभं होतं. साधारण तिच्याच वयाची फारतर दोन-तीन वर्षांनी मोठी असलेली प्रसन्न चेहऱ्याची स्त्री आणि मागे तिचा स्मितवदन नवरा.

"आम्ही मराठे. तुमचे नवे शेजारी." सरोजने दार उघडताच त्या स्त्रीने चक्क हसून हात जोडले.

आता सरोजला त्यांना आत बोलावणं भागच होतं.

आत आल्यावर तिने सरोजच्या हातात छोटी प्लॅस्टिकची पिशवी ठेवली.

"काल सत्यनारायण केला घरातल्या घरात. म्हटलं प्रसादानेच सुरुवात करावी नव्या ओळखीला. शेजारी राहायचंय. एकमेकांना आधार लागतोच."

मराठे हसले.

"अपू, त्यांना वाटेल पुढच्या गरजेसाठी आधीच प्रसादाची लाच...."

"तसं नाही हं." सरोज ओशाळून म्हणाली.

"ह्यांचं बोलणं मनावर घेऊ नका. त्यांचा स्वभाव जरा थट्टेखोर आहे."

मग एकमेकांची चौकशी. नोकरी कुठे? घरात कोणकोण? मुलं कोणत्या शाळेत? असलेच जुजबी प्रश्न.

सरोजने चहा विचारला तर मिसेस मराठे काही बोलली नाही. पण मिस्टर मराठे मात्र पटकन म्हणाले, "चालेल अर्धा कप." आणि ती चहा ठेवायला वळली तसे म्हणाले, "हे मी थट्टेनं म्हणत नाहीये हं."

सरोजला मनापासून हसू आलं.

नानांचं सांगणं लक्षात असूनही दुसऱ्या दिवशी ऑफिसमधून आल्यावर घरात

शिरताना मधल्या भिंतीजवळून वाकून पलीकडे 'काय चाललंय?' असा पुकारा केलाच तिने. आधीचा विपरीत अनुभव असूनही शेजारी आलेलं ते नवं जोडपं तिला मनापासून आवडलं होतं, पटून गेलं होतं.

आई-नाना सहलीहून परत येईपर्यंत दोन्ही कुटुंबांचे सूर छान जुळून गेले होते.

अपर्णा एका नर्सरी स्कूलमध्ये टीचर होती. दुपारी अकरा ते तीन ही तिच्या शाळेची वेळ. तिचा मोठा मुलगा अजय यंदा दहावीला होता. तो सकाळी लवकरच क्लासला जाण्यासाठी म्हणून बाहेर पडायचा तो एकदम संध्याकाळीच घरी यायचा. छोटा विजय अपर्णाच्याच शाळेत अप्पर के.जी.ला होता. दोन मुलांच्या वयामधल्या एवढ्या अंतरामुळे तिला तब्येतीचा थोडा त्रास व्हायचा. त्यामुळे शाळेव्यतिरिक्त उरलेला सगळा वेळ ती घरीच असायची. वाचनाचं वेड. पण ते अगदी भाबडं, पोरकट वाचन. नाहीतर मग तशाच पातळीवरच्या टी.व्ही. सीरियल्स.

आईंचीही आवडनिवड अगदी तशीच. त्यांचं आणि अपर्णाचं सहज जमून गेलं.

अविनाश बँकेत ऑफिसर. त्याना बराच वेळ घराबाहेर राहावं लागायचं. डेव्हलपमेंटला असल्याने अधूनमधून एखाद्या दिवसाचा बाहेरगावचा दौराही असायचा. मग लाईटबिल भरणं, टॅक्स भरणं, गावातून काही सामान आणणं अशी कामं करायची जबाबदारी अपर्णावर असायची. मोपेडवरून ती कामं उरकताना आईंचं काहीतरी साधंच काम असलं तरी तेही ती येताजाता आठवणीने करून टाकायची. अडवणूक, स्वत:चं महत्त्व सिद्ध करायला धडपडणं हे तिच्या... त्या कुटुंबाच्याच स्वभावात नव्हतं.

मोपेडवरून शाळेत जाताना रस्त्यात अपर्णाला घामाघूम झालेले नाना भेटले.

त्यांची कॉलनी तशी गावाबाहेरचीच. बसस्टॉप जवळ नव्हता. रिक्षावाले वाट्टेल तेवढा चार्ज लावायचे... आणि तसाही उठसूठ रिक्षा हा नानांच्या मध्यमवर्गी हिशोबा-कोष्टकात न बसणाराच प्रकार. त्यामुळे अकराच्या उन्हातूनही ते तरातरा चालत निघाले होते.

"इतक्या उन्हाचं कुठे निघालात नाना?" अपर्णाने मोपेड थांबवून विचारलं.

"बँकेत पेन्शन आणायला. आज पाच तारीख ना."

"बसा. मी सोडते तुम्हाला."

नाना क्षणभर घुटमळले. शेजारच्या या कुटुंबाबद्दल त्यांना अजून तेवढासा भरवसा वाटत नव्हता. मनात किंचितशी दरी होती. शिवाय सरोज आणि शकुंतला दोघींचंही त्या कुटुंबाशी चांगलं जमल्यामुळे 'बायकांची अक्कल. कुणावरही खुशाल विश्वास टाकतात. मी नाही तसं करत.' अशी बालिश हट्टी भूमिकाही त्यामागे होती.

ते मराठ्यांशी फारसे बोलायच्या भरीस पडायचे नाहीत... तरीही आज अपर्णाने त्यांना लिफ्ट देऊ केली होती.

नाना जरासे वरमल्यासारखे झाले.

"गेलो असतो की. नेहमीच तर जातो." असं पडेल आवाजात पुटपुटत ते अपर्णाच्या मागे बसले.

"दर पाच तारखेला जावं लागतं ना तुम्हाला? निघताना मला हाक मारत जा. मी याच वेळेला निघते. तुम्हाला नेत जाईन की." अपर्णा म्हणाली.

नानांचा कल एकदम फिरला. तेही बायकांच्या गटात सामील झाले... आणि ते जुळे बंगले खरोखरच जुळी कुटुंबं होऊन गेले.

सरोजने अनिलला पत्रात ह्या नव्या शेजाऱ्यांबद्दल कळवलं होतंच. आता त्याचा फोन आल्यावरही त्यांचा उल्लेख व्हायला लागला.

सुटीसाठी तो भारतात येणार असल्याचा त्याचा फोन आला तेव्हा सरोजने त्याला चांगल्या प्रतीचं केशर मिळालं तर आणायला सांगितलं.

"मराठ्यांकडे दरवर्षी श्रावणात सत्यनारायण असतो ना! प्रसादासाठी लागेलच त्यांना."

"अरबांच्या देशातलं चालेल का त्यांच्या देवाला ते विचार आधी." अनिल थट्टेनं म्हणाला.

"इतकी काही सोवळंओवळंवाली नाहीयेत ती लोकं. आपल्यासारखीच तर आहेत."

"तू बराच इंटरेस्ट घ्यायला लागलेली दिसतेस त्यांच्यात. माझ्या स्थानाला धक्काबिक्का तर नाही ना लागलेला?" त्याने थोडंसं चेष्टेत, थोडंसं मनापासून विचारलं.

"काहीतरीच तुमचं." ती मनमोकळपणाने म्हणाली.

पण मनात कुठेतरी तिलाही जाणवलं की, अनिल म्हणतो तसा अगदी स्थानाला धक्काबिक्का लागला नव्हता तरी पूर्वीसारखं त्याचं नसणं टोचत नाही आता आपल्याला. पूर्वी आई-नानांची भांडणं झाली किंवा मुलं जरा आजारी पडली की, त्याला फोन करून चक्क रडायचो आपण कित्येकदा... पण आता रोजच संध्याकाळी भाजी-आमटीची वाटी द्यायला आपण किंवा अपर्णा एकमेकींकडे जातोच आणि डायरी लिहावी इतक्या तपशीलवार गप्पा मारतो दिवसभराच्या. त्यामुळे अगदी हलकं, मोकळं वाटतं. अनिलचं दूर असणं सहन करायला त्या गप्पा फार मोठा आधार देतात, हे कबूल करायलाच हवं.

'कोण जाणे कदाचित अनिल जवळ असता तर त्याच्याशीही इतक्या मनमोकळ्या गप्पा झाल्या नसत्या दिवसभरातल्या क्षुल्लक गोष्टींवर....' तिला वाटून गेलं.

संध्याकाळी सरोज ऑफिसमधून बाहेर पडली तर समोर मराठे उभे.

"अरे!" आश्चर्याने तिने विचारलं, "इकडे कुठे तुम्ही?"

"ह्या बाजूला आलो होतो. तुमचंही ऑफिस इकडेच आहे हे लक्षात आलं. म्हटलं बघावं तुम्हीही ह्याच वेळी निघत असाल तर...." तिची नजर चुकवत ते म्हणाले.

तिच्या मनात कुठेतरी शंकेची पाल चुकचुकली.

'आता दोन वर्षं होत आली ह्यांना आपल्या शेजारी राहायला येऊन. तशी ह्या माणसाची नजर कधी गढूळ वाटली नाही. वागण्यातूनही वावगं काही जाणवलं नाही. पण आज मात्र काहीतरी वेगळं जाणवतंय. हे सहज ह्या बाजूला आल्याचं सांगणं खरं? की ही बतावणी असेल? ह्यांच्या स्कूटरवर बसून जावं की नको?' तिला काहीच ठरवता येईना.

तिच्या मनाचा गोंधळ लक्षात येऊन आता मात्र त्यांनी स्वच्छपणे सांगून टाकलं, "मला जरा बोलायचं होतं तुमच्याशी म्हणून इथे आलो. इथं तुमच्या ऑफिससमोर उभं राहून बोललं तर चालेल? की समोरच्या रेस्टॉरंटध्ये चहा घ्यायचा?"

त्यांच्या या नजर न चुकवता विचारलेल्या रोखठोक प्रश्नाने तिला धीर आला. मोकळंही वाटलं.

नेहमीसारख्याच प्रसन्न आपुलकीने ती म्हणाली, "चहा घेऊयात."

"गेले चार-पाच दिवस तुम्ही आला नाहीत आमच्याकडे...." खुर्चीवर बसल्याबसल्या त्यांनी सुरुवात केली. अजून वेटरला ऑर्डरही दिली नव्हती.

तिला त्यांच्या अधीरपणाचं हसूच आलं. पण ते दाबत स्वरात सहजपणा आणत ती म्हणाली, "वेळच झाला नाही."

"हे खरं नाही. तुमचं आणि अपूचं खटकलंय काहीतरी. हो ना?"

ती गप्प.

चार-पाच दिवसांपूर्वी संध्याकाळी ती घरी आली तेव्हा अपर्णा हॉलमध्ये बसली होती आणि नाना तावातावाने तिला काहीतरी सांगत होते. त्यांच्या बोलण्यात दोन-तीनदा आपल्या नावाचा उल्लेख आलेला सरोजला अगदी नीट ऐकू आला.

मुद्दामच तिने चपला काढताना जरा जास्त आवाज केला.

तिची चाहूल लागताच दोघंही चपापले. बोलणं थांबलंच. नाना उठून आत गेले आणि अपर्णा हसतहसत तिला काहीतरी सांगायला लागली.

तिला मधेच थांबवत सरोजने उत्सुकतेने विचारलं, "काय सांगत होते गं नाना माझ्याबद्दल?"

त्या विचारण्यात खोचकपणा नव्हता. नानांचा कुरकुऱ्या स्वभाव तिला पुरता

ठाऊक होता. आपल्याबद्दलची काहीतरी बारक्याशा बाबतीतली तक्रार असणार, अशी खात्री तिच्या विचारण्यात होती आणि आपण विचारलं की, अपर्णा आपल्याला खरं काय ते सांगणारच, असा भरवसाही.

पण अपर्णा एकदम तिला झटकून टाकल्यासारखी म्हणाली, "तुझ्याबद्दल? छे गं. काहीच तर नाही. आम्ही दुसऱ्याच विषयावर बोलत होतो."

"मग मी आल्यावर गप्प का झालात?"

"विषय संपूनच गेला ना."

"कोणता विषय?" शब्दांवर जोर देत सरोजने रोखून विचारलं.

"तू तर अगदी खणायलाच लागलीस की गं." अपर्णाने उत्तर टाळलं.

सरोजने पुन्हापुन्हा छेडलं तरी तिने त्या संभाषणाचा थांगच लागू दिला नाही.

सरोजला रागच आला. आईंनी चहा आणून दिला तरी अपर्णाशी न बोलता ती घुश्शातच चहा घेत राहिली.

निघताना अपर्णाला कुंकू लावताना ती म्हणाली, "कोणत्याही माणसावर मी फार चटकन विश्वास टाकते अपर्णा. पण कधीकधी वाटतं माझं चुकतं की काय?"

"काय झालं आता?" अपर्णा काहीशी वैतागून म्हणाली, "तुझ्या एका प्रश्नाचं उत्तर दिलं नाही तर एवढं टोकाला जाऊन कशाला बोलायला हवं? काढून टाक ते डोक्यातून. अगं, मी आणि नाना...."

"प्लीज! आता एखादी नवीन थाप शोधू नकोस. आता काहीच ऐकायचं नाही मला." फटकन तिला तोडून सरोज कोयरी देव्हाऱ्यात ठेवायला वळली.

अपर्णाही मग तिची समजूत काढायला न थांबता तरातरा निघून गेली.

त्या दिवसापासून दोघीही एकमेकींकडे गेल्या नव्हत्या की एकमेकींशी बोलल्या नव्हत्या. काल आईंनीही सरोजला त्यावरून छेडलं होतं. पण आपल्याला काही ऐकूच आलं नाही, असं दर्शवत तिने विषय बदलला होता.

एरवी कामाच्या गडबडीत एखाददिवशी बोलणं किंवा जाणं-येणं झालं नाही तर एवढं काही वाटायचं नाही. पण असं मुद्दामहून स्वत:ला आखडून घेताना मात्र मनाला बराच त्रास होत होता आणि आता मराठेही त्याबद्दलच....

"सांगा ना. तुमचं आणि अपूचं काय बिनसलंय?" त्यांनी अपराधीपणे पुन्हा विचारलं.

"मला असं बाहेर गाठून विचारण्यापेक्षा तुम्ही तिलाच का विचारत नाही?" सरोज रागाने म्हणाली.

आपल्याला कुणीतरी असं विचारावं याचं आत कुठेतरी बरंही वाटत होतं. धुमसत्या रागाला त्यामुळे वाट मिळून गेली.

"कारण मला खात्री वाटली की, तुम्हीच सरळपणे सांगाल."

सरोजने चमकून त्यांच्याकडे पाहिलं.

"ती बायको आहे तुमची."

"ठाऊक आहे मला. अगदी प्रेम करून हट्टाने लग्न केलंय मी तिच्याशी. तरीही या बाबतीत तुमचा विश्वास मला जास्त वाटला, हे पुन्हा एकदा सांगतोय मी."

"का बरं?"

"कारण तिचा स्वभाव पूर्ण ओळखतो मी. एखाद्या व्यक्तीत ती मनापासून गुंतली ना, की त्या व्यक्तीच्या बाबतीतल्या अनुभवाची वाईट बाजू कुणालाच सांगणार नाही ती. तो स्वत:चा, माणूस पारखण्याच्या आपल्या ताकदीचा अपमान वाटतो तिला. त्यापेक्षा होणारा त्रास मुकाट्याने सहन करेल ती, आता करतेय तसा."

"म्हणजे?"

"म्हणजे तुमच्यावर खूप प्रेम आहे तिचं. तुमच्यात जे काही झालंय त्याचा बराच त्रास होतोय तिला."

"तुम्हाला तसं म्हणाली ती?"

"तेच तर सांगतोय मी. म्हणणार नाही ती काहीच. पण तिचं अस्वस्थपण मला जाणवतंय पदोपदी."

सरोजने काहीशा आश्चर्याने त्यांच्याकडे पाहिलं. त्यांची नजर खाली वळलेली होती. टेबलावर बोटाने रेघा ओढत ते बोलत होते. चेहऱ्यावर अपर्णाबद्दलची, तिच्या मूडबद्दलची काळजी दाटून आलेली.

त्यांची ती बायकोची मनापासून काळजी करणारी चर्या, रुंद कपाळ, मागे फिरवल्यावरही हट्टाने पुढे येणारे दाट सरळ केस, जिवणीखालचा खळगा... आजवर नीटसं न पाहिलेलं, केवळ ओळखीतून न जाणवलेलं मराठेंचं हे रूप सरोज टक लावून पाहतच राहिली. तिच्या काळजात एक दुखरी रेखा सळसळून गेली.

अनिलच्या आखातातल्या नोकरीमुळे एकमेकांच्या मूडबद्दल इतका मनापासून विचार करण्याइतका अवधी त्या दोघांनाही कधीच मिळाला नव्हता. सतत निकटच्या सहवासातून येणारे असे बेरजेचे क्षण त्यांच्या तुटपुंज्या सहवासाच्या कोष्टकात बसणारेच नव्हते. ही वजाबाकी दोघांच्याही मनाने नकळतच स्वीकारलेली होती. पण असं दोन टोकांवर उभं राहून संसार पेलताना किती छोटीछोटी सुखं गमवावी लागतात, ते आत्ता मराठेंच्या चेहऱ्याकडे बघताना सरोजला जाणवून गेलं.

'शिवाय अनिलच्या स्वभावाचाही फरक आहेच. आपण कधी गप्प राहिलो, विनाकारण चिडचिड केली तर अनिल एवढं समजून घेईल आपल्याला? आपल्या मूडसाठी असं तिसऱ्या व्यक्तीला भेटून... स्वत:कडे कमीपणा घेऊन...?'

वेटर चहा घेऊन आला. दचकून तिने स्वत:ला सावरलं.

''तुम्ही उगीचच काळजी करताय मिस्टर मराठे. तसं सीरियस काही घडलेलंच नाही आमच्यात आणि अपर्णाचा मूड गेला असेल ना, तर मी समजावते तिला.''

घरी येताना सहजच शिरल्यासारखी ती आधी त्यांच्या घरात शिरली.

''अपर्णा, बेकिंग पावडर आहे का गं तुझ्याकडे? आज मिसेस चावलांनी जिराबिस्किटांची रेसिपी सांगितलीय.''

''हो आहे ना. पण सरोज, तिला जिंजर बिस्किटं येत असतील तर विचार ना. जिरा बिस्किटांपेक्षा ती जास्त छान लागतात.'' अपर्णा काही झालंच नाही अशा सहज स्वरात म्हणाली तरी तिच्या चेहऱ्यावर सरोज आल्याचं समाधान झळकत होतं.

सरोजनं हळूच मागून येणाऱ्या मराठेंकडे पाहिलं. त्यांच्या डोळ्यांत उमटलेलं 'थँक्स' तिला सुखावूनही गेलं आणि अस्वस्थही करून गेलं.

रात्री नाना टीव्ही बंद करून झोपायला निघाले तरी सरोज हॉलमध्येच.

''का गं? झोपायचं नाही?'' नानांनी विचारलं.

तिच्या वाचनाला त्यांचा आक्षेप नसायचा. पण रात्री जागून वाचण्यात एवढं काय सुख असतं? उगीच बिल वाढतं त्याने. असा त्यांचा सरळसरळ व्यवहारी दावा होता.

''झोपते. एवढी दोनच पानं राहिलीयेत.'' सरोज त्यांची नाराजी कळूनही म्हणाली.

'दोनच पानं राहिलीयेत,' हे सांगायचं कारण. खरंतर आज वाचनात अजिबात लक्ष नव्हतं तिचं. डोळ्यांसमोर मराठेंचा चेहरा, बायकोबद्दलच्या काळजीनं व्याकूळ झालेला....

'आपण अपर्णाशी आपणहून बोलायला गेलो ते केवळ त्यांच्यासाठीच. त्यांचं हे असं इतकं बांधून राहणंच आवडून गेलं आपल्याला. आपण त्यांच्या विचारात उगीचच इथं जागत बसलोय. ती दोघं काय करत असतील आत्ता? आपल्याबद्दलच काहीतरी बोलत असतील? की अपूचा मूड परत आल्याच्या आनंदात मिस्टर मराठे तिला....'

कुठच्याकुठे जाऊन पोहोचणाऱ्या मनाला सरोजने खसकन मागे ओढलं. छातीतली कळ आणखी....

त्या दिवसापासून शेजारच्या घराशी असलेलं तिचं नातं नकळत बदलत गेलं. जास्त जवळिकीचं आणि तरीही अपर्णाच्या बाबतीत किंचित त्रयस्थ... असं वेगळंच काहीतरी....

'आपल्याला काय होतंय? या नात्यातून काय शोधायचंय? काय हवंय?'

हे तिचं तिलाही समजत नव्हतं. पण आपल्या दृष्टिकोनातला बदल मात्र जाणवत होता. अपर्णा आणि तिच्यातलं ते चिमुकलं भांडण पाण्यावरच्या रेघेसारखं मिटून गेलं होतं. पूर्वीसारखाच नितळ जिव्हाळा पुन्हा झुळझुळायला लागला होता. पण तरीही आता तिच्यापेक्षा मराठे जास्त ओळखीचे वाटत होते. आता प्रत्येक वेळी मनात त्यांचा विचार यायचा. विशिष्ट वेळी ते कसे वागतील याचा तर्क सरोज स्वत:च्याच मनाशी बांधायची आणि त्यांची प्रतिक्रिया नेमकी तशीच आली की, एखादं अवघड कोडं सुटल्यासारखी आनंदी व्हायची.

मनाच्या ह्या जगावेगळ्या खेळातून तिला जाणवत गेलं की, आपली आणि मराठ्यांची मतं, विचार ह्यात आश्चर्यकारक सारखेपणा आहे. स्वभाव तर विलक्षण मिळतेजुळते.

कदाचित आपल्याला असाच जोडीदार....

ओढाळ मनाला मागे खेचताखेचता तिची दमछाक होऊन जायची. कितीही नाही म्हटलं तरी अपर्णाच्या आणि त्यांच्या संबंधातले तर्क, वेळोवेळी स्वत:ला तिच्या जागी कल्पून पाहण्याचा खेळ आणि त्यांच्याबद्दलची वाढत जाणारी ओढ... मनात आपोआप गुंफला जाणारा हा तिहेरी गोफ उलगडताच यायचा नाही तिला.

साधं बाथरूममध्ये पाय घसरून पडल्याचं निमित्त झालं आणि नानांच्या डाव्या पायाचं हाड मोडलं. पाय प्लॅस्टरमध्ये घालावा लागला. आठ दिवसांसाठी हॉस्पिटलमध्ये राहावं लागलं.

मार्चचा दुसरा आठवडा. सरोजला एवढी रजा मिळणं शक्यच नव्हतं. अनिल दरवर्षी मेमध्ये सहा आठवड्यांची रजा घेऊन यायचा. या वर्षीसाठी ती रजा मंजूर करून घेतल्याचं त्याचं नुकतंच पत्र आलं होतं, म्हणजे त्यालाही लगेच निघणं शक्य नव्हतं. विलासला– तिच्या धाकट्या दिराला नोकरी लागून जेमतेम सहा महिने झालेले. त्यालाही नगरहून एवढे दिवस येता आलं नसतं. जमेल तसा तिलाच किल्ला लढवायला हवा होता.

पण मराठे पतिपत्नीनी तिला खूप मदत केली. सकाळी सरोज जेवणाचा डबा घेऊन जायची तेव्हा रात्री नानांजवळ थांबलेल्या सासूबाईंची सुटका व्हायची. नमू-निखिल तोपर्यंत अपर्णाकडेच. संध्याकाळी सरोज ऑफिसमधून परस्परच हॉस्पिटलमध्ये जायची. रात्रीचा स्वयंपाक करून ठेवून आठला सासूबाई यायच्या. मराठेच त्यांना स्कूटरवर घेऊन यायचे आणि जाताना सरोजला घेऊन जायचे.

'आमच्यासाठी तुम्हालाच किती त्रास पडतो. गावात उगीचच दुसरा हेलपाटा

घालावा लागतो.' सरोज संकोचून त्यांना म्हणायची.

'म्हणजे बघा, आमच्या मनातही येत नाही हे असं त्रास वगैरे. ते तुम्हीच असं बोलून सारखं आमच्या मनावर ठसवत राहता.' मराठे हसून तिचं असं संकोचणं उडवून लावायचे.

त्या आठ दिवसांत सरोजच्या मनातल्या लाटांचं उसळणं आणखी वाढलं. त्यांच्यामागे बसून येताना घडणारा तो सुखद सहप्रवास... आठ वाजून गेल्यावर कॉलनीतला रस्ता अगदी शांत असायचा. उन्हाळ्यातली मोकळी हवा, निरभ्र आकाश आणि तिच्या मनावरचं दडपण दूर करण्यासाठी मराठ्यांनी चालवलेली चेष्टामस्करी....

रात्री अंथरुणावर पडल्यावर दोन-अडीच किलोमीटरचा तो सगळा प्रवासच मनात पुन्हा उलगडून बघताना एकीकडे सुखाचं हळुवार पीस मनाला गुदगुल्या करून जायचं आणि दुसरीकडे शरमिंदेपणाची विचित्र भावना!

'अनिल इथे नाही म्हणून आपलं मन असे खेळ खेळतंय?'

त्यांच्याबद्दलच्या भावना तिच्या तिलाच नीट उमगत नव्हत्या.

अनिलबरोबरच्या संसारात ती कुठेच अतृप्त नव्हती. मनाच्या तारा अगदी जुळलेल्या नसल्या तरी बेबनावही नव्हता त्यांच्यात. मुळात वर्षातले साडेदहा महिने एकमेकांपासून दूर असल्यामुळे तशी वेळच यायची नाही आणि आजवर सरोजला तसं काहीच जाणवलंही नव्हतं. दुसऱ्या कुणाबद्दलच कधी अशी ओढ वाटली नव्हती. मराठ्यांबद्दलच्या ओढीतही शारीरिक आकर्षण नव्हतंच. सहवास हवासा वाटायचा, त्यांचं हसणंबोलणं मनाभोवती दिवसभर रुंजी घालत राहायचं एवढंच! त्यात उथळ शारीरिक ओढ नव्हती.

तिला आकर्षण होतं ते त्यांच्या व्यक्तिमत्त्वाचं.

तिला आठवलं, 'उमलत्या वयाच्या भावुक दिवसांमध्ये जन्माचा जोडीदार म्हणून मनात धूसर, अस्पष्ट असं काही आकाराला येऊ पाहत होतं. त्याचं स्वरूप पुरतं कळण्याआधीच लग्न झालं.'

साचेबंद पद्धतीने ठरलं. अनिलची रजा संपायच्या आत पार पडलं आणि त्याच साचेबंदपणे त्यांचा संसार सुरू झाला. अनिलची आखातातली नोकरी, एकत्र कुटुंब, आईवडिलांची जबाबदारी या शब्दांनी लग्नापूर्वीच अपेक्षांच्या आणि स्वप्नांच्या चौकटी घट्ट ठोकून पक्क्या केल्या होत्या. सहजीवन म्हणजे यापलीकडचं काही असतं, हे जाणवण्याच्या आतच रूक्ष व्यवहारी दैनंदिनीचं चाक फिरायला लागलं होतं. अनिलची रजा संपून परत जाणं जितकं अटळ होतं, तितकंच हे असं सहजीवनही. त्या वेळी आयुष्याची, सहजीवनाच्या आनंदाची दुसरी चवच ठाऊक नसलेल्या सरोजने ते सहज स्वीकारलं होतं.

पण आता मात्र तिला या सगळ्याकडे पुन्हा वळून पाहावंसं वाटत होतं. कॉलेजमधल्या रंगलेल्या गप्पा, मैत्रिणींबरोबर कधी तावातावाने तर कधी हळवं होऊन केलेल्या चर्चा, एखादी सुंदर कविता किंवा कथा मनाला भिडल्यावर येणारा सुन्नपणा, त्या वेळी तो अनुभव कुणापाशी तरी वाटून घ्यावा म्हणून मनाची झालेली घुसमट, तिन्हीसांजेच्या वेळी रेडिओवरच्या गाण्याची एखादी भावुक ओळ ऐकताना येणारी कातर अस्वस्थता, त्या वेळी मना-शरीरावर राज्य करणारी विलक्षण बेचैनी... ह्या जगण्याच्या आटापिटीत मागे पडून गेलेल्या गोष्टी पुन्हा खुणावायला लागल्या होत्या. बालपणीची खेळणी सापडावीत आणि बाकीचा पसारा तसाच टाकून त्यांच्यात रमून जावं, तसं मन ह्या जगावेगळ्या खेळात रमत होतं; नोकरी, संसार हा रोजच्या जगण्याचा पसारा तसाच अस्ताव्यस्त सोडून.

नानांना घरी आणलं तेव्हाही मराठेच त्यांच्याबरोबर होते.

सरोजला ते चेष्टेने म्हणाले, ''आता तुम्हाला सुटल्यासारखं वाटेल जरा, आम्हाला त्रास पडणार नाही म्हणून.''

सरोज मलूल हसली.

'अशी सहज सुटका होते का?'

''सरोज, इथे हेअरड्रायर ठेवला होता मी. कुठे गेला?'' टेबलावरचा पसारा वरखाली करत अनिल ओरडला.

त्याला आवडतात म्हणून सरोजने अळूवड्यांचा घाट घातला होता. पिठानं भरलेले हात तसेच घेऊन ती बेडरूममध्ये आली.

''अहो, मी कालच म्हटलं नाही का तुम्हाला? तो हेअरड्रायर मी अपर्णाला देणारेय म्हणून.''

''अगं, पण त्याची किंमत ठाऊक आहे का तुला? बिल माझ्याकडेच आहे.''

''पैसे घेणार नाही हं मी तिच्याकडून. तुम्ही आलात म्हणून काहीतरी भेट तर....''

''शेजाऱ्यांना भेट म्हणून इंपोर्टेड हेअरड्रायर? वेडबिड लागलंय का तुला? एखादी सेंटची बाटली वगैरे द्यायची. एवढा महागाचा....''

''प्रत्येक गोष्ट पैशातच कशी मोजता हो तुम्ही? नानांच्या आजारपणात त्या दोघांनी एवढी मदत केली. त्याचं पैशात मोल करता येईल? कधीतरी भावनांचापण विचार करा. सदोदित आपलं एवढं घेतलंय तर तेवढंच द्या... मला नाही पटत.''

''हे बघ सरोज, आम्ही पैशासाठी धडपडणारी व्यवहारी माणसं. तुझ्या लेखी आम्ही क्षुद्र असू. पण आमच्या मनात आमचे हिशोब स्पष्ट असतात. तुझ्यासारखी

भावनांचा घोळ घालणारी माणसं असतात ना, ती स्वत:च गोंधळलेली असतात. याचं मोल पैशात करता येईल का? त्याची किंमत काय एवढीच असेल का? असं म्हणताना तुम्हाला कशाचंच मोल नीट ठरवता येत नाही. स्वत:जवळचं सगळं देऊन बसलात तरी समोरच्या माणसाच्या उपकारांचं ओझं डोक्यावर तसंच असतं तुमच्या. त्यापेक्षा एखादी नर्स ठेवली असती तर पैसे देऊन हिशोब मिटला असता. आता हा हेअरड्रायर देऊनही जन्मभर त्यांनी किती केलं... त्यांनी किती केलं... हे उरणारच तुझ्या आणि त्यांच्याही मनात.''

अनिलचं हे नेहमीचं तत्त्वज्ञान आणि ह्या विषयावरून त्या दोघांचे होणारे वादही नेहमीचेच. पण आज ती नेहमीसारखी इरेला पडून वाद घालत बसली नाही.

'तुमच्या मनात काहीच स्पष्ट नसतं. आपल्याला काय हवंय, काय मिळतंय? सगळाच गोंधळ!'

अनिलच्या एकाच वाक्याला कितीतरी अर्थाचे प्रतिध्वनी फुटले होते आणि गाभाऱ्यातल्या घंटानादासारखे तिच्या मनात पुन्हापुन्हा घणघणत होते.

''तुम्हाला तुमच्या सासऱ्यांचा फोन आला होता. कुणालातरी अपघात झालाय.'' लंच अवरनंतर सरोज जागेवर आली तेव्हा शिपायाने सांगितलं.

''अपघात? कुणाला?''

ती धसकलीच.

'नानांच्या पायाचं दुखणं आत्ताशी कुठे संपलं होतं. परत आणखी काय निघालं? फोन त्यांनीच केला म्हणजे ते ठीक असतील. मग सासूबाई? की मुलं?'

मनात हजार शंकांचं थैमान. घरी फोन लावला तर कुणीच उचलेना. त्यामुळे नेमकं काय झालंय? कुणाला, कुठल्या हॉस्पिटलमधे नेलंय? तेही कळेना.

साहेबांना सांगून ती बाहेर पडणार तेवढ्यात पुन्हा फोन आला. ह्या वेळी फोनवर मराठे होते.

''लाहोटी हॉस्पिटलमधून बोलतोय. अपर्णाला अपघात झालाय.''

त्यांचा आवाज अगदी हुंदके फुटल्यासारखाच.

''खूप लागलंय का? नाना-सासूबाई आहेत ना तिथे? अपर्णाच्या मावसबहिणीला फोन करू का मी?'' तिने काळजीने जे सुचेल ते विचारलं.

''सगळी आहेत इथे. फक्त तुम्ही या. काही खरं वाटत नाही हो मला.''

रिक्षा करून ती लाहोटी हॉस्पिटलमध्ये आली तेव्हा अपर्णामध्ये थोडी धुगधुगी होती. अर्ध्या तासाने ती गेलीच. शाळेतून घरी येताना ट्रकने समोरून धडक मारली होती. मेंदूला जबर मार बसला होता. वाचली असती तरी कठीणच होतं.

अपर्णाच्या कलेवराकडे बघून अश्रू गाळणाऱ्या मराठ्यांकडे तिला बघवेना.

"सरोज, आज संध्याकाळी त्या तिघांनाही आपल्याकडेच बोलावू जेवायला. संकष्टी आहे. मराठेकाकांना उपास असेल." ऑफिसमधून येऊन ती चहा घेत होती तेव्हा सासूबाई म्हणाल्या.

"आपण बोलावून ते यायला पाहिजेत नं?" सरोजचा स्वर निराश.

अपर्णा गेल्याला आता महिना होत आला होता. पण अजूनही मराठे फारसे कोणाशी बोलत नव्हते. गेल्या आठवड्यापासून ऑफिसला जायला लागले होते खरे, पण आल्यावर मात्र घरातच कोंडून घ्यायचे स्वत:ला. नानांनी व्हरांड्यात हाक मारून काही विचारलं तरी जेवढ्यास तेवढं उत्तर देऊन गप्प व्हायचे. अजय आता बी.एस्सी.च्या दुसऱ्या वर्षाला होता. विजय दुसरीत. आपापल्या विश्वातच रमून जायचं वय होतं दोघांचं. अपर्णाचं नसणं मराठ्यांनाच खूप प्रकर्षाने जाणवत असणार, पण त्यांनी आता स्वत:ला सावरायला हवं होतं.

'त्यांना सांगणार कोण?' ती पुटपुटली.

"तूच जरा बोलून बघ बाई त्यांच्याशी. ते फटकन काही म्हणाले तर ह्यांना सुधरायचं नाही पुढे बोलायला. आपण बायका जरा वेगळ्या परीने सांगू शकतो नं." सासूबाईंनी सुचवलं.

"मी?"

सरोज एकदम गोरीमोरी झाली. अपर्णा गेल्यापासून ती पूर्वीच्या मोकळेपणाने मराठ्यांशी बोललीच नव्हती. मनात आणखी एक विचित्र अपराधी भावना दाटून राहिली होती. इतके दिवस अपर्णा असताना कित्येकदा तिच्या जागी स्वत:ला उभं करून पाहण्याचा खेळ ती अगदी सहजपणे खेळू शकत होती. पण आता ती संसारातून उठून गेल्यावर मात्र....

"बघ. येत असतील तर त्यांचाही कुकर लावून टाकते." सासूबाईंचं चालूच होतं.

मराठ्यांच्या घरात अंधार होता. दार नुसतं लोटलेलं, पण ते उघडून ती आत आली तरी कुणाचीच चाहूल लागेना. बेडरूमचं दार अर्धवट उघडं. त्यातून बाहेरच्या संधिप्रकाशाच्या सावल्या झिरपत होत्या. ती आत डोकावली. डोळ्यांवर आडवा हात घेऊन मराठे झोपले होते, तसेच ऑफिसच्या कपड्यांत.

मागे सरकून तिने दारावर टकटक केलं तसे दचकून ते उठले.

"कोण आहे?"

"मीच. सरोज."

"आलो हं." त्यांचा स्वर नेहमीसारखाच, दु:खाचं, शोकाचं जराही सावट

नसलेला, अशा अवेळी झोपण्याशी अगदी विसंगत असा.

बाहेर येऊन त्यांनी दिवा लावला. त्या प्रकाशात तिला जाणवलं की, ते विचार करत असतील कसलातरी. पण दुःखाने किंवा अपर्णाच्या आठवणीने विव्हल होऊन झोपलेले नसावेत.

"बसा नं. काही काम होतं का?"

"अं... सासूबाईंनी सांगितलंय रात्री जेवायला आमच्याकडेच या. आज उपास असेल ना तुमचा?"

"हो. पण बाई दुपारीच सगळं करून गेल्यायत."

"ते फ्रीजमध्ये ठेवून द्या. दिवसभराचं जरा चार माणसांत बसून जेवलं की, मुलांनाही बरं वाटेल."

"हं."

खिन्नपणे त्यांनी अपर्णाच्या फोटोकडे नजर वळवली.

"आणि तुम्हीही आता किती दिवस असे कुढत राहणार आहात? अपर्णा गेली. मुलांसाठी तुम्हालाच दोन्ही भूमिका वठवायच्या आहेत. मनाची उभारी...."

ते ओठ वाकडा करून हसले.

"तुम्ही वेगळं काहीतरी बोलाल, असं वाटल होतं."

"म्हणजे?"

"म्हणजे ही परक्यासारखी सांत्वनाची वाक्यं मला तुमच्याकडून अपेक्षित नव्हती. अपर्णा गेल्याने माझं काय हरवलंय ते तुम्हीच जास्त चांगलं जाणू शकता. आमच्यातल्या नात्याची सखोल जाण होती तुम्हाला."

"सगळं खरं. पण असं वागून हा आलेला एकटेपणा संपणारेय का?"

"ती गेल्याने नवा एकटेपणा आलेला नाही. ती असतानाही आम्ही एकेकटेच होतो... आणि खरं सांगायचं तर प्रत्येक जणच तसा एकेकटाच असतो. सोबतीने कुणाचा एकटेपणा संपत नाही. त्याची तीव्रता कमीजास्त होते इतकंच!"

सरोज चमकली. तिला वाटलं होतं तेवढे अपर्णाच्या जाण्याने ते कोसळलेले नव्हते. त्यांच्या मनात दुसरीच कसली तरी खळबळ असावी.

'कसली? की तेसुद्धा आपल्यासारख्याच उलटसुलट विचारांच्या प्रवाहात...?'

तिच्या अंगावर शहारा आला. अपर्णाच्या मृत्यूने काहीसं मागे पडलेलं मनातलं वादळ पुन्हा मनात गिरकी घेऊन गेलं. पाण्यावर तरंगणाऱ्या काड्याकचरा एक लहानसा दगड मारल्यावर बाजूला व्हाव्यात, तसा मराठ्यांच्या त्या वाक्याने मनावर झाकोळून राहिलेला अपर्णाचा मृत्यू क्षणभर बाजूला झाला आणि आपल्या मनाचा तळ सरोजला स्वच्छ दिसला. मराठ्यांच्या व्यक्तिमत्त्वाविषयीची अपार, अगम्य ओढ आणि त्या ओढीच्या मुळाशी असलेला जीवघेणा एकटेपणा....

"मला ठाऊक आहे सरोज. एकत्र कुटुंबात राहत असलीस तरी तूही पुष्कळदा एकटीच असतेस. अनिल इथे आलेल्या दिवसांतही ते एकटेपण तुला बिलगलेलं असतंच. हो ना?"

मराठ्यांचा नकळत हळुवार झालेला आवाज आणि अनवधानाने तिच्यासाठी वापरलेलं एकेरी संबोधन....

संध्याकाळच्या त्या अस्वस्थ वेळी त्यांचं मन शोधण्याचा प्रयत्न तिला झेपणारा नव्हता. हे असं विलक्षण काहीतरी का घडतंय ह्या शंकेला भिऊन ती मागे वळली.

जवळजवळ धावतच ती घरी आली आणि धापा टाकत सासूबाईंना म्हणाली, "काही कळतच नाही त्यांचं. हवं तर तुम्हीच एकदा विचारून बघताय का?"

"...माझं खूप प्रेम होतं अपर्णावर. एकाच कॉलेजमध्ये होतो आम्ही. मित्रमैत्रिणींचा एक मोठा ग्रुप होता. त्यातूनच दोघं एकत्र आलो. मला ती आवडायला लागली आणि तिलाही मी आवडतोय असं वाटून मी सरळ तिला लग्नाचं विचारून मोकळा झालो. पण ती काहीच बोलली नाही. मला वाटलं लाजत असेल. म्हणून मग मी घरी सांगून रीतसर मागणी घातली. जात, नोकरी, शिक्षण सगळे मुद्दे जुळत होते. कुणीच काही आडकाठी केली नाही.

पण आमचं लग्न झाल्यावर तिने मला सांगितलं की, तिला आमच्या ग्रुपमधला दुसराच एक मुलगा आवडत होता. मला तिने काहीच उत्तर दिलं नव्हतं ते त्याच्या आशेवर. मी सॉलिड हादरलो. लग्न करून बसलो होतो नाहीतर सिनेमात दाखवतात तसला त्याग वगैरे केला असता. पण अपर्णा म्हणाली, 'आता मी त्याला विसरून जाईन. तसा तूही मला आवडत होतासच.'

तिच्या वाक्यातलं ते 'तसा' मला टोचलं. तरीही मी तिचं म्हणणं मान्य केलं. आधीचं सगळं पुसून नवी रांगोळी काढली मनावर."

"पण खरंच तुमचे सूर किती छान जुळले होते. अगदी आदर्श नवराबायको वाटायचात तुम्ही लोकांना."

"लोकांनाच कशाला? अगदी अपर्णालाही तसंच वाटायचं. पण मला मात्र नाही."

"म्हणजे?"

म्हणजे लग्नानंतर कित्येक गोष्टी लक्षात येत गेल्या. लग्नापूर्वी केवळ दृश्य व्यक्तित्वावरच भाळतो आपण. लग्नानंतर स्वभावातली एकएक पाकळी उलगडत गेली की कळतं, आपण प्रेम करतो तेव्हा काही गोष्टी आपल्या मनासारख्याच असणार आहेत, हे गृहीत असतं आपल्या मनात. प्रत्यक्षात मात्र...."

"पण हे तर सगळ्यांच्याच बाबतीत घडून येतं की!"

"माझ्या बाबतीत असणारी आणखी एक वाईट गोष्ट म्हणजे माझी प्रचंड संवेदनशक्ती. समोरच्या माणसाच्या साध्या हालचालीतूनही त्याच्या मनाचा, विचारांचा प्रवास ओळखता येतो मला आणि त्यामुळेच अपर्णाने कितीही सांगितलं तरी माझ्या लक्षात आलं की, तिचं खरं प्रेम त्या दुसऱ्यावरच होतं. ती मनापासून माझ्या संसारात रमण्याचा प्रयत्न करत होती खरी, पण मी म्हणजे केवळ डमी होतो. ती तिला आवडणाऱ्या 'त्या'चा शोध माझ्यात घेत होती. त्याच्या दोषगुणांचा आरोप माझ्यावर...."

"अपर्णाला बोलला होतात तुम्ही तसं? तिने मान्य केलं होतं?"

"नाही. बोललोच नव्हतो. कारण ते कळण्याची कुवतच नव्हती तिची. अतिशय सामान्य पातळीवरचं होतं तिचं जगणं, विचार करणं, सगळंच. कदाचित म्हणूनच तिची आणि माझी वेव्हलेंग्थ जुळली नसावी. पण मी मात्र अगदी इरेस पडलो. अटीतटीने तिच्याशी संसार करत राहिलो. मनाशी जिद्द बाळगली की, कधीतरी तिच्या मनावरचा 'तो' पुसला जाईल आणि मला ती 'मी' म्हणून स्वीकारेल. पण ती वेळ आलीच नाही.

त्यापूर्वी आणखी एक घटना घडली. माझ्या सहवासात अशी एक व्यक्ती आली, जिच्याशी माझ्या विचारांच्या तारा खूप जुळत होत्या. तिला जबरदस्त ओढ वाटत होती माझी. पण मी मात्र कटाक्षाने स्वत:चा तोल सांभाळत होतो... आता ते अशक्य वाटतंय. अपर्णा असती तर... तर कदाचित मी तग धरून राहिलो असतोही, पण तिच्या जाण्यानंच सगळे बांध कोसळलेत. आता माझं मन ऐकत नाही. मी जसा आहे तसा स्वीकारणारी, माझ्यावर मी म्हणून प्रेम करणारी...."

"तुमच्या ऑफिसमधली कुणी आहे का?"

"उगीच वेड पांघरू नकोस सरोज. ती तू आहेस. तूच! मी केव्हाच ओळखलंय ते. सांगितलं ना? कमालीचा संवेदनशील आहे मी. तुझी घालमेल खूपदा जाणवलीय मला. फक्त स्वत:ला सांभाळत होतो मी."

"तुम्ही... काहीतरी गैरसमज होतोय तुमचा अविनाश... मी... मला...."

"अशी घाबरू नकोस. मी कोणतीही शिक्षा ठोठावत नाहीये तुला. तुझ्या संसारावर निखारा ठेवणारं काही अनैतिक करायलाही सांगत नाहीये. फक्त तुला जे वाटतंय ते लपवू नकोस. निदान माझ्यापासून तरी... स्वत:च्या मनाचा स्वच्छ स्वीकार कर. तुला माझ्याबद्दल काही वाटतंय म्हणून तुझा संसार सोडून माझ्यामागे यायला सांगत नाही मी. जे आहे ते तुझ्यामाझ्या मनातच राहू देत. त्याला कसलेही उपचार नकोत. शब्दांचे, शरीराचे पुरावे नकोत. केवळ समाधान– आपल्यासाठी कुणाच्यातरी मनात अगदी कोपऱ्यात का होईना, पण एक दिवा जळतोय आणि तो

केवळ आपल्यासाठीच जळतोय हे समाधान!''

''अविनाश!''

पोलीसचौकीच्या घड्याळातले दोनचे ठोके ऐकू आले तरी सरोजचे डोळे टक्क उघडेच होते. झोप डोळ्यांत शिरायला तयार नव्हती. जबरदस्तीने डोळे मिटले तरी वादळी वाऱ्याने कवाडं उघडावीत तसे दुपारच्या संवादातल्या अविनाशच्या वाक्याने दचकून ते पुन्हा उघडत होते....

''मी सगळं ओळखलंय सरोज. आता माझंही मन ऐकत नाही....''

'खरं म्हणजे त्यांच्या या वाक्याने आपण हुरळून जायला हवं होतं. आजवर कित्येकदा आपण जी अस्वस्थता अनुभवली, त्याचीच पोच त्यांच्या बोलण्यातून मिळाली होती. त्यांच्याही मनात आपल्याबद्दल लोभस, कोवळं असं काही असल्याची जाणीव मनाला सुखावून जायला हवी होती. पण आपण दचकलो त्यांच्या त्या सांगण्याने. केव्हापासून ह्या सगळ्याची तहान लागलेली असूनही ओंजळीत आलेलं ते निखळ, नितळ सत्य नाही पचवू शकलो आपण. खुशाल तसंच वाहून जाऊ दिलं हातातून त्याला....

त्यांची अशी जवळीक नकोशीच वाटली अगदी. अपर्णा असताना मनातल्या मनात जे भोगू पाहिलं होतं त्याची चवच नासून, बिघडून गेल्यासारखी वाटली.

कदाचित ती असताना त्यांनी हे सगळं व्यक्त केलं असतं तर ती तिच्याशी, तिच्या आणि आपल्यात अगदी जेवढी होती तेवढ्याही मैत्रीशी प्रतारणा वाटली असती हे खरं. पण तरीही आत कुठेतरी त्यांच्या भावना पटून गेल्या असत्या. आता मात्र वेगळंच काहीतरी वाटतंय. अपर्णा नाही म्हणून आपला आधार हवासा वाटतो का त्यांना? म्हणजे त्यांचं वागणंही अपर्णासारखंच. तिच्या गुणदोषांची झूल आपल्या प्रतिमेवर चढवून जगणं... जे मिळण्यासारखं नाही त्याला वेगळ्या स्वरूपात स्वीकारून स्वतःच्याच मनाला फसवणं... प्रत्येक जण असाच जगत असतो का? दुसऱ्याशी एकनिष्ठ राहताना स्वतःशी प्रतारणा करत....'

नाईटलँपच्या निळ्या प्रकाशात प्रश्नचिन्हांची पोकळ वर्तुळं गरगरत राहिली.

''सरोज, मी त्या दिवशी बोलून दाखवलं ते चुकलं का माझं?''

''असं का वाटतंय तुम्हाला? तुम्ही खोटं तर बोलला नव्हतात ना?''

''नाही गं. अगदी मनापासून बोललो होतो. पण त्या दिवसापासून तू मात्र मला टाळते आहेस. तुला ते आवडलं नसावं.''

“आवडलंय की नावडलंय ते माझं मलाच उमगत नाहीये. आपलं मन आणि आपलं जगणं किती दूरच्या, वेगळ्या वाटांवरून चाललेलं असतं नं. आपल्याला यापेक्षा वेगळं काही हवंय, याची जाणीवही उगवलेली नसते मनात... आणि अचानक एका बेसावध क्षणी अशा वळणावर आयुष्य येतं की वाटतं, हे अगदी हेच हवं होतं आपल्याला. कसे जगलो आपण इतके दिवस याच्याशिवाय? पण ते जे काही समोर उभं ठाकलेलं असतं ना, ते आपल्या अशक्त ओंजळीला पेलवणारं नसतं हो. आजूबाजूला किती पहारे... किती कुंपणं..! खुद्द आपल्या मनाचे बांध काय कमी असतात? घरात शोभेच्या, चैनीच्या वस्तू जमवाव्या तशी नाती जमवलेली असतात आपण भोवती. केवळ त्यांच्या चकचकाटाला भुलून आणि त्यासाठी मोजलेली किंमत आठवून आपण ती नाती जपत असतो. आपल्या मनीचं हवंसं असं काही स्वीकारताना त्या नात्यांचे वेढे तर असतातच आणि मनातले हेलकावेही... क्षणाक्षणाला रंग बदलणारं आपलं मन! हे हवं की ते, हा प्रश्न त्याला विचारूच नये कधी.”

“किती छान बोलतेस गं. दुखावणारं असलं तरीही सुंदर. खरंच, का नाही भेटलीस आधी?”

“एक सांगू अविनाश? ऐकाल माझं?”

ते हसले.

“काय सांगणार आहेस ते ठाऊक आहे मला.”

“मग जसं मनातलं बोलणं जाणून घेतलंत तसंच वादळही समजून घ्या ना प्लीज.”

“जे तुला मनापासून हवं होतं, तेच समोर आल्यावर का नाकारतेस?”

“कारण ते पेलण्याची ताकद नाही माझ्यात. आपल्याला जे हवं असतं ना ते फार दूरचं असतं अविनाश. अशा दूरच्या गोष्टींची स्वप्नंच सुंदर वाटतात. प्रत्यक्षात वावरताना मात्र त्या सुखाच्या खूप अलीकडेच थांबून राहतो आपण. तिथपर्यंत पोहोचण्याचं त्राण आपल्या सामान्य पावलात नसतंच, त्याला वेगळी ताकद लागते.”

“ती ताकद येऊ दे तुझ्या पावलांत. मी वाट पाहीन.”

...अविनाशनी पुन्हा कधीच तो विषय काढला नाही. पण त्यांच्या मनातली ओढ त्यांच्या वागण्यातून जाणवतच राहिली. अतीव मृदू आणि उबदार होतं त्यांचं वागणं. ही सोबत आपल्याला मिळू नये, याचं लसलसतं दुःख सरोज जेवढं गिळून टाकायला बघे, तेवढं अविनाश ते समजून घेत. तिच्या खोल दुःखावर त्यांची तेवढीच दीर्घ फुंकर; तिची वेदना आतल्या आत ओढून घेणारी आणि तिला केवळ

गारवा देणारी, जळत्या दुःखाची वेदना हवीशी वाटावी असा झुळझुळ गारवा....

अविनाशच्या सहवासाच्या अशा ॠजू क्षणांची साय मनावर दाटून यायची आणि सगळ्या जखमा भरून याव्यात तसं मन सैलावून जायचं. बंधनांचे असह्य विळखे सुटून जायचे. काचणारे वळ अस्पष्ट व्हायचे.

अशाच एका सैल, मोकळ्या क्षणी नकळत ते घडून गेलं.

अविनाशनाही भान राहिलं नाही आणि तिलाही स्वत:ला अडवून ठेवणं जमलं नाही. तनामनाच्या तृप्तीचा तो क्षण जेवढा आकस्मिक तेवढाच अनोखा... स्वत:लाच स्वत:च्या गाभ्याचं दर्शन घडवणारा... नको नको म्हणत किती आवेग आपण आत जिरवून टाकले होते ते दाखवून देणारा....

"थँक यू सरोज. खरोखर सर्वार्थाने तृप्ती दिलीस तू मला." तिच्या डोळ्यांत खोलवर डोकावत त्यांनी पावती दिली.

तिच्या मनातून मात्र तो आनंद दुसऱ्याच क्षणी निसटून गेला होता, भुरभुर ज्वाळांबरोबर कापूर उडून जावा तसा. मागे रेंगाळल्या होत्या त्या शरमेच्या, शेवटी आपणही त्याच शरीरमोहाच्या वाटेवरून गेलो ह्या शरमिंद्या जाणिवेच्या पाऊलखुणा.

"हे घडायला नको होतं अविनाश. माझं मन मला जन्मभर खात राहील."

"असं का म्हणतेस? तू एकटीच दोषी आहेस का? खरं म्हणजे मीच...."

"पण मीही साथ दिलीच ना? छे! सगळं चित्रच विस्कटून गेलं माझ्या मनातलं. ह्या असल्या गोष्टींचा हव्यास नव्हता मला. मला जे हवं होतं, तुमच्यात मी जे शोधत होते ते वेगळंच काहीतरी होतं. आपण असे वेडंवाकडं भरकटत कसे गेलो?"

"मला तुझ्याइतकं वाईट नाही वाटत. पण एक सांगतो. केवळ याच गोष्टीसाठी मी तुझ्याकडे ओढला गेलो होतो, असं मात्र समजू नकोस. स्त्रीपुरुष मैत्री अगदी निखळ असूच शकत नाही गं. देहलालसेची एखादी तरी पायवाट सळसळतेच कुठंतरी. अपरिहार्यच असतं ते."

"पण ते टाळता यायला हवं होतं... निदान मला तरी!"

फटकन दरवाजा उघडून ती जायला निघाली. मनात पाप-पुण्याच्या आणि नीती-अनीतिच्या कल्पनांचा कल्लोळ उसळून आलेला!

"सरोज, एक मिनिट. तुला गिल्टी वाटत असेल तर आय ॲम सॉरी. पुन्हा कधीही आपल्यात असं काही घडू देणार नाही मी. अगदी आज जे घडलं तेसुद्धा तुझ्या मनावरून पुसलं जाईल असा प्रयत्न करीन मी. ठीक आहे? तुझ्या मनाविरुद्ध वागण्याची काहीतरी शिक्षा घेतलीच पाहिजे मला."

तिच्या खांद्यावर दोन्ही हात रोवून त्यांनी तिचा चेहरा आपल्याकडे फिरवला.

...आणि नेमका तेव्हाच पुढचं दार बंद आहे म्हणून मागच्या खिडकीतून अजय डोकावला.

...त्यानंतर मराठ्यांच्या घरात धुमसणारं छुपं वादळ... वेड्या वयातल्या अजयने वडिलांशी धरलेला अबोला... पमात्याला विश्वासात घेऊन सरोजबद्दल ओतलेलं गरळ....

त्या सगळ्याची झळ तिच्याही संसाराला स्पर्शून गेलीच. सुरुवातीला मराठेकाकांबद्दल आस्था बाळगणाऱ्या सासूबाई संशयाने पार बदलून गेल्या. नाना, मुलं... उघड कुणीच काही बोलून दाखवलं नाही. पण प्रत्येकाच्या मनात संशयाच्या वेड्यावाकड्या आवृत्त्या थैमान घालत राहिल्या.

अविनाशनी मात्र स्वत:चा शब्द मागे फिरवला नाही. तिच्यावर कशाचीही आच येणार नाही अशा बेताने सगळे वार ते स्वत:च्याच अंगावर घेत राहिले आणि तिच्याभोवती तशीच माया, प्रेम, जिव्हाळा अलगद लपेटत राहिले. तिला नकोसा असलेला तो क्षण तिच्या मनातून पुसून जावा म्हणून धडपडत राहिले.

त्यांच्या वागण्यातली ती सच्ची तळमळ जाणवूनही सरोज मात्र पुन्हा उमललीच नाही. पराकाष्ठेने मनाच्या सगळ्या पाकळ्या घट्ट मिटून केवळ शेजारधर्म नावाचा कोरडा उपचार तेवढा पाळत राहिली.

त्या प्रसंगानंतर मागे फिरून स्वत:च्या मनाचा तळ शोधण्याचं धाडस करवलं नाही तिच्याच्याने.

"आई, उठतेस ना." खोल गुहेतून यावा तसा नम्रताचा आवाज आला.

"अं?"

सरोज दचकून उठून बसली. बाहेरचं ऊन मवाळ झालं होतं.

'साडेचार-पाच तरी वाजले असावेत किंवा जास्तच... किती वेळ झोपलो आपण? आणि ती झोपही किती गाढ, शांत, मृत्यूसारखी... जसे काही या भोवतालच्या जगाबरोबर असणारे बंध तेवढ्यापुरते तुटून गेले होते. मनावरची सगळी ओझी उतरून मन स्वस्थ, नि:शंक झालं होतं.'

मनातल्या या विचारांनी सरोज स्वत:च दचकली.

'अविनाश म्हणजे आपल्या मनावरचं ओझं होतं?'

स्वत:च्या विचारांची लाज आणि रागही आला तिला.

'अजूनही आपण जुन्या आठवणी आणि नाराजीच मनाशी का धरून बसलो आहोत? अविनाशच्या मृत्यूचं गांभीर्य मनावर अजून कसं उमटून येत नाही?'

"चहा करू तुझा?" नम्रता विचारत होती.

ती दुपारपासून बरीच थकली असावी, असं तिच्या चेहऱ्यावरून, अवतारावरून वाटत होतं.

"नमू, ती लोकं घरी आली का गं?"

"हो दुपारीच आणि आई...." अधीरतेनं काहीतरी सांगायला नम्रता तिच्याजवळ आली आणि मग जिभेवरचे शब्द मागे ढकलून पुन्हा पाठमोरी झाली.

दूध उतू जाईल म्हणून चिमटा हातात धरून गॅसजवळच उभी राहिली, पाठमोरी.

ती रडत असावी, असं सरोजला वाटून गेलं. खुर्चीवरून उठून ती पुढे झाली.

नम्रताच्या खांद्यावर हात ठेवून मायेने म्हणाली, "काय गं नमू? अजू काही बोलला का तुला? की पमाताई काही म्हणाल्या?"

नमूने डोळे पुसत नकारार्थी मान हलवली.

"मला काकांचंच खूप वाईट वाटतंय आई. किती मऊ... समजूतदार होता त्यांचा स्वभाव. पण त्यांना मात्र कुणीच समजून घेऊ शकलं नाही. अगदी तूसुद्धा!"

"नमू?"

सरोजला तिच्या बोलण्याचा विषाद वाटला. पण मनात आतवर कुठेतरी ते पटूनही गेलं.

"मघाशी ते लोक घरी आले तेव्हा मी गेले होते. अजूदादा खूप रडत होता पमात्यांजवळ. म्हणत होता मी खूप तुटक वागलो बाबांशी. पण त्यांनी कधी मनात राग धरला नाही. नेहमीच मला माफ केलं. मी ओळखूच शकलो नाही बाबांना...."

"खरंय!" सरोजच्या तोंडून खोल सुस्कारा निसटला.

'अजयच कशाला? आपणही तेच केलं. मनापासून प्रेम केलं खरं त्यांच्यावर. पण मोहाच्या भरात त्यांच्या हातून घडलेली एक चूक मात्र माफ करू शकलो नाही. त्या चुकीत आपलाही सहभाग होताच की. पण स्वत:ला सोवळं सिद्ध करण्याचा, त्या मोहाची जबाबदारी नाकारण्याचाच प्रयत्न केला आपण. अविनाशनी मवाळपणे तो दोष स्वत:वर ओढवून घेतला तरी ताठरच राहिलो. त्यानंतरच्या काळातलं एखाद्या सुजाण, सजग पालकासारखं आपल्याला जपणारं त्यांचं प्रेम... आपल्या सावध मनापर्यंत पोहोचलंच नाही, की आपण मुद्दाम ते पोहोचू दिलं नाही? आपल्याबद्दलच्या त्यांच्या प्रेमाभोवती, ओढीभोवती फक्त त्या चुकार शारीर क्षणांचं कुंपणच उभारलं आपण... तोच क्षण मनात पुन:पुन्हा जागवून, सतत जागता ठेवून आपणच आपलं नातं बिघडवून टाकलं....

कुणालाही सहसा मिळत नाही असा आतल्या हाकेला ओ देणारा एक सुरेख कालखंड आपल्या आयुष्यात डोकावून गेला. पण त्याची किंमत कळली नाही आपल्याला... तो एक क्षण सोडला तर स्वच्छ, निखळ असा स्नेह दिला अविनाशनी आपल्याला. अनिलही देऊ शकला नाही अशी दाट, मृदू प्रेमभावना. आपल्यातल्या कितीतरी अस्पर्श बिंदूंना जागवून आपलं जगणं उजळून टाकणारं प्रेम. आपलं व्यक्तिमत्त्व घडवणारं, आयुष्य समृद्ध करणारं प्रेम. स्वत:चीच कधी न दिसलेली रूपं दाखवणारं, आतल्या 'मी' ला जागवणारं प्रेम....

आणि हे सगळं देऊनही अविनाश स्वत: दूरच उभे राहिले. त्या काटेरी कुंपणाच्याही पलीकडे. त्यांना जवळ येऊच दिलं नाही आपण आणि आता त्यांच्या मृत्यूनंतर जाणवतंय की, आपलं मन दुखावणार नाही अशा बेतानं ते आपल्या आसपासच राहत होते. सतत आपलं रक्षण, आपल्याला जपणं....

तेवढ्या काही क्षणांपुरती उमटलेली ती शरीराची ओढ त्यांच्या मनावरून केव्हाच पुसून गेली असणार. म्हणूनच कसलीही तेढ, कोणताही अहंकार त्यांना बदलू शकला नाही. पण आपल्या मनात मात्र फक्त विकारांचीच गर्दी! त्यात अविनाश कुठे हरवून गेले ते कळलंच नाही... आणि आपली घट्ट तत्त्वं जपण्याचं सोंग वठवताना आपण त्या मनातल्या, मनापासून हव्या असलेल्या अविनाशना शोधायचा प्रयत्नही केला नाही.

...आणि आता सगळं संपून गेल्यावर हे शहाणपण येऊ पाहतंय. काय उपयोग आहे आता?'

चहाचा कप तसाच अर्धा टाकून ती उठली.

"नमू, मी मराठ्यांकडे जाऊन येते."

बाहेरच्या हॉलमध्ये त्यांचा मोठा फोटो ठेवला होता. त्यापुढे दिवा लावलेला. अजय, सुजाता, संजू, पमाताई, सगळेच हॉलमध्ये होते. अविनाशच्या ऑफिसमधलेही एक-दोघं आलेले....

सरोज येताच पमाताईनी किंचित रोखून पाहिलं. त्यांच्या तशा बघण्याने सरोजच्या येण्यातला आवेग जिरूनच गेला. अजूनही पमाताईंच्या नजरेत नाराजी तरळत होती.

'आपल्या दोघांबद्दलचा संशय अजूनही त्यांच्या मनात आहे?'

पण मनातले सगळे प्रश्न दूर सारून निग्रहाने सरोज पुढे झाली. अविनाशच्या फोटोसमोर स्थिर उभी राहिली. कशाचाही संकोच न बाळगता तिला त्यांची क्षमा मागायची होती. आजवर इतरांसमोर त्या दोघांनी एकमेकांसाठी परकी, अहोजाहोची

संबोधनंच वापरली होती. पण आज ती सगळे नियम झुगारून देणार होती. फक्त स्वत:च्याच मनाचा कौल मानणार होती. अविनाशचा आत्मा असेल तर....

समोरच्या फोटोतला त्यांचा चेहरा हसरा, प्रसन्न, चष्म्याआड चकाकणारी मिश्कील नजर... समोर लावून ठेवलेल्या दिव्याच्या ज्योतींचं प्रतिबिंब नेमकं त्या डोळ्यांत पडलं होतं... डोळ्यांच्याच ठिकाणी... जशी काही दोन निरांजनं लावली होती.

त्यांच्या डोळ्यांतल्या त्या ज्योती बघताना तिला जाणवला, 'तो निरांजनाचा सौम्य, स्निग्ध प्रकाश... त्यांच्या डोळ्यांतून सांडून तो प्रकाश आपल्यापर्यंत पोहोचतोय... अजूनही! त्यांच्या मृत्यूनंतरही!! आपल्याभोवती त्यांच्या स्नेहाचा उजाळा पसरून राहिलाय. तो तसाच तेवता ठेवणं आता आपल्या हातात आहे. मनातले सगळे काळे विकल्प पुसून तो कोवळा सोनेरी प्रकाश आता शेवटपर्यंत पुढे न्यायचाय, आपल्यालाच....'

वाऱ्याने दिव्याची ज्योत फडफडली. सरोज एकदम दचकली. पमाताईंना काही वाटेल, असं आता तिच्या मनात आलंच नाही.

निरागसपणे त्यांचा दंड धरून कळवळत्या सुरात ती त्यांना म्हणाली, ''दिवा... दिवा विझेल. तेल घालायला हवं त्यात.''

■

घाट

सपाटीचा सरळ रस्ता संपून घाटाची चढण सुरू झाली. इतका वेळ बाहेर बघत अच्युतशी गप्पा मारणारी विद्या एकदम गप्प झाली. आपोआपच तिचे डोळे गच्च मिटले गेले. हात पुढच्या सीटच्या दांडीकडे ओढले गेले. दोन्ही हातांनी ती आडवी दांडी गच्च पकडून मधल्या पोकळीत तिने मान खुपसली. पण दोन्ही दंड कानांवर दाबून धरले तरी घाटाची वर जाणारी वळणं जाणवतच राहिली आणि तिची इंद्रियं अधिकाधिक आक्रसत राहिली. चढणीची विशिष्ट जाणीव आणि बदललेल्या गिअरमुळे गाडीचा घरघरता आवाज यामुळे तिचं अंग थरथरायला लागलं. पोटात खोल खड्डा. कसल्यातरी असह्य कळा सोसाव्यात तशी दातावर दात दाबून ती घाटाची खडी चढण सोसत राहिली.

शेजारी बसलेल्या आईंना आणि अच्युतला हे सगळं पाठच होतं. आई तुच्छतेनं नाक उडवून खिडकीबाहेर पाहत राहिल्या. अच्युतनं मात्र दांडीवरच्या घट्ट आवळलेल्या तिच्या तळव्यावर जरा थोपटल्यासारखं केलं आणि आपला हात तिथं तसाच राहू दिला.

त्याच्या स्पर्शातल्या आश्वासनानं तिला किंचितसं बरं वाटलं.

'ही आश्वासकता त्याच्या मनात, चेहऱ्यावर नसेल. चेहऱ्यावर आपल्या भीतीबद्दलच्या चेष्टेचं हसूच असेल आणि मनात त्याबद्दलची नाराजी...' हे तिला पक्कं ठाऊक होतं. तरीही त्या स्पर्शानं तिला बरं वाटलं... मात्र धीर मिळाला नाही.

त्याचा स्पर्श कसाही असला तरी या क्षणी तिच्या मनात सगळ्या जाणिवांवर पाय देऊन उभी होती ती भीती आणि केवळ भीतीच.

गेल्या चार वर्षांतला हा नित्यक्रम होता. तसं तर तिचं लग्न झाल्यापासून जवळजवळ नऊ वर्षं ती तिघं नेमानं हा प्रवास करत होती. वरच्या डोंगरमाथ्यावर वसलेल्या चिमुकल्या गावातल्या कुलदैवताच्या दर्शनाला येत होती. या घाटाच्या वळणदार रस्त्याशिवाय तिथं जायला दुसरा पर्याय नव्हता आणि तो शोधावासाही वाटला नव्हता कधी.

उलट याआधी विद्याला घाटातला हा प्रवास खूप आवडायचा. लहान मुलाच्या कुतूहलानं ती खिडकीबाहेर पाहत राहायची. गाडी वर चढत जाताना मागं राहणारा वळसेदार रस्ता, दोन्ही अंगानी खुणावणाऱ्या हिरव्यानिळ्या खोल दऱ्या... तिचं फार आवडतं दृश्य होतं ते!

पण चार वर्षांपूर्वी पार वरच्या वळणापर्यंत पोहोचलेली एक बस ब्रेक्स नादुरुस्त झाल्यामुळे सरळ खाली येऊन बाजूच्या दरीत कोसळली होती... आणि तो अपघात खिडकीपाशी बसलेल्या विद्याने प्रत्यक्ष पाहिला होता. बेबंद वेगाने खाली येणारी ती बस आणि त्यातल्या प्रवाशांनी प्राणभयानं फोडलेल्या करुण किंकाळ्या....

सुरेल गाणं चालू असताना सिनेमात अचानक एखादं भयदृश्य समोर यावं, तसा प्रवासाचा संथ, सहज मूड तोडून तो अपघात तिच्या समोर आला होता आणि ती प्रचंड घाबरून गेली होती. त्या काही क्षणांपुरतं सगळं शरीर जसं काही बेशुद्ध झालं होतं. फक्त डोळेच तेवढे शुद्धीवर होते... आणि सगळे प्राण एकवटल्या नजरेसमोर घडणारा तो भयाण अपघात.

त्या वेळी मनावर उमटलेला भीतीचा शहारा अजूनही तितकाच ताजा, तेवढाच तीव्र होता. पेपरमध्ये आलेलं त्या अपघाताचं वर्णन ती वाचू शकली नव्हती. नंतरचे तीन-चार दिवस अडखळल्याशिवाय एकही शब्द ठामपणे उच्चारू शकली नव्हती. सतत त्या अपघाताचीच ठणकती जाणीव... तेव्हापासून ही घाटातल्या प्रवासाची भीती बसलीय मानगुटीवर.

चढणीचा रस्ता सुरू झाला की, एखाद्या प्रतिक्षिप्त क्रियेसारखे पंचेंद्रियांत बदल होत जातात. चार वर्षं होऊन गेली तरी अजूनही मनातल्या भीतीवर ती पूर्णपणे ताबा मिळवू शकलेली नाही. एरवी ती नेहमीइतकीच, नेहमीसारखीच ठीक असते. पण चढणीचा रस्ता मात्र तिच्याने पेलत नाही. आधीही फारशी वेळ यायची नाही. पण आता तर तिने दुचाकी चालवणंही बंद करून टाकलं होतं. अच्युतच्या मागे स्कूटरवर बसून जाताना किंवा ऑटोमधून जाताना रस्त्यात छोटीशी चढण आली तरी तिला घाम फुटायचा. श्वासांची गती वाढायची. हातपाय थरथरायला लागायचे... मनोमन आपल्या या भित्रेपणाची लाज वाटली तरी ते भित्रेपणच तिला वेढून

राहायचं. त्यावर मात करताच यायची नाही.

घाट संपून गाडी थांबल्याचं जाणवलं तेव्हा नकळत सुटकेचा नि:श्वास तिच्या तोंडून बाहेर पडला. ताठरलेलं अंग सैलावलं.

'पोहोचले एकदाचे!'

आता परवा परतीचा प्रवास सुरू होईपर्यंत कसलाही ताण नाही मनावर. गुरुजींकडचा मुक्काम, तिथलं आयतं सुग्रास जेवण, रात्री अच्युतचा मूड असेल तर देवळाच्या परिसरात फिरून येणं, भल्या पहाटे अंघोळीची गडबड, गरम पाण्याच्या आणि चुलीवर उकळत्या चहाच्या वाफांनी उबदार झालेली पहाट, त्या प्रसन्न वेळेतली पूजा... हे सगळंच तिचं आवडतं. देवावर अगदी टोकाची श्रद्धा नसली तरी जीवनचक्रातला बदल म्हणून हवंहवंसं....

दुसऱ्या दिवशी दुपारी जेवून परतीच्या प्रवासाला निघालं की, मग पुन्हा तो जीवघेणा अनुभव. अर्धा तास भीतीच्या छायेखाली घुसमटून राहणं. पुढच्या क्षणी काय होईल या विचारानं श्वास रोखून धरणं. या वेळी नक्कीच अपघात होणार आहे, या भयाचा मनात चाललेला जीवघेणा पिंगा....

हे सगळं दर वर्षी घडूनही त्या अनुभवाची धार अजून तशीच, तेवढीच लखलखती. त्या भीतीला बोथटपणाचा स्पर्शच होत नाही.

रात्रीची मंद शांतता. फिका चंद्र हळूहळू तेजाळत होता. त्या दुधी चांदण्यांची जादू आसमंतात पसरली होती. समोरची खोल दरीही त्यात भिजल्यामुळे एखाद्या अवगुंठित सुंदरीसारखी भासत होती, आकर्षक, जवळिकीची ओढ लावणारी.

धुक्याचे विरळ, ओलसर पुंजके त्या दरीतून अलगद वर येताना जाणवत होते. त्यांच्या तरंगण्याला पैंजणाच्या घुंगरांची लय होती. ती ओलसर, नादमयी रात्र अंगाभोवती गुरफटून घेत विद्या त्या गुरफटण्यातलं सुख पीत बसली होती, शेजारी अच्युत. त्याची मन:स्थिती अजमावण्याचा तिने प्रयत्न केला नाही. पण तोही तिच्यासारखाच तरल मूडमध्ये असावा. तिचं मस्तक जवळ ओढून तिच्या गालावर बोटांनी हळूवार रेघा ओढत होता. त्याचा हा कोमल, निर्हेतुक स्पर्श ती खूप दिवसांनंतर अनुभवत होती. गेले सात-आठ महिने तिच्याबरोबर त्यांच्याच घरात राहणारा अच्युत पार वेगळा, अनोळखी होता. त्या अच्युतच्या वागण्यानं आपल्या मनाचं गोंधळून जाणं, स्वत:ला आकसून घेणं तिचं तिलाही कळत होतंच. एक अपरिहार्य कोरडेपणा आला होता दोघांच्या नात्यात.

ती वर जमलेली धूळ बाजूला सारून आतली ओळख पुन्हा जागवणारा आजचा हा स्पर्श, जुन्या अच्युतच्या स्वभावाची खूण पटवून देणारा.

विद्याला गलबलून आलं. मनावरच्या सगळ्या जड सुखदु:खांचं ओझं डोळ्यांतून झरायला लागलं.

तिच्या गालावरून फिरणाऱ्या त्याच्या बोटांना ते कढत ओघळ जाणवले.

हातानं तिचा चेहरा आपल्याकडे फिरवत त्याने विचारलं, "का गं?"

त्याचं विचारणंही हवंच होतं आसवांना. त्याच्या खांद्यावर मान टेकवून ती मुक्तपणे रडत राहिली. 'थांब सांगते,' अशा खुणेनं शब्दांचे, त्याच्या प्रश्नांचे सारे लोट थोपवून त्याची जवळीक अनुभवत राहिली.

तिच्या मनातले सारे कल्लोळ नेमके समजले त्याला.

हातानं तिला जवळ... आणखी जवळ ओढून घेत, तिच्या कानाचा हलकासा चावा घेत तो कुजबुजला, "वेडू."

"माझं वेडेपण आज कळतंय तुला?"

"कळलं होतं तेव्हाच. पण आज इथं आल्यावर नव्यानं जाणवलं."

"खरंच! किती बरं वाटतंय ना इथं? महिन्यातून एकदातरी आपण दोघांनी इथं येऊ या अच्युत. मनावरचे सगळे ताण हलके करायला."

तो मोठ्यानं हसला.

"हसायला काय झालं?"

"बाईसाहेब, इथं यायचं म्हणजे आधी तो घाटातला प्रवास करायला हवा. तुमच्या मनावर त्याचाच ताण...."

तिनं कृतक्कोपानं त्याच्या दंडावर गाल घासले.

"दरवर्षीचा प्रवास. तरी एवढी कसली गं भीती वाटते तुला?"

"प्रवासाचं काही नाही रे! मला त्या उताराचीच भीती वाटते."

"काय सांगतेस? लग्नाआधी ट्रेकिंगची आवड होती, कॅम्प अटेण्ड केले, त्या सगळ्या थापाच वाटतं? डोंगरदऱ्या...."

"त्या अर्थानं घाटाचं भय नाही माझ्या मनात. पण तो अपघात झाला ना, तेव्हापासून वेग आणि उतार दोन्ही एकत्र पेलवत नाहीत मला."

अच्युतनं एक दीर्घ सुस्कारा सोडला. तिचं भीणं आणि त्या भीतीमागचं कारण ठाऊक असूनही भोवतालच्या वातावरणामुळे एवढा वेळ त्याच्या स्वरात तिला खोटंखोटं चिडवणारा मिश्कीलपणा भरला होता. पण तिच्या या वाक्यानं तो एकदम गंभीर झाला. त्याच्या सुस्काऱ्यावरून तिलाही ते जाणवलं.

"खरं सांगू विद्या? उतार आणि वेग. दोन्ही गोष्टी खरोखरच भयानक असतात. पार उलटंपालटं करून टाकतात त्या आपल्याला. पण तरीही त्यांच्यावर स्वार व्हायला शिकावं. घाबरण्यापेक्षा त्यांना सामोरं जावं."

"अं...?"

त्याच्या बोलण्याचा, अचानक बदललेल्या मूडचा संदर्भ न लागून ती गोंधळली.

“खरं म्हणजे मलाही वेगानं गाडी चालवणं, घाटातला प्रवास, हे सगळं खूप आवडायचं आधी अच्युत. पण त्या अपघातानंतर....”

“ते तुझ्या मनाचे खेळ आहेत विद्या. कुठलाही प्रवास सारखाच असतो. सरळ रस्त्यावरचा काय आणि घाटातला काय. दोन्हीकडेही वेगाचा आनंद आणि धसका असतोच. अपघाताची भीतीही दोन्हीकडे सारखीच.”

“असं कसं? सरळ रस्त्यावरचा वेग निराळा. घाटात चढ-उताराचे रस्ते....”

“घाट काय फक्त बसट्रेनच्या प्रवासातच लागतात?”

“म्हणजे?”

“आपल्या मनातच कितीतरी घाट असतात. क्षणाक्षणाला त्यातला प्रवास चालू असतो. भीतीची वळणं, आनंदाचे चढ, निराशेचे उतार....”

“आज फारच साहित्यिक पातळीवरचं बोलणं सुचतंय.”

“खोटं आहे का सांग. दुपारचा तो एवढा वळणावळणाचा घाट, दऱ्यांची खोली कित्येक फुटांची. पण त्याच्या भयापासून लांब जायला तुला कशाचा आधार वाटला? तर समोरच्या सीटच्या त्या दांडीचा. जेमतेम दोन-अडीच सेंटिमीटर व्यासाची ती दांडी काय वाचवणार होती तुला? पण भीतीही मनाची आणि आधारही मनाचाच.”

“खरंय! सगळं कळतं. पण त्या त्या वेळी नाहीच आवरता येत मनाला.”

“मीसुद्धा आत्ता मोठ्या तोऱ्यात तुला सांगतोय. पण माझीही कथा तीच आहे. दुसऱ्याला सांगायला सगळं सोपं असतं गं. आपल्यावर वेळ आली की, भीती वाटतेच. समोरचा राक्षस खोटा आहे हे कळूनही आपण हातपाय गाळतोच.” बोलताबोलता अच्युतचा स्वर बदलला.

गेले सात-आठ महिने त्यानं प्रचंड ताणाखाली काढले होते. कंपनीतलं राजकारण, दिवसेंदिवस जाणवणारी असुरक्षितता आणि अस्थैर्य, चढाओढ, सगळ्याशी झुंजताना तो थकून, खचून गेला होता. दिवसेंदिवस जास्त हळवा, जास्त भावनाप्रधान होत चालला होता. या परिस्थितीत आपण असं हळवं होणं बरोबर नाही, हे कळत असूनही स्वत:ला सावरता येत नव्हतं त्याला. स्वत:वरचा, स्वत:च्या ज्ञानावरचा जबरदस्त आत्मविश्वास आतून धडका देत होता.

स्वत:ला सिद्ध करण्यासाठी धडपडताना स्वभावात विलक्षण बदल झाला होता त्याच्या. दिवसेंदिवस जास्त चिडका आणि आक्रस्ताळी बनत चालला होता तो. विचारांचं निराशेच्या पातळीकडे झुकणं, ऑफिसमधल्या सहकाऱ्यांशी, विद्याशी, आईशी साधं बोलतानाही आरडाओरडा करणं, बारीकसा मुद्दा मांडतानाही उगाच ठासून बोलणं, आपल्या वागण्यातला बदल प्रत्येक क्षणी त्याला जाणवत, टोचत

असायचा. अलिप्तपणे स्वत:कडे बघताना आपल्या व्यक्तिमत्त्वाला पोखरून टाकणारं केविलवाणेपण लक्षात येऊन तो आणखी हताश व्हायचा.

विद्याचा स्वभाव मुळातच हळवा, बुद्धीचा कस न लावता चटकन कशावरही विश्वास टाकणारा असा होता, हुशार तरीही भोळसट. अशा स्वभावाच्या माणसांबद्दल अच्युतच्या मनात केवळ तुच्छतेचीच भावना होती. विद्या त्याची बायको असली तरी आणि तिच्या व्यक्तिमत्त्वातल्या इतर कितीही गोष्टी त्याला पटत, आवडत असल्या तरी याबाबतीत मात्र तो तिची चेष्टाच करायचा आणि त्या चेष्टेतही चिडवण्यापेक्षा हेटाळणीच जास्त असायची. विद्यालाही ते स्पष्टपणे जाणवायचं.

पण आज मात्र त्याच्या स्वरात कोणतंही किल्मिष नव्हतं.

होती ती केवळ जवळीक! आधाराची मागणी करणारी जवळीक!! सोबतीच्या अपेक्षेची जवळीक!!!

त्याच्या बोलण्यातून, हालचालीतून स्पष्ट जाणवणाऱ्या त्या जवळिकीनं तिचं मन थरथरलं. मनभर एक अनाम हुरहूर, हवीहवीशी आणि अच्यत पुन्हा दूर तर जाणार नाही ना, या भीतीचीही!

गेले आठ-दहा महिने ती दोघं नावालाच एकत्र राहत होती. सवयीनं शरीराचे व्यवहार चालू होते इतकंच. पण त्यात दोघांचंही चित्त नव्हतं. त्या काळातला त्यांचा सहवास म्हणजे निव्वळ अंधारातलं चाचपडणं होतं. कुठं काय आहे, याचा अंदाज येत नव्हता. नको तिथं पाऊल पडून सारखा तोलच जात होता. अच्युतचं फटकारणं, चिडचिड, स्वरातली तुच्छता, सगळं आता खेदाच्या पलीकडचं वाटायला लागलं होतं, सवयीचं! रोजचंच!!

आणि आज ध्यानीमनी नसताना अचानक काळाच्या त्या शुष्क, कोरड्या कपारीला फट पडली होती. आतली कोवळीक बाहेर येऊ पाहत होती. तिच्यावर मनापासून प्रेम करणारा, तिच्यापाशी मोकळं होऊ पाहणारा, आधारासाठी तिच्यावर विसंबलेला अच्युत या क्षणी इथे या भुरकट चांदण्यात तिला अगदी लख्ख दिसत होता.

ती नि:शब्द राहिली. अच्युतचं बोलणं चालूच होतं. ऑफिसमधल्या अप्रिय घटना, विचारांची उलघाल, स्वत:च्या भावनांची चिरफाड... जसं सुचेल तसं तो सांगत होता. विद्याला सगळ्याचा क्रम, संदर्भ नीट लागत नव्हता आणि लावावासा वाटतही नव्हता.

त्याच्या आणखी जवळ सरकून तिने त्याचे हात आपल्या गळ्यात घेतले.

'त्याच्या मनातल्या मोकळेपणाला स्पर्शातूनही झरू द्यायला हवं....'

त्याचं बोलणं मनापासून ऐकत ती त्याच्या केसांशी, बोटांशी चाळा करत राहिली.

"विद्या!" मध्येच त्याचा आवाज घोगरा झाला... स्पर्शही उत्तेजित.

ती खुषीनं हसली. त्याच्या तशा हाकेचा अर्थ उमजून किंचित लाजलीही.

"दुष्ट आहेस अगदी! आज इथे अशी लाडात येऊन मला छळतेस?"

"खरं सांगू अच्युत? मलाही आज बायकांच्या खोलीत जायला नकोच वाटतंय. असं वाटतंय इथेच या चांदण्यात पडून राहावं रात्रभर."

"शहाणी आहेस. आई हाका मारत शोधत येईल दोघांना."

"तुला नाही असं वाटत? खरंच इथं आल्यानं वंश रुजणार असेल तर ते बीज या नितांत सुंदर आणि मनमोकळ्या वेळीच...."

"आता कोण साहित्यिक पातळीवर पोहोचलंय? उठा बाईसाहेब. मला आता तुमच्या मोकळेपणाची भीती वाटायला लागलीय."

अच्युत उभाच राहिला उठून.

नाखुशीने मग तीही त्याच्याबरोबर चालायला लागली.

गुरुजींच्या घराला लागून, देवळाच्या अगदी समोरच हॉलसारख्या दोन मोठाल्या खोल्या होत्या. महापूजेच्या निमित्ताने येणाऱ्या भाविकांची, यजमानांची सोय तिथं एका खोलीत बायका आणि एका खोलीत पुरुष अशा पद्धतीनंच केली जायची. इथं कुणालाच वेगळी खोली मिळायची नाही. त्यातून अश्विनात होणाऱ्या या महापूजेसाठी अगदी ठरावीक भाविकच यायचे, या पौर्णिमेला केलेल्या पूजेला देवी हमखास प्रसन्न होते, अशी ठाम श्रद्धा असणारे, वर्षानुवर्षं एखाद्या समस्येत अडकून पडावं लागल्यामुळे निराश झालेले. त्या कुणाला स्वतंत्र खोलीची अपेक्षा नसायचीच.

देवळाच्या अगदी जवळ आल्यावर अच्युत एकदम थांबला. तिथं आंब्याचं एक मोठं झाड असल्याने जवळजवळ अंधारच झाला होता.

एव्हाना विद्या त्या तरल मूडमधून बरीच बाहेर आली होती. डोक्यात उद्याच्या दिवसाचे विचार घोळायला लागले होते. अच्युत असा मध्येच थांबल्याने तिच्या विचारांची साखळी तुटली.

चमकून तिने विचारलं, "काय झालं?"

पण तिच्या प्रश्नाला शब्दांनी उत्तर देण्याऐवजी त्यानं तिला जोरात स्वत:कडे ओढलं.

आंब्याच्या त्या रुंद खोडाआड तिला आपल्या मिठीत आवेगानं गोळा करत तो कुजबुजला, "खरंच! आज त्या कॉमन रूममध्ये जायचं अगदी जिवावर आलंय गं."

"विद्या उठतेस ना? पाच वाजले. पाणी कडकडीत तापलंय अगदी."

सासूबाईंचा खरखरीत आवाज खोल गुहेतून आल्यासारखा कानावर येत होता. डोळ्यांवर झोपेची जड गुंगी. रात्रीच्या मोकळ्या मूडची नशा. अश्विनातली सुखद

थंडी. अंगावरचं पांघरुण दूर करावंसं वाटत नव्हतं.

गुरुजींच्या स्वयंपाकघरातून उकळत्या चहाचा वास बोलावत होता. जोडीला गुरुजींचं घुमारदार आवाजातलं दुर्गाकवच... त्यांची घरच्या देवांची पूजा चालली होती.

सगळे मोह बाजूला सारून विद्या उठलीच. पलीकडे पुरुषांच्या खोलीतही लगबग चालू झाली होती. तोंडातच ब्रश धरून मारलेल्या बोबड्या गप्पा कानावर येत होत्या.

'आधी अंघोळीला पळालं पाहिजे. नाहीतर बाथरूमपाशी झुंबड उडेल नुसती.'

अंघोळ उरकून ती तयारच होत होती. तेवढ्यात बाहेर जीपचा थरथराट ऐकू आला. हाताने वेणीचे पेड उकलत ती बाहेर डोकावली.

बर्डीकरांची गाडी आली होती.

बर्डीकर, त्यांची बायको आणि त्यांचा पांगळा मुलगा. तिघंही दरवर्षी नेमाने पूजेला यायचे. बर्डीकरांच्या चेहऱ्यावर नाइलाज आणि त्यांच्या बायकोच्या नजरेत श्रद्धेचे अगतिक भाव असायचे. वर्षातून एकदा होणारी भेट. केवळ हसून चौकशी करण्याइतपतच ओळख. तरीही विद्याला का कोण जाणे, पण मिसेस बर्डीकरांबद्दल खूप आपुलकी वाटायची आणि त्या नवराबायकोच्या नात्याबद्दल गूढ कुतूहल....

"मला वाटलं, या वर्षी दिसत नाही तुम्ही." ती मिसेस बर्डीकरांना म्हणाली.

मिसेस बर्डीकरांच्या चेहऱ्यावर तिनं अगत्यानं विचारल्याचा आनंद उमटला.

"असं कसं? दरवर्षीचा नेम आहे, चुकायचा नाही. सचिनला थोडा ताप होता म्हणून जरा उशिरा निघालो."

"आता चटकन अंघोळी उरका म्हणजे वेळेवर पूजेला बसता येईल. तुमच्या सचिनचंही उरकायला हवं ना लवकर." आईंनी अधिकारी स्वरात सांगितलं.

"हो."

ओशाळल्या मुद्रेने मिसेस बर्डीकर बाथरूमच्या दिशेने वळली.

कडेवर पाय लोंबकळणारा सचिन.

विद्याला कसंतरीच झालं. आईंच्या वागण्याचा थोडासा रागही आला.

'रात्रभराचा प्रवास करून थकून आलेली माणसं, त्यांच्याशी इतक्या खरमरीतपणे बोलायलाच हवं का? आईचं म्हणजे अतिच असतं. सगळ्यांनी एकदम पूजेला बसावं लागतं म्हणून प्रत्येकालाच त्या अशी घाई करतात. लवकर पूजा आटोपून इथं थोडंच कुणाला ऑफिस गाठायचं असतं? दुपारचा नैवेद्य झाल्यावरच तर निघायचं असतं ना...!'

अच्युत कद नेसून बॅगमधली शाल घ्यायला खोलीत आला, तेव्हा तिनं

त्याच्याजवळ भुणभुण केलीच आईंच्या वागण्याबद्दल.

''जाऊ दे गं, तुला ठाऊकच आहे, इथं आली की ती जास्त डेस्परेट होते.''

विद्या धुमसत गप्प झाली. दरवर्षी नेमाने इथे येण्यातला, त्या दोघांनाही ओढून आणण्यातला आईंचा हेतू तिला ठाऊक आहे. त्यांना नातवंड हवंय. एकुलत्या एका मुलाचा वंश पुढे चालवायला हवाय. नाहीतर घराण्याचं नाव इथेच संपून जाईल, अशी भीती वाटतेय त्यांना.

दर वर्षी निघताना देवीला नमस्कार करून त्या कळवळीनं सांगतात, ''पुढल्या वर्षी ओटी भरू देत सूनबाईची. लेकराला घेऊन पूजेला येईन.'' पण असं म्हणताना देवीवरच्या विश्वासाऐवजी त्यांच्या आवाजात, डोळ्यांत एक अनाम भीती थरथरताना तिला दिसते.

'पुढल्या वर्षीही रिकाम्या ओटीनं यावं लागणार नाही ना?'

'स्वत:च्या मनात अशी भीती असताना उशिराच्या साध्या कारणासाठीही या दुसऱ्या, अगदी परक्या व्यक्तीवर जरब कशी काय दाखवू शकतात?' तिला वाटलं. पण त्याच वेळी तिच्या लक्षात आलं, 'देवीवर श्रद्धा असणाऱ्या प्रत्येकाच्याच डोळ्यांत ही भीती दिसते. मिसेस बर्डीकरच्याही डोळ्यांत वेगळ्या प्रश्नचिन्हात ती भीती उभी आहेच– 'सचिनला पुढच्या वर्षीही कडेवरून आणावं लागेल का?'

विद्याला एकदम आपल्या आईचे डोळे आठवले.

'पाठोपाठच्या चौघी मुली. आपण निपुत्रिकच मरणार की काय?' असं भय सतत तिच्या डोळ्यांत ठाण मांडून बसलेलं असायचं. त्या भयापोटीच ती कसलीकसली कडकडीत व्रतं करत राहायची. आठवड्यातले चार-चार पाच-पाच दिवस तिच्या उपासाचेच असायचे. सकाळ-संध्याकाळ पूजा, जप....

'देवावर एवढी निष्ठा असणारी, त्याच्यासाठी स्वत:ला कष्टवणारी ही श्रद्धाळू माणसं त्याच्या कृपेबद्दल एवढी साशंक का असतात? की रात्री अच्युत म्हणाला तशी कुठलीही भीती पार करणं फक्त आपल्याच हातात असतं? हे स्वत:बाहेरचे रस्ते आपण उगीचच गृहीत धरतो? देवावरची श्रद्धा हे या लोकांचं गृहीतच. मनात त्याच्या पक्केपणाची खात्री नसताना मांडलेलं गृहीत. त्यापेक्षा आपण बऱ्या. पूजा करतानाही आपलं मन त्या पूजेत नसतंच. आईंच्या आणि अच्युतच्या समाधानासाठी सगळं यांत्रिकपणे उरकतो आपण. पण मग अच्युतचं काय? आपल्यासारखा नास्तिक नसला तरी त्याचा भाविकपणा आईंसारखा अगदी पोटातून आलेला नाही. आईंनी आग्रह धरला नाही तर मुद्दाम रजा काढून तो येणारही नाही दरवर्षी. पण तरीही त्यालापण या भाबड्या पूजेची गरज का वाटत असेल? त्याच्याही मनात अशीच एखादी भीती....'

''सुट्या नाण्यांची पिशवी आणली होती ती कुठे ठेवलीयेस गं?'' आई बॅगेत

शोधाशोध करत विचारत होत्या.

मनातले उनाड विचार बाजूला सारून चेहऱ्यावरचा समजंस सुनेचा तोल सावरत ती पुढे झाली....

"थांबा. मी देते शोधून."

थरथरत्या हातानं विद्याने पुढ्यातल्या ऑपरेशन फॉर्मवर सही केली आणि अगतिकपणे नजर उचलून डॉक्टरांकडे पाहिलं.

डॉक्टरांच्या डोळ्यांतलं वात्सल्य तिला चष्म्याआडूनही जाणवलं. 'सगळं ठीक होईल.' नजरेनेच त्यांनी दिलासा दिला आणि मग तिच्या केसांवर अलगद थोपटून आपलं आश्वासन स्पर्शानं अधोरेखित केलं.

विद्याच्या डोळ्यांत पाणी आलं.

अच्युतच्या काकू आणि त्यांचा मोठा मुलगा विनोद, दोघंही तिच्या बेडपाशी उभे होते.

'नातेवाइकांचा आधार असा हा एवढाच. बाकी आता आपण एकट्याच. या ऑपरेशननंतर अच्युतचं काय होतंय? कोण जाणे?'

अशुभ विचारांच्या थकव्याने तिने डोळे मिटून घेतले. नकळतपणे उजवा हात हलवायचा प्रयत्न झाला आणि तो हलवता येणार नाही, हे नव्यानं लक्षात येताच आपोआप डाव्या हाताची हालचाल... जवळचा आधार म्हणून कॉटची दांडीच लागली हाताला. गार पडलेली, मुठीत मावणारी ती लोखंडी दांडी तिने गच्च पकडून ठेवली, खूप मोठ्या आधारासारखी. मनात अजूनही त्या वादळी क्षणांचं नकोसं थैमान. डोळे मिटून घेतले तरी प्रत्यक्ष भीतीचं ते चित्र समोर उभं ठाकतच होतं.

परतीच्या प्रवासात नेहमीसारखीच ती स्वतःपुरता कडेकोट बंदोबस्त करून बसली होती. शेजारी अच्युत आणि खिडकीपाशी पेंगणाऱ्या सासूबाई... आणि एकाएकी गाडीचा वेग वेडावाकडा झाल्याचं तिला जाणवलं. गियरच्या आवाजाची लय बिघडल्याचं लक्षात आलं....

"अहो, अहो... अरे देवाऽ... बापरे... माय गॉड... आईऽगं...."

अशा भयोद्गारांचा संमिश्र कल्लोळ आणि काय होतंय ते नीटसं कळण्यापूर्वीच झालेला तो प्रचंड आवाज.

शुद्ध हरपताना तिला अस्पष्टसं जाणवलेलं सत्य तेच होतं, ज्याला ती आजवर घाबरत आली होती. त्यांच्या बसला तो तसाच अपघात झाला होता.

शुद्धीवर आली तेव्हा ती हॉस्पिटलमध्ये होती. बेडवरच उठायचा प्रयत्न केला आणि कमरेकडून मेंदूपर्यंत एक जीवघेणी कळ झिणझिणून गेली. उजव्या हाताच्या

पंजाला घातलेलं जड प्लॅस्टर जाणवलं.

'म्हणजे खरंच अपघात झाला? आपण इथं कसे आलो? आणि अच्युत? आई कुठेत? त्या दोघांना किती लागलं असेल?'

अच्युत अजूनही बेशुद्धच होता. त्याच्या डोक्याला बराच मार लागला होता. बसमधले तीन प्रवासी हॉस्पिटलमध्ये आणता-आणताच गेले होते.

त्यातल्या एक आई होत्या.

तिची तब्येत बघून कलाकलाने डॉक्टरांनी हे सगळं तिच्या कानावर घातलं होतं.

आज हॉस्पिटलमधला चौथा दिवस. अच्युत शुद्धीवर आला होता, पण त्याचा रिस्पॉन्स समाधानकारक नव्हता. त्याच्या डाव्या कानाजवळ आतल्या आत रक्तस्राव होत असल्याची डॉक्टरांना शंका होती. त्यासाठीच आजचं हे छोटंसं ऑपरेशन.

भीतीनं पुन्हा तिच्या पोटात गोळा उठला. अपघातातून धडपणे बाहेर पडल्याची सुरक्षित भावना कुठेच नव्हती मनात. त्याऐवजी असुरक्षिततेची आणखी वेगळी, नवी प्रश्नचिन्हं....

ऑफिसमध्ये आल्याआल्या सोमणबाईंनी विद्याला त्यांच्या टेबलापाशी बोलावलं. सोमणबाई त्यांच्या सिनियर अकौंटंट, लोन सेक्शनच्या सर्वेसर्वा.

"कशी आहेस? बरं वाटतंय ना आता?"

"हात अगदी ओके! तसं थोडंसं अधूपण येतंच म्हणा. पण जिवावरचं हातावर निभावलं, हे काय थोडं झालं?"

"मिस्टरांची तब्येत काय म्हणतेय? भरून यायला वेळ लागतोच तसा, पण तेवढं गृहीत धरायचं आपण...."

नेहमीच्याच गोड आवाजात मुद्दा टाळून त्या कडेकडेचं बोलत राहिल्या. त्यांना यापलीकडचं काहीतरी बोलायचंय, हे आजवरच्या अनुभवानं विद्याच्या लक्षात आलं आणि म्हणूनच तिची चुळबुळ चालू झाली.

शेवटी तिचा अस्वस्थपणा अगदीच वाढल्याचं लक्षात आलं तशा त्या म्हणाल्या, "एक छोटासा बदल केलाय आपण आपल्या ऑफिसमध्ये. काही दिवसांपुरतं वाईकरांना लोन सेक्शनमधे घेतलंय आणि तुझ्याकडे रेकॉर्डरूमचं काम."

"पण रेकॉर्डरूमचा चार्ज तर शाळीग्रामांकडे...."

"तेच. चार्ज म्हणजे अगदी तिजोरीच्या चाव्या थोड्याच आहेत? शाळीग्राम सांभाळतील सगळं. तू मदत करायची त्यांना."

"पण मॅडम...."

"हे बघ विद्या, कुठचंही पद, त्याची प्रतिष्ठा, हे सगळे आपल्या मनाचे खेळ असतात. आपल्यासारख्या मनापासून काम करणाऱ्या माणसांना कुठंही टाकलं तरी काही फरक पडत नाही."

"ते खरंच आहे मॅडम. तरीपण रेकॉर्ड रूम म्हणजे...."

"मला वाटलं होतं, मी हे सांगितल्यावर उलट तुला बरं वाटेल. तुझ्या सध्याच्या परिस्थितीचा विचार करून मीच खरंतर हा पर्याय दिला साहेबांना. हे बघ, मिस्टरांची तब्येत पूर्णपणे बरी होईपर्यंत तुला केव्हाही रजा घ्याव्या लागतील. तुझाही उजवाच हात दुखावलाय. लोन सेक्शनला प्रचंड काम असतं. नाही म्हटलं तरी त्या हातावरच ताण येईल आणि घरचं टेन्शन असलं की, जबाबदारीचं पद सांभाळणं किती अवघड होतं, याचा मला अनुभव आहे. त्यातून आपला लोन सेक्शन म्हणजे तर फ्रंटलाईनच आहे अगदी. तिथे रोजच अर्जन्सी असते. त्यामानाने रेकॉर्डरूमचं काम तू तुझी तब्येत आणि घरची परिस्थिती सांभाळून सावकाश केलंस तरी चालेल."

तिची बदली करून आपण तिला खूपच समजून घेतलं आहे, असा आव आणून सोमणबाई बोलत होत्या. त्यांच्या बोलण्यातले मुद्दे खरे असले तरी आपल्या अनुपस्थितीत केलेली ही बदली तिला खटकत होतीच. पण कुठं दुखतंय, हे नेमकं बोट ठेवून सांगता येत नव्हतं.

एका महामंडळाच्या क्रेडिट सोसायटीमध्ये विद्या काम करत होती. लोन सेक्शन हा त्यांच्या ऑफिसचा मर्मबिंदू. सुरुवातीला कटाक्षाने तिथं तिच्यासारखी स्वच्छ, निरपेक्ष माणसं भरली गेली होती. पण आता मात्र हळूहळू राजकारण शिरत चाललं होतं. प्रत्येकानंच आपला नातेवाईक, ओळखीचा कुणी अशा शिफारशी करून पुढच्या नेमणुका केल्यामुळे विशिष्ट वर्गातल्या, विशिष्ट विचारसरणीच्या लोकांचाच गट तयार झाला होता आणि एवढं मोठं चराऊ कुरण समोर असताना कसलीही अपेक्षा न ठेवता कोरड्या हातांनी काम करणारी माणसं त्या लोकांना अडचणीची वाटायला लागली होती. काही ना काही कारण शोधून अशा माणसांची उचलबांगडी करायची संधी शोधणारे बरेच जण होते. सोमणबाईही त्यातल्याच. विद्याच्या अपघाताचं कारण त्यांना अनायासे मिळालं होतं. वर तिच्या अडचणी न सांगता समजून घेतल्याचा तोराही मिरवता येणार होता.

मनातला फणफणणारा संताप आवरत विद्या जागेवर आली. तिच्या रजेच्या काळात दोन महिने वाईकर तिचं टेबल सांभाळतच होते. त्यामुळे त्यांना चार्ज देण्याचा, काही आवरण्याचा प्रश्नच येत नव्हता. पर्स, ग्लास, डायरी, टेबल-कॅलेंडर अशा काही वैयक्तिक वस्तू उचलून ती रेकॉर्डरूममध्ये आली.

रेकॉर्डरूममध्ये काम करणं तिला नकोसं वाटत होतं, त्याला आणखी एक

कारण होतं. जेमतेम बारा जणांचा स्टाफ असलेल्या त्यांच्या ऑफिसमध्ये सेक्शनचं वेगळेपण केवळ नावालाच होतं. प्रत्यक्षात सगळे जण एका मोठ्या हॉलमध्ये बसायचे. टेबलांची उभी-आडवी रचना किंवा मधलं एखादं बैठं कपाट हीच वेगळ्या सेक्शनची खूण. बाकी सगळा एकदंडी कारभार.

त्यामुळे मोठ्याने एकमेकांशी बोलणं, हसणं, मधूनच एखाद्या खमंग विषयावरची चर्चा, बातम्यांची देवाणघेवाण, राजकीय परिस्थितीवरची उच्च स्वरात मांडलेली मतं, या सगळ्यातून येणारा जिवंतपणा त्या वातावरणात होता. याउलट रेकॉर्डरूम मात्र मागच्या बाजूला पूर्णपणे वेगळी काढलेली होती, याच ऑफिसचा भाग असेल असं न वाटण्याइतकी. तिथे बसलं की, इथलं काहीसुद्धा कळायचं नाही. तिथले शाळीग्रामही अतिशय शांत, एकलकोंड्या स्वभावाचे. जुन्या, पिवळट कागदांच्या गठ्ठ्यांनी, कळकट रजिस्टर्सनी आणि रेकॉर्ड्सच्या जीर्ण फायलींनी त्या खोलीच्या तीन भिंती झाकून गेल्या होत्या. तिथं पाय ठेवल्यावर सर्वांत आधी जाणवायचा तो एक उदास, कुबट दर्प. अठरा बाय पंधराच्या त्या खोलीत चैतन्याचा एक कणही नव्हता. खिडकीतून येणारा सूर्यप्रकाशसुद्धा तिथं मलूल, शिळा वाटायचा.

'मठ्ठ चेहऱ्याच्या शाळीग्रामबरोबर त्या खोलीत बसायचं आणि काम करायचं...' कल्पनेनंच विद्याला मळकट, पारोसं वाटलं.

विद्या आत आली तेव्हा तिचं येणं अपेक्षितच असल्यासारखे शाळीग्राम हसले. थोडं जवळिकीचं, थोडं अलिप्त असं हसू.

''बरं वाटलं असेल ना आता तुम्हाला?'' सोमणबाईंचा राग तिने त्यांच्यावरच काढला.

''अं?''

त्यांचा चेहरा ओशाळा झाला. ओठावरचं हसू पटकन मिटलं.

तिच्या अपघाताबद्दल, अच्युतच्या तब्येतीबद्दल काही विचारावं आणि मग कामाला सुरुवात करावी, असं त्यांनी मनाशी ठरवलं होतं. पण ते एकदम गप्पच झाले.

तिच्या स्वागताची वाक्यं त्यांच्या डोळ्यांत अधांतरीच लोंबकळत राहिली.

लंच-अवर संपवून विद्या खिन्न मनाने जागेवर परतली. पर्समध्ये डबा ठेवून समोरच्या उघड्या रजिस्टरकडे शून्य नजरेने पाहत नुसतीच बसून राहिली. रेकॉर्डरूममध्ये बदली होऊन आल्याला आता जवळजवळ महिना होत आला होता. अजूनही तिचं मन तिथं रुळायला तयार नव्हतं. पण आता नाइलाजाने का होईना तिथे रुजवून घेणं तिला भाग होतं. अर्ध्या तासाचा लंच अवर मिनिटामिनिटाने ताणून वाढवायचा ती

प्रयत्न करायची. पण त्यातला फोलपणा आता तिच्या लक्षात यायला लागला होता. सुरुवातीला लोन सेक्शनमधल्या आणि इतर खात्यातल्या लोकांनी तोंडावर का होईना, पण तिच्या बदलीबद्दल हळहळ व्यक्त केली होती आणि 'फारसं वाईट वाटून घेऊ नकोस. रेकॉर्डरूम काय? इथेच तर आहे. केव्हाही इकडे येत जा.' असा दिलासाही दिला होता. तरीही गेली नऊ वर्षं आपण जिथे मनापासून काम केलं, तिथून एखाद्या निर्जीव टेबल-खुर्चीसारखं आपल्याला तडकाफडकी हलवलं जावं, याची खिन्नता सतत मनाला कुरतडत होतीच. अच्युतच्या तब्येतीचा ताण अजून मनावरून पूर्णपणे ओसरला नव्हता. त्याला एखाद्या लहान मुलासारखं जपताना आईचं नसणं सतत जाणवत राहायचं तिला आणि खूप एकटंएकटं वाटायचं.

त्यात ऑफिसमधला हा असा तुटक अनुभव. आताशा तिच्या येण्या-जाण्याचीही दखल नसायची कुणाला. सुरुवातीला तिच्या येण्यासाठी लंच-अवरची वाट पाहणाऱ्या विजू, मीना, पद्माही आता ती आली तरी स्वत:च्या कामाबद्दलच्या गप्पांमध्ये बुडून गेलेल्या असायच्या. हे साहजिक असलं तरी आपण एका बाजूला फेकल्या गेलोय, ही खंत वाटून विद्या अस्वस्थ व्हायचीच.

आजही तोच अनुभव. त्या तिघींच्या गप्पांमध्ये ती शिरूच शकली नव्हती.

शाळीग्रामनी केव्हाच कामाला सुरुवात केली होती. तेही नित्यनेमाने घरून डबा आणायचे. पण रेकॉर्डरूममध्येच बसून एकट्यानंच खायचे. बदल म्हणूनसुद्धा कधी चुकूनही बाहेरच्या हॉलमध्ये जेवायला जायचे नाहीत. त्यांचा स्वभावच वेगळा होता. पूर्वी ते सगळ्यांशी हसून, मिसळून बोलायचे. सगळ्या कार्यक्रमांत पुढाकार घ्यायचे. पण रेकॉर्डरूममध्ये आल्यावर ते सगळं करणारा कुणी दुसराच असावा, इतके ते अलिप्त झाले होते. कुणी समोर आलं तर व्यवस्थित गप्पा मारायचे. पण आपणहून कुणाशी बोलणं नाही. बोलण्यात कुठेच कडवटपणा नाही, पण जवळीकही नाही.

आज मात्र शाळीग्राम कामात बुडालेले असूनसुद्धा विद्या लंचहून परत आल्यापासून नुसतीच बसून राहिलीय, हे त्यांच्या लक्षात आलं.

थोडा वेळ वाट पाहून शेवटी त्यांनी विचारलंच, "काही प्रॉब्लेम आहे का मॅडम?"

"अं?" तिनं दचकून वर पाहिलं.

"कसल्या गहन विचारात आहात?" त्यांनी जिव्हाळ्याच्या स्वरात विचारलं.

"छेऽऽ विचार कसला करायचा?"

ते हसले.

"कमाल आहे. आजपर्यंत मला वाटत होतं की, जिवंत माणसाला कसला विचार करायचा, असा विचार कधीच पडत नसावा."

त्यांच्या असं गंभीर चेहऱ्याने, तिरकस विनोदी बोलण्याचं तिला खुदकन हसू आलं.

"आता कसं बरं वाटलं. आल्यापासून केवढा लांब चेहरा करून बसला होतात. एक सांगतो मॅडम तुम्हाला, ऑफिसमधली नाती जेवढ्यास तेवढी ठेवायची असतात. ती माणसं कितीही चांगली असली तरी त्यांच्यात फारसं गुंतायचं नसतं कधी. स्वतःला त्रास होईल इतकं तर नाहीच नाही.''

"पण... पण तुम्हाला कुणी सांगितलं मी....'' आश्चर्याने तिला नेमके शब्द सुचेनात.

"प्रत्येक गोष्ट दुसऱ्या कुणी सांगावीच लागते, असं नाही. ओळखून घ्यायची....''

"शाळीग्राम... मी... मला....''

तिला एकदम भरून आलं.

हातातलं पेन मिटून ते तिच्या टेबलाजवळ आले.

तिच्यासमोरच्या खुर्चीवर बसत म्हणाले, "तुमची अवस्था मी समजू शकतो. कारण मीही त्यातून गेलोय. तुमची नुसती बदली झालीय. माझ्या वेळी तर ऑफिसमध्येच असलेल्या फाईल्स इकडे हलवण्यात आल्या आणि पूर्ण संपर्क तोडल्यासारखी ही नवीन रेकॉर्डरूम मुद्दाम बनवण्यात आली, माझ्यासाठी. मला तिथून उचलून टाकण्यासाठी. काम चोख असलं की, डच्चू देता येत नाही. पण बदली तर करता येतेच ना?''

"पण का?''

"सांगितलं ना काहीकाही गोष्टी आपण ओळखून घ्यायच्या असतात. मीसुद्धा त्या वेळी तुमच्यासारखाच सुन्न, निराश झालो होतो. पण मनाला बजावलं की, ज्यांना आपण नको आहोत, त्यांच्यासाठी कशाला झुरायचं? शेवटी कामच आपलं असतं. कुठेही गेलं तरी ते करावंच लागणार.''

"खरंय.'' ती मनापासून म्हणाली.

"तेव्हा उठा. हवं तर फ्रेश होऊन या आणि कामात बुडून जा. मनबिन सगळं घरी ठेवून येत जा उद्यापासून.''

ती फ्रेश होऊन आल्यावर त्यांनी ड्रॉवरमधून वपुंचं 'पार्टनर' काढून तिच्यापुढे धरलं.

"हे घ्या. माझी गीता आहे ही. यातलं तत्त्वज्ञान....''

"मी वाचलंय हे पुस्तक एकदा.''

"तेव्हा पुस्तक म्हणून वाचलं असेल. आता वेगळ्या दृष्टिकोनातून बघा. तुम्हाला आरशात बघितल्यासारखं नाही वाटलं तर मला सांगा. आपल्या प्रत्येक साध्यासुध्या समस्येचं प्रतिबिंब पडलंय यात.''

शाळीग्रामसारख्या मठ्ठ माणसानं आपल्या खिन्न होण्याकडे इतकं गंभीरपणे बघावं, आपलं मन राखण्यासाठी त्याच्या परीने उपाय करावा, एखाद्या पुस्तकाबद्दल

असं भरभरून बोलावं... सगळंच तिला आश्चर्य वाटायला लावणारं होतं.

"मीही माणूसच आहे आणि इतरांबद्दल वाटलं असतं की नाही ते सांगता येत नाही. पण तुमचं उदास होणं नाही बघवलं माझ्याने." त्यांनी काहीशा ओशाळ्या स्वरात प्रामाणिक कबुली देऊन टाकली.

त्यांचं ते वाक्य उगीचच तिच्या मनात रेंगाळत राहिलं.

नेहमीच्या वेळेच्या थोडं आधीच विद्या घरी आली. जानेवारीचे दिवस. उन्हं लवकर माघारी फिरली होती. हवेत गारवा दाटत चालला होता.

पाच महिन्यांच्या दीर्घ रजेनंतर अच्युत आजपासून ऑफिसला हजर झाला होता. तो यायच्या वेळी आपण घरी असायला हवं म्हणून ती शाळीग्रामना सांगून लवकरच निघाली होती. तो यायच्या आधी कपडे बदलून त्याच्यासाठी काहीतरी चटपटीत खाणं करावं, असं मनाशी ठरवत ती बिल्डिंगपाशी आली आणि सहज नजर वर गेली तर बाल्कनीचं दार उघडं दिसलं. ती चमकली. थांबून मनाशी नीट आठवून पाहिलं, 'सकाळी जाताना दारं नीट बंद केली होती आपण... अच्युत लवकर आला की काय? पण तो आला तरी हॉलमध्येच थांबेल. बाल्कनीच्या बाजूला तो सहसा फिरकतच नाही. हल्ली हॉलमध्येच टी.व्ही.समोर नाहीतर पेपर घेऊन बसतो.'

घाईघाईनं जिना चढून ती वर आली तर पुढचं दारही सताड उघडलेलं. हॉलमध्ये कुणीच नाही. क्षणभर थबकून ती बेडरूमकडे धावली. तिथंही कुणीच नव्हतं. बाल्कनीपर्यंतच्या सेकंदाभराच्या अंतरात मनात कितीतरी वेड्यावाकड्या शंका तरळून गेल्या. पण बाल्कनीतलं दृश्य पाहिलं आणि ती जागेवरच खिळून राहिली, काहीशा विस्मयानं आणि नेमकं काय करावं ते न सुचूनही.

बाल्कनीतल्या फरशीवर नुसती चटई टाकून अच्युत अस्ताव्यस्त झोपला होता. डोक्याखाली उशीही नव्हती. मावळत्या उन्हाचे तिरपे किरण नेमके डोळ्यांवर आलेले. त्यामुळे डोळे गच्च मिटून घेतलेले आणि चेहरा आक्रसलेला.

"अच्युत... अच्युत, बरं वाटत नाही का?" पुढे होऊन तिनं त्याला हलवलं.

"बरं आहे गं." त्याने जोरात तिचा हात झिडकारून दिला.

'म्हणजे हा जागाच आहे?' तिला जरा विचित्र वाटलं.

"मग इथे का झोपलास असा?"

"का? बंदी आहे की काय कुणाची? माझं घर आहे. कुठेही झोपेन मी." तो गुरगुरला.

"अरे, पण आत झोपायचं. डोक्याखाली काही घेतलं नाहीस. ऊनपण येतंय अंगावर."

"त्याने काय होतंय? मी काय एवढा लेचापेचा आहे?" तो भांडणाच्या पवित्र्यात ताडदिशी उठूनच बसला.

ती हताशपणे त्याच्याकडे पाहत राहिली. हे सगळं तिला नवीनच होतं. त्याचं असं गुरगुरणं, चिडून वेड्यावाकड्या दिशेचं काहीतरी बोलणं... हा त्याचा नेहमीचा स्वभाव नव्हता. त्याच्या अवचितपणे समोर आलेल्या या नव्या रूपाशी कसं जमवून घ्यावं, याचा विचार करत काही क्षण ती तशीच उभी राहिली आणि मग ओठांवर आलेले कितीतरी प्रश्न आणि विधानं कष्टानं गिळत त्याला त्याच्या मूडपाशीच सोडून आत वळली. शक्य तेवढ्या लवकर त्याला संध्याकाळचं जेवण द्या, असं डॉक्टरांनी सांगितलं होतं. जेवणानंतर दोन तासांनी गोळ्या द्यायच्या होत्या. तोपर्यंत अच्युतला झोप येऊ द्यायची नाही... सगळं आठवून ती थेट स्वयंपाकघरातच शिरली. गॅसवर दूध तापत ठेवून तिने कणीक भिजवायला घेतली.

खरं म्हणजे तिला कॉफी किंवा निदान अर्धा कप चहा तरी हवाच होता.

'अच्युतलाही या वेळी चहा लागतोच. मात्र आता विचारलं तर पुन्हा तो वेडंवाकडं काहीतरी बोलेल. त्यापेक्षा नकोच.'

पण तिची कणीक भिजवून व्हायच्या आधीच तो आत आला, बराच निवळलेला.

"विद्या, चहा नाही ठेवलास?"

त्याचा स्वर अगदी साधा, नेहमीचा. मग तिनंही मघाचा संताप, वेड्यावाकड्या शंका सगळं मागे ढकलत तशाच सहज स्वरात उत्तर दिलं, "एवढी कणीक भिजवून झाली की ठेवतेच."

चहाचे कप घेऊन ती हॉलमध्ये आली तेव्हा पुन्हा तो शून्य नजरेने समोर पाहत सोफ्यावर बसलेला.

"बिस्किट आणू?"

ती त्याच्या शेजारी बसली.

त्याने नकारार्थी मान हलवली तेव्हा त्याच्याकडे बघताना तिला एकदम जाणवलं की, त्याच्या डोळ्यांत पाणी चमकतंय. ती गडबडली. तो अपघात, त्याचं ऑपरेशन, नंतरचं विकल होणं, पाच-सहा महिन्यांची विश्रांती, आईच्या मृत्यूचा धक्का या सगळ्यातून ते दोघंही अजून नीटसे बाहेर पडले नव्हते. सतत चाचपडत, तोल जातोय की काय या शंकेनं एकमेकांचा आधार घेत, हा मधल्या काळातला प्रवास चालला होता. रोजचा दिनक्रम नीट सुरू झाला की मग हळूहळू सगळं सुरळीत होईल, या आशेवर पुढची पावलं उचलली जात होती.

'आज तो ऑफिसला गेलाय... आता सगळं मार्गी लागेल...' या आशेवर ती असतानाच त्याचं हे असं विचित्र वागणं आणि असं रडणं....

हळुवारपणे तिने त्याच्या पाठीवर थोपटलं.

तिच्या स्पर्शाची जणू काही वाटच पाहत असल्यासारखा तो तिला बिलगला. आवेगाने तिची मिठी स्वत:भोवती ओढून घेतली आणि घुसमटून तिच्या कुशीत तोंड लपवून हुंदके द्यायला लागला.

''विद्याऽऽ विद्या, मला नाही ऑफिसला जायचं. मी ती नोकरी सोडून देणार आहे. तू ओरडू नकोस मला.''

ध्यानीमनी नसताना चहूकडून अंगावर पुराच्या पाण्याचा लोट यावा तसा त्याचा तो आवेग, आधाराच्या अपेक्षेने तिला जवळ ओढणारा.

ती गुदमरली आणि त्याहीपेक्षा जास्त सावध झाली. पुढचं दार सताड उघडं होतं. दारासमोर अगदी सोफ्यावरच ती दोघं बसलेली आणि अच्युतने तिला....

नेटानं त्याला बाजूला सारून ती उठली आणि दार लावून पुन्हा त्याच्या जवळ आली. त्याचं मस्तक जवळ ओढून कुरवाळत मऊ स्वरात म्हणाली, ''काय झालं आज ऑफिसमध्ये? मला सांग बरं सगळं.''

पण तिच्या अशा तटकन उठून जाण्याने तो दुखावला गेला होता. केसातला तिचा हात झटकून काहीच न झाल्यासारखा त्याने टीपॉयवरचा कप उचलला आणि पुन्हा शून्यात बघत तो चहाचे घोट घेत राहिला.

टिफिन भरून पर्समध्ये ठेवताना विद्याचं लक्ष शेल्फवरच्या बरणीकडे गेलं.

तळाला गेलेल्या मुरांब्याकडे बघताना तिला आठवलं की, काल डबा खाताना शाळीग्राम म्हणाले होते, 'बाजारच्या जॅमपेक्षा मला मुरांबा जास्त आवडतो. त्याला एक घरगुती चव असते.'

फळीवरची छोटी डबी काढून तिने त्यात मुरांबा भरून घेतला. पाक अगदी काळा तपकिरी झाला होता.

'आई असताना त्यांनी घातलेला मुरांबा. दीड वर्ष होऊन गेलं आता. त्या असताना आपल्यावर कधी वेळच आली नाही घरात लक्ष देऊन असले पदार्थ करून ठेवण्याची... आणि आता...?

नकळत तिच्या तोंडून एक खिन्न निश्वास बाहेर पडला.

ऑफिसला निघण्यापूर्वी तिने बेडरूममध्ये डोकावून पाहिलं. अच्युत जागा झाला होता आणि छतावरच्या पंख्याकडे टक लावून पाहत तसाच पडून राहिला होता.

'अकरा वाजायला आले. अजून साधी चूळ भरलेली नाही या माणसानं. अंघोळीचं तर काय विचारायलाच नको. मनात आलं तर करणार, नाहीतर दोन-दोन, तीन-तीन दिवस तसाच....'

तिची चाहूल लागल्यावर त्यानं मान वळवून पाहिलं. पण नजरेत काहीच परिणाम उमटला नाही. जशी भिंत, टेबल, पंखा तशीच ती. नजरेत तोच थंड भाव, सगळ्या संवेदना गोठून गेल्यासारखा.

नोकरी सोडून चार महिने झाले. असाच घरात नुसता पडून आहे तो. चहा, जेवण, सिगारेट आणि बेडरूम. आलटून-पालटून या चार गोष्टींशीच त्याचा संपर्क चालू आहे. चार महिन्यांत साधा पेपरसुद्धा हातात धरलेला नाही त्याने. दोघांमधला संवाद तर संपल्यासारखाच झालाय. विद्याच त्याला बोलतं करण्यासाठी एखादा विषय सुरू करते. त्यावर घरंगळल्यासारखी दोन-चार वाक्यं त्याच्या तोंडून सांडतात. मध्येच गाडी थांबते.

डॉक्टरांच्या मते मेंदूपासून हृदयापर्यंत तो अगदी व्यवस्थित आहे. तशीही त्याच्या बोलण्या-वागण्यात कुठेच वेडाची झाकही दिसत नाही. जे बोलतो ते विषयाशी सुसंगत. स्वत:चं स्वत: सगळं करतो. कधीकधी तर विद्या यायच्या आधी दोघांसाठी चहाही करून ठेवतो. मनात आलं तर कपबशा धुणं, भाजी निवडणं, असली मदतही करतो तिला. पण सगळ्या हालचालीत त्याचं मन कुठेच गुंतलेलं नसतं. बाहेरून दुसरं कुणीतरी आदेश देत असावं तसे त्याचे सगळे व्यवहार चाललेले असतात.

त्याच्यातल्या बदलाची संगती लावतालावता ती फार थकून गेलीय.

जमेची बाजू एवढीच की, तिचं ऑफिसमधलं नैराश्य संपलंय आता.

शाळीग्राम आणि ती, दोघांचं छान जमायला लागलंय. जुन्या सेक्शनमध्ये कामाशिवाय जाणं आता ती विसरूनच गेलीय. रेकॉर्डरूममधल्या बंदिस्त, कळकट विश्वात मनापासून रमलीय.

शाळीग्राम वाटले होते तितके मठ्ठ आणि वैतागवाणे नव्हते. उलट सहवासानं व्यवहारातली हुशारी, समजूतदार स्वभाव, विचारांची खोली, वाचनाचा व्यासंग असे त्यांचे बरेच गुण कळायला लागले होते. आता दुपारी विद्या आणि ते, दोघंही रेकॉर्डरूममध्येच डबा खायचे. त्या वेळी आणि इतर वेळातही अधूनमधून दोघांच्या बऱ्याच गप्पा व्हायच्या; वैयक्तिक सुखदु:खाबद्दल, ऑफिसच्या आधीच्या आठवणींबद्दल किंवा नाटकसिनेमा, पुस्तकं, राजकारण अशा विषयांवरही. अच्युतच्या अशा वागण्याबद्दल मोकळेपणानं बोलावं असं एकच माणूस सध्या तिच्या संपर्कात होतं... शाळीग्राम!

"मॅडम, माणसाची प्रवृत्तीच आहे ही. आयुष्य अगदी सरळ, निर्वेध रस्त्यासारखं हवं असतं त्याला. मध्ये खड्डे नकोत, अडचणी नकोत, सिग्नल नकोत... आपापल्या स्वभावानुसार कुणी वेगानं गाडी हाकतो तर कुणी संथपणे. पण रस्ता मात्र निर्वेधच हवा असतो प्रत्येकाला." ते एकदा म्हणाले होते.

"पण ही अपेक्षा रास्तच नाही का?"

"अपेक्षा रास्त आहे हो. पण आयुष्य तसं नसतं, ही समजूत प्रत्येकाला असायला हवी ना! प्रत्येकाच्याच आयुष्यात कुठेतरी एखादं नकोसं वळण भेटतंच. ते सहज स्वीकारायला हवं. पण कुणी तिथेच अडून बसतात, कुणी वैतागून रस्ता बदलायला जातात. हे चुकीचं आहे. असं वागून आपण स्वत:लाच शिक्षा करतोय, हे विसरतात माणसं."

विद्या एकदम अंतर्मुख झाली. तिला तिचं आणि अच्युतचं संभाषण आठवलं. त्या वेळी अच्युतही असंच म्हणाला होता. तिला वाटणारी घाटातल्या प्रवासाची भीती त्याला फोल वाटली होती. आयुष्यातल्या चढ-उतारांचं तत्त्वज्ञान ऐकवलं होतं तेव्हा त्याने तिला. पण आता आयुष्यातल्या उतरणीच्या प्रवासात तोच स्वत:चा तोल घालवून बसलाय. त्याच्या आयुष्यात आलेले कसोटीचे क्षण तिच्याही आयुष्यात आलेच की. पण ती हळूहळू पावलं टाकत ते ओलांडण्याचा प्रयत्न करतेय. त्याच्या सोबतीशिवाय... एकटीनंच... आणि तो मात्र भिऊन रस्त्याकडे पाठ फिरवूनच उभा राहिलाय. त्या वेळी स्वत:भोवतीच्या सुरक्षित गजांआडून तत्त्वज्ञान सांगणारा ठाम, खंबीर अच्युत आणि आता उघड्या आभाळाखाली उभा असलेला हवालदिल, डळमळीत अच्युत, यातला खरा अच्युत कोणता?

"तुम्ही काही बोलत का नाही?" शाळीग्राम विचारत होते.

"विचार करतेय तुमच्या बोलण्याचा. काही वेळा तुम्ही म्हणता तसं एकच माणूस समजूतदारही वाटतं आणि हट्टीसुद्धा. कोणतं रूप खरं ते...."

"हॅऽऽ माणसांची बदलती रूपं ही मुळी विचार करण्याची गोष्टच नाही. त्या-त्या क्षणी ते-ते रूप खरं असतं प्रत्येक माणसाचं. तुम्ही अजित बेडेकरांचं 'माणूस की सैतान' वाचलंय का? आपल्याला अगदी देवमाणूस वाटणारी व्यक्तीही कोणत्या टोकाला पोहोचू शकते आणि का? ते सगळं सविस्तर दिलंय त्याच्यात."

नेहमीसारखं त्यांचं 'कोटेशन्स सेशन' सुरू झालं.

आत्ता बाहेर पडताना ते सगळं आठवून विद्याला वाटलं, 'किती खरं असतं त्यांचं बोलणं. एकेकाळी त्यांच्याबरोबर काम करायचं म्हणजे कोण संकट वाटलं होतं आपल्याला आणि आज मात्र त्यांना आवडतो म्हणून आपण डब्यात मुरांबा....' तिला मनापासून हसू फुटलं.

"दोन दिवस अगदी वैताग येईल आता घरात, आरत्या आणि पूजा."

टेबल आवरता-आवरता शाळीग्रामनी तोंड वाकडं केलं.

"त्यापेक्षा हल्ली ऑफिसातच बरं वाटतं."

"तुमच्याकडे गणपती असतील ना.''

"हो. पण ते खातं माझ्याकडे नसतं. मला उगीच पूजेबिजेचं अवडंबर आवडत नाही, श्रद्धा महत्त्वाची. हिच्या आणि मुलांच्या हौसेसाठी सगळं करायचं. अर्थात मी कशात भाग घेत नाही. आपलं तत्त्व म्हणजे तत्त्व. गणपती आणणं, आरास करणं, पूजाबिजा... ही आणि मुलंच बघतात. मी मस्त वाचत पडतो आणि प्रसाद हादडतो.''

"मलापण नाही आवडत पूजेचं अवडंबर. आमच्याकडेही सासूबाईच बघायच्या ते सगळं. मी आपली हाताखाली.'' विद्या पडेल स्वरात पुटपुटली.

दोन-तीन दिवस सासूबाईंच्या आठवणीनं तिला खूप अस्वस्थ वाटत होतं. आजूबाजूच्या फ्लॅटमध्ये, सोसायटीच्या आवारात गणेशोत्सवाचा उत्साह ओसंडून चालला होता. तिचं घर मात्र विझून गेलेल्या दिव्यासारखं सोबतीला काजळी घेऊन उभं होतं.

'उद्या रविवार आणि परवा गणेशचतुर्थीची सुट्टी म्हणजे आता दोन दिवस ऑफिसला येण्याचीही ओढ नाही. घरातच कुढत बसायचं.'

निराश, उदास ढगांचं पाणी तिच्या डोळ्यांत तरळून गेलं.

विचारांच्या नादात जिना चढून आल्यावर विद्या चमकलीच. दाराला कुलूप होतं.

'असं कसं झालं? गेले चार-साडेचार महिने अच्युत घराबाहेर पडलेला नाही. आता असा न सांगता कुठे गेला असेल?' तिला थोडी काळजीही वाटली आणि काहीसं बरंही वाटलं.

बेडवर त्याचे बदललेले कपडे व्यवस्थित घडी करून ठेवलेले होते आणि त्यावर तिला सहज दिसेल अशा बेतानं ठेवलेली चिठ्ठी– 'माझी वाट पाहू नकोस आणि काळजीही करू नकोस. – अच्युत.'

'म्हणजे? कुठे गेला असेल हा? कधी निघाला असेल घरातून? आत्ता की सकाळी आपण बाहेर पडल्याबरोबर लगेच? गावातच की?'

काही न सुचून तिने कपाट तपासलं. बॅग्ज उलथ्यापालथ्या केल्या. पण सगळं सामान जिथल्यातिथे होतं. अच्युत फक्त अंगावरच्या कपड्यानिशी बाहेर पडलेला होता. ड्रॉवरमधले पैसेही जसेच्या तसे. अंगठी आणि चेन तर त्याच्या ऑपरेशनच्या वेळी काढून ठेवली होती. ती नंतर घातलीच नव्हती त्याने.

त्या सगळ्या वस्तू आणि त्याची चिठ्ठी बघून तिला हुंदकाच फुटला.

किती वेळ ती उशीत तोंड खुपसून रडत होती कोण जाणे. आजूबाजूला अंधार दाटला तेव्हा तिला भान आलं. उठून दिवा लावला. तोंड धुतलं आणि ती बाहेर पडली. काहीतरी हालचाल करायलाच हवी होती.

शेजारच्या दातारांच्या फ्लॅटचं दार उघडंच होतं. पण ती दारात येऊन उभी राहिली तरी कुणाला पत्ता नव्हता. हॉलमधलं फर्निचर हलवण्यात आणि दीड दिवसांच्या गणपतीचं आसन सजवण्यात दातार कुटुंब रंगून गेलं होतं. बनियन आणि अर्धी चड्डी घातलेले दातार टेबलावर खुर्ची ठेवून त्यावर चढून पंख्याची पाती पुसत होते. मोठा मुलगा त्यांच्या खुर्चीचे पाय पकडून उभा होता. धाकटा खाली बसून रंगीत कागद कातरण्यात गुंतला होता.

अच्युतचं निघून जाणं क्षणभर विसरूनच गेली ती.

'असं स्वत:ला विसरून अगदी छोट्या-छोट्या गोष्टीतही बुडून जाणं किती सुंदर असतं!'

अनिमिष नेत्रांनी त्या तिघांकडे, त्यांच्या लगबगीकडे पाहत राहावंसं वाटलं तिला. मध्येच चहाचे कप घेऊन दातारवहिनी आतून बाहेर आल्या.

त्यांचं तिच्याकडे लक्ष जाताच त्यांनी आश्चर्याने विचारलं, "अरे, मुंजेवैनी? काय हो?"

"अं...."

विद्या घुटमळली.

'सासूबाई गेल्यापासून आजूबाजूच्या कुठल्याच कुटुंबाकडे फारसं येणंजाणं उरलेलं नाही आपलं. अच्युतच्या अशा वागण्यामुळे आणि आपल्या नोकरीमुळे आपण सोसायटीत कुणाच्या खिजगणतीत नसतो फारसे. त्यांच्या सुखदु:खाबद्दल आपल्याला कणभरही माहिती नसताना आपण खुशाल आपला प्रॉब्लेम घेऊन त्यांच्याकडे यावं? दगदगीच्या आयुष्यक्रमातून त्यांनी बाजूला काढलेले आनंदाचे काही क्षण... तेही नासवून टाकायचा काय अधिकार पोहोचतो आपल्याला? अच्युतचं निघून जाणं हे केवळ आपलं दु:ख, आपलीच जबाबदारी. आपल्यालाच तो गुंता सोडवायला हवा.'

"काही नाही. विरजणापुरतं दही असेल तर बघायला आले होते." दातारवैनींना पटेल अशी थाप सुचल्याबद्दल तिला स्वत:चंच कौतुक वाटलं.

"आत्ता तिन्हीसांजेला? उद्या सकाळी नाही चालणार का?"

"चालेल." सुटकेच्या समाधानानं ती मागे फिरली.

"अहो, आत तर या. चहा घ्या ना थोडासा. तयारच आहे."

"काय म्हणतेय साहेबांची तब्येत?"

दातार एव्हाना घाईगडबडीनं आतून लुंगी गुंडाळून आले होते.

"सकाळी स्टेशनवर भेटले होते मला. वजन बरंच उतरलंय."

"हं."

'स्टेशनवर गेला म्हणजे बाहेरच गेला कुठेतरी.' तिच्या मनानं चहा घेताघेता

अंदाज बांधला. 'उद्यापर्यंत वाट बघूया.'

पण दुसऱ्या दिवशीही अच्युत घरी आला नाही. तिसऱ्या दिवशी सकाळी मात्र तिचा धीर सुटला. सौजन्याचे सगळे विचार गुंडाळून ठेवून ती दातारांकडे गेली.

"पोलीसस्टेशनला तक्रार नोंदवायची तर काय करावं लागतं हो भावजी? हे परवापासून निघून गेलेत घरातून."

परवापासून एकटीने रडून घेतलं होतं तरी आता तिला जोरात रडू फुटलं. दातारांच्या हॉलमध्ये मांडलेल्या पूजेचंही भान उरलं नाही.

पोलिसांच्या चौकशीला उत्तरं देतादेता तिला नको झालं. दातारांनी आठवण करून दिली म्हणून अच्युतचा फोटोतरी बरोबर न्यायचं सुचलं होतं तिला. पण नीट पोलिसांना हवं तसं त्याचं वर्णन करता येईना. त्यानं घरातून जाताना कुठले कपडे घातले होते? ते तिलाच ठाऊक नव्हतं. केसांचं वळण? आताशा तो केस नीट विंचरतच कुठे होता? उंची सेंटीमीटरमध्ये? एखादी जन्मखूण? कुठल्याच प्रश्नांची समाधानकारक उत्तरं नव्हती तिच्याकडे.

'यापेक्षा अडाणी बायकासुद्धा चांगली उत्तरं देतात.' असा तुच्छ भाव नजरेत घेऊन तो हवालदार तिच्याकडे पाहत होता.

आपल्या गोंधळलेपणानं तिची तीच शरमून गेली.

'दातार 'येतो' म्हणाले होते तर आपण उगीच त्यांना पूजा आटोपल्यावर या,' असं म्हटलं.

स्वतःला बोल लावत ती चौकीतून बाहेर पडली. घरी जावंसं वाटत नव्हतं. पण कुठे जावं तेही सुचत नव्हतं. तिला मनापासून शाळीग्राम आठवले आणि विचारांनी मूर्तरूप घ्यावं तसे समोरून शाळीग्राम आणि त्यांची बायको येताना दिसले. शाळीग्रामांच्या कपाळाला गंध, डोक्यावर टोपी आणि हातातल्या ताम्हनात गणपतीची छोटीशी मूर्ती. ते भेटल्याचा आनंद झाला तरीही परवाचं संभाषण आठवून तिला त्यांच्याकडे पाहून नवलच वाटलं.

"अरे मॅडम? तुम्ही इकडे कुठे? आणि चेहरा एवढा का उतरलाय?" असं म्हणताना त्यांचा चेहरा आणि आवाजही पडलेलाच होता.

"या मुंजे मॅडम."

बायकोकडे वळून त्यांनी ओळख करून दिली.

तिने हसून नमस्कार केला.

"यांच्याच ऑफिसात आहात?"

विद्या थक्क, 'अच्युत ऐकण्याच्या पलीकडच्या स्थितीत असतो तरीही आपण

अधूनमधून त्याच्याशी शाळीग्राम पुराण लावत असतो आणि हे मात्र....'

"आज मुलं नाही वाटतं आली गणपती आणायला?" तिने त्यांच्याकडे रोखून पाहत विचारलं.

"मुलं नाचतच असतात आम्ही गणपती आणतो म्हणून. पण यांना ते पटायला हवं ना! देवाचं करायचं म्हणजे पोरखेळ नाही, असं ह्यांचं म्हणणं. रोजची पूजासुद्धा यांना अगदी साग्रसंगीत लागते. तीसुद्धा मुलांना करायला देत नाहीत...."

त्यांची बायको बिचारी मोकळेपणाने सांगत होती. पण शाळीग्रामांचा चेहरा मात्र क्षणाक्षणाला पालटत होता.

विद्याला त्यांच्याकडे पाहावंसंही वाटेना.

'इतके बेगडी आहेत शाळीग्राम? आपल्याशी इतकं खोटं बोलणारे? खऱ्या स्वत:ला फक्त आपल्यापासून की सगळ्या जगापासूनच लपवून ठेवतात हे? यांची सगळी तत्त्वज्ञानं केवळ पुस्तकीच होती? की आपल्यावर छाप पाडण्यासाठी...?'

शेवटच्या त्या नकोशा शंकेने तिला गुदमरल्यासारखं झालं.

अच्युतची प्रकर्षाने आठवण झाली. डोळ्यांतल्या पाण्याला निकराने थोपवत, अच्युतच्या आठवणींचे हुंदके दाबत शाळीग्रामांकडे पाठ फिरवून ती घराच्या दिशेने झपाझपा चालत सुटली.

मंगळवारी तिला उशिराच जाग आली. आदल्या रात्री दातारवहिनी काहीबाही बोलत उशिरापर्यंत तिला सोबत करत बसल्या होत्या. हवं तर झोपायचीही तयारी दाखवली त्यांनी. पण विद्याच नको म्हणाली....

'आपल्या लढाया एकटीनं लढण्याचं बळ गोळा करायला हवं आता मला.' परवापासून ती सतत मनाला बजावत होती.

आजही उठल्याबरोबर तिच्या मनात पहिला विचार आला, 'आज ऑफिसला नको जायला. आपण नसताना अच्युत घरी आला तर?'

पण लगेच तिने मनाला फटकारलं.

'घरी बसून उगीच एकटेपण गोंजारत राहायचं का? त्यापेक्षा ऑफिसला गेलेलं बरं आणि अच्युत आलाच तर त्याच्याकडे त्याची किल्ली आहे की. तो येईपर्यंत रोज घरी राहणार आहोत का आपण? आणि तो नाहीच आला तर....'

शेवटच्या वाक्याने डोळे पुन्हा गळायला लागले. कितीही खंबीर व्हायचं ठरवलं तरी हे पाणलोट अडवता येत नव्हते तिला.

ती अंघोळीला निघाली. तेवढ्यात बेल वाजली. आशेनं तिने अक्षरश: पळत जाऊन दार उघडलं.

दारात शाळीग्राम उभे होते.

"तुम्ही? आत्ता?"

"मुद्दामच आलो. काल तुम्ही बऱ्याच अपसेट वाटलात. म्हटलं मिस्टरांची तब्येत...."

कालचा प्रसंग आठवूनही तिच्या मनावर या वेळी रागा-चिडीचे धुमारे उठले नाहीत. उलट अच्युतच्या उल्लेखाने ती पटकन रडवेली झाली.

"त्याच चिंतेत होते मी. परवापासून ते आलेच नाहीत हो घरी."

"काय सांगता? कुठे नातेवाइकांकडे फोन करून...."

"हे हक्काने जातील असे जवळचे कुणीच नातेवाईक नाहीयेत."

शाळीग्राम मग सगळी चौकशी करत राहिले. काही उपाय, शोधाचे मार्ग सुचवत राहिले. तिला दिलासा देणारं काही बोलत राहिले.

"मी चहा करते तुमच्यासाठी."

त्यांच्यासमोर परवाचाच शिळा पेपर टाकून ती आत गेली. खरं म्हणजे तिनंही उठल्यावर चहा घेतलाच नव्हता. गॅसला लयटर लावताना जवळ कुणाची तरी चाहूल लागली म्हणून ती दचकून मागे वळली तर शाळीग्राम आत येऊन उभे, अगदी तिच्या निकट.

"गाऊनमध्ये किती लहान वाटतेस तू. मी ओळखलंच नाही आधी."

त्यांचे घारे डोळे पुराच्या पाण्यासारखे गढूळ झालेले. त्यांची ती बदललेली नजर, एकेरी उल्लेख, घोगरा स्वर, इतक्या जवळ येण्याची धिटाई....

विद्या भीतीनं उभी थरारली.

"शाळीग्राम, आधी मागे व्हा." हातातला लायटरच सुरीसारखा उगारत ती ओरडली.

ते हसून आणखी पुढे सरकले.

"कशाला उगीच हा आवेश? खरं सांग. तुझ्या मनात असं काहीच नाही? मग नवऱ्याच्या आजाराबद्दल एवढं तपशीलवार का सांगत होतीस नेहमी? तुझं उपाशीपणच सुचवायचं होतं ना तुला? मिस्टर मुंजे घरातून निघून गेलेयत, हे कालच लक्षात आलं होतं माझ्या. तुला पोलीसचौकीतून येताना पाहिलं तेव्हाच...."

संतापानं विद्याला पुढचं बोलणं सुचेना....

'म्हणून हा माणूस मुद्दाम आज घरी आला? आपल्या चौकशीचा, नर्व्हस मूडचा बहाणा करून? आजवर आपण एक सच्चा, स्वच्छ मित्र समजत आलो याला आणि हा मात्र संधीसाठी टपलेल्या कावळ्यासारखा... शी!'

शाळीग्रामांबद्दल एवढा आदर होता तिला की, त्यांच्याबद्दल टोकाचे वाईट विचारसुद्धा सुचेनात.

'ते पुस्तकी पांडित्य खोटंच? केवळ पुरुषाच्या नजरेनं बाईकडे पाहणंच खरं? आणि अशा माणसावर आपण मनापासून विश्वास....'

"तुझी इच्छा नसेल तर राहू देत आज. पण मागे सरकू नकोस. गॅस पेटलेला आहे."

पुढे झुकून त्यांनी पटकन गॅस बंद केला. पण तसं करताना तिच्या अंगाला घसटून जमेल तेवढं स्पर्शसुख घेतलं. तोल जातोयसा बहाणा करत तिच्या खांद्यापाशी नेलेला हात चाचपडत इकडेतिकडे....

"शाळीग्रामऽ" ती जिवाच्या आकांतानं किंचाळली.

तिच्या किंकाळीचाच स्वर पकडून पुढे न्यावा तशी दारावरची बेल वाजली. शाळीग्राम चपापले. आत येताना त्यांनीच दार लावलं असावं, हे विद्याच्या लक्षात आलं. पण याक्षणी त्या विचारापेक्षा सुटकेचीच भावना मोठी होती. थरथरत्या शरीरातलं सगळं बळ एकवटून ती बाहेर धावली. पाठोपाठ साळसूदपणे शाळीग्रामही.

दारात अच्युत उभा होता. अगदी ऑफिसमधून यावं इतक्या व्यवस्थित चेहऱ्या-अवतारानं.

"अच्युत! अच्युत...." लहान मुलीसारखी हुंदके देत ती दारातच त्याच्या गळ्यात पडली.

"अगं, हो, हो... आत तर येऊ देशील मला?" अच्युत तिला हळुवारपणे थोपटत अगदी पूर्वीच्याच समजूतदार स्वरात म्हणाला.

"बोला राणीसाहेब, कुठचं गाणं ऐकायचंय सगळ्यात पहिल्यांदा?" अच्युतच्या हातात चार-पाच सीडीज होत्या.

आज त्यांच्या लग्नाचा वाढदिवस. दुपारीच तो तिच्या ऑफिसमध्ये आला होता. तिला लवकर निघायला लावलं होतं. नुकताच रिलीज झालेला एक रोमँटिक सिनेमा, म्युझिकसिस्टिमची खरेदी, बाहेर जेवण असा भरगच्च कार्यक्रम उरकून घरी आल्यावर आता सगळे दिवे मालवून पंधरा मेणबत्त्यांच्या प्रकाशात त्या नव्याकोऱ्या म्युझिक सिस्टिमसमोर उभा राहून तो तिला विचारत होता.

विद्याला त्याचा प्रश्न ऐकू आला, पण तिच्या तोंडून उत्तर उमटलं नाही.

तिच्या नजरेत लग्नानंतरची सगळी वर्षं तरळत होती.

'लग्नानंतर तिच्यावर भरभरून प्रेम करणारा, पण ती जर्रा दुसऱ्या कुणा पुरुषाशी, पुरुषाबद्दल बोलली तर संतापून अगदी टोकाला जाणारा संशयी अच्युत, आईला विद्याइतकाच जपणारा हळवा अच्युत, विद्याच्या भित्रेपणाची टर उडवणारा बेछूट अच्युत, स्वत:च्या हुशारीवर प्रचंड विश्वास असलेला अहंमन्य अच्युत,

अपघातानंतर चिडखोर बनलेला लहरी अच्युत, ऑफिसमधल्या मानहानीनं कोसळून गेलेला हतबल अच्युत, कोऱ्या नजरेचा स्थितप्रज्ञ अच्युत, तिला वाऱ्यावर सोडून गेलेला बेजबाबदार अच्युत, परत आल्यानंतरचा पूर्ण बदललेला अच्युत आणि आज पूर्वीच्याच दिमाखात तिच्यासमोर उभा असलेला 'टेक्नोवर्ल्ड' मधला एक्झिक्युटिव्ह अच्युत.... केवढा लांबलचक प्रवास केला होता त्याच्या व्यक्तिमत्त्वानं!

"काय पाहतेस अशी?"

ती सूचक हसली.

"तुला ठाऊक आहे ते."

तिचा हात धरून तिच्यासह तो सोफ्यात कोसळला.

"मला ठाऊक आहे तुला काय विचारायचंय ते. दोन वर्षांपूर्वी घरातून अचानक निघून मी कुठे गेलो होतो हेच ना?"

"सांग ना. आतातरी लपवू नकोस."

"लपवत नाही, पण जर माझ्या सांगण्यावर तुझा विश्वास बसला नाही तर मला फार वाईट वाटेल म्हणून मी टाळत होतो. पण आज सांगतो. ऐक, आपल्या देवीच्या दर्शनाला गेलो होतो त्या डोंगरावर."

विद्या शहारली. अपघातानंतर पुन्हा तिकडे जाणं तर झालंच नव्हतं. पण बोलण्यातही तो विषय आला नव्हता कधी.

"तसेच घाटातून?"

"हो." तो ठामपणे म्हणाला, "तुझ्यासारखीच माझ्या मनात त्या घाटाची भीती, त्या अपघातानंतरच्या काळात आणखी कितीतरी भित्यांचे राक्षस मला वेढून राहिले होते. माझ्यातला आत्मविश्वास पार खाऊन टाकला होता त्यांनी. माझं जगणं मुश्किल करून सोडलं होतं, म्हणूनच एके दिवशी ठरवलं त्या सगळ्या परिस्थितीला पुन्हा सामोरं जायचं. तीन वेळा मी तो घाट चढलो आणि उतरलो. केवळ तीन दिवसात. धुवांधार पाऊस होता, रस्ते निसरडे झालेले, भाड्याची जीप घेतली होती खालच्या गावातून. तीही यथातथाच होती. पण स्वत: ड्रायव्हिंग करत गेलो. वाट्टेल तशी चालवली गाडी."

"बाई गंऽ!" विद्याचे दोन्ही हात कानांवर आले.

"भीतीला सामोरं गेल्याशिवाय तिला जिंकता येत नाही विद्या. त्या प्रवासानं मला माझा आत्मविश्वास परत दिला. नाहीतर पुन्हा नोकरी करू शकलो असतो मी? तीही टेक्नोवर्ल्डसारख्या प्रसिद्ध कंपनीत? माझ्यातला आत्मविश्वास खचत चालला होता. ते सगळे काळे दिवस त्या प्रवासाने पुसून टाकले. आईचा मृत्यू, ऑफिसमधली पीछेहाट, तुझं त्या शाळीग्राममध्ये गुंतणं...."

"अच्युत!"

''मनापासून सांग. त्या काळात तू गुंतली नव्हतीस त्याच्यात?''

''त्याला गुंतणं म्हणता येणार नाही. पण तुझ्या वागण्यानं आलेली निराशा विसरायला नकळत मैत्री वाढली होती त्याच्याशी. तुला ते इतकं लागलं असेल असं मला... म्हणजे तसं काही नव्हतंच आमच्यात.''

''आय नो इट. तरीही माझ्यातल्या पझेसिव्ह नवऱ्याला त्याचा त्रास व्हायचाच.''

''अच्युतऽऽऽ''

ती त्याच्या आणखी जवळ सरकली.

''तुझ्यापासून कधीच काही लपवलं नव्हतं मी. पण त्या वेळची तुझी मानसिक अवस्था पाहून एक गोष्ट मात्र अजून सांगितली नव्हती तुला. तू परत आलास त्या वेळी....''

''काय घडलं ते मला ठाऊक आहे.''

''अं?''

''त्याच्या चेहऱ्यावरून आणि तुझ्या रडण्यावरून त्याक्षणीच लक्षात आलं होतं माझ्या ते.''

'तुझा त्यात काहीच दोष नसणार.' अशा विश्वासानं अच्युतनं तिला थोपटत म्हटलं, ''त्या हलकट माणसानं मर्यादा ओलांडली असणार.''

'ओलांडली असणार....'

'किती सहज बोलतोय हे अच्युत. पूर्वी बसमध्ये आपल्याला चुकून कुणाचा धक्का लागला तर रागाने लाल होणारा अच्युत हाच का?'

ती विस्मयानं त्याच्याकडे पाहत राहिली.

तो स्वत:च्याच रुबाबात... पूर्णपणे स्वत:तच बुडून गेलेला, ठाम... खंबीर....

'मधल्या काळात अच्युतच्या आधाराशिवाय जगता येतंय अशी समजूत करून घेत जगलो आपण. पण आपल्या मनातली एकटेपणाची भीती तशीच राहिली होती. ती घालवण्यासाठी कोणकोणत्या मार्गा-माणसांचे आधार घेतले....'

तिला एकदम बर्डीकरच्या डोळ्यांतली भीती आठवली.

'आईंच्या, सगळ्याच भक्तांच्या डोळ्यांत विश्वासाऐवजी दाटून आलेली ती भीती....

अच्युतही त्या भीतीनेच तर पार कोसळला होता आणि आता आपल्या हरवून जाण्याचीही भीती न बाळगणारा हा बेफिकीर अच्युत....

तीन दिवसांच्या त्या प्रवासात कसलेकसले आणि किती घाट पार केलेत यानं?'

■

कस्तुरी

डोळे उघडले आणि भोवतालचा अंधार अगदी टपून बसल्यासारखा गपकन राधाच्या डोळ्यांत शिरला. काजळाची आख्खी डबीच कुणी पालथी करून टाकावी तसा काळाजर्द, मऊ आणि ओलसर अंधार.

डोळ्यांना त्या अंधाराची सवय होईतो ती पापण्या फडफडवत राहिली. मध्येच जाग आल्यामुळे अपुऱ्या झोपेचा जडपणा अंगभर इतका पसरून राहिला होता की, जांभई द्यायलाही जड वाटत होतं.

कुणी खोडकर पोराने चिखलातून गाडा खडखडत न्यावा तशी त्या ओलसर अंधारावर लोकलच्या आवाजाची जाड, बटबटीत रेघ चाल करून आली आणि फासफूस करत, धापा टाकत हळूहळू स्थिर झाली.

'पहाटेची पहिली लोकल... म्हणजे आत्ता कुठे पावणेचार वाजलेत....'

तिने मनाशी हिशोब केला.

'संजू, स्मिता उठायला साडेपाच तरी वाजतातच. त्यापुढे त्यांचं तोंड धुणं. त्यानंतर चहा. म्हणजे अजून दोन तास तरी इथे असं डोळे ताणत पडून राहायला लागणार....'

नाइलाजाने तिने कूस बदलली. पलीकडच्या खोलीत थोडीशी जाग जाणवली. लोकलच्या आवाजाने झोप चाळवून दीपू जागा झाला असावा. त्याने उगीचच रडल्यासारखा आखुड, अस्पष्ट सूर ओढलेला ऐकू आला. त्यापाठोपाठ स्मिताचा

त्याला थोपटून च्यॅकऽ च्यॅकऽ करून झोपवल्याचा आवाज. संजूचं घोगऱ्या आवाजातलं काहीतरी कुजबुजणं... स्मिताची लाडिक नाराजी... 'असं काय करताय?'

'संजूने तिला जवळ ओढलं असणार आणि नको नको म्हणत तीही त्याच्या मिठीत....'

पुढच्या खोलीतल्या नाईटलँपच्या उबदार प्रकाशात डोकावू पाहणाऱ्या आपल्या खोडकर मनाला राधाने मागे ओढलं. स्वयंपाकाच्या ओट्याच्या वरच्या खिडकीतून येणाऱ्या वाऱ्याचा शिरशिर काटा अंगावर उमटून गेला. पोटापर्यंत खाली सरकलेलं पांघरूण तिने गळ्यापर्यंत वर ओढून घेतलं. पाय जवळ घेऊन अंगाची जुडी त्याच्या उबेत गुरफटून टाकली. पहाटेच्या पाऊसवाऱ्यात मिळालेल्या त्या उष्ण, सुखद उबेने पापण्यांवर झोपेचा जड ओघळ घरंगळत आला आणि मनाच्या तळात पडून राहिलेल्या कितीतरी स्पर्शाच्या जुन्या आठवणींना चाळवून गेला.

सकाळच्या शाळेला भिऊन ती आजीच्या पासोडीत शिरलेली असायची. आजी केव्हाच उठून आपल्या कामाला लागलेली. तरीही आपल्या जुन्या लुगड्याच्या पांघरुणाचा गळाठा दडपून राधाच्या अंगावर घालायची आणि आजीच जवळ आहे, या जाणिवेने लहानग्या राधाच्या पापण्यांवर पहाटेची जादू ताल धरायची. मधूनच माईचा किरकिरा आवाज यायचा....

"शाळेला जायचं नाही का गं राधे?"

आजी काम करताकरता जवळ येऊन आपले सुरकुतलेले, खरखरीत हात पांघरुणात खुपसून राधेचे गाल शोधत म्हणायची, "झोपू देत गं जरा. ह्या शाळेपायी पोरीची झोप पुरी होत नाही."

"रात्रीच्या झोपा, दुपारच्या झोपा. अजून किती झोप पुरी व्हायला हवी?"

अंगावरच्या जाड पांघरुणातून माईचा धपाटा अस्पष्टसा जाणवायचा आणि त्याने आणखी लाडात येऊन 'उंऽउंऽ' म्हणत राधा अंगाचं वेटोळं अजून आवळून घ्यायची.

भाकरी काढून घेतल्यावर तव्यावर उरलेल्या खरपुडीसारखा माईचा आणि आजीचा तो स्पर्श... अस्सल घरगुती स्वादाचा. आईबापावेगळ्या राधेला जपून वाढवणारा, न दुखावता उगीच रागाचा खोटा आव दाखवणारा....

मायाळू पित्याचा आश्वासक पुरुषी स्पर्श तिच्या शरीराला आठवतच नव्हता. त्या बाबतीत राधा सदाचीच भुकेली राहिली. झाडाच्या मुळासारखी ओलाव्याच्या शोधात दूरवर धावत राहिली.

त्या शोधात धावताना भेटलेले कितीक स्पर्श... भिकाशेटच्या दुकानातला

म्हातारा गुलबू शाळेत जाता-येता राधाला हाका मारून पेपरमिंट द्यायचा. 'लई मोठ्ठी हो. लवकर, लवकर पास हो.' म्हणताना त्याच्या डोळ्यांत आनंदाचं आणि दु:खाचं संमिश्र पाणी यायचं. पेपरमिंटबरोबर कधीकधी ते हातावर पडायचं. काचेच्या बरणीतलं गार पेपरमिंट आणि गुलबूच्या डोळ्यांतली ती कढत माया....

आयुष्यात कितीतरी वेळा परस्परविरोधी स्पर्शांची अशीच सरमिसळ होत राहिली.

''राधात्या, उठायचं नाही का आज? सहा वाजायला आले.'' दुरून कुठूनतरी आल्यासारखा स्मिताचा आवाज कानावर पडला.

राधा धडपडून उठली. आठवणींच्या अंगाईने कधी आंदुळलं ते कळलंच नव्हतं. नकळत पुन्हा डोळा लागून गेला होता.

बाथरूममधून संजूचा मोठमोठ्याने चुळा भरल्याचा आवाज येत होता. स्मिताची ओट्यावरची कामं सुरू झाली होती. उठल्याउठल्या मनाला उल्हास देणाऱ्या चहाच्या सुगंधाच्या वाफा त्या इवल्याशा स्वयंपाकघरात भरून राहिल्या होत्या.

राधाने पुन्हा डोळे मिटले आणि खोल श्वास घेतला. उकळत्या चहाचा तो दाट तपकिरी गंध आत भरून घेतला, खोलवर. एकदा, दोनदा, दहादा....

रोज सकाळी उठल्याबरोबर करण्याचं जसं काही नामस्मरणच होतं ते. आळस आणि झोप उडवून लावणारा पहिल्या चहाचा तो आल्हादक गंध फुप्फुसात भरून घेतला की, दिवसभर अधूनमधून आठवत राहायचा मनाला. शिळ्या फुलावर पाणी मारल्यासारखा मनाला टवटवी देऊन जायचा.

राधाचं तोंड धुवून झालं, तशी एकीकडे दीपूची बाटली उकळत ठेवून स्मिताने तिच्यासाठी चहा ओतला.

''राधात्या तुझी जास्त लाडकी आहे हं स्मिता. नवऱ्याच्या आधी तिला चहा.'' तोंडातल्या टूथपेस्टचा फेस सांभाळत संजूने नेहमीसारखी थट्टा केली.

राधात्याकडे प्रेमाने पाहत स्मिता त्याच्या थट्टेला हसली.

''तूपण घे ना गं.'' राधा मायेने तिला म्हणाली.

''घेते. तुम्ही घ्या आधी. तुम्हाला कडकडीत लागतो ना अगदी.''

बशी तोंडाला लावून राधा मन:पूर्वक चहा पीत राहिली.

'सख्खी सूनसुद्धा सासूची एवढी मर्जी सांभाळणार नाही...' रोजच्यासारखंच तिच्या मनात आलं.

बिल्डिंगमधल्या आजूबाजूच्या बायका दुपारी जमून गप्पा मारायच्या तेव्हा राधाच्या आरामशीर दिनचर्येचा आणि निष्काळजी आयुष्याचा विषय एकदातरी

निघायचाच.

"नशीबवान आहेस बाई तू. आम्ही पोराला शिकवायला कष्ट केले ते केलेच शिवाय आताही दिवसभर राबतोय. सुनेचं राज्य म्हणून बोलायची चोरी. नातवंडांना सांभाळतोय तोवर ती आम्हाला सांभाळेल म्हणून तिला दबून राहायचं. पण कधी तिच्या तोंडून मायेचा एखादा शब्द की, 'दमलात सासूबाई,' म्हणून चहाचा आयता कप मिळेल? नाव नको. तोंड तर असं दुर्मखलेलं की, जसं आम्हाला पोटच्या पोराकडे राहू देऊन ही उपकारच करतेय आमच्यावर..." अशा शब्दात सगळ्या जणी आपापलं दुःख बोलून दाखवायच्या.

दूरची नातेवाईक असूनही संजू-स्मिताने राधाला आपल्याकडे ठेवून घेतलंय आणि जराही धुसफुस न करता ते राधात्याला सांभाळताहेत, याबद्दल प्रत्येकीलाच मनातून राधाचा हेवा वाटायचा. कधी थट्टेच्या सुरात तर कधी खवटपणे त्यांच्या बोलण्यातून तो उमटायचा... आणि ते बोलणं ऐकताना राधा अभिमानाने नुसती हसायची.

उत्तर देण्यासारखं काही नसायचंच तिच्यापाशी.

पहिल्यापासूनच राधाचं नशीब असं होतं. नात्यापेक्षा अशा परक्या, दूरच्या लोकांनीच तिला नेहमी सांभाळून घेतलं होतं. सावत्र आईच्या कजागपणाच्या गोष्टी तिने पुस्तकातच वाचल्या होत्या. तिच्या वर्गातल्या सुमनची सावत्र आई म्हणजे तर तिची सख्खी मावशीच होती. तरी बिचारी रोज रडायची वर्गात. पण राधाचं नशीबच वेगळं. नुसती सावत्र आईच नाही तर त्या सावत्र आईची आईदेखील राधाचं सगळं प्रेमाने करायची. राधा तिलाच आजी म्हणायची. सख्खं आणि सावत्र असा नात्यातला फरक तिला कळायचाच नाही. सावत्र म्हणजे काय हे कुणी सांगायला लागलं की, तिच्या चिमुकल्या मेंदूत नुसता गोंधळ उडून जायचा.

कारण असल्या नात्यांचा तिला अनुभवच नव्हता.

राधा चार महिन्यांची असतानाच तिची आई गेली. आईवेगळी लहान पोर. घरात दुसरं बाईमाणूस नाही, म्हणून शेजारपाजारच्या बायका तिला मायेने सांभाळायच्या. त्यातून राधा अतिशय देखणी. अगदी आईचं रूप घेऊन आलेली. गोरापान, वाटोळा चेहरा, भोकराएवढे टपोरे डोळे, लालचुटूक ओठ आणि ह्या सुरेख चेहऱ्याभोवती कुरळ्या, सोनेरी केसांची तेवढीच सुरेख महिरप... दात नसलेल्या बोळक्यानं चिमुकली राधा कुणाकडेही पाहून इतकं गोड हसायची आणि असे हुंकार देत हात उंचावायची की, तिला घेतल्याशिवाय समोरच्या माणसाला पर्यायच उरायचा नाही.

पण हौसेनं सांभाळणं वेगळं आणि कायमचं पत्करणं वेगळं.

ती जरा मोठी झाली. चालायला, धावायला, पडायला लागली तसं आपलं घर सांभाळून तिचं कौतुक करणं आजूबाजूच्या बायकांना जड वाटायला लागलं.

शेवटी लहानग्या राधासाठी तिच्या बापाला दुसरं लग्न करावंच लागलं.

दुर्गाबाई– राधाची सावत्र आई, आपल्या आईची एकुलती एक मुलगी होती. घरात कुणी पुरुषमाणूस नाही. दहा एकरांचा बागायती शेतीचा पसारा, दुभती गुरं हे सगळं कोण बघणार म्हणून आजवर तिने लग्न केलं नव्हतं.

लोक म्हणत 'बाई कसली? बाप्याच तो. तिला बाईसारखी संसाराची ओढ कुठनं असणार?'

आणि खरंच दुर्गाला पुरणावरणाचं, भातुकलीसारखं काम आवडायचंच नाही. ती दणादणा कामं करायची. पार नांगर धरण्यापासून ते माच बांधून, गवताच्या पेंड्या सुकत टाकण्यापर्यंत सगळं नीट शिस्तवार उरकायची. घरातली नाजूकसाजूक कामं करायला तिची आई होतीच.

राधाच्या बापानं लग्न केलं आणि शेतीवाडीसकट दुर्गा आणि तिची आई त्याच्याकडे आल्या. धान्याच्या राशीवर गाजराचं देखणं फूल खोचून ठेवावं तसं त्यांनी राधाला आपल्या एवढ्या पसाऱ्यात सामावून घेतलं. तिला माया लावली.

लग्न होऊन तीन-चार वर्षं झाली. दुर्गाबाईला काही पोरबाळ झालं नाही. राधा वाढली. दिसामासी जास्तजास्त देखणी दिसायला लागली. त्या दोघींना तिचा जिवापाड लोभ जडला.

एका रात्री चुकलेलं वासरू शोधायला म्हणून भर पावसात राधाचा बाप बाहेर पडला, तो परत आलाच नाही. आठ दिवसांनी गावाबाहेरच्या ओढ्याकाठी त्याचं फुगलेलं प्रेत काट्याकपारीत अडकून राहिलेलं आढळलं.

एका दमात खाडी पोहून जाणारा दांडगा गडी... त्याला ओढ्यातला भोवरा चकवता येऊ नये?

हे मरण साधं नव्हतं.

दुर्गाबाई आणि तिची आई कामाला गडीमाणूस टिकू द्यायच्या नाहीत. त्यांना कुणा बाप्याची कशाला मदत लागायची नाही. कुणावाचून त्यांचं काही अडायचं नाही. लोक म्हणत– त्या दोघींना पुरुषांचं वावडं आहे.

राधाचा बाप मेल्यावर तर उभ्या गावाची खात्री पटली. सावत्र असूनही राधावर माया करतात ह्या दोघी. पण तिचा बाप मात्र ह्यांच्या डोळ्यांत सलायला लागला. म्हणून ह्या दोघींनीच त्याचा काटा काढला. पुरुषमाणूस नको ह्या दोघींना. पुरुषाला खाऊन टाकतात ह्या लावसटी.

गावात आजूबाजूच्या वस्तीवाड्यांवर कितीतरी वदंता उठल्या. कुठं काम नसलं तरी कुणी गडीमाणूस दुर्गाबाईकडे आपणहून काम मागायला जायचा नाही. तिघी

बायकांचं ते घर पुरुषाच्या सावलीपासून दूर, अस्पर्शच राहिलं.

दुर्गाबाईचं आणि तिच्या आईचं एक ठीक होतं. आयुष्यातले सगळे रस-कस चाखून झाले होते त्यांचे. पण छोट्या राधाचं काय? आयुष्याला नुकतेच कुठे ओठ लावले होते तिने. प्रत्येक गोष्टीचा अचंबा वाटायचा... 'हे कसं? ते कशाला? असं का? तसं कोण?' कितीतरी प्रश्नचिन्हांनी तिचा मेंदू भिरभिर फिरत असायचा. कुतूहल शमायचं नाही. भरीला गावातल्या बायाबापड्या, मैत्रिणींच्या आया काहीकाही सांगायच्या. माई आणि दुर्गाबाई खाण्यापिण्याचे पोतंभर लाड करायच्या. पण कुणाशी बोललं, कुणाचं ऐकून अधिक काही विचारलं की, त्यांच्या तोंडाचा पट्टा असा काही फिरायला लागायचा की, त्यापेक्षा तेल्याचा घाणा बरा!

शाळेच्या वाटेवर वाण्याचं दुकान लागायचं. तिथला गुलबूच काय तो निखळ मायेने राधाशी बोलायचा. दूर मुलखात असलेल्या आपल्या बायकोपोरीची आठवण काढून राधेला कुरवाळायचा.

त्याच्या स्पर्शाने राधेला बरं वाटायचं. तशी तिच्या एवढ्याशा आयुष्यात तिला कसलीच ददात नव्हती. तरीही गुलबू भेटला की, तिला वाटायचं, हे असलं प्रेम कधीच मिळत नाही घरात... स्पर्शाचे अर्थही न कळणाऱ्या त्या वयात गुलबूच्या स्पर्शातलं वात्सल्य मात्र राधेला नेमकं जाणवायचं. तशा तिच्या काहीकाही जाणिवा अगदी धारदार होत्या. विशेषतः वासाची, सुवासाची जाणीव...!

"राधात्या, किती वेळ अंघोळ करतेयस?"

दारावर संजूच्या थापा पडल्या तेव्हा तिला भान आलं. काल स्मिताने नवा साबण आणला होता. नुकत्याच झाडावरून तोडलेल्या ताज्या लिंबाच्या वासाचा.

तो वास आवडून अंगभर भरपूर फेस माखून घेतला होता तिने आणि त्या हिरव्या उग्र गंधाचं बोट धरून ती अलगद बालपणीच्या काळात शिरली होती.

"आले रेऽ झालंच." ओशाळल्या स्वरात तिने म्हटलं आणि गडबडीने ओल्या अंगाभोवती तसंच लुगडं गुरफटून ती पटकन बाथरूमबाहेर आली.

चाळीतला दोन खोल्यांचा संसार. स्वयंपाकघराच्या कोपऱ्यात छोटीशी मोरी होती. त्याचंच बंदिस्त बाथरूम बनवलं होतं संजूने. त्यामुळे बाथरूममधून बाहेर पडलं की, थेट स्वयंपाकघरच.

आज राधा स्वयंपाकघरात आली तर पातळ नेसायला धड जागाच उरली नव्हती तिथे. स्मिताने कांदेपोह्यांची तयारी चालवली होती. कपाटातल्या ठेवणीतल्या कपबशा काढून खालीच मांडल्या होत्या. पाण्याचे ग्लास, चमचे. एवढंसं स्वयंपाकघर त्या पसाऱ्याने गांगरून गेलं होतं.

'नेहमी स्मिताचं काम कसं व्यवस्थित असतं. आज...?'

"कोण गं आलंय?" राधाने आश्चर्याने विचारलं.

"अभय आला ना परवा दुबईहून. तो आलाय बाहेर."

"मग जा, तू बोलत बस. मी बघते ते पोह्यांचं." राधाने सांगितलं.

अभयची आणि तिची प्रत्यक्ष ओळख नव्हती. चाळीतल्या मानकरांचा तो धाकटा मुलगा. राधा संजू-स्मिताकडे राहायला येण्यापूर्वीच तो नोकरीसाठी दुबईला गेला होता. नोकरीसाठी भारत सोडून जाणारा चाळीतला पहिलाच मुलगा म्हणून अख्ख्या चाळीला त्याचं कौतुक होतं. त्याला प्रत्यक्ष पाहिलेलं नसलं तरी राधाने आजवर सगळ्यांच्या तोंडून त्याच्याबद्दल बरंच ऐकलं होतं.

"मी बाहेर गेले तर बोलत बसेल तो. गप्पीदास आहे नुसता." स्मिताने कुजबुजत्या आवाजात तिला सांगितलं, "आधीच नऊ वाजत आलेत. मला शाळेत जायचंय. पण पहिल्यांदाच आलाय. म्हटलं पोहे करावेत. तेच पटकन होतात."

स्मिता एका प्राथमिक शाळेत नोकरी करायची. शाळा जवळच होती तरी चालत जायला दहा-पंधरा मिनिटं लागायचीच.

"स्मितावहिनीऽऽ अगं, काही खायला करत बसू नकोस. तुझीपण शाळेत जायची गडबड असेल ना?"

अभय थेट आतच आला. पाठोपाठ संजू....

"अगं, मी कुणी परका आहे का हे उपचार पाळायला? हक्काने जेवायलाच येऊ शकतो ना?"

"ते खरं रे. पण पहिल्यांदाच आलायस ना?" स्मिता कौतुकाने म्हणाली.

राधाही पाहत राहिली अभयकडे. चाळीतले सगळे जण सांगायचे तस्साच होता अगदी. केवढा उंच, रुबाबदार. त्याच्या पाठीमागून आलेला संजू केवढासा दिसत होता त्याच्यापुढे.

"आता राहणारे मी चांगला सहा महिने...." सांगतासांगता त्याचं बाजूला उभ्या असलेल्या राधाकडे लक्ष गेलं.

"पाहुण्या कोण?"

"ह्यांची आत्या." स्मिताने पटकन सांगितलं.

राधाच्या मनात पुन्हा एकदा कृतज्ञतेचा पूर.

'लांबची हा शब्दसुद्धा उच्चारत नाही स्मिता... आणि आपला मुलगा आणि सून मात्र....'

"आत्या, नमस्कार करतो." अभय पटकन तिच्या पायाशी वाकला.

"अरेऽऽ अरेऽऽ मला कशाला?" राधा गडबडून म्हणाली.

प्रेम आणि मान मिळाले तरीही एकदम पचवायला त्रास होतो.

"माझी ट्रान्सफर झाली मुलींच्या शाळेत." रात्री जेवताना स्मिताने सांगितलं.

"मुलींची शाळा? म्हणजेऽ ती स्टेशनच्या अलीकडे आहे ती?"

"हो तीच. एकदमच जवळ आहे आपल्याला."

"आधीच तू जाडू होत चाललीयेस. शाळेच्या निमित्ताने जरा चालणं व्हायचं तेपण बंद झालं की बघायला नको... टुणटुण!"

संजूने डाव्या हाताने तिचा दंड मोजल्याचा अविर्भाव केला.

राधात्याचं दडपण वाटायचंच नाही त्या दोघांना. तिच्यासमोर खुशाल एकमेकांची मनमोकळी चेष्टा चालायची.

"मी निदान खाते ते दाखवते तरी. तुमच्यासारखं नाही. कितीही खायला घातलं तरी काडीपैलवान." स्मिताने त्याला चिडवलं.

"कशाला रे बाबांनो एकमेकांचं अन्न मोजता? पोटभर खा आणि तृप्त रहा." राधाने स्मिताच्या पानात भाजी वाढत म्हटलं, "उलट जवळच्या शाळेत आली म्हणजे सकाळची धावपळ जरा कमी होईल तिची. थोडं उशिरा निघालं तरी चालेल ना गं आता?"

"नाही. तीच तर गडबड झालीय. सकाळची शाळा आहे ती. लवकर उठायला लागेल आता उलट. ह्यांचा डबा. दीपूचं खाणं...."

"तू कशाला काळजी करतेस? मी आहे ना." राधाने घाईघाईने म्हटलं.

स्मिताची सकाळची शाळा म्हटल्यावर तिच्या मनात एकदम भीती उमटली... 'आता दीपूलाही मॉंटेसरीत घालतील वर्ष-सहा महिन्यांनी. म्हणजे आपली गरज संपेल. पुन्हा घरी परत पाठवलं म्हणजे?'

"राधात्या, अगं, लक्ष कुठाय तुझं? आमटीच्या वाटीत भाजी वाढलीस बघ." संजू ओरडला.

दोन-चार दिवस राधा अस्वस्थ होती. 'आपल्याला पुन्हा गावाला परत जायला लागणार,' ही भीती तिच्या मनात ठाण मांडून बसली होती. काम करताना, अंथरुणावर पडल्यावर, केव्हाही मध्येच हा विचार मनात आला की, तिच्या पोटात धस्स व्हायचं... 'गावाला परत म्हणजे जयंताच्याच घरी जायचं. तो घरात घेणारच नाही आपल्याला आणि चुकून आईसाठी म्हणून त्याचं मन द्रवलं, तरी ती बया आहेच.

गेल्या वेळी दोघांनी अगदी हात धरून बाहेर काढलं आपल्याला. सगळा गाव

गोळा झाला होता, पण कुणी पुढे आलं नाही त्यांना समजावायला. कोण समजावणार? जयंताचा स्वभाव आपल्या बापाच्या अगदी उलट. साधं बोलणंसुद्धा गर्जना केल्यासारखं आणि साधं बोलतानाही एका वाक्यात पन्नास शिव्या. एकटे नानूभटजी तेवढे घाबरत-घाबरत म्हणाले, 'अरे, अशा भलत्यासलत्या शिव्या देऊ नकोस. जन्मदात्री आहे ना ती तुझी?'

'त्याचीच लाज वाटते मला. साली लाथा आणि शिव्या घालायच्याच लायकीची आहे... बाजारबसवी....' जयंता त्यांच्याच अंगावर गुरकावला.

नशीब! आपल्यामुळे त्याने नानूभटजींच्या चारित्र्यावर काही शिंतोडे उडवले नाहीत. नाहीतर त्यांची बायकोही तिथेच होती. उगीच त्या दोघांत भांडणं लागली असती. अनंताची बायकोही होती त्या गर्दीत. जयंता आपल्याला शिव्या देत होता तेव्हा अगदी समाधानाने हसत होती. चुरमुऱ्याच्या पोत्यासारखं आपलं थुलथुलीत शरीर सांभाळत गर्दीत पुढे घुसायची केवढी घाई चालली होती तिची.'

राधाच्या डोळ्यांसमोर तो प्रसंग अगदी जस्साच्या तसा उभा राहिला.

'घरात पाटवड्यांचा रस्सा केला होता आणि नेमका त्याच वेळी जयंताशी धंद्याबाबतची काहीतरी बोलणी करायला म्हणून ओटीवर हुसेन आला होता. उकळत्या रश्श्याचा खमंग वास आणि कानावर हुसेनचा आवाज. आंब्याच्या झाडावर भारद्वाज घुमावा तसा...! आपला तोलच गेला. वस्तुस्थितीचं भान उरलं नाही.

सरळ वाटीत तो उकळता रस्सा घेऊन आपण ओटीवर गेलो.

प्रेमाने वाटी हुसेनच्या समोर धरत त्याला म्हटलं, 'हुसेनमियाँ, तुम्हाला माझ्या हातचा रस्सा आवडतो ना?'

हुसेन एकदम कावराबावरा. सभ्यपणाच्या सगळ्या रेषा अलगद सांभाळत कोरड्या आवाजात म्हणाला, 'भाभी, आज रोजा रख्खा है!''

'भाभी'

खाडकन कुणी थोबाडीत मारावी तसं ते संबोधन. आपल्या डोळ्यांवरची धुंदी एकदम उतरली.

आणि हुसेन गेल्यावर नाही नाही ते बोलून जयंताने आपल्याला घराबाहेर....

'नाही नाही ते' तरी कसं म्हणायचं? त्याच्या परीने त्याचं बोलणं खरंच होतं. पन्नाशी ओलांडलेल्या बाईला हे असं परक्या पुरुषासाठी जीव पाखडत ओटीवर येणं, मधाळ आवाजात बोलणं शोभतं का?

'नातवाला कधी जवळ घेऊन भरवावंसं वाटलं नाही.' सून उपहासाने म्हणाली होती.

ते तितकसं खरं नव्हतं, पण अगदीच खोटंही नव्हतं. आपण नातवंडांना जवळ घेऊन माया करायचो हे खरं. पण हुसेनशी, अनंताशी, दामजीशेटच्या बनवारीशी

बोलताना आवाजात येणारी ओढ तिथे नसायची.

वयाला शोभत नसूनही आणि सगळं कळूनही मनावर ताबा राहायचा नाही... त्याला आपण तरी काय करणार?

वय उताराला लागलं की बाईच्या देहातले आवेग कमी होतात. पण आपल्या बाबतीत मात्र....

तो शापच होता आपल्याला आणि जोडीला हे देखणं रूप.'

राधाने समोरच्या आरशात पाहिलं. वय साठीला पोहोचलं तरी अजूनही कुठं सैलपणा आला नव्हता शरीराला. चेहऱ्यावर हलकंसं पिकलेपण. वयाचा नेमका अंदाज बांधताच यायचा नाही कुणाला. वाटायचं जेमतेम पन्नाशीला पोहोचली असेल ही. कुरळ्या केसांची महिरप अधूनमधून रुपेरी झाली असली तरी अजून तशीच दाट होती. नितळ त्वचेचं तेज, जिवणीतलं अस्फुट हसू, अजूनही समोरचा माणूस राधेच्या रूपाने दिपून जातोच.

"राधात्या, हे अंजिरी लुगडं तुला एकदम मस्त दिसतं गं!"

"स्मिता, राधात्याच्या चालण्यात काय ग्रेस आहे ना? अगदी कॅटवॉक...."

"संजूची आत्या? मला वाटलं मोठी बहीण असेल."

तिच्या रूपाला दाद देणारी अनेक वाक्यं... वयात आल्यापासून अशा वाक्यांची आणि त्या भावनेची दाट ओळख होती तिला.

पण तरीही राधा कधीच अशा वाक्यांनी चढून गेली नाही. आपण सुंदर आहोत हे केवळ तिला ठाऊक होतं. पण त्या रूपाची गर्विष्ठ जाणीव कधीच आली नाही मनात. रूपापेक्षाही वरचढ अशा आपल्यातल्या एका गुणाचं मात्र तिला नवल वाटायचं आणि अभिमानही!

राधाचं नाक 'तिखट' होतं. कोणत्याही वासाची अगदी खोलवर समज होती तिला.

आणि म्हणूनच नटण्यामुरडण्यापेक्षा जास्त तिला फुलांचं वेड होतं. कोणताही सुगंध श्वासात खोलवर भरून घेण्याचं पिसं होतं. गुरवांच्या नरहरीनं तिचं नाव ठेवलं होतं गंधा... गंधबावरी.

नरहरीच्या आठवणीने राधाच्या डोळ्यांत पाणी आलं. आपल्या या जगावेगळ्या वेडासकट आपल्यावर मनापासून प्रेम करणारा एकमेव पुरुष. आपल्या या वेडापायी स्वत:चा जीवसुद्धा घालवून बसला बिचारा. तळ्याच्या अगदी मध्यभागी उमललेल्या कमळाचा सुवास वेगळा, खूप मोहक असतो, असं कुणीतरी सांगितलं होतं त्याला. वासाचं वेड असलेल्या राधेला ते कमळ द्यायचं म्हणून भर श्रावणात केशवनाथाच्या तुडुंब भरलेल्या तळ्यात अगदी मध्यापर्यंत पोहत गेला वेडा. कमळ हातात आलं, पण देठापानांच्या गुंत्यात पाय अडकून पडले. मागं फिरता येईना....

नरहरीच्या चेहऱ्यावर मरतानादेखील राधेचीच ओढ आणि तळ्याच्या अगदी मध्यावरचं कमळ तिच्यासाठी खुडून आणल्याचं समाधान....

"राधात्या, अवेळी का झोपलात? बरं वाटत नाही का?" राधाला हलवून स्मिता विचारत होती.

"अं?"

राधा खडबडून जागी झाली.

दीपू रांगत शेजारच्या कामठे बाईंकडे गेलेला. दार उघडंच आणि सोफ्यावर बसल्याबसल्या राधेची मान कलंडलेली... शाळेतून आलेली स्मिता घाबरलीच होती.

"तू एवढ्यात कशी आलीस?" राधेला वेळाचं भानच आलं नाही चटकन.

"अहो, बारा वाजले. माझी शाळा आजपासून सकाळची झाली नाही का?"

संध्याकाळी संजू आल्यावर स्मिताने त्याला दुपारचा प्रसंग सांगितला. तोही जरासा घाबरलाच.

"मला काही खरं दिसत नाही तिचं. हल्ली कशातच नीट लक्ष नसतं. कुठेतरी तंद्री लावून बसते."

"नाही. आता पुन्हा नाही असं होणार... खरंच सांगते." राधा कळवळून म्हणाली.

"अगं, पण त्यात एवढं विनवून सांगण्यासारखं काय आहे? वयानुसार असं व्हायचंच. आम्ही काही बोललोय का तुला?"

"नाही. तुम्ही काही बोलला नाहीत. तुम्ही दोघंही देवमाणसं आहात रे अगदी. मीच ही अशी... मी... मला परत नका पाठवू... मी नीट राहीन."

बोलताबोलता राधा एकदम भावविवश झाली. पटकन खाली बसून संजूचे पाय पकडून रडायला लागली.

"राधात्या, अगं, असं काय करतेस? तुला कोण परत पाठवायला बसलंय इथं? रडू नकोस. चल तोंड धू. तुला अशी रडवेली बघवत नाही. राधात्या म्हणजे एलिझाबेथ टेलर आहे आमची. एव्हर फ्रेश! आणि हो राधात्या, आज रात्री जेवायला तुझी स्पेशल आमटी कर हं. खूप दिवसात खाल्ली नाही." संजूने तिला खुलवायचा प्रयत्न केला.

गॅसवरची आमटी उकळली आणि तिचा आंबट, किंचित गोडसर, पण खमंग असा संमिश्र वास घरभर फिरला.

"वा! क्या बात है!! आज लवकर जेवू यात हं." संजूने बाहेरच्या खोलीतून टी.व्ही. बघताबघता दाद दिली.

पण ओट्यापाशी उभ्या असलेल्या राधेच्या कानापर्यंत ती पोहोचलीच नाही.

ही आमटी तिला बर्वेकाकूंनी करायला शिकवली होती.

बर्वेकाकूंची तारा राधापेक्षा थोडी लहान होती. पण दोघी बरोबरच शाळेत जायच्या-यायच्या.

वाटेत राधा ताराचे दोन्ही हात नाकाशी धरून खोल श्वास घ्यायची आणि म्हणायची "तारे, आज चिंचगुळाची आमटी आणि हुलग्याची उसळ ना?"

"तुला कसं गं कळतं राधे आमच्या घरातलं?" तारा नवलाने विचारायची.

"माझं नाक मला सगळं सांगतं. अगदी आमटी कांद्याची आहे की चिंचगुळाची की हिरव्या वाटणाची तेसुद्धा...."

"नुसत्या वासावरून एवढं समजतं?"

"मला तरी समजतं." राधा अभिमानाने म्हणायची.

घरी आजीचा स्वयंपाक होत असताना राधा स्वयंपाकघराच्या उंबरठ्यावर बसून अभ्यास करायची. सगळा स्वयंपाक झाला की, रोज जे शिजवलं असेल ते सगळं पानात थोडंथोडं घेऊन आजी देवाला नैवैद्य दाखवायची. ताज्या अन्नाच्या त्या सुगंधी वाफांवर तरंगत राधा तिच्या शेजारी थांबून राहायची.

"आजी, देवाला आधी का जेवायला वाढतेस?"

"अगं, आधी वाढलं तरी तो जेवतो थोडाच? तो नुसता वासाचा धनी. त्याने अन्नाचा वास घेतला की, अन्नाची चव वाढते. तेच आपण जेवायचं."

"वासाचा धनी एकटा देवच का? माणसं का नाहीत?"

"घोड्यापुढची अक्कल बघा आमच्या बाईसाहेबांची. अगं, माणसाला खायला लागतंच. त्याचं पोट नुसतं वासाने भरतं का?"

"माझं भरतं. रोज मला नुसता सगळ्याचा वास दिलास तरी पुरे."

"हो. अजून नाही का काही? कौतुकानं चांगला सांजा केलाय तो खा पोटभर. आधीच किती रोड झालीयेस आणि नुसता वास पुरे म्हणत्येय. खुळी की काय?"

"खरंच आजी. वासाने भूक संपते माझी. पोट भरल्यासारखी झोप यायला लागते लगेच."

"काहीतरी बोलू नकोस. आज संध्याकाळी तुझी दृष्टच काढून टाकते. उगीच उन्हातान्हाचं कुठेतरी खेळायला जाता तुम्ही पोरी." आजीला भलतीच शंका यायची.

पण खरंच, काहीकाही सुवास राधाला खुळावून टाकायचे. खोल श्वास घेऊन नाकातून सगळं जगच आत ओढून घ्यावं, आपल्यात सामावून टाकावं, असं काहीतरी वाटायचं तिला. वावटळीत रस्त्यावरचा पाचोळा गरगरा फिरावा तसं तिच्या देहात काहीतरी गरगरायला लागायचं. आपण काय करतोय याचं भान पुसून जायचं... त्या बेभान अवस्थेत स्वत:लाच न कळलेल्या एका अनाम, अप्राप्य वस्तूच्या शोधात राधा भरकटत राहायची.

शंकराच्या देवळातला खोल गाभारा, त्यावर वाहिलेल्या बेलपत्रांचा, चाफ्या-प्राजक्ताचा वास, उदबत्तीचा दरवळ, अभिषेकपात्रातून ठिबकणाऱ्या दूध-पाण्याचा गंध आणि जोडीला नंदादीपाच्या ज्योतीला विळखा घालू पाहणारा अंधार....

तिथं गेलं की, ते गंधाचं पिसं राधेला नेमकं गाठायचं. डोळे मिटून, खांबाला टेकून खोल श्वास घेत ती तासन्तास तिथं उभी राहायची.

"तुला आवडतो तो वास कुठून येतो बघायचंय?'' गुरवांच्या नरहरीने एकदा तिला विचारलं. कॉलेजमध्ये शिकणारा, सुटीला आलेला देखणा नरहरी.

"दाखव ना.'' राधाने अधीर होऊन त्याचा हात धरला.

"चल माझ्या मागोमाग.''

गाभाऱ्यामागच्या अंधारात तिला नेऊन नरहरीने आपल्या हातांचा घट्ट विळखा घातला. आपल्या नाकाने, ओठांनी तिच्या देहातली गंधवर्तुळं जागवत तो तिच्या कानात कुजबुजला, 'तुझ्यातच आहे तो सुवास. स्वत:च्या अंगाला हुंगून बघ एकदा.'

त्याच्या विळख्यातून सुटायची धडपड करताना राधा त्यात गुंतूनच गेली. नरहरी तिला म्हणत होता खरा, पण त्याच्याही अंगाला किती वेगळा सुवास येत होता. आजवर राधाने कधीच न हुंगलेला... उमलत्या पौरुषाचा गंध... त्या गंधाच्या अनावर लाटेत राधा कुठल्याकुठे वाहून गेली.

आजकाल राधा केव्हाही शंकराच्या देवळात जाते, हे लक्षात आल्यावर माईने तिच्यावर नजर ठेवली. नरहरीला सज्जड दम भरला. पण नरहरी पुरता वेडावला होता.

"राधा, तू कस्तुरीमृग आहेस. कस्तुरीच्या गंधाने वेडा होऊन तो मृग रानभर उधळतो, वेडावाकडा धावत सुटतो. पण तो गंध मात्र त्याच्या स्वत:पाशीच! तूसुद्धा तशीच आहेस. तुझ्याजवळच्या कस्तुरीचं भानच नाही तुला.''

त्याच्या अशा बोलण्यानं राधा आणखी लोभावून जायची. देहात गरागरा फिरणारं ते वादळ क्षणभर शांतवल्यासारखं वाटायचं. पण नरहरी तळ्यात बुडून

गेला आणि गंधवेडी राधा पुन्हा भिरभिरली.

अश्विनातले लखलखत्या उन्हाचे आणि शेवंतीच्या पिवळ्या गंधाचे दिवस.
राधा नरहरीच्या आठवणीत बुडून गेलेली असली तरी कालचक्र थांबलेलं नव्हतं.
देवीच्या देवळात नवरात्राची लगबग सुरू झाली होती.
दामजीशेटचा बन्सी रोज फटफटीवरून तालुक्याला जायचा. साखरफुटाणे,
शेवंतीच्या वेण्या, हिरवे खण अशा वस्तूंची विक्री या दिवसात जोरदार असायची.
रोज माल आणावा लागायचा.
शंकराच्या देवळापाशी साचलेल्या डबक्याशेजारून जाताना त्याची फटफटी
घसरली. आतलं पेट्रोल सांडून त्या शेवाळलेल्या पाण्यावर सप्तरंगी इंद्रधनुष्य उमटलं.
सांडलेल्या पेट्रोलचा तो उग्र तरीही हवाहवासा वास....
देवळाच्या पायरीवर खिन्न होऊन बसलेल्या राधेचे श्वास जलद झाले. नाकातून
देहात शिरणारं, मेंदूत घुमणारं ते खुळं चक्र गर्रकन फिरलं.
"चल, येतेस तालुक्याला?" तिच्या डोळ्यांतली चमक बघून बन्सीने विचारलं.
तो काय विचारतोय, आपण काय करतोय, याचं भान हरवलेली राधा मंत्रावल्यागत
त्याच्या मागे बसली. त्याच्या फटफटीचा वेग आणखी बेभान करणारा होता.
मस्तकात घुमणाऱ्या गंधाच्या लाटा आणि जोडीला हे वेगाचं वादळ....
राधेचं तारू किनारा सोडून धारेबरोबर वाहत राहिलं.

पण माई सावध होती. राधेचं हे खुळेपण आणि तिचं देखणं रूप एक दिवस
तिचा घात करेल, हे ती जाणून होती. आजवर पुरुषाच्या वाऱ्याशिवाय ताठपणे
जगता आलं होतं. गावातल्या सगळ्यांनाच दुर्गाबाईचा ताठा ठाऊक होता. तिच्या
दावणीला स्वतःला बांधून घ्यायला कोण तयार होणार?
पण दुर्गाबाईने शेजारच्या वस्तीवरचा एक गरीब, आई-बापावाचूनचा पोरका
पोर धरून आणला, सदाशिव. नावासारखाच भोळा सांब. दिसायला यथातथा.
नाकडोळे जागच्याजागी होते एवढंच.
दोन वेळा अन्न मिळायची भ्रांत असलेला सदाशिव राधेच्या लाखमोलाच्या
लावण्याचा धनी झाला. थाटामाटात लग्न लावून दुर्गाबाईने त्याला घरजावई करून
घेतला. पण त्याचं पौरुष दुर्गाबाईच्या उपकाराच्या ओझ्याने दबलेलं होतं. त्याच्या
स्पर्शाने राधेच्या देहातले निखारे विझत नव्हते. त्याच्या सगळ्या हालचाली पाळीव
कुत्र्यासारख्या, ओशाळवाण्या... राधेच्या देहातल्या ठिणग्या मोगऱ्याच्या गंधासारख्या

मादक तर सदाशिवाचं वागणं बिट्टीच्या फुलासारखं. रंग, गंध, रूप त्याचे कुठचेच आवेग तीव्र नसायचे. त्या मचुळ, कोमट स्पर्शाने राधाचं तोंड कडूकडू होऊन जायचं.

शेजारच्या अनंताने हे नेमकं हेरलं. राधा मागच्या विहिरीवर पाणी भरायला यायची वेळ साधून अनंता स्वत:च्या परसातल्या आडावर अंघोळ करायचा. शिसवीसारखं घट्ट, तुकतुकीत शरीर पाण्याने निथळताना आणखी तजेलदार दिसायचं. कमरेचा पंचा भिजून अंगाशी एकजीव झालेला... माईचा धाक विसरून राधा टक लावायची. आपण काय करतोय हे नंतर लक्षात आलं की, तिला स्वत:चीच शरम वाटायची खरी. पण त्या क्षणापुरतं सगळंच भान पुसून जायचं.

अनंताच्या तुकतुकीत देहावरून पाण्याचे थेंब सरसरत खाली टपकावेत तशा वेगानं वर्षं ओघळत राहिली. वय वाढत गेलं. जयंताचा जन्म, त्याचं मोठं होणं... पत्नीच्या, अभिसारिकेच्या भूमिकेतून राधाचं आईच्या भूमिकेत शिरणं... निसर्गाच्या चक्रानुसार सगळं होत राहिलं. पण राधाच्या नाकाची लालसा कमी झाली नाही. ते तसंच राहिलं, गंधवेडं... कस्तुरीचा शोध घेणाऱ्या मृगासारखं भिरीभिरी हिंडणारं....

"राधात्यांच्या डोक्यावर परिणाम झाला असावा, असं नाही वाटत तुम्हाला?" रात्रीच्या अंधारात स्मिताचा दबल्या आवाजातला प्रश्न. राधा झोपली असेल, असं समजून ती संजूला विचारत होती.

"खरं सांगू स्मिता? मलाही त्या दिवशी तशीच शंका आली होती. पण मी हसून साजरं केलं. बिचारीने आयुष्यभर नुसती वणवणच केली गं. सगळी सुखं होती, पण हिला काही सुख लागलं नाही. पोलादाची आई आणि शेणामेणाचा नवरा. राधात्याचं हळवं, भावनाप्रधान मन कुणालाच समजलं नाही. मी लहान होतो तेव्हा पाहिलंय, राधात्या कुणाशीही बोलायची, मोकळेपणाने हसायची म्हणून जग तिला वाईट चालीची म्हणायचं. पण बदचालीच्या बाईच्या नजरेत जे चंचल, नाचरे भाव असतात ना... ते कधीच दिसले नाहीत मला राधात्याच्या डोळ्यांत. भुकेची वखवखसुद्धा नसायची तिथे. त्या डोळ्यांत असायचा फक्त केविलवाणा शोध. आपलं मोलामहत्त्वाचं काही हरवलं की, ते शोधताना माणूस रडवेला होतो ना... तसा रडवेला भाव... तेव्हापासून मला दयाच यायची तिची. तिचा जयंता माझ्याहून मोठा खरा, पण गावातल्या लोकांचं ऐकून तो इतकं उलटसुलट बोलायचा तिला. घाणेरडे आरोप करायचा. मला त्याच्या अंगावर धावून जावंसं वाटायचं. पण त्याचे

वडील शांतपणे ऐकून घ्यायचे. मला इतकं कसंतरी व्हायचं ना! वाटायचं आपल्याला कशी का होईना, पण एक आई हवी होती म्हणून आपण तरसतोय आणि ह्या रेड्याला इतकी सुंदर आई आहे तर....''

"सगळं खरं आहे. किती वेळा तुम्ही मला हे सांगितलंय. जयंताने त्यांना घराबाहेर काढलं, त्या वेळी तुम्ही शेतीच्या कामासाठी गावी गेला होतात आणि मीपण बाळंतपणाला माहेरी गेले होते. तुम्ही तडक त्यांना घेऊन आलात आणि मग मला पत्र टाकलंत... सगळं सगळं मला पाठ आहे.

"त्यांना दूर लोटा असं मी मुळीच म्हणत नाही. पण त्यांचं हे असं दीपूकडे दुर्लक्ष होणं, शून्यात बघत राहणं, उघड्या दारातून कुणी आत आलं तरी त्याचं भान नसणं याची मला भीती वाटतेय. अजूनपर्यंत काही वेडंवाकडं झालं नाही. उद्या दीपू कुठं पडला, धडपडला, घरात एखादा चोर शिरला... काहीही होऊ शकतं ना? ह्यांच्या विश्वासावर घर टाकून जायला मन धजत नाही आता.''

"मीसुद्धा कालपासून तोच विचार करतोय. वाटतंय जयंताला पत्र टाकून कळवावं. मी दरमहा सगळा खर्च देतो तिचा. पण आईचे असे हाल करू नकोस रे.''

'बापरे!'

राधाच्या मनात धस्स झालं. बाहेरच्या खोलीतला संवाद तिला जसाच्या तसा ऐकू येत होता.

'आपल्याला परत जयंताकडे पाठवणारेत ही दोघं? आपण खुळावलोय म्हणून? नाही. असं होऊ द्यायचं नाही... उद्यापासून अगदी जपून वागायचं. मागच्या आठवणी काढायच्या नाहीत. कसल्याही वासाला भुलायचं नाही....'

...आणि खरोखरच दुसऱ्या दिवसापासून राधा एकदम वेगळी झाली. तिचं खुळेपण पुसलं गेलं. आपल्याला वेडी ठरवून संजूने गावाला परत पाठवू नये म्हणून डोळ्यांत तेल घालून ती स्वतःचंच वागणं तपासत राहिली.

"हं. हे चार फोटो. यातली एक मुलगी निवड.''

अभयने चार मुलींचे फोटो स्मिताच्या पुढ्यात टाकले.

"अरे, पण लग्न तुला करायचंय की मला?'' स्मिताने लटक्या रागात विचारलं. तरीही अभयने आपल्याला त्याच्यासाठी बायको निवडायला सांगावी, याची खुषी तिच्या चेहऱ्यावर उतरलीच.

"लग्न मलाच करायचं असलं तरी मुलगी फक्त तुझ्याच संमतीने निवडायची.''

''काहीतरी काय? तुझे आई-बाबा, ललिता, तुझे मेहुणे....''

''महाराष्ट्राचे मुख्यमंत्री, भारताचे राष्ट्रपती यांनापण दाखवू का फोटो? मी एकदा सांगितलंय, तू निवडशील त्या मुलीशी मी डोळे मिटून लग्न करायला तयार आहे. फक्त तू तिला तुझ्यासारखी घडवायची.''

डोळे मिटल्यामिटल्या राधाला अभयचा आणि स्मिताचा संवाद ऐकू येत होता. मनावर शंकेची दाट काजळी.

आजकाल अभयचं घरी येणं वाढलं होतं. स्मिताची शाळा सकाळची. त्यामुळे दुपारी ती घरीच असायची. अभयचं पहिलं कॉन्ट्रक्ट संपलं होतं आणि दुसरं अजून सुरू झालं नव्हतं म्हणून तोही निवांत असायचा. सहज गप्पा मारतामारता बरीच जवळीक झाली होती.

कधीकधी संध्याकाळी संजू आल्यावर राधा मुद्दाम अभयचा, तो येऊन गेल्याचा उल्लेख करायची. पण संजूला त्यात मुद्दाम दखल घेण्याजोगं विशेष काही वाटायचं नाही.

राधाला मात्र आताशा त्यांच्या गप्पा, एकमेकांसाठी वाट पाहणं खुपायला लागलं होतं. कधीकधी तिला रात्रीची खुसफुस आठवायची.

'संजू-स्मिताचं कसं जिवापाड प्रेम आहे एकमेकांवर. मग हल्लीच या स्मिताला काय झालंय? की अभयच्या देखण्या रूपाची मोहिनी पडलीय तिच्यावर? आणि संजूला तर जरासुद्धा संशय नाही दोघांचा. मग आपल्याच नजरेत काळं आहे का? की संजूचा स्वभाव भोळा म्हणून? त्याला सांगून सावध करायला हवं... पण तसं नसेल तर उगीच त्यांच्या सुखी संसारात बिब्बा कशाला घालायचा? उभ्या दुनियेत आपल्या वेड्यावाकड्या वागण्याचे सरळ अर्थ समजून घेणारा फक्त संजूच तर आहे. त्याचं सुख आपण आपल्या हातांनी कशाला नासवायचं?'

राधाच्या मिटल्या डोळ्यांसमोर स्वत:चा संसार तरळला.

'सदाशिवही असाच भोळा, सरळ मनाचा. आपलं पाऊल कितीदा तरी वाकडं पडलं. पण आपल्याला एकाही उण्या शब्दाने दुखावलं नाही कधी त्याने.

जयंताच्या जन्मानंतर आजी गेली. वर्षभरात माईही. त्या दोघींचा धाक संपला आणि आपल्याला कुणाचंच बंधन उरलं नाही. गंधाच्या लाटा पुन्हापुन्हा आपला माग काढत यायच्या. एक अनाम हुरहूर जागवायच्या. दावणीला बांधलेल्या मनाला तटकन मोकळं करायच्या. अज्ञात प्रदेशाच्या प्रवासाला न्यायच्या. लाजलज्जा गुंडाळून आपण त्या लाटांना शरण जायचो.

नाकर्त्या, मेंगळट सदाशिवने आपल्या अंगात घुमणारं हे गंधाचं वारं मुकाट्याने समजून घेतलं... न बोलता सहन केलं.

तो असा मुकाट राहिला म्हणून तर हुसेनमियाँचं फावलं. सुरमा घातलेल्या

करवंदी डोळ्यांचा हुसेनमियाँ परदेशी अत्तराच्या बाटल्या विकायच्या निमित्ताने आपल्या घरात घुसला. नाना प्रकारच्या गंधांशी आपली ओळख करून देत राहिला. बोलणं तर तोंडातल्या पानासारखंच... जर्द्याची गुंगी आणि ठंडकचा गारवा देणारं... मिठ्ठास... ह्या अभयसारखंच... हेच शब्द....

'भई, बीवी मिले तो राधाजी, बिलकूल तुम्हारे जैसी, नही तो कुंवारेही अच्छे हैं हम।'

अभय पूर्वी वहिनी म्हणायचा स्मिताला. आता नुसतीच एकेरी हाक....'

दहा वाजताच स्मिता शाळेतून परत आली.

"का गं? बरंबिरं नाही की काय?" राधाने काळजीच्या स्वरात विचारलं.

"नाही हो. आज अभयला मुलगी बघायला जायचंय ना? स्कूटरवर न्यायलाच आला शाळेत."

दीपूशी दोन शब्द बोलून स्मिता लगेच जायच्या तयारीला लागली. निळ्या रंगाची सिल्कची साडी, सैल वेणीवरचा गजरा, ओठांवर हलकीशी लिपस्टिक...

'जराशी नटली तरी अगदी टी.व्ही. वरच्या बाईसारखी सुंदर दिसते ही....' हळूच तिच्याकडे बघताना राधाच्या मनात आलं.

"चलाऽ झालं का?"

अवेळी आलेल्या वादळासारखा अभय दार ढकलून आत घुसला. आरशापुढे उभ्या असलेल्या स्मिताकडे पाहून त्याने नजरेनेच पसंतीची पावती दिली आणि 'एक मिनिट हं,' म्हणत काहीतरी विसरल्यासारखा तो पुन्हा मागे फिरला.

परत आला तेव्हा त्याच्या हातात एक सुंदर आकाराची चपटी बाटली होती. तिचं झाकण उघडून आतला सुगंध त्याने बिनदिक्कतपणे स्मिताच्या अंगावर फवारला आणि नीट झाकण लावून बाटली तिच्या हातात दिली, 'ओन्ली फॉर यू.'

"अय्या! इंपोर्टेड सेंट? तिकडूनच आणलास? मग इतके दिवस का दिला नाहीस?" स्मिता लहान पोरीसारखी आनंदून म्हणाली.

"आजच्या वेळेसाठी मस्का मारायला राखून ठेवला होता." अभयचं मिस्कील उत्तर.

"राधात्या, बघा ना काय सुंदर वास आहे. तुम्हाला अत्तरं आवडतात ना?"

उत्साहाने स्मिताने ती बाटली उघडून राधाच्या नाकापाशी आणली. लाखमोलाची ठेव मिळाल्यासारखी ती हरखून गेली होती.

राधा पुढ्यात खलबत्ता घेऊन चटणी कुटत होती. संजूला खलबत्त्यात कुटलेली चटणी आवडते म्हणून अधूनमधून ती मुद्दाम अशा चटण्या कुटायची. खलबत्त्यात

ठेचलेल्या लसणीचा उग्र, तिखट दर्प तिच्या नाकाजवळ घुटमळत होता. त्याला मागे ढकलून मुसंडी मारल्यासारखा तो बाटलीतल्या द्रवाचा सुगंध घमघमला. राधेच्या शरीरातली विझूविझू झालेली गंधवर्तुळं एक अशक्त गिरकी घेऊन पुन्हा स्थिरावली... पण तो गंध धडका देतच राहिला... तिच्या मनाला, मनातल्या आठवणींना.... नरहरीचे शब्द कानात घुमले... 'कस्तुरीमृग आहेस तू राधा....'

'आपल्या जीवनात वावटळ बनून आलेली, अवघ्या आयुष्यावरचं छप्पर उडवून देणारी, आपल्याला रानोमाळ फिरवणारी ती कस्तुरी आता संजू-स्मिताच्याही संसारात...?

नाही... नको... तिला इथंच थोपवायला हवी.'

आणि स्मिताच्या हातून खसकन ती बाटली ओढून डोळे गरागरा फिरवत राधा ओरडली, "तुला कळायचं नाही स्मिता. ह्या कस्तुरीपायीच त्या हरणाचा जीव जातो... कस्तुरी नाही... विष आहे ते विष."

आणि अभयने खास स्मितासाठी आणलेल्या त्या इंपोर्टेड सेंटची बाटली पुढ्यातल्या खलबत्त्यात घालून राधा ती जिवाच्या आकांताने कुटत राहिली.

आपल्याला वेडी ठरवतील... परत गावाला पाठवतील... कशाकशाचीही भीती न बाळगता!

■

काटा रुते कुणाला

खरं म्हणजे ऑफिसला दांडीच मारावीशी वाटत होती. पण गेल्याच आठवड्यात साहेबाची पोटभर बोलणी खाल्लीयेत. सी.एल.देखील संपल्यायत, म्हणून ओढून नेल्यासारखा ऑफिसला गेलो. नाहीतर आज एकशेएक टक्के दांडी होती.

परवापासून माधवीला ताप येतोय. डॉक्टरांकडे जा म्हटलं तर सांगून ऐकत नाही. तस्संच रेटून काम करत राहते. संध्याकाळी घरी गेलं की, हिचा चेहरा आपला ओढलेला, थकलेला. 'हे दुखतंय, ते दुखतंय,' केलेलं मला आवडत नाही म्हणून ती सांगत नाही. पण चेहऱ्यावरून ते कळतंच.

आज सकाळी मात्र उठवतच नव्हतं तिला. हात लावून बघितलं तर अंग तापलेलं. चांगला दम देऊन, पांघरूण घालून झोपवलं तर लगेच चेहरा अपराध्यासारखा आणि डोळ्यांना पाण्याच्या धारा. पोरंही कावरीबावरी झाली. पण त्यांना म्हटलं, "डरो मत बच्चमजी. आज बाहरसे खाना मंगायेंगे.''

मोठ्या तोंडाने असं म्हटलं खरं, पण त्या खानावळीतल्या डब्याला काडीची चव नव्हती. आणि जेवणाचा डबा मागवता आला, पण मुलांच्या तंत्राने त्यांचं सगळं आवरता-आवरता जाम वैतागायला झालं. किती कंट्रोल केलं तरी दोनदा वस्सकन ओरडलोच मंदारच्या अंगावर. माधवी कसं शांतपणे सगळं आवरत असेल तिचं तीच जाणे!

ह्या सगळ्या गडबडीत बँकेत जायला जरासा लेटच झाला. म्हटलं साहेब बोंबाबोंब करणार, ॲज युज्वल. काय निमित्त सांगावं, ह्याचा विचार करतच जिना

चढलो. आत बघतो तर शिंगऱ्याच्या जागेवर राऊंड टेबल कॉन्फरन्स भरलेली. आमच्याकडे अशा कॉन्फरन्ससाठी विषयांना तोटा नसतो. अगदी इंटरनॅशनल प्रॉब्लेम्सच्या तोडीचे विषय असतात... सध्या तर काय दोन गरमागरम प्रकरणं शिजतायत. ईस्ट ब्रँचमधलं फ्रॉड आणि दुसरं त्याहूनही हिट अँड हॉट म्हणजे आमच्या ब्रँचमधली दर आठवड्याला मित्र बदलणारी आशा देसाई. सध्या तिने गोखले कॅशियरला पकडलाय... गोखले म्हणजे एक नंबरचा बाळू. दर गुरुवारी कडक उपास करणार, अर्धी रजा घेऊन गुरुचरित्राचं पारायण करणार, लहान पोराची टाळू भरावी तसं तेल थापून दोन्ही भुवयांच्यामध्ये शेंदूर लावून ऑफिसला येणार... तरीही आशाने त्याला पकडलाय म्हटल्यावर मनातल्या मनात त्याच्यावर जळत त्याच्या आणि आशाच्या प्रकरणाची खिल्ली उडवणं हा आम्हा लोकांचा चविष्ट टाईमपास. आज नवीन काय बरं असावं?

मी आत शिरताच मांजरेकर ओरडला, "घ्या. हे जिगरी दोस्त आले त्यांचे. ह्यांना तरी माहिती आहे का विचारा."

"काय झालं?"

"भागवतने लग्न केलं."

"काऽयतरीच काय? कोणी सांगितलं?"

"दस्तुरखुद्द भागवत. ते काय आत गेलेयत उग्रसेनाला सांगायला."

...भागवतची बायको जाऊन सहाच महिने झालेले. अर्थात बायको गेल्यावर त्याला पुन्हा लग्न करण्याचा सल्ला बऱ्याच जणांनी... अगदी मीसुद्धा दिला होता. पण पठ्ठ्या नाही-नाहीच म्हणत होता. मुलीची परीक्षा म्हणून सध्या पंधरा दिवस रजेवर गेला होता आणि एकदम ही न्यूज?

मी त्याचा जवळचा मित्र असं ऑफिसमधले सगळे म्हणतात. पण मलादेखील सांगू नये भागवतने? एकदम तुटल्यासारखंच झालं. त्याच्याशी बोलावंसंही वाटेना.

दुपारी लंचनंतर भागवत माझ्या टेबलाजवळ आला.

"चहाला नाही येणार?" स्वर अजीजीचा, 'माझंच चुकलं' असा.

'तसा मनाचा सरळ आहे बिचारा.'

चहा सांगितला आणि माझ्या विचारण्याची वाट न पाहता भरभर बोलायला लागला.

"तुम्हा सगळ्यांना काय वाटतंय ते मी समजू शकतो. पण खरंच माझा नाइलाज झाला रे. माझी परिस्थितीच...."

"तू लग्न केल्याबद्दल बाकी कुणालाही काहीही वाटू देत. तू कशाला पर्वा करतोस? मला फक्त वाईट एवढंच वाटतंय की, तू मलाही काही बोलला नाहीस... आणि लग्न ही काही अचानक घडणारी गोष्ट नाही."

"प्लीज मन्या. माझ्यावर विश्वास ठेव. लग्न झालंय, पण अजूनही माझं मन ती गोष्ट मानायला तयार नाही. तुला माहितीये? हेमा जेव्हा सीरियस झाली तेव्हा काय म्हणाली असेल?"

"...."

"दुसरं लग्न करा. मुलींना घरात तसंच ठेवू नका. सावत्र का होईना, पण घरात आई हवी मुलींना."

"मान्य आहे सगळं... म्हणूनच तर आम्ही तुला सांगत होतो ना?"

"दुसऱ्याला नुसतं सांगणं सोपं असतं रे. पण बारा वर्षं तिच्यात गुंतून तिच्याशी संसार केल्यावर तिच्याजागी दुसऱ्या कुणालातरी पाहणं, या अनुभवातली वेदना विलक्षण असते. मुलांच्यात, घरात तिचा इतका जीव गुंतलेला असतो की, ती निघून गेल्यावर बटन दाबून दिवा घालवावा तसं घर निष्प्राण होऊन जातं. धड जगता येत नाही... धड मरता येत नाही... नाही समजायचं तुला सांगून!"

"एनी वे, लग्न केलंयस ना? आता अशी खंत बाळगू नकोस. त्या दुसऱ्या मुलीवर अन्याय नाही का होणार? कशी आहे ती?"

"बरी वाटतेय आत्ता तरी. घटस्फोटित आहे. भावाच्या संसारात राहून वैतागली होती. त्यामुळे ह्या लग्नाने हुशारलीय. मुलीबिलींचं सगळं व्यवस्थित करतेय अजून तरी...."

औषध आणूनदेखील तीन दिवस झाले. अजून म्हणावं तेवढंसं बरं वाटत नाहीये माधवीला. डॉक्टरांनी सगळ्या तपासण्या करून घ्यायला सांगितल्यायत. जेवणही पार कमी झालंय. आठवडाभरात चेहरा पार सुकून गेलाय. त्यात भरीला आमच्या जेवण्याखाण्याची काळजी करत बसते....

मुलंसुद्धा दीनवाण्यासारखी दिसतात. शक्य तेवढं आपलं आपण आवरायचा प्रयत्न करतात. बाहेरच्या जेवणाचासुद्धा कंटाळा यायला लागलाय. घरचं जेवण जर्रा अळणीखारट झालं तर माधवीवर डाफरता येतं. इथं एक दमडी कमी मोजलेली चालणार नाही. टिच्चून पैसे द्या आणि मुकाट्याने ते आंबोण गिळा. वैताग नुसता! रोज-रोज डब्यात केक, वेफर्स, फरसाण, बिस्किटं असलं न्यायला मिळाल्यामुळे मंदार-मुकुल मात्र खूष आहेत. एरवी माधवी बाहेरचं खाणं कटाक्षाने टाळते, त्याचं उट्टं काढताहेत बेटे. पण तेही फारसं खरं नाही. आईला पत्र टाकून बोलावून घेतलं पाहिजे. त्यापूर्वी माधवीला ब्लड, युरिन चेक करून घेऊन स्पेशालिस्टकडे नेऊन आणलं पाहिजे. पाच तारखेपर्यंत पगाराची वाट पाहत थांबण्यात अर्थ नाही.

उग्रसेन खुषीत दिसला. हळूच शॉर्ट लीव्ह मागून बघितली. राजा उदार झाला. देऊन टाकली.

अकौंटमधून चेक कॅश करून घेतला अन् सरळ घरी आलो.

पॅथालॉजिस्टकडे हीऽ गर्दी. रक्त अन् थुंक्या तपासायचीपण फॅशन आलीय की काय कोण जाणे! आमच्या आधी बारा-पंधरा नंबर्स. आधीच मला लॅबोरेटरीत फारसं जायला आवडत नाही. आत गेलो की, उगीचच घाणेरडा, रोगट वास आल्यासारखा वाटतो. भरीला डेटॉल, फिनेल असतंच. त्या वासाने धडधाकट माणसालासुद्धा आजारपण यायचं.

रिसेप्शनिस्टकडे नाव सांगितलं अन् माधवीला तिथेच बसवून सरळ बाहेरच्या व्हरांड्यात आलो. व्हरांडादेखील वेलफर्निश्ड. मॉडर्नाच्या दहा-बारा खुर्च्या, चकचकीत पितळी कुंड्यांमधले पाम ट्रीज, आधुनिक प्रकारचं कॉयर मॅट... लोकांच्या रक्तावर काय पैसा कमावतात साले!

"एम देशपांडे कोन हाये?" आतला बॉय विचारत आला.

इंटरव्ह्यूसाठी बोलवावं तशा तत्परतेने मी उठलो. पलीकडे बसलेला दुसरा एक जणदेखील उठला.

"बाई बलावतीय आत."

आत गेलो तर आम्हा दोघांकडे पाहत खरखरीत आवाजात ती रिसेप्शनिस्ट म्हणाली, "नुसती इनिशियल्स नकोत. पेशंटचं पूर्ण नाव सांगा."

"माधवी मनोहर देशपांडे."

"अँड हिअर मानसी महेश." तो दुसरा गृहस्थ म्हणाला.

नावं सारखी असणं हा जणू आमचाच अपराध असावा, अशा त्रासिक चेहऱ्याने तिने आमच्या नंबरांपुढे पूर्ण नावं गिरगिटली.

"तिसरा एखादा देशपांडे आला तर आधीच पूर्ण नाव विचारून घ्या. म्हणजे नंतर त्रास नको." तो दुसरा देशपांडे मिश्किलपणे म्हणाला.

मला हसू आलं. पण तिच्या चेहऱ्यावरची रेघ हलली नाही.

"हो. तसं होण्याची शक्यता नाकारता येत नाही. आधीच आपलं आडनाव तुफान कॉमन. तुमची इनिशियल्स काय?" त्याने बोलणं वाढवायचा प्रयत्न केला.

मलाही बरं वाटलं. गप्प बसून कंटाळा आला होता.

"एम. एस... मनोहर शांताराम."

"द्या टाळी. माझं महेश सदानंद. आपल्या तीर्थरूपांच्या पिढीत एसची नावं पॉप्युलर होती आणि आपल्या वेळी एमची फॅशन. त्यामुळे इनिशियल्सपण सारखी येणार."

गृहस्थ गप्पिष्ट होता. डेटॉलचा वास जरा विसरल्यासारखा झाला....

"मिसेसला दोन-चार दिवस ताप येतोय. सांधेही प्रचंड दुखतायत. डॉक्टरांनी लगेच पॅथालॉजिस्ट रेकमेंड केला. ती साखळीच असते म्हणा यांची. पण आपण घाबरलेले असतो, लगेच अडकतो."

"तर काय?"

"तुमचं काय?"

"सेम केस. सांधेबिंधे दुखत नाहीत, पण ताप उतरत नाही. चढ-उतार आहे."

"आताच्या ह्या हम दो टाईप फॅमिलीमुळे बायको आजारी पडली की, फार पंचाईत होते."

"हो ना. घरात कोणी मोठं माणूस असेल तर एवढं काही वाटत नाही."

"आम्हाला तोपण चान्स नाही. आमचं लव्ह मॅरेज. अगदी पळूनबिळून जाऊन लग्न केलं आम्ही. त्यामुळे फक्त मोलाने मिळतील तेवढीच माणसं आपली. त्यातून छोकरीही लहान."

"एम.एस. देशपांडे," आतून पुन्हा आवाज आला.

दोघंही आत धावलो.

"मानसी महेश."

आता रिसेप्शनिस्टच्या चेहऱ्यावरची इस्त्रीही जरा विस्कटल्यासारखी झाली.

"हिला घ्या हो जरा."

मुलीला त्याच्या हातात देऊन त्याची बायको आत गेली. नाकीडोळी भलतीच रेखीव. बांधा, उंची अगदी प्रमाणात. चेहरा मलूल झालेला असूनदेखील चेहऱ्यावरचा तरतरीतपणा लपत नव्हता. त्यांचा प्रेमविवाह असावा, हे न सांगताही कळत होतं. दोघंही अगदी 'मेड फॉर इच अदर' दिसत होती. मुलगीही आईसारखीच. दीड-दोन वर्षांची असावी. सारखी त्याचे नाक, कान, मिशा ओढत होती. त्याने डोळे मोठे केले की, खट्याळपणे हसत होती.

"किती गोड आहे ना?"

माधवीने हळूच माझ्या दंडात ढोसलं. तिला मुलीची फार हौस. त्यामुळे कसलीही काळीबेंद्री मुलगी तिला गोडच दिसते.

"आता तुला बरं वाटलं की, मग विचार करू यात." मी तिच्या कानाशी कुजबुजलो, "नाहीतर कदाचित आत्ताच काहीतरी गडबड... मंदारच्या वेळीही तुला आधी असाच ताप आला होता ना?"

"चला. तुम्हाला केव्हाही काहीही आठवतं." माधवीने डोळे मोठे केले.

तेवढ्यात त्याची बायको बाहेर आली.

"अच्छा." उठताउठता त्याने उजव्या हाताचा अंगठा दाखवत हसून म्हटलं,

“आता नक्कीच तुमचा नंबर.”

बँकेत पाय ठेवल्याठेवल्या उग्रसेनाचं प्रेमळ निमंत्रण मिळालं, “कम टु सी मी.’

‘तुझ्याकडे काय बघायचं लेका?’ मी घड्याळ बघितलं. ‘यायला उशीर झालेला नाही. मग?’

“मिस्टर देशपांडे, आय थिंक यू आर द मोस्ट सिन्सियर पर्सन फ्रॉम माय स्टाफ.”

“थँक यू सर.”

‘साला प्रत्येकाशीच बोलताना ह्या वाक्याने सुरुवात करतो आणि मग घाव घालतो.’

“बट सॉरी टू से दॅट टिल टुडे अवर इयरली रिपोर्ट इज नॉट सबमिटेड टू एच. ओ.”

“द रिपोर्ट इज रेडी सर... ओन्ली टायपिंग....”

“आय डोन्ट नो एनिथिंग. आजच्या आज ते रिपोर्ट टाईप करून घे आणि एच. ओ.ला सबमिट करून ये. पर्सनली!”

“येस सर.”

“कितीबी लेट झाला तरी नो एस्क्यूजेस. टॅक्सी करून जा पायजेल तर.”

“शुअर सर.”

बाहेर आलो तर भागवतने टाईपरायटरवर ॲन्युअल रिपोर्ट्सचेच पेपर चढवले होते.

‘थँक गॉड... अँड थँक्स टू उग्रसेन आल्सो. आज लवकर सटकायला मिळणार... माधवीचा रिपोर्ट आणायचाय. तो घेऊन पुन्हा पानसरे डॉक्टरांकडे जायचंय. सगळी कामं एका झटक्यात होऊन जातील.’

लॅबोरेटरीतून बाहेर पडलो अन् चौकात येऊन टॅक्सी बघत होतो, तेवढ्यात समोरून हेडऑफिसचा मांडवकर आला.

“कुठं मोकाट हिंडतोयस?”

“तुमच्याच ऑफिसला चाललोय.”

“तुमच्याच? नीट बोल साल्या. हम सब एक हैं! अँड वुई आर द हेड. चल बस.”

ह्या! आज सोनियाचा दिवस दिसतोय. वेळही वाचला आणि पैसेही. टुणकन उडी मारून त्याच्या स्कूटरवर बसलो.

'हेड ऑफिसमधून बाहेर पडायला सव्वा वाजला. आता पानसरे डॉक्टरांकडे जायला जमेलसं वाटत नव्हतं. कारण डॉक्टर बरोब्बर दोनला क्लिनिक बंद करतात. जाऊ दे. आता संध्याकाळीच जावं. लवकर आलोय तर घरीच जावं सरळ...' असा विचार केला.

पण घरी जाताना क्लिनिकचं दार उघडं दिसलं. डॉक्टरांची झेनही बाहेर दिसत होती म्हणून आत शिरलो.

"डॉक्टर आहेत?'' रिसेप्शनिस्टला विचारलं.

"आहेत.''

मी घड्याळाकडे पाहिलं. दोन दहा झालेले.

"आज संध्याकाळी येणार नाहीत म्हणून आत्ता तीनपर्यंत थांबणारेत.'' माझ्या हालचाली ओळखून ती म्हणाली.

माझ्यापुढे फक्त एकच नंबर होता. बरं झालं आत्ताच आलो.

मला वाटलं, 'एकेक दिवस काय लकी असतो! बिनबोभाट कामं होत जातात.'

रिपोर्ट वाचल्यावर डॉक्टरांचा चेहरा बदलल्याचं जाणवलं.

"सी मनोहर,''

डॉक्टर मला नावानेच हाक मारतात. त्यांचा स्वभाव आणि आमची तेवढी जवळीकही आहे.

"ताप नेमका कधीपासून येतोय?''

"तसे पंधरा-वीस दिवस झाले. वीकनेस जाणवतोय. रात्री थोडं टेंपरेचर यायचं पण सकाळी ठीक असायची. गेल्या आठवड्यात मात्र....''

"औषधं कोणकोणती दिलीयत?''

"आधी जनरल क्रोसीन वगैरे आणि नंतर तुमचीच ट्रीटमेंट.''

"सांधे दुखतात?''

"सगळं अंगच ठणकतं म्हणते. उठवत नाही.''

"आत्ता या वेळी कसा आलास तू?''

त्यांचा हा अचानक वेगळा प्रश्न मला समजलाच नाही.

"ऑफिसच्या कामाला बाहेर पडलो होतो. आत्ताच रिपोर्टही घेतला. म्हटलं तुम्हाला दाखवून जावं.''

"अच्छा.'' बेल वाजवून त्यांनी बॉयला बोलावलं आणि लिम्का आणायला सांगितलं. लिम्का येईपर्यंत ते इकडचं-तिकडचं बोलत बसले.

"घे.'' माझ्यासमोर त्यांनी लिम्काची बाटली सारली.

"कशाला डॉक्टर? मी आता घरीच जाणारेय.''

“घे रे. यू नीड इट. उन्हातून आलायस.”

मला रिपोर्टची घाई होती आणि डॉक्टर संथपणे लिम्का पीत होते.

“मला वेगळाच संशय होता, म्हणून रक्त तपासायला सांगितलं होतं मी. पण रिपोर्ट वेगळा दिसतोय. माधवी इज सफरिंग फ्रॉम ल्युकेमिया.” डॉक्टर माझी नजर चुकवत म्हणाले.

त्यांना हे सांगायला बराच वेळ मनाची तयारी करावी लागली असणार.

“काय?”

मी खुर्चीतून ताडकन उठलो.

“डोण्ट बी एक्सायटेड माय बॉय. ही नॉर्मल ब्लड टेस्ट आहे. ह्यावरून फक्त ल्युकेमिया आहे, एवढंच समजू शकतं. दुसरी एक टेस्ट असते. ब्लड काऊंट्स चेक केले की, तो कितपत खोलवर गेलाय, हे लक्षात येईल... आणि आता सगळ्या रोगांवर औषधं निघालीयेत. रोज नवनवीन टेक्निक्स येतायत....”

“पण डॉक्टर–” मला बोलताच येईना.

माझ्या मनातल्या भावना समजल्यासारखं डॉक्टरांनी माझ्या खांद्यावर थोपटलं.

“हे बघ, डॉक्टर असूनही सांगतोय. कोणीही अमरपट्टा घेऊन जन्माला येत नाही. तंत्रज्ञान कितीही पुढे गेलं तरी आपण मरण टाळू शकत नाही. फक्त वेदना कमी करू शकतो.”

मी सुन्न झालो. डॉक्टर सांगत होते....

“मी एक स्पेशालिस्ट रेकमेंड करेन. आपण पुन्हा कन्फर्म करून घेऊ. आय होप धिस विल बी अर्लियर स्टेज. बरंच काही करता येईल आपल्याला.”

डॉक्टरांच्या बोलण्याला मी मान तरी हलवली की नाही, कोण जाणे.

आमच्या बिल्डिंगपाशी आलो तेव्हा तीन वाजले होते. खालूनच पाहिलं, गॅलरीचं दार बंद होतं. माधवी झोपलेली असणार. मुलं शाळेत गेलेली. घरात ती एकटीच. आपण गेलो की, तिच्या डोळ्यांत आनंदाची फुलं. ‘अय्या! आज एवढ्या लवकर?’

आणि आपल्या मनात मात्र हा झंझावात. गरगर फिरवून पार भोवंडून टाकणारा. तिच्या उत्साहाला सामोरं जाता येईल? लवकर घरी यायला मिळाल्याचा आनंद झाल्याचं नाटक करता येईल? रोजच्यासारखं सहज वागता येईल? की माधवीसमोर आल्याबरोबर फुटून जायला होईल?

माधवी आयुष्यात आली तेव्हापासून बारीकसारीक बाबतीतही मी माधवीपाशीच मोकळा होतो. बँकेतली टेन्शन्सही तिच्याजवळच बोलून हलकी करतो. मनाला सवयच लागलीय तशी आणि तिलाही!

कधी अपसेट असलो तर चेहरा पाहताच विचारते, “आज बँकेत काही

झालं?"

मग आज ही मनातली उलथापालथ लपवायला जमेल? तिला फसवता येईल?

दोघंच असताना दुपारच्या निवांत वेळी तर नक्कीच नाही. संध्याकाळी मुलांचा वावर, टी.व्ही.-रेडिओचे आवाज, बिल्डिंगमधली गडबड या सगळ्या गोंधळात हे नाटक जरातरी वठवता येईल. पण आत्ता नाही मी तिला सामोरा जाऊ शकणार....

खरंतर मन इतकं भरून आलं होतं की, कोणापाशी तरी मोकळं व्हावंसं वाटत होतं. पण तरीदेखील आजूबाजूला कुणीही नको, असंही वाटत होतं. ऐकू नये, बोलू नये, सगळ्या संवेदना मिटून शांत बसावं.

तसाच मागे फिरलो. भगभगीत पिवळं ऊन. मरगळलेला रस्ता. पाय ओढल्यासारखा चालत राहिलो. समोर दिसलेल्या म्युनिसिपल गार्डनमध्ये शिरलो. तिथंही शांतता नव्हतीच. कलकलत्या आवाजात बोहारणींच्या ग्रुप्सचे हिशोब चालले होते. रिकामटेकड्या मवाली लोकांचा पत्त्याचा अड्डा जमला होता. शेजारच्या झोपडपट्टीतली शेंबडी, गलिच्छ मुलं झोक्यासाठी भांडत होती. तरीपण मला हवा तसा एकांत इथे मिळाला असता.

कोपऱ्यातल्या नळापाशी जाऊन तोंडावर पाणी मारलं आणि एरवी मुलांनादेखील या बागेत पाठवायला खळखळ करणारा मी एका झाडाच्या मुळाशी पाय लांब करून पडलो. निवांत मिटल्या डोळ्यांसमोर माधवीशी लग्न ठरल्यापासूनचे सगळे क्षण देणेकऱ्यासारखे उभे होते. त्यांना चुकवणं शक्यच नव्हतं. निमूटपणे त्या क्षणांना शरण गेलो. निचरा होऊन गेला तर कदाचित संध्याकाळी सराईतपणे माधवीसमोर उभं तरी राहता येईल, असं वाटलं.

चार-पाच दिवस झाले. मी माझा राहिलेलोच नाही. कामात चुका होतायत. बोलण्यातला संदर्भ मध्येच ओघळून जातो. कित्येक रात्री झोपेशिवाय जाव्यात तसा ताण मेंदूला, डोळ्यांना जाणवत राहतो. कधी चिडचिड, समोरच्यावर वसकन ओरडणं, कधी पडखाऊ बोलणं. माझ्या वागण्यातला गोंधळ मला जाणवतोय. पण अलिप्त होऊन स्वत:ला सावरणं जमत नाही अजून.

दोन दिवसात माधवी थोडी हुशारलीय. तापही कमी झालाय. पण रात्र झाली की, माझ्या पोटात खड्डा पडतो. माधवी जवळ यायच्या आत झोप लागावी म्हणून मी जिवाचा आटापिटा करतो. डोळे गच्च मिटून घेतो. पण झोप येत नाही. झोपेचं नुसतं सोंग पेलणं फार अवघड जातं.

माधवी शेजारी येऊन पडली की, सवयीने ती गळ्यात हात टाकते तेव्हा वाटतं

आवेगाने तिला जवळ घ्यावं. मिठीत गोळा करावं. तिच्याभोवती हातांची पकड घालावी. इतकी घट्ट की, मृत्यू जवळ आला तरी त्याला ती सोडवता येऊ नये. कधी वाटतं ओठांनी अलगद टिपून घ्यावी तिला. सगळीच्या सगळी पाण्याच्या घोटासारखी आत रिचवून टाकावी... म्हणजे ती आपल्याबरोबरच....

वेड्यासारखा मी स्वत:शीच झुंजत राहतो.

संध्याकाळी घड्याळाचा काटा पाचवरून पुढे सरकला की, जिवाचा थरकाप होतो. घरी जाणं नकोसं वाटायला लागतं. कुठंतरी वेळ काढायचा प्रयत्न केला की. वाटतं, घरी माधवी वाट बघत असेल. मुलांचा चिवचिवाट सुरू असेल. भरल्या घरातल्या दिवेलागणीची ही तृप्त वेळ. आता मुठीत अशा कितीशा संध्याकाळी शिल्लक असतील? मागून कोणीतरी ढकलावं तसा मी चालायला लागतो आणि तेवढ्यात डोळ्यांसमोर दुसरं चित्र उमटतं– माधवीनंतरच्या घराचं. काळवंडलेली संध्याकाळ, केविलवाणी तोंडं करून बंद दाराबाहेर थांबलेली मुलं. दार उघडून आत गेल्यावर कुणीतरी सर्वस्व लुटून न्यावं तसं भकास, रिकामं दिसणारं घर... जीव गलबलून जातो. मनाविरुद्ध डोळ्यांत पाणी जमा व्हायला लागतं आणि आपण इतके हताश, हळवे का होतोय म्हणून स्वत:चीच चीड येत राहते... स्वत:ची, जगाची, आणि माझ्या दुर्दैवी नशिबाचीही!

पुन्हा पानसरेंकडे जाऊन आलो. त्यांनी माटुंग्याच्या भरूचा डॉक्टरांकडे जायला सांगितलंय पुढच्या टेस्टसाठी. जाण्यापूर्वी सांग म्हणजे मी फोन करतो म्हणालेत. लवकर जाऊन यायला हवं, हे पटतंय. पण धीरच होत नाही.

मरण पुढे ढकलता येत नाही. निदान त्याची चाहूल तरी?

नवीन वर्षाचं कालनिर्णय आणलं की, वर्षभरातल्या सणावारांच्या तारखा बघणं, मुलांच्या परीक्षा, सुट्ट्या ह्यांचे हिशोब करून कसलेकसले बेत आखणं हा माधवीचा आवडता कार्यक्रम. डायनिंग टेबलावर कॅलेंडर पसरून ती तंद्री लावून बसली की, तासाभराची निश्चिंती. अशा वेळी ती एक अल्लड मुलगी होऊन जाते. जिभेचं टोक बावळटपणे बाहेर काढून अवघड प्रश्न सोडवणाऱ्या मंदार-मुकुलसारखी दिसते. अशा वेळी तिला चिडवायला मला फार आवडतं.

आताही ती कॅलेंडर उघडून बसलीय. मी हॉलमधल्या सोफ्यावर. वर्षभराचे बेत आखणारी माधवी माझ्या नजरेच्या टप्प्यात आहे. पण माझी नजर मात्र तिच्यात गुंतलेली नाही. जिथं पुढच्या महिन्याची खात्री देता येत नाही, तिथं पुढच्या वर्षाचे बेत मी काय आखणार?

"ह्या वर्षी जन्माष्टमीला नक्कीच जायला जमेल. अर्थात तुम्ही मनावर घेतलंत

तर....'' माधवी उत्साहाने मला तिचे बेत ऐकवतेय. गेले दोन दिवस ताप नाही. त्यामुळे तिचा चेहरा उमललाय.

''सोमवारी पंधरा ऑगस्टची सुट्टी. मंगळवारी कृष्णजन्म. बुधवारी दहीकाला म्हणजे फक्त मंगळवारची रजा काढायला लागेल तुम्हाला. बुधवारी पहाटेच्या गाडीने निघालो तरी साडेअकरापर्यंत तुम्ही सहज बँकेत पोहोचताय.''

''बघू.'' माझं गुळमुळीत उत्तर.

''असं राजकारणी धोरण नको. नक्की सांगा.'' आता ती जराशी लाडात आली होती.

माझ्यामागे येऊन किंचित पुढे झुकून विचारत होती. कानापाशी तिचे उमलत्या उत्साहाचे श्वास... मी एकदम सटपटून उठलो.

''असं काय करतेयस अगदी लहान मुलीसारखं?'' वस्सकन तिच्या अंगावर ओरडून तिरीमिरीत गॅलरीत गेलो.

गोकुळाष्टमी हा आमच्या सहजीवनाच्या सुरुवातीचा नाजूक टप्पा होता. दोघांचेही लागेबांधे तिथे गुंतलेले होते.

माधवीचं स्थळ माहीमच्या वासूकाकांनी सुचवलं. माधवी त्यांच्या बायकोची नातेवाईक. आमच्या आईला हे स्थळ पसंत नव्हतं. अप्पा– माझे वडील गेल्यापासूनचा गावाकडच्या घरा-जमिनीबद्दलचा, मोठ्या बहिणींच्या लग्नातला ह्या काकांबद्दलचा तिचा अनुभव फारसा चांगला नव्हता. त्यामुळे या स्थळाबद्दलही 'एखादी न खपणारी धोंड तुझ्या गळ्यात बांधतील आणि स्वत:ची मात्र तुंबडी भरून घेतील.' असंच तिला वाटत होतं. शक्य तर मी ही मुलगी बघूसुद्धा नये, असं तिने उघडउघड सुचवलं होतं. पण मला ते योग्य वाटत नव्हतं. आधी कॉलेजला आणि नंतर नोकरीसाठी म्हणून मुंबईत राहावं लागल्यावर 'आपलं' म्हणून अधूनमधून जायला मला फक्त काकांचंच घर होतं. गावच्या, घराच्या ओढीची तहान मी तिथं भागवायचा प्रयत्न करायचो. त्या घराचं माझ्यावर ॠण होतं, म्हणूनच काका-काकूंबद्दल आईचं मत काहीही असलं तरी, त्यांनी सुचवलेलं स्थळ न बघताच डावलणं मला योग्य वाटत नव्हतं.

बघण्याचा कार्यक्रम काकांच्या घरीच झाला. बँकेतल्याच अरुणा बापटच्या प्रेमात पडून मी नुकतेच हात पोळून घेतले होते. त्यामुळे बघणं म्हणजे माझ्या लेखी मोठ्या माणसांसाठी केलेला नाक-डोळे ठाकठीक आणि जागच्याजागी आहेत ना, हे तपासून घेण्याचा कार्यक्रम! प्रश्नबिश्न मी काही विचारले नाहीत. काका-काकूंनी ठरल्यासारखे प्रश्न विचारले आणि 'मुली'ने पढवल्यासारखी त्यांची उत्तरं दिली. कार्यक्रम संपला.

निघतानिघता माझ्या त्रयस्थ मनाने सांगितलं, 'मुलगी दिसायला स्मार्ट आहे.

स्वभावाने मॅच्युअर्ड वाटते. डोळ्यांतली चमक....'

त्रयस्थ मनाचे पुढचे तपशील न ऐकता मी पोस्टात गेलो. कार्ड घेऊन उभ्याउभ्याच दोन पत्रं लिहिली. एक आईला आणि दुसरं माधवीच्या वडिलांना... 'मुलगी पसंत आहे. देण्याघेण्याबाबत माझे स्वतःचे काही आग्रह नाहीत. घरातली वडीलधारी माणसं ती बाजू सांभाळून घेतील....'

पुढच्या आठवड्यात तिच्या वडिलांचं पत्र आलं... 'एकदा गावी येऊन जा. त्या निमित्ताने आमचं घर, गाव पाहणं होईल. मुलीच्या आजीलाही तुम्हाला पाहता येईल.'

दिवस श्रावणातले. त्या दिवसांतलं श्रीमंत कोकण पत्रातून खुणावायला लागलं. शिवाय 'तिच्या' जवळही एकदा मनातला गुंता उलगडायचा होताच. नंतर त्या त्रासदायक निरगाठी राहायला नकोत.

दहीकाल्याच्या सुटीला जोडून अर्ध्या दिवसाची रजा टाकली आणि संध्याकाळच्या सुमारास त्यांच्या घरी पोहोचलो.

त्यांच्या घरात कृष्णजन्माचा सोहळा थाटात असायचा. घरात त्याची गडबड चालू होती. भरीला माझं पत्रबित्र न पाठवता अचानक उगवणं! अवघं घर आनंदाच्या आणि आतिथ्याच्या हिंदोळ्यावर झुलायला लागलं. माधवीचे आईवडील, धाकटी भावंडं, घरातला जुना गडी, नाक अगदी भुईला टेकलेली तिची आजीदेखील....

दिवेलागणीनंतर सुरू झालेली साग्रसंगीत पूजा. बाळकृष्णाची पंचामृताची अंघोळ. कृष्णजन्माच्या पोथीचं वाचन. नंतरचं तुलसीदलाचं सहस्रनाम... खूप प्रसन्न आणि सुगंधी कार्यक्रम होता. एवढा सुखद सविस्तर कृष्णजन्म मी प्रथमच पाहत होतो. मात्र ह्या सगळ्या कल्लोळात माधवी एक-दोनदा ओझरती दिसली तेवढीच! पुन्हा दर्शन नाही. मन मोकळं करणं वगैरे गोष्टी तर अशक्य कोटीतल्याच. माझी रजा अर्ध्या दिवसाची. उद्या हंडी फोडून, दहीपोहे खाऊन दुपारच्या गाडीने हात हलवत परत फिरावं लागणार, असंच एकंदरीत चिन्ह दिसत होतं.

''आमच्या गावात विष्णूचं खूप पुरातन देऊळ आहे. तिथला कृष्णजन्म बघण्यासारखा असतो.'' पूजेनंतर पारणं फेडायला बसलेले माधवीचे वडील सांगत होते.

'बापरे!' मी दचकलोच. 'आता हे माझी वरात तिकडे नेणार की काय? आधीच बारापर्यंतचं कंपलसरी जागरण. नंतर मुगाची उसळ, घारगे, दही-साखर, पोहे, सुंठवडा अशा भरगच्च प्रसादाने माझ्या डोळ्यांवर गुंगी चढत चाललेली.

''माधवी बेटा, घेऊन जातेस का जावईबापूंना विष्णुमंदिरात?''

ह्या प्रश्नाची रंगीत तालीम आधीच झालेली असावी. कारण उत्तरादाखल आतल्या बाजूने हलकीशी खसखस जाणवली. माझ्या डोळ्यांतली झोप खाडकन

उतरली.

"बिट्ट्यालाही ने हो बरोबर." दाराआडून आजीच्या थरथरत्या आवाजातली अनुभवी सुचना.

"हो हो पाठवतोच." माधवीच्या वडिलांचा ठाशीव पाठिंबा.

'झाऽलं! म्हणजे 'व्यत्यय' आहेच.' मी मनातले भाव चेहऱ्यावर दिसू न देण्याचा प्रयत्न केला.

एवढा जोरदार होकार भरला तरी ऐन वेळी निघताना मात्र आवाराबाहेर पाऊल पडताच माधवीच्या वडिलांनी बिट्ट्याला हळूच मागच्यामागे ओढून घेतलं.

विष्णूमंदिर घरापासून पुरेसं लांब होतं. मला सासरेबुवांच्या समजूतदारपणाचं कौतुक वाटलं. नुकतीच एक श्रावणसर येऊन गेली होती. रस्ता सडा शिंपल्यासारखा सुस्नात, टवटवीत होता. मंदिरासमोरचं तळं पांढऱ्या कमळांनी भरलं होतं. कृष्णपक्षातल्या ओल्या अंधारात त्यांचं शुभ्रपण लोभस वाटत होतं. मंदिरही अगदी माधवीच्या वडिलांनी वर्णन केल्यासारखंच होतं, तुकतुकीत, चिरेबंदी, काळंभोर, ऐसपैस पायऱ्यांचं.

देवळाच्या अंगणात फूटभर उंचीवर दोरी बांधून तयार केलेली हंडी फोडण्याचा लुटुपुटीचा कार्यक्रम नुकताच संपला असावा. फरशीवर हंडीचे तुकडे, दही, दूध, फुलं सांडलेली होती. मंदिराच्या आवारात तीन-चार तरी प्राजक्त असावेत. त्यांच्या नुकत्याच उमलू लागलेल्या कळ्यांचा मंदसर आणि दह्यादुधाचा गोडसर परिमळ एकमेकांत मिसळला होता. अंगणातूनही लक्ष्मीनारायणाचा प्रसन्न चेहऱ्याचा संगमरवरी जोडा स्पष्ट दिसत होता. रात्रीचा दीड वाजला असावा. देवळातलं कीर्तन केव्हाच आटोपलं असलं तरी दुरून कुठूनतरी येणारा भजनाचा आर्त स्वर, टाळचिपळ्यांची लयबद्ध साथ आणि मधूनच उठणारा 'गोविंदाऽ गोविंदाऽऽ' चा अस्पष्ट जल्लोष! मी उमलून आलो.

"देवळात नंतर जाऊ यात. आधी इथं बसू यात थोडा वेळ. चालेल? तुझ्याशी थोडं बोलायचंय."

"चालेल. पण इथं देवाकडे पाठ फिरवून नको. दक्षिणेकडच्या पायऱ्यांवर बसू."

बोलायला सुरुवात केली आणि मनावरचं ओझं हलकंहलकं होत गेलं. मला वाटलं होतं तेवढा गुंताबिंता जाणवलाच नाही. सांगताना अलिप्तपणे दुसऱ्याच कुणाबद्दल बोलावं तसा मी अरुणाबद्दल बोलत होतो.

बोलून संपल्यावर माझं मलाच वाटलं, 'आपलं अरुणातलं गुंतणं हे एवढंच होतं? की त्याची तीव्रता पुसली गेलीय? हा कशाचा परिणाम? इथल्या सोज्वळ वातावरणाचा की माधवीच्या शालीन सहवासाचा? की माझ्या मनाने नकळत तिला

स्वीकारून टाकलंय या जाणिवेचा?'

"तुझा निर्णय सांगायची वेळ अजूनही गेलेली नाही माधवी."

माधवी हसली. खोडकर बाळकृष्णाच्या तसबिरीतल्या यशोदेच्या चेहऱ्यावर असतं, तसं हसू होतं ते.

"एक सांगू तुम्हाला? एका अनुभवाच्या बाबतीत आम्ही मुली तुमच्यापेक्षा नक्कीच श्रीमंत असतो. दाखवून नकार घेण्याचा अनुभव. आपल्याकडे पुरुषांना तो क्वचित येत असावा. मुलींना मात्र बरेचदा! दाखवणं आणि नापसंती कळणं याच्या मधला काळ तिच्या मनाचे उलटसुलट झोके चालू असतात. त्या वेळी ती बरीचशी स्वप्नं रंगवते. नव्या आयुष्याच्या, सहजीवनाच्या, संसाराच्या कल्पना करते... आणि नकार आला की, त्या पुसून टाकते. उरते फक्त एक रिकामी चौकट. मीपणाची! माझं घर, माझा नवरा, माझा संसार अशी. पुन्हा दुसरं स्थळ आलं की, त्यात रंग भरणं चालू. पण एखादं स्वप्न हाती आलं नाही तरी कधीकधी खोलवर ठसा उमटवून जातं. जन्मभर खुणावत राहतं. डोळ्यांत ते स्वप्न घेऊन ती बोहोल्यावर चढते, संसार करते... आणि क्वचित एखाद्या क्षणी तिच्याच दक्ष संसारात तिला असा एखादा क्षण भेटतो ज्या क्षणी वाटतं, 'आपण शोधत होतो तो हाच क्षण! आपल्या किती जवळ होता. इतके दिवस कसा नाही सापडला?'

"तुमचं अरुणावरचं प्रेम ही अशीच रिकामी चौकट वाटतेय मला. त्यात रंग भरणं तुमच्याच हातात आहे. तुम्ही जीव तोडून तिच्यावर प्रेम केलं असेल तर तुम्ही तिला विसरावं, असं मी कधीच म्हणणार नाही. तुमच्याशी संसार करताना त्याची जाणीव ठेवून वागेन. कदाचित माझ्यात तुम्ही तिला शोधत राहाल.

"केव्हातरी एखादा क्षण असा असेल ज्या क्षणी तुम्ही माधवी... फक्त माधवी म्हणून माझा स्वीकार कराल तो क्षण सर्वस्वी माझा असेल... आणि त्या हव्याहव्याशा क्षणासाठी कितीही थांबायची माझी तयारी आहे.

"तुमच्या प्रश्नाचं उत्तर मी देणार नाही. आपल्या आयुष्यात हा क्षण येईल की नाही, हा प्रश्न तुम्ही तुमच्या मनाला विचारा. मनाचा कौल मानून निर्णय घ्या. तुमचा जो निर्णय तोच माझा निर्णय असेल! घरादाराची समजूत घालणं हा प्रश्न गौण आहे. तिथं थोडं ढोंग पांघरावं लागेल. पण आपण आपल्या मनाला पायदळी तुडवलं नाही, हे समाधान मोठं असेल. नाही का?"

माझा पतंगच गुल! दोन-तीन मिनिटं पार हरवून गेलो. मग बाजूला ठेवलेला तिचा ओलसर हात उचलला आणि त्यावर ओठ टेकवून पुटपुटलो, "थँक्स."

दुसरं काही बोलताच आलं नाही मला.

माधवी बाजूला सरकली.

"आता दर्शन घेऊन निघू यात. उशीर होतोय."

परतीच्या रस्त्यावर सारे आवाज थांबले होते. मावळतीच्या चांदण्यांचे निःश्वास ऐकू यावेत इतकी स्तब्ध रात्र आम्हा दोघांना लपेटून चालत होती.

"ए, ते लग्नाआधी दाखवून गुंतण्याबिंतण्याचं म्हणालीस, तसं तुझं कधी झालंय?"

"नाही."

माधवी खट्याळपणे हसली,

"माझी ही पहिलीच वेळ. दाखवण्याची आणि...."

"आणि काय?"

"आणि प्रेमात पडण्याचीसुद्धा!"

त्या अंधारातसुद्धा लाजलेली माधवी इतकी सुंदर दिसली. मार डाला.

"नाव बदलणार माझं लग्नानंतर?" माधवीने मध्येच थांबून विचारलं.

"नाही." मी ठामपणे म्हणालो, "मॅच तर आहेत एकमेकांना. आपली नावंही आणि...."

जवळ सरकून तिच्या भुऱ्या केसांवर मी गाल घासल्यासारखं केलं.

"विचारसुद्धा!"

माधवी पटकन दूर झाली.

"घर जवळ आलंय हं. अण्णा अंगणात उभे असतील."

"इतक्यात? किती लवकर संपला रस्ता!" मी भांबावून म्हणालो.

कृष्णाष्टमीची ती उत्तररात्र गॅलरीत उभं राहिल्याराहिल्या जशीच्या तशी सामोरी आली आणि मी एकदम खजील झालो. आयुष्याच्या केवढ्या महत्त्वाच्या, केवढ्या डगमगत्या वळणावर माधवीने मला सांभाळून घेतलं होतं. समर्थपणे आणि तेवढ्याच सहजपणे! त्या समजून घेण्याचा तोरा नंतरच्या दहा वर्षांतल्या तिच्या वागण्यात कधीच जाणवला नव्हता आणि मी मात्र....

तिच्या आयुष्यातल्या अवघड क्षणांशी अक्षरशः खेळतोय. स्वतःच्याच भावना जोजवत बसलोय आणि तिला दूर ढकलतोय. साथ द्यायच्याऐवजी तिच्यापासून दूर जाण्याचा प्रयत्न करतोय. 'तिच्या घरासंसाराचा स्वामी,' एवढंच फक्त नातं आहे माझं तिच्याशी?

मघापेक्षाही जास्त तिरमिरून मी वेगाने आत आलो. माधवी टेबलापाशी पाठमोरी उभी होती. मलाही कळायच्या आत माझ्या दोन्ही हातांचा विळखा तिच्याभोवती घातला आणि झपाटल्यासारखी तिची चुंबनं घेत सुटलो... तिला 'दार उघडं आहे. मुलं येतील.' काही बोलायची उसंत न देता... "माधवी... मधू... माझी

मधू....'' घोगऱ्या आवाजात तिच्या कानापाशी कुजबुजत राहिलो.

दोन्ही हातांचा रेटा देऊन तिने मला दूर केलं आणि खोडकरपणाने म्हणाली, ''ताप मला आला. पण उपास मात्र तुम्हाला घडला. नाही? किती खा खा सुटलीय.''

माझा आवेगच संपला.

'माधवी, माझं आताचं वागणं, ती ओढ तुला वाटते तशी शारीरिक नव्हती गं.'

मनाचं आक्रंदन माधवीपर्यंत पोहोचूच शकलं नाही. ओहोटीच्या लाटांसारखा निष्प्राण होऊन मी इझीचेअरवर कोसळलो.

'ल्युकेमिया! रक्ताचा कॅन्सर!! कधीकधी लवकर लक्षात येतं. पण बहुधा जेव्हा लक्षात येतं तेव्हा उपचारांचा फारसा उपयोग उरलेला नसतो....'

...वेड्यासारखी मी ल्युकेमियावरची मिळेल ती, मिळेल तेवढी माहिती वाचत होतो आणि माधवीच्या आयुष्याची बेरीज-वजाबाकी मांडत होतो. भरूचा डॉक्टरांकडे जाऊन पुढची टेस्ट देण्यासाठी त्या टेस्टचा रिपोर्ट ऐकण्यासाठी मनाला खंबीर बनवत होतो.

गेल्या दहा वर्षांतल्या आमच्या संसाराच्या कितीतरी आठवणी... भांडणाच्या, प्रेमाच्या... माधवीचं भरभरून प्रेम करणं, संसारात साखरेसारखं विरघळून जाणं या सगळ्यांतूनदेखील तिच्या स्वभावात मला न आवडणाऱ्या, न पटणाऱ्या कित्येक गोष्टी उरायच्याच. त्यावरून मग खटके, भांडणं, एकमेकांना तोडून बोलणं. आता त्या सगळ्यातली कटुता पुसली गेली होती. जाणवत होती फक्त एकच गोष्ट— माधवीच्या आयुष्यातली अनिश्चितता!

लंचमध्ये भागवत समोर उभा राहिला.

''हल्ली चहाला येत नाहीस?''

मी शून्यपणे त्याच्याकडे पाहिलं.

''काय झालंय? बरं वाटत नाही का तुला?''

भागवतच्या आवाजातला जिव्हाळा जाणवला आणि एकदम भरून आलं. वाटलं, 'कुठेतरी मोकळं व्हायचंच आहे. मान टेकायला एखादातरी खांदा... माधवीपाशी काहीच बोलता येत नाही यातलं. निदान भागवतपाशी तरी! दुःख कमी नाही, पण हलकं तर होईल.'

''चल.''

मी उठलो.

"जरा लांब जाऊ यात. पाय तरी मोकळे होतील."

"तुला कळलं की नाही?" चहा सांगून भागवत माझ्याकडे वळला.

"कशाचं?" मला भागवतच्या प्रश्नाचा रोखच समजला नाही.

"एच.ओ. तलं ते प्रकरण रे. मांडवकरपण अडकलाय म्हणे त्यात. आधी किती सोवळ्या गप्पा मारायचा ना? नाटकं सगळी."

माझ्याकडून काहीच प्रतिसाद मिळाला नाही तसा भागवत गप्प बसला.

"जाऊ दे रे भागवत. इकडची-तिकडची कुलंगडी काय करायचीत? आपले आपल्याला काय कमी व्याप असतात?" मी विषय काढायला फट शोधत होतो.

भागवत हसला. किंचितसा लाजलाही. माझा रोख घरगुती विषयावर आहे, हे त्याने नेमकं ओळखलं.

"त्या दिवशी तू म्हणत होतास, ते पटलं मला."

"काय?"

"तेच. आपल्या भावना सांभाळत बसायच्या आणि तिच्यावर अन्याय करायचा ते."

"हं."

"आणि तू म्हणतोस तसंच आहे. फिरायला नेणं, जरा थट्टाबिट्टा करून बोलणं, एवढ्याएवढ्याशा गोष्टीनेही काय सॉलिड खुलतात रे या बायका! इतकी खूष आहे ना सध्या वासंती... मुलीही रुळल्यायत मस्तपैकी. मीही आता हळूहळू अॅडजस्ट व्हायला लागलोय. हेमाची आठवण आता पूर्वीइतकी टोचत नाही... नाहीतरी शेवटी जगायला काहीतरी काँक्रीट लागतंच ना? नुसत्या आठवणी किती दिवस पुरणारेत? खरंच त्या दिवशी तूच सावरलंस मला मन्या... थँक्स! रियली थँक्स!! वासंतीलाही मी सांगितलं ते सगळं. वासंती म्हणाली...."

मी डोळे विस्फारून बघतच राहिलो. दहा-बारा दिवसांपूर्वीचा, हेमाच्या आठवणीत बुडालेला, 'दुसरं लग्न केलंय खरं. पण मन ऐकतच नाही रे.' म्हणणारा हाच तो भागवत? फक्त माझ्या चार-दोन वाक्यांनी हा एवढा बदलला? की हेमाला विसरायला त्याला अशा विचारांचा टेकूच हवा होता? तो टेकू द्यायला मी केवळ निमित्त ठरलो? माधवी गेल्यावर मीदेखील असाच....

बशीत रिकामा कप आपटत मी ताडकन उठलो.

"हेमाला विसरलायस हे सेलिब्रेट करण्यासाठी मला इथं आणलंस?"

भागवत खुळ्यासारखा बघतच राहिला.

मनसुद्धा चमत्कारिक चीज आहे. आपलं... फक्त आपलं असूनदेखील कधीकधी आपल्यालाच दाद देईनासं होतं. ज्या कल्पना चुकूनही कधी मनात येत नाहीत, अशी कोडी घालत राहतं आपल्याला. माधवीबद्दल बोलताना प्रिय, जवळची याखेरीजची विशेषणं आठवायची नाहीत मला. पण अलीकडे तिच्या आजारपणाचं कळल्यापासून माझं मन तिच्या मृत्यूच्याच कल्पनेशी खेळत राहतं... त्याचीच वाट पाहत असल्यासारखं!

कसल्या तरी स्टेटमेंटचा रेफरन्स विचारायला म्हणून आशा देसाई माझ्या टेबलापाशी आली. समोरच्या खुर्चीवर बसून, पुढे झुकून माझ्याशी बोलायला लागली. तिने लावलेल्या सेंटचा मंद दरवळ, तिच्या फिक्या रंगाच्या जॉर्जेटच्या पदरातून कळून येणारा ब्लाऊजचा लो कट, लिपस्टिक लावलेल्या ओठांची लाडिक हालचाल... मी घरंगळल्यासारखाच झालो. तिच्या बोलण्याकडे लक्षच राहिलं नाही. कुठूनतरी एक दांडगट विचार वैऱ्यासारखा मनात घुसला... आणखी काही दिवसांनी माधवी गेल्यानंतर मी एकटाच आहे असं कळलं की, आशा अशीच माझ्या टेबलापाशी येऊन... त्या विचाराने माझा मीच घाबराघुबरा झालो. तळहात घामेजून गेले.

"एक मिनिट हं." असं आशाला म्हणत चक्क बाहेर पळालो.

काय झालंय मला? माधवीच्या बाबतीत इतका दुष्ट कसा होऊ शकतो मी? मन आणि शरीर यांचा संबंध इतका दुरावतो कधीकधी? मनात ठाण मांडून बसलेला माधवीचा मृत्यू आणखी किती वेडावाकडा छळणारेय मला?

"शक्य तितक्या लवकर मला भेटून जा." लंच अवरपूर्वीच पानसरे डॉक्टरांचा फोन आला.

'कशासाठी?' असं विचारणार होतो, पण उत्तराची भीतीच वाटली.

साहेब रजेवर होता. त्यामुळे लवकर निघायला फारसा प्रॉब्लेम आला नाही.

"माधवी कशी आहे आता?" डॉक्टरांनी नेहमीच्याच मायाळू स्वरात विचारलं.

"बरी आहे. ताप नसतो हल्ली, पण डॉक्टर भरूचांकडे गेलो नाही अजून... मी... मला...."

"मनोहर, एक सीरीयस घटना घडलीय." डॉक्टर पुढे झुकून खासगी आवाजात म्हणाले.

"तो ब्लड रिपोर्ट माधवीचा नाही. नावा-आडनावाचा घोटाळा होता तो."

"आर यू शुअर डॉक्टर?"

मी ताडकन उठलो.

"येस. काल लॅबमधून डॉक्टर सहानींचा फोन आला होता. खरं म्हणजे मी जस्ट टॉयफॉईडच्या डाउटने तुला ब्लड चेक करून घ्यायला सांगितलं होतं अँड द रिपोर्ट वाज टोटली डिफरंट. म्हणून मीच पुन्हा लॅबला फोन करून विचारलं. फक्त मी आधी तुला तो रिपोर्ट इन डिटेल सांगायला नको होता. फर्गेट अबाउट दॅट. आता ताप नाही म्हणतोयस म्हणजे टॉयफाईडची शक्यता कमीच. एनी वे...."

डॉक्टर पुढे काय बोलले, मी त्यांना काय उत्तर दिलं, तिथून कधी बाहेर पडलो, चालत गेलो की उड्या मारत... काहीही मला जाणवलं नाही.

भोवतालच्या जगाची शुद्ध आली तेव्हा मी घराजवळच्या चौकात होतो. रस्ता शांत होता. फक्त समोर मिठाईचं एकमेव दुकान उघडं होतं. आत शिरलो आणि खिशात हात घालत वेड्यासारखं त्याला म्हणालो, "गुलाबजाम द्या अर्धा किलो. माधवीला गुलाबजाम फार आवडतात."

माझ्या वेडेपणाला हसत त्याने ट्रेमधले इसवीसनापूर्वीचे गुलाबजाम तराजूत टाकले. त्यावरच्या माशा, आजूबाजूचा कळकटपणा, कश्शाकश्शाकडेही माझं लक्ष नव्हतं. आज उभ्या दुनियेला हजार गुन्हे माफ होते. माझ्या माधवीचं आयुष्य मला परत मिळालं होतं. सगळे कागदी राहूकेतू दूर पळाले होते. आमच्या संसारातलं ग्रहण सुटलं होतं.

जिन्यापाशी आलो आणि आपोआप ओठावर हसू उमटलं. नजरेसमोर माधवीच्या डोळ्यांतली आनंदाची लखलखती निरांजनं तरळली.

'आज लवकर आणि इतके खुषीत? काय विशेष?' हा तिचा लाडात येऊन विचारलेला प्रश्न कानात घुमायला लागला. आज मी तिच्या सगळ्या प्रश्नांची सविस्तर उत्तरं देणार होतो. माझं सगळं टेन्शन हलकं करणार होतो. अगदी पहिल्यापासूनच्या सगळ्या घटना तिला सांगणार होतो.

ह्या विचारापाशी आलो आणि माझा मीच दचकलो.

ह्या सगळ्याची सुरुवात कुठून झाली? त्या रिपोर्टपासून... मघा डॉक्टर म्हणाले नावा-आडनावाचा घोटाळा... म्हणजे? लॅबोरेटरीत भेटलेला तो मिस्कील एम.एस. देशपांडे... त्याची ती नाजूकशी मानसी महेश... माधवीचा म्हणून समजला गेलेला रिपोर्ट तिचा होता?

एकदम भोवतालचं जग माझ्याभोवती गर्रकन फिरलं गेलं. पंधरा दिवस मनाचा झालेला आकाशपाळणा आठवला. ती चिडचिड, ती विमनस्कता, ती सैरभैर अवस्था हे सगळं त्या आनंदी, खळाळत्या स्वभावाच्या एम.एस. देशपांडेच्या वाट्याला येणार? प्रेमविवाह करून घरापासून तुटून त्याने मांडलेलं घरटं... देखणी

बायको... ती गोड छोकरी... ह्या सगळ्यावर ल्युकेमियाची काळी सावली अंधारून येणार? जे जिवंत मरण गेल्या पंधरा दिवसात मी भोगलं त्याला तो कोवळा पोरगा सामोरा जाणार? ज्या दु:खाच्या नुसत्या कल्पनेने मी उन्मळून गेल्यासारखा झालो, ते दु:ख तो आयुष्यभर पेलणार?... आणि माझं दु:ख त्याच्याकडे हँड ओव्हर झालं म्हणून मी आनंदोत्सव साजरा करतोय. त्या कोवळ्या संसाराला नख लावून मिळालेलं माधवीचं आयुष्य सेलिब्रेट करतोय. बाकीच्या जगाशी माझं काहीच देणंघेणं नसल्यासारखा माझ्यापुरताच विचार करतोय.

भागवत म्हणाला होता, ''दुसऱ्याला सांगणं सोपं असतं. स्वत:वर वेळ आली की, समजतं. आपल्याला आच लागली की, त्या गोष्टीचा चटका जाणवतो. परदु:ख नेहमीच शीतल असतं रे मन्या....''

मान्य! पण ते इतकं शीतल असावं?

बाहेर पिवळं, भकास ऊन धगधगत होतं. सुन्न होऊन मी गॅलरीत माझ्याच दारापुढे उभा होतो. घरात माधवी एकटीच....

बेल वाजवायला हात वर उचलतच नव्हता.

■

खोल मनतळी....

लाटांबरोबर डुबकत हलणारं केशरी, कोवळं सूर्यबिंब हळूहळू पुरतं वर आलं. पाण्यातून बाहेर पडून क्षितिजरेषेवर स्थिरावलं. बघताबघता त्याचा कोमल केशरी रंग प्रखर पिवळा झाला. सूर्योदय बघण्यासाठी हौसेनं किनाऱ्यावर जमलेले माणसांचे घोळके मागे फिरले. रेंगाळत सावकाशपणे आपापल्या निवासाच्या दिशेनं निघाले. काही हौशी प्रवासी किनाऱ्यावर बांधलेल्या धक्क्यावरून खाली वाळूच्या पट्ट्यावर उतरले होते. संथपणे चुळूकचुळूक करणाऱ्या पाण्यात पाय भिजवत होते. शंखशिंपल्यांच्या वस्तू विकणारे विक्रेते आपल्या हेलदार भाषेत वस्तू घेण्याचा आग्रह करत त्यांच्याभोवती आशाळभूतपणे हिंडत होते.

किंचित अंतरावर असलेल्या एका गोल चबुतऱ्यावर बसून मृणाल निर्हेतुकपणे त्या गर्दीचं निरीक्षण करत होती. काही चेहरे आज नव्यानेच दिसणारे, काही आठवडाभर पाहून ओळखीचे झालेले, काही उत्साहाने पुढे जायचे बेत आखणारे, काही प्रवासाच्या शेवटच्या टप्प्यावर येऊन कंटाळलेले... विक्रेत्यांचे चेहरे मात्र अगदी एकसारखे. नाकडोळ्यांचा ठावठिकाणा वेगवेगळा असला तरी चेहऱ्यावरचे तेच संमिश्र भाव– लाचार, पण तितकेच सराईत.

एक काहीशी स्थूल प्रौढा तिच्याजवळून हळूहळू चालत पुढे गेली. चेहरा ओळखीचा वाटला म्हणून मृणालची नजर तिच्यावर रेंगाळली. तेवढ्यात दहा-बारा वर्षांचा एक मुलगा लंगडत, पण वेगानं तिच्यापाशी आला.

"अम्माऽ कीऽचेन, दस का चाऽर।"

त्याच्याकडे लक्ष न देता ती स्त्री पुढे चालतच राहिली.

"लोऽ पाँच लो... चलोऽ छे देना... कितना मंगताऽ बोलो ना?"

ती बधत नाही, असं पाहून तो पुन्हा मागे फिरला. समोरून येणाऱ्या प्रवाशांवर त्याची शोधक नजर भिरभिरायला लागली. पुढे जाताजाता तो आपल्यालाही त्याच्या ठरावीक, हेलदार सुरात 'अम्माऽ कीऽचेन' असं म्हणेलसं तिला वाटलं. पण तो तिच्याकडे नुसती नजर टाकून सरळ पुढे निघून गेला, 'ही बाई कसली खरेदी करते?' अशा तुच्छतेनं.

त्याच्या त्या नजरेनं मृणालला दुखावल्यासारखं झालं. संतापही आला त्या पोराचा.

'साध्या शंखशिंपल्यांच्या फडतूस कीचेन्स विकणारा दीडदमडीचा पोरगा तो. त्याने आपल्याला असं क्षुद्र लेखून पुढे जावं?' वाटलं की, तरातरा धावत त्याच्यामागे जावं आणि खस्सकन त्याच्या हातातला जुडगा ओढून म्हणावं, 'तुझ्या हातातल्या सगळ्या साखळ्या मी एका वेळी विकत घेऊ शकते, अगदी तुझ्यासकट.'

दातओठ खात त्याच्यावर ओरडण्याची ती विचित्र ऊर्मी आत दडपत ती बसून राहिली, पायाखालच्या वाळूत पावलं घट्ट रोवून... जशी काही वाळूतून पावलं निसटली तर ती त्या मुलामागे खरोखरीच पळत जाणार होती.

शेजारी कुणीतरी येऊन बसल्याचं जाणवलं. स्वतःच्या भावनांवर ताबा ठेवत तिनं वळून पाहिलं. साधारण तिच्याच वयाचे एक गृहस्थ, अलीकडे दोन-तीन दिवस रोजच दिसणारे. नकळत ती ओळखीचं हसू हसून गेली. पण ओठ रुंदावल्यावर तिलाच आपल्या गळेपडूपणाचा राग आला. किंचितशी भीतीही वाटली.

'त्या गृहस्थांनी आपल्या हसण्याकडे दुर्लक्ष केलं तर?'

पण जशी काही तिच्या हसण्याचीच वाट पाहत असल्यासारखे ते उत्तरादाखल हसले. अगदी स्वच्छ, मनमोकळं हसू. तिला बरं वाटलं.

"हॅलोऽऽ"

त्यांनी बसल्याबसल्याच तिच्याकडे सरकल्यासारखं केलं.

"आय ॲम फ्रॉम महाराष्ट्रा."

त्यांच्या त्या शुद्ध तुपातल्या देशी उच्चारांमुळे तिला उगीचच आपण त्यांच्यापेक्षा मोठे, जास्त अनुभवी आहोतसं वाटलं आणि मग लहान मुलाचं बोबडं बोलणं समजून घ्यावं तशा समजूतदारपणानं त्यांच्या इंग्रजीकडे दुर्लक्ष करत ती म्हणाली, "वा! मीसुद्धा मूळची महाराष्ट्रीयनच आहे."

"मला वाटलंच."

त्यांची कळी एकदम खुलली.

"पण म्हटलं हल्ली काही सांगता येत नाही."

आणि मग आवाज खाली आणून थोड्या खासगी सुरात, "आजकाल या मद्रासी बायकासुद्धा बऱ्याच उजळ दिसतात हो. फसतोच आपण."

तिला त्यांच्या भाबड्या विधानाचंही हसू आलं.

"टुरिस्ट म्हणून इथं आलायत की...?"

"हो."

"कुठल्या ट्रॅव्हल कंपनीबरोबर?"

गृहस्थ भलतेच चौकस होते.

"कुणाबरोबर नाही. एकटीच. नेहमी येते मी. मला कन्याकुमारीचा निवांतपणा फार आवडतो."

"मलापण. म्हणजे मी तसा पहिल्यांदाच आलोय खरं म्हणजे. एका ट्रॅव्हल कंपनीबरोबर आलो होतो. हे शेवटचं ठिकाण होतं आमच्या प्रोग्राममधलं. मला इतकं आवडलं की, मी त्या टूर लीडरला म्हटलं माझे परतीच्या प्रवासाचे पैसे परत दे. मी राहतो इथंच."

"हं. खरंच खूप बरं वाटतं इथे. मन:शांती मिळते."

"तीच तर महत्त्वाची असते आयुष्यात. आता असं केल्यामुळे मला पैशांचा तोटा झाला जरासा. पण म्हटलं जाऊदे! आपण पुण्याहून परत इथे यायचं म्हटलं तर डबल पैसे गेलेच असते ना."

"पुण्याला असता तुम्ही?"

"होऽऽ म्हणजे मूळचा पुण्याचा. नोकरीनिमित्ताने सोलापूरला होतो. गेल्याच वर्षी स्वेच्छानिवृत्ती घेतली. किती वर्षं कष्ट करायचे? पैसा काय? मिळवू तेवढा थोडाच. अठराव्या वर्षी नोकरीला लागलो तिथपासून चालूच आहे...." त्यांनी आत्मचरित्रच सांगायला सुरुवात केली.

खरं म्हणजे अशी ओळख काढून चिकटू पाहणारी, वचावचा बोलून दुसऱ्याला बोअर करणारी माणसं मृणालला मुळीच आवडत नाहीत. पण आज मात्र त्यांचं असं शेजारी येऊन बसणं, सतत बोलत राहणं तिला एखाद्या सुरक्षित कुंपणासारखं वाटतंय. सकाळी उठल्यापासून अंगावर चालून येणारी एकटेपणाची जाणीव जरा बोथट झालीय आणि मुख्य म्हणजे त्यांच्या या गळेपडूपणामुळे मघाच्या त्या पोराचं उर्मट वागणंही थोडं पुसट झालंय मनावरून.

गर्दी पूर्णपणे विरल्यावर ती सावकाशीनं उठली. ते गृहस्थही तिच्याबरोबर तुरूतुरू चालत निघाले.

"इथं विवेकानंदपुरममध्येच राहतोय मी. फार छान व्यवस्था आहे इथली. तुम्ही कुठे उतरलाय?"

"हॉटेल सागरदर्शनमध्ये."

"म्हणजे ते कन्याकुमारीच्या मंदिराशेजारचं?"

"हं तेच."

"पॉश वाटतं बाहेरून एकदम. रेट फार असतील नं?"

"हो. पण मला सोयीचं वाटलं ते... आणि आय कॅन अॅफोर्ड."

तिच्या स्वरातल्या गुर्मीमुळे ते जरा वेळ दबल्यासारखे गप्प झाले. तिच्याबरोबरच पण मुकाट्याने चालत राहिले आणि एका वळणापाशी आल्यावर एकदम म्हणाले, "अच्छा! इथं समोरच आहे माझी रूम."

ती पाहतच राहिली. पण ते थांबले नाहीत. तसेच तुरूतुरू चालीनं पुढे जात राहिले. मागे वळून तिच्याकडे पाहिलंही नाही त्यांनी.

तिला पुन्हा संताप आला, मघासारखाच!

'एवढा सुशिक्षित गृहस्थ. साधं आपल्याला एखादं वाहन बघून द्यायचंही सुचू नये त्याला? किंवा स्वत:ची खोली दाखवण्याचंही सौजन्य नसावं?'

रागानं पावलं टाकत ती पुढे निघाली. आश्रमाची बस फेरीलाच निघाली होती. अभावितपणे ती त्या बसकडे वळली, 'मोफत बससेवा' ह्या खिजवणाऱ्या अक्षरांकडे दुर्लक्ष करून.

ती हॉटेलवर आली तेव्हा नोकरांच्या पाळ्या बदलून गेल्या होत्या. जाताना काउंटरवर असलेल्या रात्रपाळीच्या सुब्बूऐवजी आता तिथे ती हडकुळी, काळसर रिसेप्शनिस्ट बसली होती. भडक लिपस्टिकच्या ओठांनी आणि किंचित मोठ्या दातांनी प्रमाणापेक्षा जास्तच हसणारी....

मृणालच्या मागून घाईघाईनं एक जोडपं आलं आणि काउंटरपाशी थांबलं.

"येऽस प्लीज?" आपल्या दक्षिणी हेलात त्या कृष्णसुंदरीनं विचारलं.

"रूमनंबर थ्री नॉट टू."

त्या जोडप्याचं तिच्याकडे जरासुद्धा लक्ष नव्हतं. ते एकमेकांतच मश्गुल. तरीही तेवढंच ऐसपैस हसत तिने कीबोर्डवरची किल्ली काढून दिली.

"टू वन सिक्स," म्हणत मृणाल पुढे झाली. पण तिचे शब्द पुरते उमटण्याआधीच रिसेप्शनिस्टनं किल्ली काढून काउंटरवर ठेवली होती. मृणालचा खोली नंबर आणि तिची फिरून येण्याची ही वेळ दोन्ही पाठच होतं तिला.

किल्ली घेऊन मृणाल जिन्याच्या दोन पायऱ्या चढली आणि पुन्हा खाली उतरली.

त्या रिसेप्शनिस्टच्या अंगावर जोरात ओरडून म्हणाली, "टेल युअर मॅनेजर. माय एसी इज नॉट वर्किंग प्रॉपरली."

"बट मॅडम...."

"यू आर नॉट अवेअर. आय हॅड टोल्ड हिम मिनिमम थ्री टाईम्स." मृणालचा आवाज जास्तच वर गेला.

"मॅडम, सॉरी फॉर इनकन्व्हिनियन्स." रिसेप्शनिस्टचा स्वर ओशाळला.

बाहेर निघालेलं एक कुटुंब जिना उतरता-उतरता थांबून राहिलं होतं. भिंतीवरची फ्रेम पुसणारा, फरशी साफ करणारा, दोघंही नोकर हात थांबवून पाहत राहिले.

मृणालचं असं ओरडणं, आपोआप कर्कश होत गेलेला आवाज, सगळंच तिच्या दिसण्याशी आणि राहणीमानाशी विसंगत वाटत होतं. खुद्द मृणाललाही ते कळत होतं. रिसेप्शनिस्टचा पडेल स्वर ऐकताच ती समाधानाने मागे फिरून पुन्हा जिना चढायला लागली.

मिडलँडिगवर आल्यावर मात्र तिला वाटलं, 'उगीचच ओरडलो आपण त्या रिसेप्शनिस्टच्या अंगावर. मघाच्या त्या कीचेनवाल्या पोरासारखं तिच्या वागण्याकडे दुर्लक्ष करूनच पुढे जायला हवं होतं. तेच जास्त झोंबतं मनाला!'

एक मोठ्ठी जांभई देत मृणालनं हातातल्या रिमोटचा खटका दाबला. समोरचा निरर्थक बडबड करणारा टी.व्ही. खाडकन बंद झाला. डाव्या हाताच्या अंगठ्यानं तिनं कपाळाची शीर दाबली.

'शी! काय मूर्खासारखे कार्यक्रम दाखवतात टी.व्ही. वर आणि हे इथलं लोकप्रिय चॅनेल म्हणे. पुअर एंटरटेनमेंट....'

हातपाय ताणून ती सोफ्यावरच आडवी झाली. समोरच्या टीपॉयवर दुपारी वाचायला घेतलेली कादंबरी पडली होती. त्याच्यापलीकडे कसलंतरी सिनेमॅगझिन, रूमबॉयनं सकाळच्या वर्तमानपत्रासोबत तत्परतेनं आणून दिलेलं. सगळ्या गोष्टी केविलवाण्या होऊन, हात जोडून उभ्या असल्यासारख्या आजूबाजूला पडल्या होत्या. पण मृणालचं लक्षच नव्हतं कशात. पलीकडे बेडवर अर्धवट उघडलेली सूटकेस, त्यातले अस्ताव्यस्त झालेले अल्बम्स आणि कॅसेट्स... आणि त्यातच तपनचा आवडता स्मोक ग्रे कलरचा टी-शर्ट.

त्या टी-शर्टकडे बघताबघता तिला पुन्हा उचंबळून आलं. सकाळपासून तिला छळणाऱ्या, अस्वस्थ करणाऱ्या तपनच्या आठवणी, कानात घुमणारं त्याचं मनमोकळं हास्य, हळुवार आवाजातलं बोलणं, मृणालवर अपार मायेचा वर्षाव करणारे समुद्री रंगाचे डोळे... एकीकडे ती त्या आठवणी खोल तळात दडपून टाकायचा प्रयत्न करत होती आणि दुसरीकडे स्वत:च्याही नकळत त्या गोंजारत होती. त्याचसाठी हे अल्बम्स उचकटणं... जुन्या कॅसेट्स ऐकणं....

पण आता अगदी अनावर झालं होतं. सगळे प्रयत्न किती पोकळ आहेत, ते

स्पष्टपणे जाणवत होतं. खोलीतलं एकटेपण, दुपारची ही आडनिडी वेळ आणि तपनच्या मृत्यूची धारदार जाणीव... सगळ्याला तोंड देतादेता ती अगदी थकून गेली होती.

'तपन... तपन... का असा मध्येच निघून गेलास? का?'

कुशन चेहऱ्यावर दाबून ती हुंदके देत राहिली. अचानक काहीतरी चमत्कार व्हावा आणि तपन यावा... निदान त्याचा तो संथ, घुमारदार, हवाहवासा आवाज तरी यावा एखाद्या कोपऱ्यातून....

'म्रिन, लुक आय ॲम हिअर.'

एकदम दचकून ती रडायची थांबली.

दारावर कुणीतरी टकटक करत होतं.

हात लांबवून तिने खाली पडलेला नॅपकिन उचलला. चेहरा खसखसून पुसला आणि गाऊन ठीक करत ओरडली, "हू इज देअर?"

"मॅडम, काऽफी."

दार उघडलं तर बाहेर दयाळ उभा. तिच्या मर्जीतला रूमबॉय. चौदा-पंधरा वर्षांचा, हसरा, आर्जवी डोळ्यांचा, नम्रपणे बोलणारा.

"ओह यू. दो-तीन दिन किधर था?"

"मदुरै गया था।" आपल्या ठरावीक दक्षिणी हेलात त्याने तत्परतेनं उत्तर दिलं.

तिला आपली अनुपस्थिती जाणवावी, त्याबद्दल तिनं आवर्जून विचारावं, याची खुषी त्याच्या चेहऱ्यावर उमटली. अदबीनं आत येऊन त्यानं कॉफीचा ट्रे आधी टेबलावर ठेवला. टीपॉयवरच्या वस्तू अलगद उचलून टीपॉय ती बसलेल्या सोफ्याच्या अगदी जवळ आणून मग त्यावर ट्रे ठेवला.

"नाश्ता मंगता? स्पेसल है। सेमिंया दोस्सा।"

"नही। अबी नही।"

"आऽच्छा।" म्हणून तिच्याकडे पाठ न वळवता हळूहळू मागे होत तो दाराबाहेर गेला आणि आवाज न करता दार ओढून घेतलं.

हॉटेलमधले धंदेवाईक शिष्टाचार त्याच्यात अगदी मुरले होते. तरीपण दयाळ तिला आवडायचा. इतर बेफिकीर रूमबॉईजपेक्षा तो वेगळा वाटायचा. दहा-बारा दिवसांच्या वास्तव्यात इथल्या स्टाफपैकी फक्त त्याच्याशीच तिचं जरा सूत जमलं होतं.

आताही त्याच्या येण्याचं निमित्त झालं आणि मघाचा आवेग जरा ओसरला. मनावरच्या खिन्न, उदास सावल्या फिकट झाल्या.

मृणाल पुन्हा तपनच्या आठवणीत बुडून राहिली नाही. तिनं तोंडावर गार पाण्याचे सपकारे मारले. केसांवर ब्रश फिरवला. सोफ्यामागच्या खिडकीचा पडदा

पूर्ण उघडला.

मावळतीच्या सौम्य उन्हाचा पट्टा सोफ्यावर उतरला. एव्हाना कॉफी अगदी नेमकी तिला हवी तेवढी गार झाली होती. हातात कप घेऊन त्या उन्हाच्या पट्ट्यात बसून कॉफीचे घुटके घेत ती बाहेर पाहत राहिली.

संध्याकाळचे पाच वाजून गेले असावेत. रस्त्यावरून माणसांचे घोळके गांधीमंदिराकडे जाताना दिसत होते. सूर्यास्त बघायला निघाले असणार ते. कॉफीचा दुसरा कप घ्यायचा बेत रद्द करून ती उठली.

दोन दिवस सूर्यास्त नीट दिसला नव्हता. हवाही ढगाळ होती म्हणून काल ती बाहेरच पडली नव्हती.

'पण आजचं ऊन अजूनही चमकतंय. ढगही दिसत नाहीत. जाऊन पाहायला काहीच हरकत नाही.'

गांधी मंदिराच्या अलीकडेच तिला सकाळचे ते गृहस्थ भेटले, 'तुरूतुरू,' तिच्या मनाने त्यांचं नाव ठेवलं होतं. त्यांना आपण दिसलेय की नाही असं तिच्या मनात येतंय, तेवढ्यात त्यांची नजर तिच्यावर पडली.

"अरे वा!"

'तुरूतुरू' पुढे आले. त्यांच्याबरोबरचा आडवं भस्म लावलेला दक्षिणी त्यांच्या या लगबगीकडे पाहतच राहिला.

"मला वाटलंच होतं तुम्ही बहुतेक इथे भेटाल असं. पण खात्री नव्हती." ते तशाच लहान मुलाच्या भाबडेपणाने बोलले.

आणि लख्खकन तिच्या मनात चमकून गेलं की, आपल्यालाही तसंच वाटत होतं. किंबहुना ते भेटावेत म्हणूनच बाहेर पडलो आपण.

"हे मिस्टर रामचंद्रन. विवेकानंद ट्रस्टमध्ये कार्यकर्ते आहेत." त्यांचा धबधबा सुरू झाला.

सूर्यास्त पाहायला निघालेल्या गर्दीत मिसळून ती त्यांच्याबरोबर चालत राहिली, त्यांचं निरर्थक बोलणं ऐकत. त्यांच्या बोलण्यात तिला रस नव्हताच. ते पुरतं पोहोचतही नव्हतं तिच्यापर्यंत. पण तरीही त्या पोकळ शब्दांची सोबत वाटत होती तिला.

"अरे हो! आपली ओळख झाली खरी. पण नावं कुठे कळली एकमेकांना?" परत येताना ते म्हणाले.

"मी देवदत्त मोकाशी."

"मी मृणालिनी."

"अं?" त्यांची चर्या प्रश्नार्थक झाली.

तिच्या मनाला खोडकर गुदगुल्या.

"बस्स तेवढंच. मृणाल म्हणालात तरी चालेल. ताईबिई नको तुमचं टिपिकल पुणेरी. फारतर मृणालमॅडम म्हणा."

"हां. ते बरं." मोकाशींना एकदम सुटल्यासारखं वाटलं.

दुसऱ्या दिवशी सकाळी मोकाशी त्या कट्ट्यावर आपल्याला शोधणार, हे मृणाल ओळखून होती. मुद्दामहून ती जरा मागेच थांबली. मोकाशी तिच्या अंगावरून पुढे निघून गेल्यावर मग द्वाडपणे तिने त्यांना हाक मारली, "अहो, मोकाशी."

ते त्याच तुरूतुरू उत्साहाने मागे फिरले.

"आज सूर्योदय दिसेलसं वाटत नाही. ढग आलेत."

"मी सूर्योदय पाहायला आलोच नाही. तुम्हाला ट्रीपचं विचारायला आलोय."

"ट्रीपचं? कसली ट्रीप?"

"म्हणजे ट्रीप म्हणावी असा मोठा प्रवास नाही. पण काल रामचंद्रन सांगत होते. इथून साधारण चाळीसेक किलोमीटरवर सुचिन्द्रम नावाचं गाव आहे. तिथे एक पुराणकालीन दत्तमंदिर आहे. म्हणजे शिवमंदिरच खरंतर ते. पण...."

"मला देवाबिवात फारसा इंटरेस्ट नाही मोकाशी."

"नसू देत ना. पण कलाकुसरही सुंदर आहे तिथली, अगदी वेगळ्या पद्धतीची. तिथे म्हणे सप्तसुरांचे खांब आहेत."

"पण जायचं कसं?"

"बस आहे. नाहीतर टॅक्सी. पण टॅक्सी ठरवली तर महाग पडेल. आणखी दोघं-तिघं पार्टनर बघावे लागतील."

"नको. फार जण कशाला? तुम्ही, मी आणि तुमचे ते रामचंद्रन. पुरे झाले तिघं. मी भरीन जास्तीचे पैसे."

सुचिन्द्रमचं मंदिर खरोखरच छान होतं. पण ज्या उद्देशानं ती तिथे गेली तो मात्र साधलाच नाही. तिथलं कोरीव काम बघताना तिला तपनची जास्त आठवण येत राहिली. तपनची आणि फिरोझचीसुद्धा!

फिरोझला शिल्पकलेत खूप रस होता. खजुराहोच्या शिल्पांचा खोलवर अभ्यास केला होता त्याने. शिल्पकला अशी देवाधर्मात अडकवून टाकली की, तिच्याकडे स्वच्छ, निव्वळ कलेच्या दृष्टिकोनातून बघता येत नाही, असं तो अगदी तळमळीने सांगायचा... तिला फिरोझ प्रकर्षाने आठवत राहिला. इतका, की ते मंदिर पाहायला आलेल्या प्रवाशांपैकी एक जण मागून हुबेहूब फिरोझसारखाच वाटला तिला.

वाटलं, 'त्याच्यापाशी जावं. त्याला चकित करावं. मधला दुरावा विसरून त्याला शरण जावं आणि तपनच्या नसण्याचं आतपर्यंत मुरून झिरपत राहिलेलं दुःख निपटून टाकता येतंय का, ते पाहावं.'

आणि मग तपन आणि फिरोझच्या पकडीतून निसटण्यासाठी मोकाशींना बोलतं ठेवण्याचे प्रयत्न....

तिच्या मनातल्या गोंधळाची मोकाशींना कल्पनाच नव्हती. त्यांचा उत्साह वाहतच होता. गाईडला नाना तऱ्हेचे प्रश्न विचारणं, लहान मुलासारख्या कुतूहलभरल्या डोळ्यांनी सगळीकडे पाहत राहणं आणि संदर्भ नसताना मध्येच स्वत:विषयीची माहिती सांगणं....

त्यांची बायको दोन वर्षांपूर्वी वारली होती. जन्मभर ती म्हणत होती तर कधी कुठे प्रवासाला गेलो नाही, अशी खंत त्यांच्या मनात होती. आताही मुला-सुनेशी फारसं पटत नव्हतं म्हणून एका ट्रॅव्हल कंपनीबरोबर ते प्रवासाला निघाले होते. निघताना मुलाशी जरा जोरातच वाजलं होतं. त्या घुश्शात आता हट्टानं इथं राहिले होते, त्याला काहीही न कळवता....

मृणालला त्यांची दया आली. मनातला एकटेपणा झाकायला ते अखंड बडबडत होते. त्या बडबडीतून त्यांचा एकटेपणा जास्तच उघडा पडत होता.

'किती वाईट असतं हे असं वाहत्या प्रवाहातून बाजूला पडणं. माणसाला किती दुबळं बनवून सोडतं ते... एरवी त्यांच्यासारखा भाबडा, पापभीरू माणूस असा एखाद्या एकट्या स्त्रीबरोबर ट्रीपला जायचा विचारसुद्धा करू शकला नसता... आणि आपणसुद्धा अशी फालतू बडबड करत राहणाऱ्या या फाटक्या माणसाकडे ढुंकूनसुद्धा पाहिलं नसतं. पण आज मात्र त्याचीच सोबत वाटतेय आपल्याला.'

रात्री कितीतरी वेळ तिला झोप येईना. दिवसभर दमणंही झालं होतं आणि मनही स्वस्थ नव्हतं. ड्रिंक घ्यावं असं तीव्रतेने वाटलं. पण ते समोर दिसल्यावर आपला आपल्यावरच ताबा राहणार नाही, हे तिला ठाऊक होतं. मग तिने तो बेत सोडून दिला. मेंदूतल्या वावटळीवर आता एकच उपाय होता. बेमुर्वतपणे तिला सामोरं जाणं, तिच्यासमोर ठाम उभं राहणं.

कालपासून हळवेपणाने बाजूला ठेवलेले सगळे अल्बम्स तिने पुढे ओढले. अख्ख्या स्वीटमधले सगळे दिवे लावून त्या झगझगीत प्रकाशात ती अल्बम्स उघडून बसली. त्यातले अगदी तिच्या लहानपणीचेसुद्धा फोटो तिनं बाजूला काढले नव्हते. भय्यासाहेबांचे, आईचे आणि जबलपूरमधल्या त्यांच्या वाड्याचे, सगळेच फोटो ती पहिल्यादांच पाहत असल्याच्या भावनेने मन:पूर्वक पाहत राहिली.

वाड्याचं आणि भय्यासाहेबांचं ठीक होतं, पण आईच्या आठवणीनं व्याकूळ व्हावं, डोळ्यांत पाणी यावं, एवढी आईच्या मायेची ओळखच नव्हती तिला. तिला नीटसं कळायला लागण्यापूर्वीच आई गेली होती. तिला आठवत होतं तेव्हापासून त्या तीनमजली वाड्यात ती आणि भय्यासाहेब दोघंच राहत होते. आठ-दहा नोकरांची वर्दळ सतत असायची. पण लांबचे, जवळचे असे कुणीच नातेवाईक नव्हते. कुठलंकुठलं नातं सांगून लोक मदत मागायला यायचे. भय्यासाहेब त्यांना मदतही करायचे सढळ हाताने. पण कुठल्याच नात्यात गुरफटून पडायचे नाहीत ते कधी. अगदी तसाच स्वभाव होता तिचाही. कुणाच्यात गुंतून पडणं तिला ठाऊकच नव्हतं. सोनाईने घातलेलीच वेणी तिच्या मनास यायची, हे खरं. पण तिच्यासारखी वेणी घालणारी दुसरी कुणी मिळाली असती तर ती सोनाईसाठी अडून बसली नसती, हेही तितकंच खरं... तिचं माणसांमध्ये अडकणं हे असं स्वत:च्या परिघापुरतं होतं.

शाळेतही एकच मैत्रीण, वंदना! पहिलीपासून मॅट्रिकपर्यंत तीच. एखाद्या दिवशी ती आली नाही तर मधल्या सुट्टीत डबा न खाता मृणाल घरी यायची आणि जेवून शाळेत परत जायची. पण तेवढ्या वेळापुरतंही इतर कुणाशी जुळवून घेणं तिला जमायचं नाही.

वंदनाशी असलेली मैत्री मात्र खूप काळापर्यंत टिकून राहिली. मॅट्रिक झाल्यावर वंदना पुढे शिकली नाही तरीही. लग्न होऊन वंदना पुण्याला गेल्यावरही तिची पत्रं यायची. अजूनही भारतात आली की, शक्यतो मृणाल पुण्याला तिच्याकडे जाऊन येतेच. आता मात्र गेल्या पाच-सहा वर्षांत वंदनाची भेट झाली नव्हती. हल्ली पत्रंही बरीच रोडावली होती.

तिच्याजवळ असलेल्या घरच्या अल्बममधे कसे कोण जाणे, पण कुमुदचेही दोन-तीन फोटो होते. एकटीचे नाही, कसल्यातरी समारंभाच्या निमित्ताने काढलेले, गर्दीतलेच.

आयुष्याच्या अगदी उतारावर मृणाल इंटरला असताना भय्यासाहेबांनी कुमुदशी लग्न केलं होतं. मृणालला त्यांचा हा निर्णय अजिबात आवडला नव्हता. ती त्या वेळी मुंबईला विल्सन कॉलेजमध्ये होती.

"खूपच एकटं वाटतं गं हल्ली. तू तर आता सासरी गेल्यासारखीच. सुट्टीपुरती येतेस तेवढीच."

भय्यासाहेबांनी कळवळून तिला समजावायचा, आपला निर्णय पटवून द्यायचा प्रयत्न केला. पण मृणालला ते पटलं नव्हतंच.

'घरात नोकरचाकर काय कमी होते? शिवाय रोजचा क्लब होता. त्यांच्या शिकारीच्या छंदामुळे जमलेला ग्रुप होता. संध्याकाळी त्यांच्याच गच्चीवर जमून

तावातावाने बोलणारं आणखी एक वर्तुळ... अगदी एखाद्या बाईचीच सोबत कशाला शोधायला हवी? आणि तीही त्यांच्यासारख्या वैभवात लोळणाऱ्या खानदानी स्त्रीची नाही तर कुटुंबातल्या जबाबदाऱ्यांमुळे लग्न राहून गेलेल्या एका मध्यमवर्गीय मास्तरणीची?'

तिने आपल्याकडून होईल तेवढा निषेध नोंदवला. वयानं तिच्यापेक्षा थोडीशीच मोठी असलेल्या कुमुदशी ती कधीच जवळिकीनं वागली नाही. कायम तिचा उल्लेख 'भय्यासाहेबांची बायको' असाच करायची. अगदीच समोरासमोर बोलायची वेळ आली तर नुसतं 'ए, अगं,' अशी संबोधनं... स्वरात शक्य तितकी तुच्छता भरून वापरलेली.

अर्थात त्या दोघींना एकमेकींच्या सहवासात फार काळ राहावं लागलंच नाही. बी.एस्सी.च्या शेवटच्या वर्षाला असतानाच मृणालची फिरोझशी ओळख झाली. भय्यासाहेबांनी हो-नाही म्हणायचा प्रश्नच नव्हता. मृणाल ऐकणारी नव्हतीच....

लग्नातल्या आपल्या आणि फिरोझच्या फोटोकडे ती अनिमिष नेत्रांनी पाहत राहिली. त्या कागदाच्या तुकड्यातून नजर आरपार पोहोचत होती. आनंदाचा मोहोर फुललेल्या सोनेरी दिवसांपर्यंत! फिरोझचं तिच्यासाठी वेडं होणं, तिच्या पासपोर्टचा प्रॉब्लेम होताच स्वतःचं तिकीट रद्द करून एअरपोर्टवरून परत येणं, इंग्लंडला गेल्यानंतरही परदेशाच्या नवलाईपेक्षा मृणालमध्येच जास्त गुंतून पडणं....

हळूहळू ते सगळंच ओसरत गेलं. सुखाचं हातातून असं भुळूभुळू निसटणं तिला जाणवत होतं, पण थांबवता येत नव्हतं. मनातल्या व्यथांची ज्याच्याजवळ उकल करावी, असं कुणीच नव्हतं आसपास.

या दिवसांतच तिची तपनशी ओळख झाली.

जवळजवळ भय्यासाहेबांच्या वयाचा तपन. त्यांच्यापेक्षा फारतर पाच-सात वर्षांनी लहान असेल, पण त्यांच्यापेक्षा खूपच तरुण वाटायचा. त्या अर्थानं ती त्याच्याकडे ओढली गेली नव्हती तोपर्यंत. कारण त्याच्या सहवासात तिला भय्यासाहेबच भेटल्यासारखे वाटायचे. लहानपणापासून एकमेव आधार होते भय्यासाहेब. त्यांनी कुमुदशी लग्न केल्यामुळे ते दूर गेल्यासारखे वाटत होते आणि आता चाळिशीच्या उंबरठ्यावर ती त्यांना 'मिस' करत होती. आपल्या मनाची ही विलक्षण अवस्था तिची तिलाच कळत नव्हती.

त्याच सुमारास भय्यासाहेब गेले. जाण्यापूर्वी त्यांनी जबलपूरचा तो हवेलीसारखा वाडा, शेती, इस्टेट सगळं विकून मृणालच्या नावे रोख पैसे ठेवले. कुमुदला नागपूरला एक घर घेऊन दिलं आणि तिच्या नावेही थोडे पैसे ठेवले.

भय्यासाहेबांच्या दिवसकार्याला ती आली त्या वेळी गोगटे वकिलांनीच तिला हे सांगितलं होतं. मृणालनं त्यावर कसलाच आक्षेप घेतला नव्हता. एकतर ती अशा मन:स्थितीत नव्हती आणि खरं कारण म्हणजे तिच्या आयुष्यात कुमुदला तेवढंही स्थान नव्हतं... तिच्या लेखी भय्यासाहेबांनी कुमुदला दिला तो इस्टेटीचा हिस्सा वगैरे काही नव्हताच. तिच्या गरिबीवर केलेली दया होती ती किंवा फारतर तिने त्यांना दिलेल्या सोबतीची किंमत... आक्षेप घ्यायचाच कशाला?

भय्यासाहेबांच्या दिवसकार्याच्या वेळी फिरोझही तिच्याबरोबर आला होता. पण तो नंतर थांबला नाही. तिच्या आधीच परत निघून गेला; असाईनमेंट्स पुऱ्या करायच्यात, या सबबीखाली!

त्याची ती सबब पूर्णपणे खोटी नव्हती. कामाची जबाबदारी टाळून त्याला चालणार नव्हतं. आजकाल त्याला पैशाची चणचण भासायला लागली होती. कारण मृणालनं जॉब सोडला होता. एकेकाळी, 'मी वाट्टेल तेवढं काम करीन, तू फ्री लान्सिंग कर.' असं म्हणून त्याला पैशाच्या विवंचनेपासून दूर ठेवणाऱ्या मृणालनं आता त्याची रसद तोडायला सुरुवात केली होती. अलीकडे त्या दोघांच्यातले मतभेद वाढले होते. मूल नसण्याचं दु:ख सलायला लागलं होतं त्याला. असाईनमेंटच्या नावाखाली जास्तीत जास्त बाहेर राहणं... घरातलं मृणालचं अस्तित्व डावलल्यासारखं वागणं... सगळंच तिला असह्य होत होतं. भय्यासाहेबही गेले. आता भारतात तिला बांधून ठेवणारं काही उरलं नव्हतं म्हणूनच केवळ ती इंग्लंडला घरी परतली. पण नंतरचे सहा महिनेसुद्धा त्यांचा संसार टिकला नाही.

ती तपनकडे जाणार, हे फिरोझ ओळखून होता. तिनेही ते लपवायचा प्रयत्न केला नाही.

"मृणाल, स्वत:पलीकडे पाहायला शिक जरा. त्याशिवाय कुठेही सुख मिळत नाही." ती बाहेर पडली तेव्हा तो तिला म्हणाला होता.

"सुखाचा पत्ता तू मला सांगू नकोस." तिने कडवट प्रत्युत्तर केलं होतं....

...फिरोझच्या फोटोकडे बघताबघता तिला ते सगळे संवाद आठवले. आता एवढ्या दुराव्यानंतर त्यातला कडवटपणा उरला नव्हता. कसलीच तीव्र चव नव्हती त्या आठवणींना. फिरोझबद्दल आपल्याला नेमकं काय वाटतंय? प्रेम की तिरस्कार, हा संभ्रम मनात तसाच राहिला होता.

तपनकडे राहायला आल्याचा मात्र तिला कधीच पश्चात्ताप झाला नाही. एकमेकांत खोल बुडून समाधानानं जगत राहिली ती दोघं. मतभेद, भांडणं, रुसवा, अबोला, सगळं होतं. पण प्रेमाची घडी विस्कटण्याइतकं ते मोठं नव्हतं.

तपनची बायको चार वर्षांपूर्वी वॉटरहीटरचा शॉक बसून अचानक गेली होती. दोन्ही मुली अमेरिकेत स्वतंत्रपणे राहत होत्या. दोघींनाही बापाचं फारसं प्रेम नव्हतंच. तपन मृणालइतकाच एकटा होता या जगात. एकमेकांच्या सहवासात दोघं आपलं एकटेपण विझवू पाहत होती.

दोन महिन्यांपूर्वी तपनही गेला आणि मृणाल पुन्हा एकटी झाली. जॉब कधीच सोडला होता. वेळ जाण्यासाठी पुन्हा स्वतःला कशाततरी बांधून घेणं तिला मानवणारं नव्हतं. त्याची आवश्यकताही नव्हती आता. भारत काय न् इंग्लंड काय कुठेही गेलं तरी सोबतीला एकटेपणच होतं. म्हणून इंग्लंडमधलं घर तात्पुरतं बंद करून ती भारतात निघून आली होती, मनाला शांती मिळेल तिथं भटकायचं आणि भावना जरा स्थिरावल्यावर पुढच्या आयुष्याबद्दलचा निर्णय घ्यायचा, असं ठरवून! पण अजून काहीच ठरत नव्हतं.

मागच्या पानावरच अडकून पडलेलं मन अजून पुढचा विचार करू धजावत नव्हतं.

जाग आली तेव्हा नक्की किती वाजलेत, याचा अंदाज येत नव्हता. खोलीतले तसेच जळत राहिलेले दिवे आता भगभगीत वाटायला लागले होते. जाड पडद्यातूनही बाहेरच्या हालचालींची चाहूल आत पोहोचत होती.

'बरेच वाजलेले दिसतायत....' आळसावून ती तशीच पडून राहिली, बाहेरच्या जगाचा अंदाज घेत; सोफ्यावर, टीपॉयवर विस्कळीतपणे पडलेल्या अल्बम्सकडे शून्य नजरेने पाहत. मनात पुढचे विचार.

'मोकाशींना विचारून मॅनेजरला रिझर्वेशन करायला सांगावं आणि त्यांच्या सोबतीने पुण्याला जावं... वंदनाला भेटून यावं... आवर्जून भेटावं अशी तीच तर एकटी उरलीय आता. आपण भारतात आल्याचं कुमुदलाही कळवावं का? की नकोच? तिचा आपला काय संबंध आता? एसी कारनं जायचं म्हटलं तर मोकाशी तयार व्हायचे नाहीत. त्यांचंही तिकीट आपणच काढावं का? पण कशाला? काय संबंध त्यांचा आपला? जाऊ देत. अशी कितीशी मोठी रक्कम असणारेय रेल्वे तिकिटाची?'

आपण त्यांचं एसी कारचं तिकीट काढतोय म्हटल्यावर कृतज्ञता आणि अचंबा यांनी फुलून गेलेला मोकाशींचा चेहरा, लॉटरी लागावी तसे त्यांच्या डोळ्यांत उमटलेले आनंदाचे भाव तिच्या नजरेसमोर आले आणि उत्साहाने ती उठलीच.

विवेकानंदपुरममध्ये ती पोहोचली खरी. पण मोकाशींना कुठे शोधावं ते तिला

कळेचना. त्यांचा रूमनंबर, विंग काहीच ठाऊक नव्हतं तिला. ऑफिसमध्ये विचारून पाहावं का असं तिच्या मनात येतंय एवढ्यात तेच आले समोरून. खांद्याला एअरबॅग अडकवलेली. हातात एक सूटकेस....

'आता कुठं निघाले हे?'

"बरं झालं भेटलात. तुम्हाला कसं कळवावं हाच प्रश्न पडला होता मला. मी पुण्याला निघालोय. ओळख ठेवा.''

"पण असं अचानक?"

"काल रात्री चिरंजीवांचा फोन आला. मन खातंय आता दोघांचं. म्हणजे अगदी क्षमाबिमा नाही मागितली फोनवर, पण आवाज नरमाईचा. सूनबाईपण बोलली... 'बबलू आठवण काढतोय. कधी येताय?' मग म्हटलं त्यांना आपली चूक जाणवली हेच खूप झालं. आपण मोठे आहोत. पोटात घातलं पाहिजे.''

"हं.''

त्यांच्या धबधब्याला मृणाल एवढंच उत्तर देऊ शकली.

रूमवर परत आली तरी तिची अस्वस्थता कमी झाली नव्हती. मोकाशींची, स्वत:ची, सगळ्या जगाचीच चीड आली होती तिला.

'आपण मारे ह्यांचं ए.सी.चं तिकीट काढायला निघालो होतो आणि ह्या माणसाला जाण्यापूर्वी साधं आपल्याशी निवांतपणे बोलायचंही सुचू नये? मुलाचा फोन आल्यावर एवढं देहभान हरपून जावं? की मुलावर रागावले होते तेवढ्या वेळापुरतं आपल्याला वापरून घेतलं त्यांनी? जस्ट अ टाईमपास?'

हा विचार तिला आणखी जिव्हारी लागला.

'पै-पैशाचा विचार करणाऱ्या या मच्छर माणसानेही आपल्याकडे टाईमपास म्हणून बघावं?'

"पण तू तरी कुठे एवढी गुंतली होतीस त्याच्यात? तूसुद्धा एक टाईमपास म्हणूनच बघत होतीस ना त्याच्याकडे? रिकाम्या वेळेतली ओळख. तिचा उपयोग रिकामा वेळ घालवण्यापुरताच. हेच करत होतीस ना तूसुद्धा?'' समोरच्या आरशातल्या प्रतिबिंबाने तिला विचारलं.

"हो. पण मी त्या वापरण्याची किंमत मोजायला तयार होते.''

तिच्या मनानं फाडकन उत्तर दिलं, स्वत:च्याच प्रतिबिंबाकडे रोखून पाहत!

नाश्त्या-जेवणाची कसलीही वेळ नसताना दारावर टकटक झाली.

"कम इन." डोळ्यांपुढची कादंबरी बाजूला न करताच मृणाल ओरडली.

हसऱ्या चेहऱ्याने दयाळ आत आला.

"अम्माऽ ये लो."

त्याच्या हातात एक मराठी वर्तमानपत्र होतं, दोन-चार दिवसांपूर्वीचं जुनं.

तिला हसू आलं. तिच्या मराठी असण्याबद्दल त्याने काय समजूत करून घेतली होती कोण जाणे. गेल्या आठवड्यातसुद्धा एका महाराष्ट्रीयन कस्टमरकडून एक टुकार मासिक पैदा करून त्याने तिला आणून दिलं होतं, अशाच विजयी मुद्रेने.

त्याने खूप महत्त्वाचं काहीतरी आणून दिल्यासारखा चेहरा करून ती त्याला थँक यू म्हणाली.

कृतकृत्य चेहऱ्याने तो जाण्यासाठी मागे सरकला आणि एकदम काही सुचून तिने हातातल्या पुस्तकाची पानं फडकावली. काल दयाळनेच परत आणून दिलेली पन्नास रुपयांची नोट बुकमार्कसारखी त्यात घालून ठेवली होती.

"ये लो."

तिने तीच नोट पुढे केली.

तिच्या हातातली नोट बघून त्याचा चेहरा बदलला.

"नही अम्माऽ" म्हणत घाईनं मागे वळून दार ओढून तो बाहेर गेला.

मराठी वर्तमानपत्रामध्ये तिला फारसा इंटरेस्ट नव्हताच. पण बराच वेळ कादंबरी वाचून कंटाळली होती म्हणून तिने ते उघडलं... आणि आतला मजकूर बघून ती थक्कच झाली.

आतल्या पुरवणीवर कुमुदचा फोटो होता. शेजारी तिची विस्तृत मुलाखत, नुकताच तिला समाजसेवेच्या क्षेत्रातला कुठचातरी प्रतिष्ठित पुरस्कार मिळाला होता त्या निमित्ताने घेतलेली.

कुतूहलानं मृणाल वाचायला लागली.

गेलं वर्षभर कुमुदने अपंगांच्या एका संस्थेसाठी खूप महत्त्वाचं कार्य केलं होतं. अपघाताने किंवा आजाराने अपंग झालेल्या लोकांबरोबर दिवसाचे चौदा-चौदा तास घालवून, वेगवेगळ्या प्रकारानं त्यांच्यात उत्साह जागवला होता. जीवनाबद्दलची आशा पालवली होती आणि डॉक्टरांचं असं म्हणणं होतं की, उपचाराची ही पद्धत अपंगांसाठी अतिशय प्रभावी ठरली होती. नैराश्य कमी झाल्यामुळे त्या रुग्णांकडून औषधोपचारांना मिळणारा प्रतिसाद लक्षणीय होता.

या विलक्षण कर्तृत्वाबद्दल तिला हा पुरस्कार मिळाला होता.

पुरस्काराबद्दल कृतज्ञता व्यक्त करताना कुमुदनं आपल्या कार्याचं श्रेय आपल्या स्वर्गवासी पतीला दिलं होतं....

"मी एक साधी शिक्षिका होते. मुलांना केवळ परीक्षेपुरतं आणि पुस्तकी ज्ञान

देणारी. पण पतीची प्रेरणा मिळाली म्हणून मला हे कार्य करावंसं वाटलं.''

तिची ही वाक्यं वाचताना मृणालच्या कपाळाची शीर थाडथाड उडायला लागली. कुमुदबद्दल आधीच मनात असलेला सुप्त तिरस्कार जागा झाला... 'केवढा हा खोटेपणा! भय्यासाहेबांना हे असं अपंग लोकांच्यात जाऊन राहणं मुळीच आवडलं नसतं. अपंग व्यक्तींबद्दल त्यांना कधीही सहानुभूती नव्हती. उलट तिटकाराच... इतर लोकांसारखं आपलं औदार्य दाखवायला मुके, बहिरे, लंगडे नोकर कधीच ठेवले नव्हते त्यांनी. ते नेहमी म्हणायचे, 'देवानं दिलेलं का असेना, पण आयुष्यातलं न्यूनच असतं अपंगत्व म्हणजे आणि मला कोणतंही न्यून सहन होत नाही.'

हां! अशा संस्थेला देणगी दिली असती कदाचित त्यांनी. तसे कुमुदच्याही नावावर भरपूर पैसे ठेवलेच होते भय्यासाहेबांनी. त्यांच्या स्मरणार्थ असं काही करून मिरवायचं होतं तर ती एखाद्या संस्थेला त्यांच्या नावे देणगी देऊ शकत होतीच की. चंदा गोळा करू शकत होती... पण ही फुकट फौजदारी करून वर मानभावीपणे भय्यासाहेबांना त्याचं श्रेय देणं, लोकांच्या मनात आपल्याबद्दल आदर निर्माण करणं....'

आत्ताच्या आत्ता कुमुदला फोन करावा आणि हे सगळं ताडताड बोलून टाकावं असं तिला प्रकर्षाने वाटलं....

'की सरळ तिथेच जावं? त्या संस्थेच्या अधिकाऱ्यांसमोर कुमुदचं हे खोटेपण सांगून टाकावं?' मनातला सगळाच संताप कुठल्यातरी मार्गानं बाहेर पडायला उसळी घेत होता.

ती नागपूर स्टेशनवर उतरली तेव्हा दुपारचे दोन वाजून गेले होते. स्टेशनबाहेर एकुलता एक रिक्षावाला उभा होता.

मृणालने त्याला पत्ता दाखवताच तो म्हणाला, ''वो बाईजीके पास जाना है? बैठो।''

''बरीच प्रसिद्ध दिसते तुझी ही बाईजी.'' ती ओठांना कुत्सित मुरड घालत म्हणाली.

''हांऽऽ बहोत बडे बडे लोग उनका नाम पूछते आते है नं?''

''अरे, मृणाल? आधी कळवायचं तरी.'' तिला बघताच कुमुद मनापासून म्हणाली.

''कशाला? तुला थोडाच वेळ मिळणार होता स्टेशनवर यायला?''

तिच्या बोलण्यातली खोच न कळल्यानं म्हणा किंवा मृणालच्या अशा बोलण्याची

सवय असल्यानं म्हणा, कुमुदनं तिचं बोलणं फारसं मनावर घेतलं नाही.

"स्टेशनवर यायचं जाऊ दे गं. इथेच काहीतरी तयारी करून ठेवता येते. तसं हे घर गावाबाहेर पडतं. नीटशा सोयी नाहीत. पटकन काही मिळत नाही."

"मी फारशी राहणार नाहीच इथं. उद्या सकाळच्या फ्लाईटने पुण्याला जायचंय मला. वंदनाकडे."

"आल्याआल्या जायची बात कशाला? वॉश घे आधी. जेवू या. माझंही व्हायचंय."

मृणालचा संताप आणखी वाढला. कुमुदच्या वागण्यातलं हेच तर तिला सलायचं. वयात फारसं अंतर नव्हतं तरी कुमुद तिला स्वत:पेक्षा बरीच लहान समजायची. तसंच वागवायची. मृणालच्या वागण्यातली तुच्छता, तिरस्कार समजूनही तो न समजल्यासारखी! सहजपणेच तिच्याशी चांगलं वागत राहायची.

"आत्ता शॉर्टकटच आहे जेवणाचा. संध्याकाळी तुझं चांगलं आदरातिथ्य करते." म्हणत कुमुदने टेबलावर डिशेस मांडल्या आणि गरमागरम वरणफळं वाढली, वर तुपाची सढळ धार.

मृणालचा अर्धा गुस्सा निवून गेला. वरणफळं तिची अत्यंत आवडीची डिश. भय्यासाहेबांना आवडत नाहीत म्हणून वाड्यात सहसा व्हायची नाहीत. पण वंदनाची आई मात्र आवर्जून मृणालसाठी गरमागरम डबा पाठवायची.

पण तिनं आपला राग विझू दिला नाही. चवीनं दोन-चार घास खाल्ल्यावर हात तसाच थांबवून ती कुमुदला म्हणाली, "तुझ्या कार्याचं क्रेडिट तू भय्यासाहेबांना द्यायला नको होतंस. ते असते तर त्यांना ते बिलकूल आवडलं नसतं."

कुमुदने चमकून तिच्याकडे पाहिलं, 'तुझ्यापर्यंत पुरस्काराची बातमी पोहोचली वाटतं?' अशा अर्थाचं.

मग हसून म्हणाली, "आधी माझं अभिनंदन तर करशील?"

मृणाल एकदम वरमली. तिकडून येताना आठवणीनं काही आणावं असे बंध तिच्यात आणि कुमुदच्यात कधीच नव्हते. पण तिच्या या पुरस्काराबद्दल समजल्यावर किमान उपचार म्हणून तरी आपण एखादं प्रेझेंट घ्यायला हवं होतं, असं तिला अगदी मनापासून वाटलं.

"डोन्ट माईन्ड. मी चेष्टा केली तुझी. काय आवडलं नसतं म्हणालीस भय्यासाहेबांना?"

"दोन्ही. तुझं अशा संस्थेत काम करणंही आणि त्याबद्दलच्या पुरस्काराचं श्रेय त्यांना देणंही."

"मृणाल...."

एवढा वेळ खेळकर सुरात बोलणारी कुमुद एकदम गंभीर झाली.

"कदाचित तू म्हणतेस ते खरंही असेल. पण ते आधीच्या भय्यासाहेबांबद्दल."

"म्हणजे?"

"तू ऐन उमेदीतले, अंगातली रग कायम असलेले भय्यासाहेब बघितले होतेस आणि तेही एका मुलीच्या चष्म्यातून... पण मी मात्र उतारावरचे, शेवटी शेवटी तर दुखण्याने हवालदिल झालेले भय्यासाहेब बघितले होते, एक सहचरी या नात्याने आणि ह्या दोन्ही व्यक्ती एकच असल्या, तरी त्यांच्या व्यक्तिमत्त्वात खूप फरक झालेला होता. नंतरनंतर भय्यासाहेबांना कळून चुकलं होतं की, कोणतंही आयुष्य कधीच पूर्ण नसतं. आपल्याला नको असले तरी आयुष्यातले अपूर्णांक स्वीकारावेच लागतात. हे सत्य उमगलं आणि ते खूप केविलवाणे झाले. चिडचिडे बनले... त्यांचा आधीचा रागीटपणा त्यांच्या करारीपणातून, ताठ्यातून आलेला होता. पण नंतरचं हे चिडणं मात्र नखं काढलेल्या एका पोकळ सिंहाचं गुरकावणं होतं, एका केविलवाणेपणातून आलेलं.... त्यातच त्यांना पॅरालिसिसचा अ‍ॅटॅक आला. आपलं हे सर्वार्थानं पांगळं होणं त्यांना कधीच सहन होण्यासारखं नव्हतं आणि तसं झालंही नाही. जेमतेम पंधराच दिवस काढले त्यांनी त्या अवस्थेत."

"भय्यासाहेबांना पॅरालिसिस झाला होता?" मृणालने अविश्वासाने विचारलं.

"हो. त्यांच्या डॉक्टरांखेरीज फक्त मी आणि आपले दोघं विश्वासू नोकर एवढ्या तिघांनाच ते ठाऊक होतं. कारण सगळ्यांना कळून सगळ्यांनी आपली कीव केलेली भय्यासाहेबांना आवडली नसती. या पंधरा दिवसांनी त्यांना बरंच काही शिकवलं. अपंगांबद्दल त्यांच्या मनात सहानुभूती जागी झाली. मरताना त्यांनी माझ्याजवळ आणि रघूजवळ बोलून दाखवलं, त्यांच्या स्मरणार्थ अपंगांसाठी कार्य करणाऱ्या एखाद्या व्यक्तीला किंवा संस्थेला मदत करण्याबद्दल. पण मलाच नंतर वाटलं की, कदाचित त्या वेळी त्यांना सुचलं नसेल. पण असं सक्रिय योगदान त्यांना जास्त पटलं असतं...."

कुमुद सांगत होती. मृणाल अवाक होऊन ऐकत होती. तिच्या धुमसण्यातली सगळी हवाच निघून गेली. कित्येक दिवसांची मनात कोंडलेली वाफ कुमुदवर बरसल्यानं मोकळी झाली असती, ती तशीच कोंडून राहिली. कुमुदवर डाफरणं हे एक निमित्त होतं. ते किती पोकळ आहे, हे मृणाल स्वत:ही जाणून होती. पण आता कुमुदनं त्याच्या मुळावरच घाव घातला. विषयच खुडून टाकला तो.

पण असं सहजी हार मानणं मृणालच्या स्वभावात नव्हतं. कुमुदला काहीही बोलण्याचा आपल्याला अधिकार नाही, याची जाणीव असूनही तिने आपलं भुणभुणणं चालूच ठेवलं....

"तरीही तू पैसे द्यायला हवे होतेस त्या संस्थेला. तेच जास्त योग्य...."

"तुला नेमकं काय सलतंय मृणाल? मला असा पुरस्कार मिळणं की...."

कुमुदला आता शांतपणा टिकवणं असह्य झालं. आपोआपच तिचा स्वर चढला. तिचा तोल सुटल्यावर मृणाल आतल्याआत सुखावली. हे सुखावणं चेहऱ्यावर दिसू न देता बेफिकिरीनं म्हणाली, "मला तुझा पुरस्कार सलायचं कारणच काय? मला फक्त इतकंच म्हणायचंय की, अशा व्यक्तींना पैशाचाच जास्त आधार असतो."

"आधार हा शब्द वापरू नकोस मृणाल. आधाराची गरज त्यांना नसतेच. ती खरी आपल्यालाच असते. कारण त्यांचं अपंगत्व दृश्य असतं. ते आपणच काय, त्यांनीही स्वीकारलेलं असतं मनोमन. आपलं मात्र तसं नसतं. आपलं पांगळेपण आपण स्वत: स्वीकारायला तयार नसतोच, पण ते सतत जाणवतं आपल्याला आणि ते इतरांच्या नजरेस पडू नये म्हणून आपली धडपड असते. आपलं धडधाकट असणंच आपल्याला पांगळं बनवतं. एरव्ही आपण कुणाला तरी आधार देऊ शकतो, या भावनेचाच आधार पुरेसा असतो आपल्याला. त्याच्यावर टेकूनच तर जगत असतो आपण...

"...आणि आधाराचा आपला अर्थही किती तोकडा असतो. आपल्या लेखी आधार म्हणजे दया. पण ज्यांना तो हवा असतो, त्यांच्या लेखी तो आधार म्हणजे दयेपलीकडची जवळीक, स्नेह असतो. तुमच्या दयेच्या तुकड्याला कोणतीही अपंग माणसं कधीच आधार मानत नाहीत. आपण आधार दिलाय हा आपलाच अभिमान! प्रत्यक्षात आपण त्यांच्यापर्यंत पोहोचूच शकत नाही. आपण समर्थ आहोत, या अहंच्या काठ्याकुबड्या घेऊन लंगडत राहतो फक्त...."

अगदी मनापासून पण चिडून आणि तावातावानं कुमुद बोलत होती. तिला एवढं चिडलेलं मृणालनं कधीच पाहिलं नव्हतं. 'आधार' या एका शब्दाने तिने एवढं का चिडावं? या वेळी तिचं चिडणं मृणालला सुखावह वाटलं नाही. कुमुदचा प्रत्येक शब्द तिच्या मनात रुतत होता. तिचं बोलणं ऐकताऐकता मृणालला वाटलं की, आपली खूप दिवस ठसठसणारी जखम कुमुदसमोर उघडी पडलीय आणि ती ड्रेसिंग करतेय त्याचं. कात्री, सुरी, बँडेज, बेन्झाईन... सगळं झालेत तिचे शब्द.

आणि मग जखमेवर बेन्झाइन झोंबावं तसं कळवळून ती ओरडली, "नको गंऽ... पुरे झालं."

आज दिवसाची सगळी चवच बिघडली होती. सकाळपासूनच पावसाची रिपरिप चालू झाली होती. निरुत्साही कुंद हवा. झोपायचाही कंटाळा यावा अशी. पाऊस थांबायची वाट बघून शेवटी दहा वाजता मृणाल बाहेर पडली.

वंदनाच्या सोसायटीच्या अलीकडे पाईपलाईनचं काम चालू होतं. रस्ता खणल्यामुळे

रिक्षा अलीकडेच सोडून द्यावी लागली. आसपासच्या बदललेल्या खाणाखुणा तपासत अंदाजानेच ती एका बिल्डिंगपाशी पोहोचली.

"ते इथं राहत नाहीत आता. चार-पाच वर्षांपूर्वीच आम्ही हा फ्लॅट घेतला." दार उघडणारी स्त्री म्हणाली.

"सॉरी हं. मला ठाऊक नव्हतं. त्यांचा काही पत्ता...."

"पत्ता ठाऊक नाही. पण एक मिनिट. फोननंबर आहे. तो देते."

एखाद्या बूथवरून वंदनाला फोन करावा आणि पत्ता विचारून लगेच तिच्याकडे जाऊन यावं, असा विचार करत मृणाल मेन रोडला आली. टेलिफोन बूथसाठी ती इकडेतिकडे बघत होती तोवर जवळून जाणाऱ्या एका वाहनानं तिच्या बदामी रंगाच्या ड्रेसवर चिखलाची सुरेख नक्षी चितारून दिली. आता हॉटेलवर परत जाण्याखेरीज दुसरा पर्यायच उरला नाही.

हॉटेलवरूनच तिने फोन लावला. पहिल्याच बेलला तो उचलला गेला.

"हॅलो, वंदना आहे का?"

"हो. मीच बोलतेय."

"वंदना, मी मृणाल."

"तू होय? बोल. काय म्हणतेस?"

सरळ, सुलभ रस्त्यावरून चालताना मध्येच ठेच लागावी तसं मृणालला झालं. 'वंदनाला दुसऱ्या कुणाचा तरी फोन अपेक्षित होता आणि आपण मध्येच कडमडलो की काय?' दर वेळी आपल्याला दारात पाहिल्यावर उचंबळून येणारी वंदना तिला आठवली.

'आज तिच्या स्वरात कोणताही आवेग नव्हता. रोजच भेट होत असावी अशी सहजता. या वंदनाला भेटण्यासाठी आपण एवढा मोठा वळसा घालून पुण्याला आलो?'

केवळ फोनवर 'येते' सांगितलं होतं म्हणून ती वंदनाला भेटायला गेली, हवा गेलेल्या फुग्यासारखी, विसविशीत मनानं. पण घरी गेल्यावर वंदनाच्या अशा वागण्याचं कारण तिला कळलं.

वंदनाचा मोठा मुलगा फ्रान्सला गेला होता. काल तो ज्या प्लेननं निघणार होता, ते प्लेन कोसळल्याची बातमी आली होती. म्हणून कालपासून वंदना फोनजवळच बसून होती. धाकटा मुलगा मुंबईला एअरवेज ऑफिसमध्ये गेला होता. त्यामुळे मृणालचा फोन आला तेव्हा सगळी त्याच्याच फोनच्या प्रतिक्षेत होती. मृणालच्या फोननंतर मघाशी तो परतला आणि कळलं की, कोसळलेल्या प्लेनमध्ये

वंदनाचा मुलगा नव्हताच. काही कारणामुळे त्याचं येणं आणखी दोन दिवस लांबलं होतं. त्यामुळे आता घरात आनंदाचे, सुटकेचे सुस्कारे.

वंदनानं तिचं नेहमीसारखंच भरभरून स्वागत केलं....

'हॉटेलवर कोण वाट बघणारेय?' म्हणत तिला रात्रीही राहायला लावलं. जेवणाचा विशेष बेत आखला आणि स्वयंपाकघर दोन्ही सुनांच्या ताब्यात देऊन ती गच्चीवर आली.

वंदनाचा बंगला बराच मोठा आणि गावाबाहेर होता. त्यामुळे गच्चीत उभं राहायला फार छान वाटत होतं. दिवसभर बरसून स्वच्छ झालेल्या आभाळात आता एकएक करून चांदण्या उगवायला लागल्या होत्या. बऱ्याच दूरवर असलेल्या मुख्य रस्त्यावरून तरंगत जाणारे वाहनांचे दिवे चांदण्यांइतकेच आल्हाददायक वाटत होते.

"हं. बोल. काय म्हणतेस?"

दिवसभराच्या दगदगीतून मोकळी झालेली वंदना आता या निवांत वेळी सगळे पाश बाजूला सारून तिच्यापुरती उरली होती.

तिच्या त्या साध्याच, पण जवळिकीच्या शब्दांनी मृणालला खूप बरं वाटलं. 'गेले दोन-तीन महिने केवळ मन:स्तापच आला होता वाट्याला. त्या मन:स्तापाच्या खिन्न सावल्या मनावर झुकून राहिल्या होत्या. तपनचं जाणं, जगानं बाजूला सारल्याचं ते विलक्षण एकटेपण, कुमुदशी झालेला वितंडवाद, भय्यासाहेबांची आठवण... या सगळ्यांतून पहाटेच्या कोवळ्या किरणांसारखी वंदनाची जवळीक मनात झिरपली.'

पण मनाची ही प्रसन्न अवस्था फार काळ टिकली नाही. 'काय म्हणतेस?' असं मृणालला विचारणारी वंदना मृणालचं मौन समजूच शकली नाही... किंबहुना आपल्या प्रश्नानंतर ती काही वेळ अस्वस्थपणे गप्प झालीय, हे तिच्यापर्यंत पोहोचलंच नाही. मृणालच्या बोलण्याची अपेक्षा नसल्यासारखी ती स्वत:च बोलत राहिली.

...आपला हा नवा, प्रशस्त बंगला, मोठ्या मुलाच्या परदेशवाऱ्या, धाकट्या मुलाचं ठरलेलं लग्न, त्या लोकांची गर्भश्रीमंती, मधल्याचा अल्पावधीत बहरलेला व्यवसाय, जावयाचं राजकारणातलं यश, त्याच्या दिल्लीच्या वाऱ्या, लोकप्रियता... तिच्या सगळ्या बोलण्यावर तृप्ततेची, कृतार्थतेची दाट साय होती. आयुष्यात कुठेही, कसलाही सल उरला नव्हता... गच्चीवरल्या त्या अंधारातही तिच्या डोळ्यांत चमकणारा आनंद, तृप्ती मृणालला स्पष्ट जाणवत होती.

आणि लहानपणापासून तिच्या सदैव सोबत असलेली, मगाशी एका साध्या प्रश्नाने खूप जवळ आलेली वंदना तिच्या एकेका शब्दा-वाक्यातून हळूहळू मृणालपासून

दूर जात राहिली... इतकी की, काही क्षणानंतर मृणालला समोरची वंदना अनोळखीच वाटायला लागली. लहानपणी आणि नंतरही आपल्याशी किंचित दबल्यासारखं बोलणारी, स्वत:चे सगळे निर्णय आपल्या बोलण्यावर विसंबून ठेवणारी वंदना तिला आठवली आणि या समोर उभ्या असलेल्या वंदनाच्या बडबडीचा रागच आला.

मध्येच तिचं बोलणं थांबवत ती तटकन म्हणाली, ‘‘चल. निघते मी. जायलाच हवं. उशीर होतोय फार.’’

वंदना आश्चर्यानं पाहतच राहिली.

‘‘अगं, जेवायचंय ना अजून? आणि उशीर कसला? हॉटेल रात्रभर उघडंच असेल की. राहायला आवडणार नसलं तरी उशिरा जा. विवेक गाडीनं सोडून देईल. इतक्या दिवसांनी भेटली आहेस. गप्पा मारायच्यात गं खूप.’’

‘‘कसल्या गप्पा? तुझ्या नव्यानं पिकलेल्या श्रीमंतीच्या आणि मोठेपणाच्याच ना?’’

‘‘मृणाल?’’ वंदना उखडून उद्‌गारली आणि मग पूर्वीच्याच दबक्या सुरात म्हणाली, ‘‘मी अशा गप्पा मारलेल्या तुला आवडत नाहीत का?’’

‘‘तसं नाही गं.’’ मृणालचा स्वरही जरा खाली आला.

‘‘पण स्वत:चंच सांगत बसलीस सगळं. तपन गेल्याचं, फिरोझपासून वेगळी झाल्याचं मी ओझरतं बोलले होते तुला खाली. त्याबद्दल काही नाही. भय्यासाहेब गेल्यानंतर आपण एकदाच उपचाराचं भेटलो होतो. त्याबद्दलसुद्धा काही विचारलं नाहीस.’’

‘‘चुकलं माझं.’’ वंदनानं आवेगानं तिचा हात पकडून म्हटलं, ‘‘मी त्याबद्दल मुद्दामच काही बोलले नाही. तुला असं दयेचं, किवेचं बोललेलं आवडत नाही म्हणून.’’

‘‘म्हणून स्वत:च्याच आयुष्यातला मोठेपणा सांगत राहिलीस? मला खिजवल्यासारखा....’’

‘‘मृणाल!’’ वंदनाचा स्वर थरथरला, संतापानं आणि दु:खानंही.

‘‘ह्याला खिजवणं किंवा मिरवणं म्हणतेस तू? माझ्यातर मनातसुद्धा आले नाहीत हे शब्द. केवळ मैत्रीच्या, जवळिकीच्या भावनेनं सगळं सांगत होते मी तुला. तुला आठवतं मृणाल? गॅदरिंगला तू नवा ड्रेस घालणार होतीस. माझ्याकडे नवा ड्रेस नव्हता तर भय्यासाहेबांपाशी हट्ट धरून माझ्यासाठी अगदी तुझ्यासारखाच ड्रेस शिवायला लावला होतास. वर्गातल्या आपल्या मैत्रीवर जळणाऱ्या मुलींनी त्या प्रकाराला उपकार, दया, भीक अशी वाट्टेल ती नावं ठेवली होती. पण मी मात्र ठामपणे बजावलं होतं त्यांना... हा स्नेह आहे आमच्यातला. स्नेह व्यक्त करायची प्रत्येकाची आपली एक पद्धत असते. मृणालची पद्धत ही आहे इतकंच.

"आज तुलाही तेच सांगायची वेळ यावी? मला तुला सांगायचं होतं ते आढ्यता किंवा माझ्या वैभवाचं प्रदर्शन नव्हतं. आजवर मी फक्त कमतरता आणि तडजोडच अनुभवली. इतकी की, स्वप्नं पाहायची सवयसुद्धा उरली नव्हती डोळ्यांना आणि आता जादू घडावी, तसे दिवस फिरले. घरात वैभव आलं. आयुष्यातला हा बदल कुणालातरी सांगावासा वाटला. त्या क्षणी मला पहिलं नाव आठवलं, ते तुझं. खरंच सांगते. ब्रिजेश पहिल्यांदा इथून विमानानं दिल्लीला गेला नं, त्या वेळी घरातले आम्ही सगळेच खूप एक्साईट झालो होतो. त्या वेळी तुला पत्र लिहावं असं प्रकर्षानं वाटलं होतं मला. हे म्हणाले, 'खुळी आहेस. ती हसेल.' म्हणून ते राहून गेलं. पण मनातनं वाटत राहिलंच. मग ठरवलं, भेट झाली की, हे सगळं तुला सांगायचंच. तू तपनकडे गेल्याचं ठाऊक नव्हतं. हा बंगला घेतल्याचं, माझा पत्ता बदलल्याचं पत्र फिरोझच्या तुझ्या जुन्या पत्त्यावरच पाठवलं होतं मी. माझे आनंदादुःखाचे प्रसंग सांगावेत अशी फक्त तूच. माझ्या समृद्धीने आनंदून जाशील अशी मैत्रीण आहेस तू माझी... आत्ताही मी तुला सगळं सांगितलं ते त्याच मैत्रीच्या भावनेतून.

"तुला एक सांगू मृणाल? आपलं वैभव, आयुष्यातलं यश मिरवावंसं तर वाटतंच. पण ते कुणाजवळही मिरवता येतं. त्यासाठी जवळचंच माणूस हवं, असं नाही. मात्र सुखदुःख ज्याच्याजवळ वाटून घ्यावंसं वाटतं ना, ते माणूस खरं जवळचं. लहानपणी माझी गरिबी तू अशी वाटून घेतली होतीस. तुझे जुने कपडे, पुस्तकं, तू केलेली मदत, सगळ्यासगळ्याचं स्मरण आहे मला. म्हणूनच वाटलं होतं, जसं माझं दैन्य समजून घेतलंस तसं माझं वैभवही समजून घेशील तू. त्याच भावनेतून तुला सांगायचं होतं मला हे सगळं. तू नाही का भय्यासाहेबांनी एखादी नवलाईची वस्तू आणली की, धावत मला सांगायला यायचीस? ते धावत येणंही याच स्नेहाच्या भावनेतून असायचं ना?"

मृणालला उत्तरच देता आलं नाही. वंदना तिची लहानपणापासूनची मैत्रीण होती खरी, पण आपल्या होला तिचं हो ऐकायचीच मृणालला सवय होती. स्वतःच्या भावना व्यक्त करणारं काही एवढ्या आवेगानं कधीच बोलली नव्हती वंदना.

आभाळ स्वच्छ होतं. दूर कुठेतरी पाऊस पडत असावा. गार वाऱ्याचा झोत अंग शहारून गेला. अंधार गडद झाला होता. त्यामुळे चांदण्यांनाही तेज चढलं होतं. दूर रस्त्यावरून वाहत जाणारे वाहनांचे दिवे, खालून येणारा टी.व्ही.चा अस्पष्ट आवाज आणि ह्या पार्श्वभूमीवर वंदनाच्या अवघ्या आयुष्याचंच तिच्यापुढे उलगडत जाणारं नवं रूप.

मृणाल अंतर्मुख झाली. तिला आपलं लहानपण आठवलं. लहानपणीची वंदना आठवली.

'आपल्याशी तिची मैत्री आहे याचा अभिमान बाळगणारी. अक्षरशः एखाद्या

दागिन्यासारखी आपली मैत्री मिरवायची ती. तिचं ते तसं मिरवणं आपल्यालाही आवडायचं. मात्र तिच्या मैत्रीची किंमत आपल्या लेखी काय आहे ते तिला कधी बोलून दाखवलं नाही आपण. तिलाच कशाला? स्वत:शीही कधी तो विचार केला नाही.'

आणि एकदम तिला जाणवलं की, असं कुणाचंच मूल्य जोखलं नव्हतं तिने कधी. एखाद्याला आपली गरज असणंच आपल्याला महत्त्वाचं वाटत राहिलं. आपल्यालाही एखाद्याची अशी गरज आहे, ही जाणीव कधी शिवलीच नाही मनाला. फिरोझवरच्या आपल्या प्रेमात केवळ वयाचा उन्माद असेल. पण तपनवर केलेल्या प्रेमात ओढीइतकी गरजही मिसळलेली होती. म्हणूनच तपन जास्त जवळचा वाटला का? तपनचं एकटेपण झाकायला त्याला आपली गरज आहे, हे इतकं गृहीत धरलं होतं आपण की, त्यानं आपली भय्यासाहेबांच्या प्रेमाचीही तहान मिटवली, याचा कधी विचारच केला नाही. चेष्टेतही त्यानं कधी आपल्याला 'माय किड', 'लिटल बेबी', 'बच्चा' असं काही म्हटलेलं सहन व्हायचं नाही. त्यामागे हा अभिमानच असेल का?

आयुष्यात आपल्यापाशी आलेल्या माणसांची, स्नेहाची, मैत्रीची खोल गरज कधी समजूनच घेतली नाही आपण. सगळ्या गरजा केवळ भौतिक, व्यावहारिक पातळीवरच तोलत राहिलो.

स्वत:च्याच आत डोकावून पाहताना मागे वळून ती या अस्वस्थ दिवसांतल्या घटना तपासत राहिली.

तिचा निरोप घेताना फिरोझने तिला दिलेला व्याकूळ सल्ला आठवला. मराठी पेपर दिला म्हणून पैसे देऊ केले तेव्हा दयाळच्या डोळ्यांतले दुखावलेले भाव आठवले. तिच्या उद्धट बोलण्याकडे दुर्लक्ष करणारा कुमुदचा समजूतदारपणा आठवला. अगदी तिला सहलीचं विचारायला येणाऱ्या मोकाशीचं लगबगीनं चालणंही आठवलं.

'त्यांनाही त्या एकटेपणाच्या काळापुरती का होईना, पण आपल्या मैत्रीची सोबत हवी होती. आपण मात्र त्याला वापरून घेणं समजलो... रूक्ष व्यवहारापलीकडच्या काही अपेक्षेने आपल्या जवळ येऊ पाहणारी ही माणसं. आपण त्यांना एका रेषेपलीकडेच अडवून धरलं. आपणही नाही पोहोचू शकलो त्यांच्यापर्यंत. आपल्या समर्थपणाच्या पोकळ कल्पना जपत अलीकडच्या किनाऱ्यावर एकट्याच थांबून राहिलो आपण....'

आतून एखादं वादळ धडका देत असावं तशी मृणाल बेचैन, उतावीळ झाली. शेजारी शांत उभ्या असलेल्या वंदनाच्या गळ्यात हात टाकून, तिच्या खांद्यावर डोकं ठेवून, नि:शब्द उभी राहिली... स्पर्शानंच तिची क्षमा मागत, तिने देऊ केलेली मैत्री जपत, कानात गुणगुणारं कुमुदचं वाक्य पेलत....

'आधार आपल्यालाच हवा असतो मृणाल. आपण कुणाचातरी आधार आहोत, या भावनेचा.'

सकाळी हॉटेलवर येताना तिनं आधी नागपूरला फोन लावला आणि फोनवर कुमुद येताच ती अधीरतेनं म्हणाली, ''कुमुद, माझ्या गडबडीमुळे आणि आपल्यातल्या वादविवादामुळे तुझ्या त्या संस्थेत जायचं राहूनच गेलं. पण मी परवा परत येतेय. माझ्यासाठी सवड काढ.''

फोन खाली ठेवला तेव्हा धाप लागावी तसा तिचा श्वास जलद चालला होता. आयुष्यात पहिल्यांदाच तिनं कुमुदला नावानं संबोधलं होतं. ∎

कलाकार

अत्यंत खिन्न मनःस्थितीत वल्लभ मार्ग आक्रमत होता. पाऊलतळी आखीव राजमार्ग आहे, कोमल हिरवळ आहे, की भयाण वाळवंट... कशाचीही संवेदना त्याला नव्हती. एक श्वास निसटला की, त्यामागून दुसरा यावा तद्वत एकामागून त्याचे दुसरे पाऊल उचलले जात होते....

'ही अस्वस्थता माझ्याच वाट्याला का यावी?' राहूनराहून त्याला हाच प्रश्न पडत होता.

'आपापल्या सुखदुःखात रममाण होऊन जगणारे असंख्य जीव ह्या पृथ्वीतलावर आहेत. त्यांना कुणालाच असं अस्वस्थ का वाटत नाही? क्षुद्र कीडामुंगीही आपले प्राण वाचवण्यासाठी धडपड करतात. मग मलाच माझ्या प्राणांचं मोल का वाटू नये? पंचप्राणांपेक्षाही अलौकिक असा आनंद खरंच या धरणीतलावर असेल? तो आहे की नाही, हेही मला ठाऊक नाही. तरीही त्याच्या शोधात मी माझी फरपट का करून घेतो आहे? तातांच्या लौकिकाचे सुरक्षित छत्र, दाट दुधावरल्या सायीसारखे मातेचे प्रेम, नागरी जीवनपद्धतीचा संपन्न अनुभव... हे सारे सोडून मी असा रानोमाळ का भटकतो आहे? ज्यासाठी हे सारे झुगारले तो दिव्य कलानंद खरंच मला प्राप्त होणार आहे का?'

उचललेल्या प्रत्येक पावलागणिक मनात नवा प्रश्न घुमत होता.

चालताचालता नगरीची वेस ओलांडून तो केव्हाच बाहेर पडला होता. फाल्गुन मासातली रात्र वर चढत होती. कक्षाच्या चारही कोपऱ्यात समया उजळून शिवाय मध्येही मोठी दिवटी पेटवून ठेवावी तसे आकाश उजळून गेले होते. असंख्य तारका आणि त्यांना प्रकाशस्फूर्ती देणारा चंद्रमा! वल्लभचे या कशाकडेच लक्ष नसले तरी त्यांनीच वल्लभच्या पायतळीचा मार्ग उजळून दिला होता. हवीशी थंडी एखाद्या खोडकर बालिकेप्रमाणे मध्येच त्याच्या अंगाला चिमटे काढत होती. त्याचे उत्तरीय उडवून खिदळत होती. नगरीत चालू झालेल्या होलिकोत्सवाच्या तयारीचा मंद गलबला मध्येच अस्पष्टसा कानावर येत होता.

पण वल्लभच्या सगळ्या जाणिवा कोऱ्याच होत्या. पंचेंद्रिये बधिर झाली होती. समोरचा रस्ता, बाजूचे वृक्ष... काहीच त्याच्या नजरेत नव्हते.

त्याच्या दृष्टीसमोर पसरला होता धुक्याचा अफाट दर्या. भविष्यकाळाचे गूढ दाट धुके ... मनातल्या कल्लोळाचे असीम, अनंत धुके... स्वतःच्या असमर्थतेचे खिन्न अथांग धुके... त्या धुक्यात स्थलकालाचे भान पुसले होते. पुढचा मार्ग हरवून गेला होता.

जड साखळदंडाने कुणीतरी पाय बांधून घालावेत आणि त्या साखळदंडाचे ओझे पेलवत पावलांनी नाइलाजाने पुढे निघावे तशी संथ चाल आणि गोठलेली शून्य नजर....

अचानक त्याची पावले थबकली, नेत्र विस्फारले.

समोर अत्यंत विलोभनीय असे निसर्गदृश्य होते. जणू एखादा स्वर्गीय चित्रकार चित्र काढताना रंगफलक तसाच सोडून उठून गेला असावा, तसे नुकतेच काढलेले ताज्या रंगातील ओलसर चित्र.

त्या दृश्यावरून वल्लभची नजरच हटेना.

वरून खाली कोसळणारा एक प्रचंड जलप्रपात, मोत्यांचे तुषार उडवत खालच्या चिमुकल्या जलाशयात विलीन होणारा... खाली पडताच जणू जादू व्हावी तसे त्या फेनधवल जळाचे रूप बदलून जात होते. कड्यावरून कोसळताना त्याच्या ठायी असणारा उन्माद विरून त्याला एखाद्या ज्ञानी योग्यासारखे गूढगंभीर स्वरूप प्राप्त होत होते आणि योगसिद्ध तपस्व्याच्या अर्धोन्मीलीत डोळ्यांत अगम्य विश्वकोड्याचं उत्तर दिसून यावे तसे त्या अरुंद डोहात आभाळाचे प्रतिबिंब उमटत होते.

आपल्याच नादात डोहाकडे झेपावणाऱ्या त्या जलधारांभोवती संगमरवराचे उंच पहाड उभे होते. एखाद्या यौवनमत्त तरुणीच्या सौंदर्याचे रक्षण करण्यासाठी तिच्या दोन्ही बाजूला तिचे रक्षक असावेत तसे! त्या रक्षकांचे रूपही तसेच मोहक, प्रपाताच्या शुभ्रतेशी आणि डोहाच्या गूढतेशी स्पर्धा करणारे.

त्यांच्यावर पडून परावर्तित होताना चंद्रकिरण आपला मृदू, गुलाबी रंग तिथेच

विसरून जात होते आणि त्यामुळे त्या स्फटिकाचे सौंदर्य शतगुणित होत होते.

केवळ दोनच नेत्र दिल्याबद्दल परमेश्वराला दूषणे द्यावीशी वाटावीत, असे ते नयनरम्य दृश्य वृक्षाच्या दाट जाळीतून आत शिरणाऱ्या सूर्यकिरणांप्रमाणे त्याच्या खिन्न मनात हळूहळू उतरत गेले. वल्लभच्या अंत:करणात दाटलेला निबीड अंध:कार त्या प्रकाशपावलांनी पुसत गेला. अनिमिष नेत्रांनी तो समोरचे ते दृश्य पीत राहिला... कितीतरी वेळ....

पण त्याची तृप्ती होईना. युगानुयुगे तृषार्त असलेले मन! त्याची तृष्णा इतकी सहज थोडीच शमणार होती?

पळापळाने रात्र चढत होती. सृष्टीच्या पटावर मांडलेला तो सौंदर्याचा डाव कणाकणाने रंगत होता आणि त्या सौंदर्याची धुंदी वल्लभच्या नेत्रावर दाटत होती.

पत्थराच्या अनघड पायऱ्यांवरून खाली उतरून तिथल्या थंड जलात त्याने आपली पावले बुडवली. चालून थकलेली, धुळीने भरलेली, काट्याकुट्यांनी ओरबाडलेली त्याची पावले त्या शीतस्पर्शाने सुखावली. थकवा नाहीसा झाला. त्या चंद्ररसाने ओंजळ भरून घेऊन वल्लभने मुखप्रक्षालन केलं आणि आभाळातल्या रत्नांची आरास पाहत तो मऊ हिरवळीवर निवांत पडून राहिला, परमेश्वराच्या किमयेला मुक्त मनाने दाद देत. मनाच्या तळाशी साचलेल्या कटू अनुभवांचे गाठोडे उशाला घेऊन, मनात सलणाऱ्या प्रश्नाचा काटा तसाच खेळवत ठेवून....

'इतकं शीतल, इतकं मृदू-मधुर चांदणं निर्माण करणारा तो सृष्टीकर्ता मानवाचं मन घडवताना मात्र इतकं कटुकुरूप साहित्य का वापरत असावा? ते इतके क्षुद्र का घडवत असावा? इतके क्षुद्र की, त्यानेच निर्मिलेल्या या सृष्टीचं कौतुकही मानवाला मोकळ्या मनाने करता येऊ नये? भूतदयेच्या नावाखाली प्राणिमात्रांना जीवदान देणाऱ्या मानवाला आपल्याच पुत्राचं मन जाणून घेता येऊ नये?'

सागर उचंबळून यावा तशी चंद्राकडे पाहून मनात आठवणींची भरती येत होती, आठवणींची आणि विचारांचीही!!

पक्ष्यांच्या मंजुळ भूपाळीने वल्लभ जागा झाला. पहाटेचा धूसर प्रकाश आणि पाखरांची मंजुळ किलबिल यामुळे रात्रीच्या त्या सुंदर दृश्याला आता वेगळे परिमाण लाभले होते. रात्री चंद्रप्रकाशात केवळ श्वेतश्यामल रंगाचा भासणारा तो चित्रफलक उगवतीच्या अस्फुट किरणांमुळे बहुरंगी झाला होता, अधिक जिवंत भासत होता.

आनंदाने वल्लभचे मन उचंबळून आलं. दोन्ही बाहू पसरून समोरचे ते दृश्य... विशेषत: ते स्फटिकशुभ्र कडे... कवेत घेण्याची त्याला अनावर इच्छा झाली. टक लावून त्या दांडग्या तरीही शीतल पत्थरांकडे पाहताना त्याच्या नेत्रांत तृप्तीचे अश्रू

दाटून आले, गालांवरून झरत राहिले.

ज्याच्या शोधात तो गेले कित्येक दिवस वणवण फिरत होता ते आयुष्यभराचं ईप्सित त्याला या शुभप्रभाती सहज सापडले होते.

'बस्स! ठरलं... आता इथंच राहायचं. या सुंदर पाषाणाला तितकेच सुंदर आकार द्यायचे. त्या कलाविष्कारात रमताना इथेच कुठेतरी आपल्याला हवा असलेला तो अलौकिक क्षण सापडून जाईल! नक्कीच!!'

त्याच्या मनाने ग्वाही दिली.

विश्वंभर शास्त्रींचा हा एकुलता एक मुलगा आता शिल्पकार वल्लभ होणार होता. असीम आनंदाकडे नेणारा, आयुष्य सार्थकी लावणारा मार्ग त्याला सापडला होता.

बालपणापासून वल्लभ असाच लहरी, वेगळ्या वाटेचा विचार करणारा, केवळ मनाचीच साद ऐकणारा, आपल्याच मस्तीत हरवून जाणारा....

त्याचे तात विश्वंभरशास्त्री वीरबाहू महाराजांच्या दरबारातले राजपुरोहित. अत्यंत बुद्धिमान आणि कर्मठ. नगरात त्यांना अतिशय आदराचे स्थान होते. अंगावरचे रेशमी उत्तरीय सावरत त्यांची धिप्पाड, गौरवर्ण मूर्ती राजमार्गाने निघाली की, लोक आदराने बाजूला सरकून त्यांना वाट मोकळी करून देत. मनापासून वंदन करत. त्यांच्या बुद्धिमत्तेबद्दल, स्वच्छ व शुद्ध चारित्र्याबद्दल आणि धर्माधिष्ठीत जीवनपद्धतीबद्दल वीरबाहू महाराजांपासून अगदी नगरातल्या शूद्रापर्यंत प्रत्येकाच्याच मनात आदर होता.

अशा या विश्वंभर पुरोहितांचा चार कन्यांच्या पाठीवर झालेला पुत्र श्रीवल्लभ मात्र अत्यंत छांदिष्ट होता. त्याचा प्रत्येक नवा विचार कर्मठ पित्याच्या धर्मकल्पनेला आव्हान देणाराच असे. पूर्वजांनी घालून दिलेली रूढ चाकोरी त्याच्या विचारांना बांधून ठेवू शकत नव्हती. परंपरा झुगारून पुढे जाण्याची बेफिकिरी त्याच्या चालीतून, बोलण्यातून, अगदी आजूबाजूच्या विश्वाकडे पाहण्याच्या साध्या कटाक्षातूनही प्रतिबिंबित होत असे.

वल्लभाचा उपनयनविधी झाला नव्हता तेव्हाची घटना. आपल्या तातांबरोबर नेहमी राजप्रासादात जाणाऱ्या वल्लभाचे आणि युवराज वीरनंदनचे दाट सख्य जुळले होते. युवराजांना नेहमी वल्लभच सोबतीला लागायचा. त्याचा मनस्वी, पण काहीसा आक्रमक स्वभाव त्यांना अगदी पटून जायचा. त्यामुळे वल्लभला अंतःपुरापर्यंत मुक्त प्रवेश होता.

एके दिवशी युवराजांसोबत खेळताखेळता वल्लभ राणीसाहेबांच्या महालात गेला. दोन प्रहर उलटून गेले होते. मंदिरात जायचे असल्याने राणीसाहेबांचे प्रसाधन चालले होते.

महालाच्या भिंतीवर एक भलामोठा दर्पण जडवलेला होता. आजवर वल्लभने तो कधीच पाहिला नव्हता. आज युवराजांच्या पाठोपाठ वेगाने धावत आत येताच समोर तो दर्पण आणि त्यात पडलेलं स्वत:चे प्रतिबिंब पाहताच तो विस्मयचकित झाला. थबकून समोर पाहत राहिला.

यापूर्वी स्वत:चे पूर्ण प्रतिबिंब इतक्या स्वच्छ, इतक्या स्पष्ट रूपात त्याने कधीच पाहिले नव्हते. त्याच्या घरात असा दर्पण नव्हताच. त्याची माता प्रसाधन करायची तेव्हा तो बहुधा झोपेतच असायचा. क्वचित केव्हातरी तिची फणीकरंड्याची पेटी उघडून पाहिली तर त्या एवढ्याशा दर्पणात नाक, गाल, डोळे, ओठ किंवा दंतपंक्ती असा एखादाच अवयव दिसत असे. गोशाळेत गुरांसाठी ठेवलेल्या पाण्याच्या टाक्यात कधीकधी तो गमतीने वाकून पाही. त्या वेळी वायुलहरींनी थरथरणाऱ्या पाण्यावर तरंगणारी आपली चर्या त्याला दिसत असे खरी. पण पाण्यावर पडलेल्या गवताच्या काड्या आणि निंबाची पाने यामुळे ती मधेमधे भंगल्यासारखी वाटे. पण याक्षणी मात्र समोर त्याचे एकसंध आणि निष्कलंक असे प्रतिबिंब उभे होते.

गौरवर्ण, वाटोळा चेहरा, कुतूहलाने भरलेले काळेभोर तेजस्वी नेत्र आणि चेहऱ्याभोवती महिरप सजवावी तद्वत विखुरलेले पिंगट रेशमी कुंतल....

अनिमिष नेत्रांनी स्वत:च्या प्रतिबिंबाकडे पाहताना त्याने जोरात मान हलवली. खांद्यावरच्या त्या रेशीमलडी विस्कटल्या, क्षणकाल लहरून हळूहळू स्थिर झाल्या. मौज वाटून त्याने पुन्हा मान हलवली. एकदा... दोनदा... कितीतरी वेळा... मानेची हालचाल होताच सळसळणाऱ्या त्या सुवर्णलहरींकडे तो अनिमिष नेत्रांनी पाहत राहिला.

राणीसाहेब, युवराज, राणीसरकारांचे प्रसाधन करणाऱ्या दासी, सगळे जण त्याच्या या चाळ्यांकडे काहीशा कौतुकाने आणि किंचित चेष्टेने पाहत राहिले.

सगळ्यांचेच नेत्र आपल्यावर खिळले आहेत, हे लक्षात येताच वल्लभ ओशाळला. लाजून घराकडे पळत सुटला. पण रस्त्यातून पळतानाही मध्येच मान हलवून आपल्या थरथरणाऱ्या केसांवर हात फिरवून तो रेशीमस्पर्श अनुभवण्याचा त्याचा खेळ चालूच होता.

तो घरी आला तेव्हा तातांसमोर त्यांचे शिष्य बसलेले होते. तात त्यांना काहीतरी समजावून सांगत होते. ते नेहमीचेच दृश्य आज नव्याने पाहावे तशी वल्लभाची पावले थबकली.

त्या सर्वांचेच मुंडण केलेले होते. आजवर रोजच तो या सर्वांना, तातांना, त्यांच्याकडे येणाऱ्या विद्वान ब्राह्मणांना पाहत आला होता. पण मुंडण केलेल्या चेहऱ्याचे कुरूपपण आज प्रथमच त्याला जाणवलं.

'या सर्वांच्या शिरावर एकेकाळी आपल्यासारखा सुरेख केशसंभार असेल. पण तो उतरवून हे असे विद्रुप....'

आवेगाने त्याने तातांच्या गळ्याला मिठी घातली.

"तात...."

"ओऽऽ अरे... अरे... श्रीवल्लभा...." तात त्रासून म्हणाले.

ज्ञानसाधनेतला किंचितसाही व्यत्यय त्यांना खपत नसे. वल्लभला हे ठाऊक असले तरी याक्षणी त्याच्या मनात तातांच्या क्रोधाचे भय नव्हतेच. त्याच्या चिमुकल्या मेंदूला आता एकच भय, एकच समस्या व्यापून राहिली होती. सगळ्यांच्या मुंडण केलेल्या मस्तकावर त्याची चंचल नजर भिरभिरत होती.

"तात, व्रतबंधाच्या वेळी माझेही असेच मुंडण करावे लागेल?"

"हो. व्रतबंधाच्या वेळचा तो एक संस्कारच असतो." विश्वंभरशास्त्री गंभीरपणे उद्गारले.

त्यांच्यासमोर बसलेल्या सगळ्याच विद्यार्थ्यांना वल्लभच्या या प्रश्नाने कौतुकमिश्रित हसू फुटले होते आणि शास्त्रींपासून ते लपवताना त्यांची तारांबळ उडाली होती.

"का पण?" शिष्यगणांच्या चेहऱ्यावरचे भाव पाहून वल्लभला, 'आपला प्रश्न अगदीच चुकीचा नाही,' असा विश्वास आला.

"व्रतबंधानंतर अध्ययन सुरू करायचं असतं. त्यासाठी."

"अध्ययनासाठी असं कुरूप दिसावंच लागतं का?"

"श्रीवल्लभाऽऽ" संतापाने विश्वंभरशास्त्री ओरडले.

शिष्य कावरेबावरे झाले. वल्लभची धाकटी बहीण हातातले कशिद्याचे साहित्य टाकून दाराआड आली.

"मूर्ख. मूढमती. थोरामोठ्यांच्या समोर हा असा उद्धटपणा?"

वल्लभच्या बकोटीला धरून त्यांनी त्याला आत ढकलले.

आपल्या प्रश्नाचे उत्तर मिळालेच नाही म्हणून वल्लभला वाईट वाटले. वडिलांचा संताप त्याला फारसा महत्त्वाचा वाटला नाही. पण ह्या अजून भुईतून वर न आलेल्या आपल्याच कार्ट्याने आपल्याला निरुत्तर करावे, या भावनेने विश्वंभरशास्त्री अधिक संतापले. पिता आणि पुत्र यांच्यातल्या तेढीची ठिणगी त्या क्षणीच पडली होती. त्याचे चटके वल्लभला जन्मभर पोळत राहिले.

उपनयन झाल्यावर गुरुगृही न पाठवता विश्वंभरशास्त्रींनी वल्लभला घरी स्वतःच शिक्षण देण्याचे ठरवले. पण वल्लभ मुळी ऐकायलाच तयार नसायचा. पहाटे उठून वेदातल्या ऋचा घोकण्याऐवजी गोशाळेतल्या सेवकांबरोबर गुरांपाठी रानात जाणेच त्याला जास्त आवडायचे. झुळझुळती नदी, किनाऱ्यावरच्या कोवळ्या पोपटी तृणपात्याचे हळूवार नर्तन आणि त्याला सुरेल साथ देणारी गुराख्याची बासरी यात वल्लभ हरवून जायचा. गुराख्याच्या हातून ते मंजुळ वाद्य घेऊन, त्यातून तसेच सूर काढण्यासाठी धडपडायचा. त्यासाठी गुराख्याच्या पोराचा औष्ठस्पर्श झालेली बासरी खुशाल स्वतःच्या ओठाला लावायचा.

"तुमचा हा दिवटा पुत्र घरात अधर्म माजवणार आहे." विश्वंभरशास्त्री आपला संयम सोडून पत्नीवर ओरडायचे....

"माझ्या घरात असल्या धर्मबुडव्या कार्ट्याला स्थान नाही. तो घरी आला की, त्याला म्हणावं आपली वस्त्रं उचल आणि गोशाळेत राहायला जा."

पुत्राच्या वागण्याने आधीच हवालदिल झालेली ती माऊली मुकाट्याने पतीचाही संताप सहन करायची. वल्लभच्या चौघी बहिणी दाराआडून हळूच डोकावून पित्याचे ते संतप्त रूप पाहायच्या आणि भेदरून पुन्हा दाराआड लपायच्या. या पाचही जणींचे वल्लभवर अत्यंत प्रेम होते. पण विश्वंभरशास्त्रींचा संतापही त्यांना पटून जायचा. आपापल्या परीने त्या वल्लभची समजूत काढून त्याला मार्गावर आणण्याचा प्रयत्न करायच्या. पण वल्लभ वाक्‌चतुर होता, लाघवी होता.

आपले कोमल बाहू मातेच्या गळ्यात टाकून ओठावर मधुर, मोहक हास्य खेळवत तो तिला विचारायचा, "तात ज्याची पूजा करतात तो श्रीकृष्ण वेदपठण करायचा की मुरली वाजवायचा?"

त्याच्या मुखावरून कौतुकाने हात फिरवत ती माऊली त्याला समजावायची, "अरे, श्रीकृष्ण स्वतःच परमेश्वर होता. त्याला वेदपठणाची काय गरज? आपण मानव...."

"मग प्रत्यक्ष परमेश्वरालाच ज्याची गरज वाटत नाही ते रूक्ष पठण मानवाने तरी का करावं? माते, ही मुरली इतकी मधुर बोलते की, तातांच्या परमेश्वरालाही तिचाच मोह पडतो. मग आपण तर मानव...."

आपल्याच स्वरांची हुबेहूब नक्कल करत त्याने दिलेल्या उत्तराचं तिला कौतुकमिश्रित हसू यायचं. प्रत्युत्तर न सुचून आवेगाने ती त्याला आणखी जवळ ओढायची.

केवळ बासरीच असे नाही, मानवाला निर्माण करता येणाऱ्या प्रत्येक कलाकृतीचे वल्लभला आकर्षण होते. दैवी सौंदर्य आणि मानवी कलाकुसर या दोन्ही गोष्टींना दुनियेत तोड नाही, असे त्याला ठामपणे वाटायचे. तातांची धर्मनिष्ठा, होमहवनादी धर्मकृत्याचं स्तोम माजवणे, पाप-पुण्याच्या चिरेबंदी कल्पना, कर्मकांडावरचा अढळ विश्वास यातले

काहीएक त्याला पटायचे नाही आणि मग त्यांच्याशी वादविवाद सुरू व्हायचा.

गुरुगृही न गेलेल्या आणि घोकंपट्टीकडे पाठ फिरवलेल्या वल्लभाची बुद्धी मात्र तेजतल्लख होती. विशेषत: तातांशी वाद घालताना तर तिला चांगलीच धार चढायची. राजसभेत भल्याभल्या विद्वांनाना, पंडितांना आपल्या बुद्धिमत्तेच्या तेजाने दिपवून टाकणारे विश्वंभरशास्त्री वल्लभपुढे मात्र स्वत:च अवाक होऊन जायचे.

सौंदर्याचे कौतुक हा वल्लभच्या स्वभावातला हळवा कोपरा होता. एखादी लावण्यवती युवती असो, विविध रंगांची उधळण करणारा निसर्गाविष्कार असो किंवा निरागस बालकाचे दंतहीन हास्य असो... काहीतरी नवीन, अपूर्वाईचे पाहावे तसे त्याचे डोळे चमकून उठत. हात अधीर होत.

'हे सौंदर्य... निदान याची प्रतिकृती तरी मला घडवता यायला हवी. मला तृप्ती देणारा हा क्षण असाच पकडून गोठवता यायला हवा मला. रंग, माती, दगड कोणत्याही माध्यमात! मला आणि अशाच कित्येक रसिकांच्या नजरेला सतत सुखावण्यासाठी....' असे दुनियेवेगळे विचार त्याच्या मनात रुंजी घालू लागत. स्वत:च्या असमर्थतेचे, अकुशलतेचे वैफल्य डोळ्यांतून झरू लागे.

पाहणाऱ्या व्यक्तीला वाटे की, वल्लभचे डोके ठिकाणावर नाही.

लहान होता तोवर अशा जगावेगळ्या वर्तनाचे कौतुक झाले, पण वय वाढत गेले तसे ते कौतुक ओसरले. 'तऱ्हेवाईक', 'छंदिष्ट' अशी बिरुदे चिकटली.

त्याचा स्वभाव, त्यातली कोमल छटा, मन:स्थितीचे ऊन-पाऊस, सारे समजावून घेणारी एकच व्यक्ती होती– युवराज वीरनंदन! वल्लभाचा जिवाचा सखा. बाकी कोणीच त्याला समजून घेऊ शकत नव्हते.

मातेला त्याचे कौतुक वाटे, माया, सहानुभूती सगळेच. पण वल्लभचे हे वेड समजून घेण्याची कुवत तिच्यात नव्हती.

आणि तात...

स्वत:च्याच सौंदर्याचा मोह पडून व्रतबंधाचे नकळत्या वयात झालेले विधी झुगारून वल्लभने स्वत:चे केस पुन्हा वाढवण्याचा निर्धार केला. तातांना तो बोलून दाखवला, तेव्हा तात म्हणाले होते, "हे संकेत असतात श्रीवल्लभा. स्वत:च्या प्रतिबिंबाचाही मोह पडू नये एवढं मन निर्लेप करावं, तेव्हाच खऱ्या अर्थाने ज्ञान ग्रहण करता येतं. केशसंभार हे केवळ एक प्रतीक. प्रिय वस्तूंचा त्याग करण्याचं तुमचं सामर्थ्यच या विधीतून अजमावलं जात असतं. शूद्रांना कोणी कधी वपन करायला सांगतं का? नाही. कारण त्यांना मन आवरायचं नसतं. ज्ञानसाधना करायची नसते."

"खरं सांगू तात? ज्ञानसाधना महत्त्वाची नाहीच तुमच्या लेखी. तुमच्या लेखी तुमचं ब्राह्मण्य जपणारे हे विधीच जास्त महत्त्वाचे आहेत. कारण त्यामुळे तुमचं वेगळेपण सिद्ध होतं ना! इतरांचं शूद्रत्व अधोरेखीत करणं हाच तुमचा आनंद.''

कक्षात कुणीही शिष्यगण नव्हते. दाराबाहेर एक सेवक काहीतरी करत होता. बाकी आजूबाजूला कुणाची चाहूल नव्हती. वल्लभने केलेला हा थेट आरोप निदान कुणी ऐकलेला तरी नाही, याचे तातांना समाधान वाटलं. केव्हाही वल्लभला समजावायला, चुचकारायला गेले की, तो असे विवस्त्र करणारे, मनाला झोंबून जाणारे सत्य बोलून जायचा. त्याच्या परखड शब्दांच्या माऱ्यापुढे आपल्या विद्वत्तेची, प्रतिष्ठेची झूल सावरून घेताना विश्वंभरशास्त्रींची अगदी तारांबळ उडायची... आणि मग वल्लभचे बोलणे यत्किंचितही तपासून न घेता ते फक्त संतापून ओरडत राहायचे. पण आज तसे झाले नाही. आजूबाजूच्या एकांतामुळे असेल कदाचित. पण वल्लभचा आरोप क्षणभर त्यांना अंतर्मुख करून गेला.

"तुला असं वाटणं साहजिकच आहे वल्लभ. कारण लहानपणापासून तू गुरं राखणाऱ्या पोरांबरोबरच वावरलास. त्यांना वपनाचं महत्त्व नाही. त्यांना शूद्र म्हणून मी कमी लेखत नाही. पण तुझा सखा युवराज वीरनंदन. त्यांनाही धर्माने वपन करण्यास सांगितलेलं नाही. कारण त्यांनाही ज्ञानग्रहणाची आवश्यकता नसते. भोग ही त्यांची सहजवृत्ती आहे आणि ती धर्माला मान्य आहे. कारण क्षत्रियांना केवळ प्रजेचं रक्षण करायचं असतं. आता वपन करत नाहीत म्हणून त्यांनाही मी कमी लेखतोय, असं तुला वाटतं?

"अरे, भोग आणि त्याग या जीवनाच्या वेगवेगळ्या बाजू आहेत. त्या नियंत्यानेच वेगवेगळ्या प्रवृत्तीच्या लोकांकडे वाटून दिल्या आहेत. ब्राह्मण श्रेष्ठ आणि इतर कनिष्ठ हा वाद बाजूला ठेवला तरीही आपला जीवनवारसा भोगाचा नाही, हे ध्यानात ठेव. आपण ब्रह्माचे अंश आहोत आणि ब्रह्मा कधीही स्वतःच्या निर्मितीचा भोग घेत नाही, म्हणून आपणही भोगाची वाट चालायची नाही. मोह सोडून द्यायचा. या नश्वर गोष्टीची आसक्ती धरायची नाही.''

"मला सौंदर्य भोगण्याची लालसा नाहीच तात. समोर निळाभोर जलाशय दिसला की, त्याच्या गूढ रूपात विलीन व्हावंसं वाटतं. तसंच होऊन जातं मला सौंदर्याच्या दर्शनाने. त्या पाण्यात शिरून ओले व्हावे, भिजून जावं, असंच वाटतं मला... आणि भिजणं आणि भोगणं यात खूपच फरक आहे. भोगण्यात असते ती फक्त सुखाची क्षणिक लालसा आणि भिजण्यात असतो तो केवळ एकरूपतेचा प्रगाढ आनंद.

"आपण ब्रह्माचे अंश आहोत, असं तुम्ही म्हणता. पण तात, ज्यांना तुम्ही शूद्र समजता ती खुजी माणसंही आपापल्या परीने काहीतरी निर्मिती करूनच कलानंद मिळवतात ना? पण स्वतःला श्रेष्ठ समजणारे आपण मात्र कुणा पूर्वज, ऋषिमुनींनी

रचलेल्या वेद आणि ऋचांचंच पठण करत राहतो. त्यातच धन्यता मानतो. मला ही मळलेली वाट नाही चालावीशी वाटत तात. केवळ पुन:प्रत्ययाचं समाधान हेच माझं अवघं जगणं नाही मानू शकत मी. निर्मितीचा अनुभव, तो आनंदच मला अधिक सरस वाटतो. बासरीतून उठलेला हलकासा सूर असू दे किंवा घटावरची वेडीवाकडी नक्षी असू दे. अगदी ताईने काढलेली रंगावलीची रेखासुद्धा मला वेदमंत्रांच्या तोडीची वाटते. कारण ते केवळ अनुकरण नसतं, स्वबुद्धीने केलेली निर्मिती असते ती.

"अशीच एखादी निर्मिती मलाही करायचीय, जी मला तृप्तीचं समाधान देईल. निर्मितीचा, परिपूर्ण निर्मितीचा असा एकच तृप्त क्षण जो माझं आयुष्य उजळून देईल. त्या एका क्षणापुढे जगण्याची बाकी सगळी वर्षं निष्प्रभ ठरतील. तो आनंद मला देण्याचं सामर्थ्य आहे तुमच्या होमहवनात आणि मंत्रपठणात?"

विश्वंभरशास्त्रींचा संयम सुटत चालला. त्यांचाच पुत्र त्यांच्या ब्राह्मण्याला आव्हान देत होता. त्यांना एखाद्या बलुतेदारापेक्षा कमी लेखत होता.

आपला क्रोध आवरत ते संयमित स्वरात म्हणाले, "धर्मपालनासाठी आयुष्य वेचलेल्या ऋषिमुनींना जग प्रणाम करतं ते काय वेडं म्हणून? की आंधळं म्हणून? अरे, गाडगीमडकी घडवणाऱ्या कुंभाराला केवळ अन्नवस्त्र मिळतं. मानसन्मान आणि पुण्यसंचय नव्हे."

"मान्य. पण ऋषिमुनींना जग प्रणाम करतं ते त्यांच्या ज्ञानाच्या ध्यासासाठी, वयासाठी आणि ऊन-पावसाच्या अनुभवासाठी. त्यांनी 'मिळवलेलं' ज्ञान कोणतं हे कुणालाच ठाऊक नसतं म्हणून अज्ञानापोटी केलेला प्रणाम असतो तो... मात्र त्या फसव्या मानसन्मानापायी तुम्ही म्हणता तसे स्वत:भोवती संयमाचे बांध घालताना त्यांनी अशा कितीतरी आनंदाचे बळी दिलेले असतात. सपक आयुष्य जगलेलं असतं. आनंदाची उंची गाठणारा बेधुंद क्षण त्यांच्या आयुष्यात डोकावलेलाच नसतो. मग ती धुंदी मद्याची असो वा स्वत:च्या एखाद्या छोट्याशा निर्मितीची...." वल्लभ आता चर्चेच्या पुरता रंगात आला होता.

"श्रीवल्लभाऽ" विश्वंभरशास्त्री कडाडले,

"चालता हो आधी घरातून. स्वत:च्या वेदवचनी पित्यासमोर ही निर्लज्ज भाषा? बस्स! आजपासून तुझंमाझं नातं संपलं. निपुत्रिक म्हणून मृत्यू आला तरी चालेल मला."

आतून धावत आलेल्या मातेने कितीही विनवण्या केल्या तरी विश्वंभरशास्त्रींचा संताप शमला नाही आणि वल्लभचा स्वाभिमानही विझला नाही.

मायेचे सगळे पाश तोडून त्याने घराबाहेर पाऊल टाकले.

आणि तेव्हापासून ही अशी वणवण चालली होती त्याची. काहीतरी अलौकिक करण्याच्या वेडाने झपाटलेला हा मनस्वी तरुण प्रतिष्ठेचे, नावलौकिकाचे आणि प्रेमाजिव्हाळ्याचे सारे बंध झुगारून कुठेकुठे हिंडत राहिला होता. आपल्या प्रिय मित्रालाही भेटणे त्याला नकोसे वाटले.

निर्मितीच्या ध्यासापायी कुंभारवाड्यात जाऊन त्याने मृत्तिकेची कला अवगत करून घेतली होती, कोष्ट्यांच्या आळीत राहून वस्त्राचे ताणेबाणे शिकून घेतले, एका वृद्ध माळ्याची सेवा करून हारतुरे गुंफण्याचे कसब आत्मसात केले, रानावनातून भेटलेल्या मूर्तिकारांची शागिर्दी पत्करून छिन्नी-हातोड्याची जादू मिळवली, अगदी रंगारी, विणकर यांच्यासोबत राहून कशिद्याशीसुद्धा सूत जमवले... पण तरीही कलेच्या नेमक्या कोणत्या पायवाटेने गेले की, आपले मन शांत होईल, याचा अदमास त्याला येत नव्हता. पण आज या जलप्रपाताने आणि त्याला वेढून राहिलेल्या खड्या संगमरवराने ती अस्वस्थता संपवली होती. मनीच्या तळातून कलेचा आतुर हुंकार उमटला होता....

'वल्लभाऽऽ हेच तुझं कार्यक्षेत्र! परमेश्वराने घडवलेल्या या अलौकिक पत्थराला तुझ्याच कलास्पर्शाची प्रतीक्षा आहे. उचल छिन्नी आणि मनापासून घाव घाल. या दगडात लपलेलं सौंदर्य बाहेर यायला आतुरलं आहे. आता फक्त तुझ्या कुशल स्पर्शाचाच अवकाश आहे....'

घोड्यांच्या टापांच्या आवाजाने त्याची तंद्री भंगली. दचकून त्याने मागे वळून पाहिले. युवराज वीरनंदन आणि त्याचा लाडका सेवक नीलकंठ येत होते. मागे आणखीही दोघे घोडेस्वार होते.

"मित्रा तू?" वल्लभ आनंदाश्चर्याने उद्गारला.

मनाची घालमेल संपवणाऱ्या या आनंदाच्या क्षणी प्रिय मित्राची अवचित भेट होणं हा शुभशकुनच होता.

"वल्लभा? कुठे होतास? तुझी माता, बहिणी रोज आठवण काढतात तुझी आणि मी... मलाही विश्वासात घ्यावंसं वाटलं नाही तुला? हीच किंमत आपल्या मैत्रीची?"

रागाचा कितीही आव आणला तरी युवराजांना प्रियसखा भेटल्याचा आनंद लपवता येत नव्हता. दोघांचा वार्तालाप रंगत गेला. मधला विरहाचा काळ पुसून गेला. कालच भेटले असावेत तशा ओढीने आज पुढच्या गप्पा सुरू झाल्या. युवराजांचा विश्वासू नोकर– नीलकंठ आणि वस्त्रे सांभाळणारे दोघे सेवक तसेच तिष्ठत उभे.

"माझं हे आवडतं ठिकाण. इथं जलक्रीडा करताना स्वर्गात विहार केल्याचाच भास होतो. इथला एकांत, स्तब्धता आणि निसर्गाशी अशी थेट जवळीक मला इतकी भावते की, इथं एखादं उपवन उभारण्याची कल्पना अमात्यांनी मांडली, त्यालाही मी ठासून विरोध केला. उपवन झालं की, माणसांची वर्दळ वाढणार,

तरुणी जलविहाराला येणार, पाठोपाठ त्यांचे चाहते, प्रेमी... नुसता गोंधळ....''

"अच्छा! म्हणजे सोबत एखाद्या अप्सरेला घेऊन केवळ तुला एकट्यालाच इथं जलक्रीडा करता यावी म्हणून उपवन नको. हो ना?'' वल्लभने मित्राला चिडवलं.

"हो. पण ते कसं शक्य होईल आता?'' उदास चेहरा करून युवराज नाटकी स्वरात उद्गारले, "आता तुला या गुप्त ठिकाणाचा शोध लागलाय ना!''

"भिऊ नकोस मित्रा. मी तुझ्या जलविहारात व्यत्यय आणणार नाही. माझी जवळीक फक्त या पत्थराशी. त्याच्याशी संवाद साधताना मला कोणतंही व्यवधान उरणार नाही.''

"म्हणजे?''

"या सुंदर पत्थरातून मी तेवढीच सुंदर मूर्ती घडवणार आहे.''

"कोणाची?''

"तीच तर समस्या आहे माझ्यापुढे. मला अशी मूर्ती घडवायचीय की ती पाहताच प्रत्येकाने म्हणावं, वा! अशी कलाकृती कधी पाहिलीच नव्हती यापूर्वी.''

"म्हणजे मूळची देवताही तशीच सुंदर हवी.'' युवराज मिश्कीलपणे म्हणाले.

खोट्या रागाचा अविर्भाव आणून वल्लभने त्यांना हलकासा गुद्दा लगावला. नीलकंठ आणि दोघा सेवकांच्या मुद्रेवर हसू उमटले.

"खरंच मित्रा, तुझ्या महालात किंवा तुझ्या बघण्यात इतरत्र कुठे अशी एखादी वेगळी मूर्ती आहे का रे? जी समोर ठेवून मला...''

"मी सुचवू शास्त्री?'' नीलकंठाने अधीर, पण नम्र स्वरात विचारले.

विश्वंभरशास्त्रींचा पुत्र म्हणून युवराजांचे सर्वच सेवक वल्लभला शास्त्री म्हणायचे.

"मी राहतो त्या वस्तीच्या मागे एक प्राचीन मंदिर आहे. गणिकांची वस्ती असल्याने सभ्य लोकांचं फारसं येणंजाणं नाही त्या बाजूला. पण त्या मंदिराच्या भिंतींवर कोरलेली शिल्पं अप्रतिम आहेत. आपल्याला योग्य वाटलं तर आपण एकदा त्या मंदिरात येऊन....''

"अरे, अयोग्य काय वाटायचं त्यात?'' वल्लभ आनंदाने म्हणाला, "कलेचं माहात्म्य कधीच कमी होत नाही. अगदी ती दलदलीत पडली तरीही. येईन मी तिकडे.''

"पहा हं. तिकडे गेलास तर कदाचित मंदिरापर्यंत पोहोचणारच नाहीस तू. जिकडेतिकडे लावण्यच लावण्य दिसेल. हरवूनच जाशील तू.'' युवराजांनी पुन्हा चिडवले. पण वल्लभचे तिकडे लक्षच नव्हते. तो आता पुरता आतुर झाला होता.

"नीलकंठा, कुठे आहे ते मंदिर? लवकर सांग मला.''

छोटेसेच मंदिर. पण त्या वस्तीतले ते महत्त्वाचे ठिकाण असावे. होलिकोत्सवासाठी मंदिरासमोर लाकडाच्या वेदीची उभारणी चालली होती. हुताशनीच्या निमित्ताने तिथे भरणाऱ्या मेळ्यासाठी आजूबाजूला खेळणी, मिठाया, वस्त्रे, विविध तऱ्हेच्या नित्योपयोगी वस्तूंची दुकाने थाटली जात होती. दिवसाचा प्रहर असल्याने प्रसाधन न केलेल्या गणिका आपल्या खऱ्या स्वरूपात तिथून ये-जा करत होत्या. विशेष काहीही घडलेले नसताना आसमंतात उगीचच कोलाहल भरून राहिला होता.

वल्लभला बावरल्यासारखे झाले. कला शिकण्याच्या निमित्ताने नगरातले अनेक गल्लीबोळ त्याने पालथे घातले असले, तरी अशा प्रकारच्या वस्तीत तो कधीच गेला नव्हता. त्याचा स्वभाव अगदी स्त्रीद्वेष्टा नसला तरी स्त्रियांच्या बाबतीत काहीसा उदासीनच होता. म्हणूनच इथे एवढ्या स्त्रियांच्या गजबजाटात त्याला संकोचल्यासारखं झालं. एवढ्या स्त्रियांमधून वाट काढत मंदिरापर्यंत कसं पोहोचावे, याचा विचार करत घुटमळत तो रस्त्याकडेला थांबून राहिला.

एकाएकी त्या कोलाहलाचा सूर बदलला. उच्च स्वरातली घासाघीस थांबून कुजबूज सुरू झाली. हालचालीतली लगबग मंदावली. विवक्षित दृश्याचा शोध घेतल्यासारख्या सगळ्यांच्या नजरा एकाच दिशेने वळू लागल्या. कुतूहलापोटी वल्लभनेही तिकडे नजर वळवली....

मंदिराच्या पायऱ्यांजवळ एक मेणा थांबला होता.

क्षणभरातच त्याचा पडदा दूर झाला. तलम निळ्या वस्त्राच्या घोळदार अवगुंठनातून एक केतकी वर्णाचे नाजूक पाऊल बाहेर आलं. वस्त्र किंचित वर उचलल्याने अनावृत्त झालेली केळीच्या गाभ्यासारखी गुलाबी पोटरी क्षणमात्र दिसली आणि पुन्हा त्यावर ते निळे वस्त्र लहरले. पाठोपाठ डोकावला एक रेखीव चेहरा. असा तेजस्वी की, जणू स्वर्गीय लावण्याची झळाळती मुद्राच.

क्षणमात्रच केवळ एकाच बाजूने वल्लभला तो चेहरा दिसला आणि पुन्हा अवगुंठित झाला. मेण्यातून पूर्ण बाहेर येऊन ती पडदानशीन लावण्यवती त्याला पाठमोरी झाली आणि मंदिराच्या दिशेने चालू लागली. अस्मानी रंगाच्या वस्त्रात लपेटलेल्या तिच्या प्रमाणबद्ध शरीराच्या पाठमोऱ्या बाह्याकृतीचेच दर्शन काही क्षण त्याला होत राहिलं. मग तेही मंदिराच्या दारातून लुप्त झाले.

तोंड उघडे टाकून विस्मित नजरेने वल्लभ पाहतच राहिला.

'ही राजकन्या स्वरूपा नक्कीच नव्हती.' मित्राच्या धाकट्या बहिणीचे रूप त्याला नित्य परिचयाचे होते. ते पाहून त्याची नजर अशी जेरबंद झाली नसती... 'आणि राजकन्या स्वरूपा या वस्तीतल्या मंदिरात कशाला येईल? मग मेण्यातून मंदिरात येणारी ही गौरांगी कोण असेल?'

तिचे देवदर्शन होऊन ती परत बाहेर येण्याची वाट पाहत वल्लभ तसाच उभा

राहिला. पण परततानाही तिचे तसेच अर्धवट अवगुंठित दर्शनच त्याला मिळाले. क्षणमात्र चेहऱ्यावरील आवरण किंचित बाजूला सारून चेहरा वळवून ती आपल्या सखीशी काही बोलली. तेवढ्यात तिचा सेवक तिला सामोरा होऊन काही विचारू लागला. त्याच्या त्या पृथ्वीएवढ्या भल्याथोरल्या पागोट्याने वल्लभला काहीच दिसेना. मान उंचावून, दोन पावले पुढेमागे सरकून, पुन्हा त्याने तिच्या दिशेने नजर वळवली. तोवर ती मेण्यात बसलीसुद्धा... आणि त्याच्या नजरेसमोर केवळ पडदा ओढून घेणारी मदनपुष्पांच्या अर्धोन्मीलीत कळ्यांसारखी तिची नाजूक बोटेच दशांगुळे व्यापून उरली.

लागोपाठ चार दिवस त्या मंदिराच्या रस्त्यावर येरझारा घालूनही वल्लभची दृष्टी तहानलेलीच राहिली. त्या जीवघेण्या सौंदर्याचं तसेच अर्धअपुरे दर्शन. कधी नुपुरांनी वेढलेले तिचे शुभलक्षणी पाऊल, कधी कंकणाच्या काचेरी इंद्रधनुष्याने सजलेला नाजूक मणिबंध, कधी बंधनांना न जुमानणारी रेशमी कुंतलाची सळसळती नागीण तर कधी झिरझिरीत चुनरीच्या धुक्यात लपेटलेला चेहऱ्याचा अर्धचंद्र... तिच्या दर्शनाचे चांदणे असेच बरसत राहिले, पूर्णत्वाच्या पौर्णिमेशिवाय!

"नीलकंठा, त्या मंदिरात मेण्यातून देवदर्शनाला येणारी तरुणी कोण आहे रे?" पुढच्या वेळी युवराजांची भेट झाली तेव्हा अत्यंत अधीर मनाने वल्लभने प्रश्न केला.

"का? तुझीही शिकार केली वाटतं तिने?"

युवराज मोठ्याने हसले.

"अरे बाबा, नसत्या जाळ्यात अडकू नकोस. दुर्लभ देवता आहे ती. तुझ्यासारखीच लहरी. कलाप्रेमाने पछाडलेली."

"पण कोण आहे ते तर सांग." वल्लभ भाबड्या उताविळीने म्हणाला.

"रत्नकांता. रमणिकेची मुलगी. अतिशय सुंदर आणि नृत्यनिपुण. पण...."

"पण काय? बोल ना शुंभा...." वल्लभचे कुतूहल अनावर झाले.

"कोणाही परपुरुषाला तिच्या वाऱ्याला उभं राहता येत नाही. त्यासाठी तिच्या आईने रक्षक ठेवले आहेत. राजनर्तकी होण्याची महत्त्वाकांक्षा आहे तिची. त्यासाठी अखंड नृत्यसाधना चालू असते."

"तरीच!" शून्यात दृष्टी लावत वल्लभ उद्गारला.

मेण्यातून उतरताना तिचे पाऊल डौलात जमिनीवर टेकले तेव्हा आपल्या हृदयात रूप्याची घुंगरं वाजल्याचा मंजुळ नाद कसा उमटला, हे त्याला या क्षणी कळलं.

वल्लभने डोळे उघडले तेव्हा समोर प्रसन्न पहाट उभी होती. 'ती'च्या पदन्यासाने घुंगरू थरकावेत तशी पक्ष्यांची मंजुळ किलबिल. मंद वाऱ्याने झुलणारे वृक्षांचे शेंडे म्हणजे 'ती'ची गजगामिनी चालच जशी काही. कोवळ्या सूर्यकिरणांनी उजळलेला समोरचा स्फटिककडा 'ती'च्या तेजस्वी कांतीची आठवण करून देणारा. जलप्रपाताचे शुभ्र तुषार म्हणजे 'ती'चे मधुर हास्यच. कोसळत्या पाण्याचा तो अनावर आवेग म्हणजे जसा काही 'ती'चा बेबंद केशसंभारच आणि रजनीचा काळा पडदा सरकवून अलगद अवतरणारी ही उषा आहे, की मेण्यातून मोठ्या नखरेलपणे बाहेर पडणारे 'ती'चे पाऊल?

समोरचा अवघा आसमंत म्हणजे जणू 'ती'च आहे. रत्नकांता... अमानवी सौंदर्याची स्वामिनी, आपल्या अंधाऱ्या आयुष्याची पहाट.

युवराज वीरनंदन घोड्यावरून उतरून वल्लभच्या कुटीपाशी आले. आतून काहीच चाहूल नव्हती. अवघा आसमंत शांत होता. त्या शांततेवर उमटून राहिला होता, फक्त एका लयीतला तो ध्वनी– छन्... खण्... छन्... खण्....

युवराजांनी आजूबाजूला पाहिले. वल्लभ कुठेच नव्हता. कुटीबाहेरच्या मोठ्या कातळावर अंथरलेला बिछाना तसाच. शेजारी वल्लभचे उत्तरीय.

'आज हा वेडा उत्तरीयही न घेता तसाच तिच्या दर्शनाला गेला की काय?'

युवराजांना चिंता वाटली. तेवढ्यात मागून येणारा नीलकंठ म्हणाला, "शास्त्री तिकडे खाली कड्यापाशी दिसताहेत. ते पहा."

युवराजांनी खालच्या दरीत डोकावून पाहिले. प्रपाताच्या खालच्या टोकाला असलेल्या एका मोठ्या संगमरवरी शिळेवर चढून वल्लभ छिन्नी चालवत होता. इतक्या तल्लीनतेने की, वरून कोसळणाऱ्या तुषारांनी त्याचे कटिवस्त्र, अंग पुरते भिजून गेले होते. पण त्याला त्याची जाणीवच नव्हती. गोऱ्या पाठीवर सूर्यकिरण पडले होते आणि ती घट्ट, ओली पाठही संगमरवराची वाटत होती. वरखाली होणाऱ्या बाहूंचे ताठरलेले स्नायू....

आपल्या वेड्या मित्राच्या यौवनदत्त सौष्ठवाकडे पाहताना युवराजांच्या तोंडून एक खिन्न सुस्कारा उमटला.

'ह्याने मनात आणलं तर कदाचित प्रत्यक्ष रत्नकांताही याला वश होईल, याचं देखणेपण पाहून आणि हा खुळा तिच्या पाषाणमूर्तीला कवटाळत बसलाय.'

"मित्राऽऽ वल्लभाऽऽ" थोडे खाली उतरून युवराजांनी साद घातली.

एकदा... दोनदा... चारदा....

त्रासिक मुद्रेने वल्लभने वळून पाहिले. केस विस्कटून गाला-कपाळावर विखुरले

होते. डोळे तांबारलेले. पारोसा, बुरसट चेहरा.

'म्हणजे हा झोपायचंही विसरला? की अर्ध्या रात्री उठून इथे आला?'

खाली उतरून त्याच्या उघड्या पाठीवर हलकेच चापटी मारून युवराज म्हणाले, "त्या रत्नकांतेपुढे मित्राचाही विसर पडला की काय तुला? आणि केवळ तिच्या ओझरत्या दर्शनानेच मूर्ती घडवायला सुरुवात केलीस? अरे, तिच्या संपूर्ण लावण्याचा परिचय...."

"त्याची काही गरज नाही मित्रा. माझ्या मन:चक्षूसमोर आज पहाटेच ती येऊन उभी राहिली, सर्वांगी संपूर्ण...."

"म्हणजे आता स्वप्नातही दिसायला लागली वाटतं? सांभाळून रे वल्लभा."

"हं." युवराजांच्या चेष्टेला एकाक्षरी प्रतिसाद देऊन वल्लभने पुन्हा वळून घाव घालायला सुरुवात केली, तेवढ्याच तल्लीनतेने.

आता युवराजांनाही राग आला. हवेत उचललेला वल्लभचा हात तसाच वरच्यावर पकडून त्यांनी विचारलं, "वल्लभ, मी निघू?"

"हूं." हात पकडून आपला आवेग अडवल्याने वल्लभही त्यांच्यावर रागावला होता.

युवराजांनीच मग माघार घेतली.

"वल्लभ, असा रे कसा तू? या दगडांपुढे तुला आपल्या मैत्रीचीही किंमत वाटू नये?"

युवराजांच्या दुखावलेल्या स्वराने वल्लभ चमकला, ओशाळलाही.

"माफ कर मित्रा. पण मला खरंच झपाटून टाकलंय या मूर्तीने."

"मूर्तीने की प्रत्यक्ष रत्नकांतेने?"

"तिला पाहिलंय कुठे मी अजून? मी पाहिली ती केवळ स्फूर्ती होती माझ्या कलेची. अर्धवट का होईना, पण साक्षात स्फूर्तीदेवतेचं मानवी स्वरूप पाहायचं भाग्य मला लाभलं आहे. त्याचा ठसा मनावर स्पस्ष्ट आहे तोवरच हात उचलायला हवा. एकदा तो पुसट झाला की...."

"वल्लभा तू... तू अपूर्ण तर नाहीस ना?"

"म्हणजे?"

"तुझा हा बलदंड, वणवण फिरून राकट झालेला देह पौरुषाने ओसंडतोय. पण तुझं मन इतकं अलिप्त कसं? की तिथंही एखादा पाषाणच ठेवून दिलायस? अरे, या वयात स्त्रीसौंदर्य हा नुसता शब्द उच्चारला तरी भावनांचं उधाण थांबवणं मुष्कील होऊन जातं आणि तू तर साक्षात मदनिकेला पाहून आलायस. खरंच पाषाणमूर्तीखेरीज दुसरं काहीच उमटलं नाही तुझ्या मनात तिला पाहून? की त्या आवेगाची नसच नाही तुझ्या शरीरात?"

युवराजांच्या प्रश्नाचे वल्लभला मनापासून हसू आले.

"मित्रा, माझ्या तातांनी तुझा हा प्रश्न ऐकला ना तर युवराज असूनही तुला हद्दपार करतील ते."

"चेष्टा करू नकोस. मला चिंता वाटते तुझी."

वल्लभ गंभीर झाला.

"हे बघ मित्रा, रसना असू दे, दृष्टी असू दे किंवा पुरा देह असू दे; कोणत्याही गोष्टीचा उपभोग घेण्याची ओढ आतूनच यावी लागते. नाहीतर त्या उपभोगाचा आनंद मिळत नाही. मलाही सगळ्या भावना, सगळी इंद्रियं आहेतच. पण या क्षणी माझ्यातला केवळ कलाकारच जागा आहे, भुकेला आहे. तुझ्या भाषेत सांगायचं तर फक्त कलेचीच नस उसळतेय."

"तुझ्यापुढे कोणाला वाद घालता येणारेय बाबा!" युवराजांचा मलूल स्वर

"असा कष्टी होऊ नकोस मित्रा. माझ्या वेडासकट मला समजून घेणारा एकटा तूच तर आहेस या दुनियेत. माझ्या लहरीनुसार मी कसाही, कितीही तोडून वागलो तरी आजवर मला सांभाळून घेतलंस तू... तसंच आणखी थोडे दिवस घे."

"थोड्या दिवसांनी तुझा स्वभाव बदलणारेय का?"

"नाही. पण माझ्या हातून खरोखरच त्या अलौकिक सौंदर्याची प्रतिकृती घडली तर माझ्यातला हा वादळी आवेग थोडातरी शमेल. मग मी तुझ्या मैत्रीला योग्य तो न्याय देऊ शकेन. तोपर्यंत मला समजून घे."

"म्हणजेच माझी तंद्री मोडायला इथे येऊ नकोस. असंच ना?"

"समजूतदार आहेस अगदी."

"चल रे." युवराज तणतणत नीलकंठाला म्हणाले.

टक लावून अगदी अपूर्वाईने वल्लभाकडेच बघणारा नीलकंठ एकदम दचकला.

"निघायचं?"

वल्लभचा कितीही राग आला, त्याने कितीही तोडून टाकले तरी युवराजांच्याने राहवणार नव्हते. मूर्ती पूर्ण होईपर्यंत आपण तिकडे फिरकायचेही नाही, असे त्यांनी मनाशी ठरवून टाकले खरे. पण दोन-तीन दिवस मधे गेले की, लगेच नीलकंठामागे त्यांची भुणभुण सुरू व्हायची, "वल्लभकडे जाऊन येतोस का रे जरा?"

नीलकंठही तसाच. आज्ञापालन करायचा आव आणला तरी मनातून तोही युवराजांच्या आज्ञेची प्रतीक्षाच करत असायचा.

वल्लभला मूर्ती घडवताना पाहण्यात नीलकंठला वेगळेच सुख लाभायचे. समोरच्या अनघड, अनाकार पाषाणात वल्लभ इतका बुडून गेलेला असायचा की, नीलकंठचे येणे, युवराजांनी पाठवलेली फळे, मिठाई मांडून ठेवणे, बाजूला थांबून आपल्याकडे टक लावून पाहणे... कशानेच त्याची तंद्री मोडायची नाही. मध्येच

कधीतरी मान वळवून पाहिले की, त्याला नीलकंठ दिसायचा. त्याच्याकडे एक हसरा कटाक्ष टाकून वल्लभ पुन्हा घाव घालण्यात मग्न व्हायचा.

दोन्ही हातांच्या तळव्यात मुखमंडल ठेवून कानांत प्राण आणून रत्नकांता ऐकत होती. मधूनच तिचे नेत्र विस्फारत होते. कधी ओठांवर स्मित उमटत होते तर कधी मानेला 'कमाल झाली' अशा आशयाचे हेलकावे बसत होते. समोर बसलेल्या नीलकंठाने असेच बोलत राहावे आणि आपण ते ऐकत राहावे... बस्स! त्याचे बोलणे संपूच नये.

"उटी लावायची ना?" तिचे प्रसाधन करणाऱ्या सेविकेने विचारले.

"अंऽऽ?"

रत्नकांता दचकली.

"केशरचना झालीसुद्धा?"

"केव्हाच. तुमच्या हातातला दर्पणसुद्धा काढून घेतला मी."

"खरंच की. जा तू. मी आलेच स्नानगृहात."

"रत्नकांते, तुझं प्रसाधन फार लांबलं आज. मुरलीमहाराज यायची वेळ झाली." रमणिका– रत्नकांतेची आईच तिला हाका मारत दालनात आली.

रत्नकांता चपापली. पण तिथे बसलेल्या नीलकंठाला पाहताच रमणिकेची चर्या मात्र उजळली.

"केव्हा आलास नीलकंठा?"

इतका वेळ रत्नकांतेशी मोकळेपणाने गप्पा मारणारा नीलकंठही गडबडला.

"अंऽऽ? आत्ताच हा काय...." असे चाचरते काही बोलून त्याने काढता पाय घेतला.

रत्नकांतेनेही त्याला थांबवायचे प्रयत्न केले नाहीत. या वेळी तरी आईच्या उलटसुलट प्रश्नांची फैर तिला नको होती.

रमणिका नगरातली सर्वांत श्रीमंत गणिका होती. श्रीमंत आणि देखणीही. ऐन तारुण्यात तर ती विलक्षण दिसायची. पाहणाराची नजर खिळवून ठेवणारा रेखीव चेहरा, त्यावरचे मनोहारी विभ्रम आणि पुष्ट पण सुडौल बांधा, भल्याभल्यांची बुद्धी चाळवणारा!

तिची कन्या रत्नकांता तर आईपेक्षाही रूपवान. तिची कांती नावासारखीच तेजस्वी. तिला राजनर्तिका बनवण्याचे रमणिकेचे स्वप्न होतं. म्हणूनच नगरातल्या कितीतरी धनिकांनी मागणी करूनही रत्नकांता अद्याप कोरीच राहिली होती. सौंदर्यामुळे तिच्यावर भलतासलता प्रसंग येऊ नये म्हणून रमणिकेने उच्चकुळातल्या स्त्रियांसारखे

दोन रक्षक सतत तिच्या बाजूला ठेवले होते. नृत्याचे शिक्षण देणारे गुरू घरीच येत आणि बाहेर पडताना रत्नकांतेला मेण्यातून जावे लागे.

रत्नकांता नुसतीच लावण्यवती नव्हती. तिची बुद्धी आणि मनही तेवढेच लखलखीत होते. ती नृत्यनिपुण असली तरी आईची तिला राजनर्तिका बनवण्याची महत्त्वाकांक्षा तिला कधीकधी एखाद्या बेडीसारखी काचत असे. केवळ राजमान्यता हाच कलेचा निकष असावा, हे तिला पटत नव्हते. त्यामुळे कलेतला उत्स्फूर्तपणा, मोकळेपणा हरवून जातो, असे तिला वाटायचे... 'कलेला केवळ रसिकांची दाद हवी. अशा नियमांच्या आणि स्पर्धेच्या चौकटी नकोत. कलाकाराची आकंठ तृप्ती हाच कलेचा खरा निकष...'

ती आईजवळ वाद घालायची. मात्र पुरुषांपासून दूर राहण्याचा आईचा सल्ला तिला मनापासून पटायचा. आपल्या देहावरच्या प्रत्येक सौंदर्यरेषेची खोल जाणीव तिच्या मनात होती. म्हणून तर तिच्या सहजसाध्या हालचालींनाही नृत्याचा डौल यायचा. पण आपल्या सौंदर्याचे ओशाळे, लंपट कौतुक ऐकायला तिला कधीच आवडायचे नाही. तिच्या सौंदर्यासाठी तिच्या नृत्याचे वरवर कौतुक करणाऱ्यांचा दंभ ती जाणून होती. खऱ्याखुऱ्या जाणकाराने आपल्या सौंदर्याला, प्रत्येक पदन्यासाला मन:पूर्वक दिलेली दाद हवी होती तिला. त्यासाठी ती भुकेली होती.

कुणाही पुरुषाला रमणिकेच्या हवेलीत यायची जवळजवळ बंदीच असली तरी नीलकंठाला मात्र तिथे मुक्तद्वार होते. कारण तो युवराजांचा खास मर्जीतला सेवक ना! राजमान्यतेच्या मार्गावरला प्रमुख सोपान. रत्नकांतेसाठी भल्याभल्यांचा संपर्क टाळणारी रमणिका जवळच राहणाऱ्या नीलकंठाला मात्र नेहमी बोलावणे पाठवायची. त्याच्या गप्पांमधून राजदरबारातल्या कलाविषयक घडामोडींचा अंदाज घ्यायची. रत्नकांतेचाही नीलकंठावर विश्वास होता. दुसऱ्या कोणत्याच पुरुषाचा फारसा सहवास नसल्याने आणि नीलकंठाच्या सालस, स्वच्छ वर्तनामुळे त्या दोघांच्यात निखळ स्नेह जमून गेला होता.

आज त्याने तिला तिच्या सौंदर्याने वेडावलेल्या वल्लभची हकिगत सांगितली होती आणि ती ऐकून पुरुषांबद्दल काहीशी तटस्थ वृत्ती असणारी रत्नकांता बेचैन झाली होती. तिच्या अस्मितेला धक्का लावून गेलेले नीलकंठाबरोबरचे संभाषण पुन:पुन्हा तिच्या मनात गुंजत होते.

"युवराज मला म्हणाले, 'जा, वल्लभला सांग. रत्नकांतेची मूर्ती घ्यायला एकही खरीददार पुढे येणार नाही. जन्मभर ती मूर्ती त्या जलौघातच स्नान करत राहील.' मी जाऊन तसं सांगितलं तर शास्त्री हसून म्हणाले की, 'मी ती प्रतिमा युवराजांनाच नजर करेन म्हणजे तिला जन्मभर राजमहालात राहण्याचं भाग्य लाभेल.' "

"मग?"

"मग मीही जरा चिडवलं. शास्त्रींना म्हटलं की, युवराजांना या पाषणमूर्तींची काय गरज? मनात आणलं तर खऱ्या रत्नकांतेलाच वश करतील ते."

"का रे त्या शास्त्रींना असं खिजवता?"

"आम्ही खिजवलं तरी शास्त्री थोडीच हार मानणार आहेत? स्वत:च्या कलासामर्थ्यावर प्रचंड विश्वास आहे त्यांचा. त्यांनीच मला उलटं खिजवलं. म्हणाले की, माझं घडवणं एवढं परिपूर्ण, एवढं कलात्मक असेल की, खुद्द रत्नकांतेलाही स्वत:चं लावण्य फिकं वाटेल त्यापुढे."

"असं म्हणाले? पण मला त्यांनी अजून समोरासमोर कुठं पाहिलंय?"

"तरीही आपल्या कलेबद्दल त्यांना गाढ विश्वास आहे."

"अस्सं? पाहिलेच पाहिजेत एकदा तुझे शास्त्री आणि त्यांची कला."

दबक्या पावलाने नीलकंठ आणि रत्नकांता वल्लभच्या कुटीपाशी आले. कुटीचं दार सताड उघडं. आत कुणीच नव्हतं. मात्र बाजूच्या खोल दरीतून छिन्नीच्या ठोक्याचा प्रतिध्वनी वर येत होता. त्यामुळे नीलकंठाला वल्लभचा ठावठिकाणा समजला.

"शास्त्री खालीच आहेत. त्यांना दिसणार नाही अशा बेताने खाली उतरता येईल तुला?"

नीलकंठाने विचारलेला प्रश्न रत्नकांतेच्या कानापर्यंत पोहोचलाच नाही. आश्चर्याने तिची नजर कुटीभोवतीच्या अंगणात फिरत होती.

वस्त्राने झाकून ठेवलेले कितीतरी पाषाणाकार तिथे ताटकळत उभे होते.

"ह्या कसल्या मूर्ती आहेत?" उत्सुकतेने तिने नीलकंठाला विचारलं.

"तुझ्या... तुझ्याच अपुऱ्या मूर्ती आहेत त्या, शास्त्रींनीच घडवलेल्या."

"एवढ्या? मग त्या पूर्ण का केल्या नाहीत?"

"एखादी मूर्ती थोडीफार आकाराला आली की शास्त्रींना जाणवतं की, आपल्या मनातलं अबोध, अरूप असं जे सौंदर्य आहे, त्याची प्रचीती या आकारातून येतच नाहीये. मग ती मूर्ती तशीच सोडून ते दुसरी घडवायला घेतात. खाली दरीत अशा कितीतरी अर्धवट सोडून दिलेल्या मूर्ती पडल्या होत्या. मीच त्या उचलून वर आणवल्या आणि राजमहालातून शुभ्रवस्त्र आणून त्यावर असं आच्छादन घालून ठेवलं. शास्त्री अगदी खूष झाले माझ्यावर. म्हणाले की, मला हे असं काही सुचलंच नाही. आता रोज सकाळी कामाला सुरुवात करण्यापूर्वी ते प्रत्येक मूर्तीचं आवरण उघडून पाहतात... ही ठीक वाटते का? ती पूर्ण करावी का?"

रत्नकांतेने हळूच एक-दोन मूर्तींवरचे आच्छादन बाजूला करून पाहिले आणि

ती थक्क झाली. दर्पणात डोकावल्याचाच भास झाला तिला.

'प्रत्यक्ष पाहिलं नाही तरी इतके बारकावे कसे रेखता आले? खरंच सच्चा कलावंत दिसतोय नीलकंठाचा हा वल्लभशास्त्री!'

"हां हां... विस्कटू नकोस. शास्त्रींच्या लगेच लक्षात येईल." नीलकंठ ओरडला.

"पण माझ्याच तर मूर्ती आहेत त्या." ती रुसक्या स्वरात म्हणाली.

नीलकंठाने ते ऐकले नाही. पुढे होऊन तो खाली दरीत वाकून बघत होता. मागे वळून न पाहता तसाच हात लांबवून त्याने रत्नकांतेला पुढे बोलावलं. सावधपणे बेतानेच पुढे झुकत दोघांनी दरीतलं दृश्य पाहिलं.

समोर कोसळणाऱ्या त्या विलक्षण सुंदर आणि तितक्याच प्रचंड जलप्रपाताची वल्लभला जणू जाणीवही नव्हती. अत्यंत एकाग्र होऊन तो पुढ्यातल्या शिळेवर घाव घालत होता. मध्येच थांबून त्यावर काही आखून घेत होता. विचारमग्न होऊन पुन्हा ते पुसून टाकत होता.

घावही कसे? कधी सारं बळ एकवटून घातलेले तर कधी कुरवाळणंही अति वाटेल अशा नाजूक हाताने....

अनिमिष नेत्रांनी रत्नकांता त्याच्या पाठमोऱ्या आकृतीकडे पाहत राहिली. विशाल स्कंध, घट्ट तुकतुकीत पाठ, बाहूंची प्रमाणबद्ध हालचाल, वर उठताना दंडात तरारून येणारे स्नायू, पाठीवर मुक्तपणे लहरणारा पिंगट, सोनेरी केशसंभार, सूर्यप्रकाशात तळपणारी निरोगी कांती आणि या सगळ्यावर मात करणारी हालचालीतून सहज उमटून दिसणारी बेफिकिरी... असे बेफिकीर, अनाघ्रात मर्दानी सौंदर्य ती प्रथमच पाहत होती. आजवर दुरून पाहिलेले, पोथ्यापुराणातून ऐकलेले, नोकरांच्या हातून पत्र पाठवून तिची अभिलाषा व्यक्त करणारे सगळे पुरुष वेगळेच होते. स्वत:च्या बळाची, सौंदर्याची, स्त्रियांना मोहवणाऱ्या आपल्याजवळच्या सर्व शस्त्रांची त्यांना पुरेपूर जाणीव असायची आणि ती जाणीव त्यांच्या वागण्यातून स्पष्ट व्हायची... त्या पार्श्वभूमीवर वल्लभ फार वेगळा वाटला तिला. स्वत:च्या सामर्थ्या-सौंदर्याविषयी पूर्णत: बेफिकीर, कसलाच माज नसलेला, आत्ममग्न, आत्मतुष्ट, स्वत:च्याच मस्तीत बुडून जगाचे अस्तित्व भिरकावून जगणारा!

नीलकंठाच्या तोंडून त्याच्या वेडाबद्दलचे कौतुक ऐकले होतेच तिने. पण आता त्याच्याकडे प्रत्यक्ष पाहताना तिला वाटलं की, ते जगावेगळे वेड हेच याचे सामर्थ्यही आहे आणि सौंदर्यही.

आपण काय करतो आहोत ते पुरते लक्षात येण्याआधीच पायातले नुपूर हातात घेऊन पावलांचा आवाज न करता, पण अतिशय वेगाने ती त्या उतारावरून खाली उतरली. तिच्या अशा वागण्याने भयचकित झालेला नीलकंठ पुढे धावला आणि तिला गप्प राहण्याची खूण करून त्याने हाक मारली... "शास्त्रीऽऽ"

वल्लभने मागे वळूनही पाहिले नाही.

"काही आणलं असलंस तर कुटीतच ठेवून जा नीलकंठा."

"अं... काही आणलं नाही, पण...."

त्याच्या चाचरण्यानेही वल्लभची तंद्री भंगली नाही. हातातली कृष्णकांडी समोरच्या आकृतीवर फिरवत त्याच तल्लीनतेने तो आकार रेखत राहिला.

त्याची ती एकतानता बघून रत्नकांतेनेच धीर केला.

"त्याने मलाच आणलं आहे तुमच्या भेटीला." तिने खास लाडिक, मंजुळ स्वर लावला.

"कोण तुम्ही?" स्त्रीस्वर ऐकूनही वल्लभची हालचाल बिथरली नाही.

"मी... मी रत्नकांता. जिचा पाषणपुतळा तुम्ही बनवताय ती जिवंत रत्नकांता."

वल्लभचा हात एकदम थांबला. सहजसैल काया ताठरून स्तब्ध झाली. त्याने श्वास रोखल्याचे तिला मागूनही जाणवले. तिच्या मनात विजयानंदाच्या अनावर लाटा उसळल्या. पण मागे वळून पाहण्याऐवजी त्याने नकारार्थी मान हलवली.

"नाही. तुझी मूर्ती नाही घडवत. मी माझ्या मनातल्या रत्नकांतेला इथे साकारतोय. जिच्या पावला-तळव्यांच्या आणि अर्ध्यामुर्ध्या चेहऱ्याच्या दर्शनानेही मी आकंठ तृप्त झालोय. ती रत्नकांता माझ्या मनात आहे."

"तीच मी... इथे तुमच्यासमोर साक्षात उभी आहे. शास्त्री, आपल्या कलेच्या या जिवंत रूपाचं दर्शन घ्यावंसं वाटत नाही तुम्हाला?"

"नाही. आत्ता तरी नाही. आत्ता माझ्या साधनेच्या या टप्प्यावर प्रत्यक्ष तुला पाहिलं तर माझ्या अंत:चक्षूंपुढे साकारलेलं, केवळ काही खुणांच्या साहाय्याने पूर्ण करायला घेतलेलं माझ्या मनातलं ते सौंदर्य विस्कटून जाईल. तसं व्हायला नकोय. ही एक कलाकृती तरी मला पूर्ण करू दे. माझ्या आयुष्याचं इप्सित आहे ते."

"पण मी मुद्दाम आले आहे. तुमच्यासाठी... तुमच्या कलेसाठीच...."

"मला आदर आहे तुझ्याबद्दल. ओढ आहे, प्रेम आहे, सगळं आहे. पण तरीही तुझं दर्शन नकोय मला. यापुढे एक शब्दही उच्चारू नकोस. माझ्या कलेवर श्रद्धा ठेवून इथे आली असलीस तर आल्या पावली तशीच निघून जा. कृपा कर. माझ्या दृष्टीस पडू नकोस."

हातातले रौप्यनुपूर त्याच्या दिशेने भिरकावून रत्नकांता मागे फिरली, तिच्या सौंदर्याकडे वळूनही न पाहणाऱ्या त्या पुरुषोत्तमावरचा धुमसता संताप मनात घेऊन.

रात्र बरीच झाली होती. नुकतीच चैत्री पुनव होऊन गेली होती. चांदण्यांची तलम झिरझिरीत चुनरी ओढून रजनी दारात उभी होती. फाल्गुन मासातली थंडी संपून हवेत

उबदार, मोकळे चांदणे उतरले होते. त्या चांदण्याचा गारवाही आल्हाददायक होता. पण या सगळ्याची जादू रत्नकांतेवर मात्र चढत नव्हती. रोजच्यासारखी तिची सेविका केसांना तैलमर्दन करून आणि पावलांना उष्ण पाण्याचा शेक देऊन गेली होती. आईने केशराचे दूध प्यायला लावले होते. सारे रोजचेच व्यवहार, पण निद्रा उडवून लावणारी ही अस्वस्थता मात्र रोजची नव्हती... यापूर्वी कधीच हा अनुभव तिला आला नव्हता. तिच्या सौंदर्याचा अवमान करणारा अनुभव... मनात हलकेहलके उमलू पाहणारी प्रीती अव्हेरल्याचा अनुभव... वैफल्याचा, अपमानाचा दाहक अनुभव....

ज्याने हा अनुभव दिला होता, त्या वल्लभबद्दलच्या संतापाची फुणफुण मनात अजून तशीच होती. पण तरीही तिच्या इच्छेविरुद्ध ते मन त्याच्याचकडे झेपावतही होते.

कलानंदात रममाण झालेली त्याची देखणी मूर्ती पुन:पुन्हा डोळ्यांसमोर येत होती. वेदनेने पिळवटल्या स्वरातले त्याचे उद्गार पुन्हापुन्हा कानावर आदळत होते....

"तुझी ओढ आहे मला रत्नकांते, पण इतक्यात तुझं दर्शन घ्यायचं नाही मला."

त्या वाक्याचा पूर्वार्ध तिच्या मनातल्या प्रीतीला सुखावत होता आणि उत्तरार्ध मात्र अहंकाराला डिवचत होता.

'का? का असं नाकारलं असेल त्याने माझं दर्शन?'

नीलकंठाने केलेलं त्याचं वर्णन तिला आठवून गेलं... 'शास्त्री म्हणजे सच्चा कलाकार आहे. त्यांच्या मनात एक अथांग सागर दडलेला आहे; अतृप्त, अशांत सागर. अलौकिक सौंदर्याचं दर्शन झालं की, त्या सागराच्या लाटा मनाच्या भिंतींना धडकायला लागतात आणि आतला अस्वस्थ कलाकार त्या भिंती तोडून बाहेर येऊ पाहतो.'

'मग त्याच्यातल्या त्या कलाकाराला मागं वळून आपल्या सौंदर्याला दाद देण्याचीही इच्छा होऊ नये? मनाने साकारलेलं सौंदर्य म्हणे! माझं सौंदर्य पूर्णपणे पाहिलेलं नसताना काय साकारलं असेल ह्याच्या मनाने?'

तळमळून कूस बदलताना तिच्या डोळ्यांसमोर कुटीबाहेर ठेवलेल्या त्या अर्धवट घडवलेल्या मूर्ती तरळून गेल्या.

'त्यावरचं आवरण दूर करून त्या नीट बघायच्या राहूनच गेल्या होत्या. तशाच तिष्ठत पडल्या आहेत त्या तिथे. वल्लभ त्यांच्याकडे रोज आस्थेने पाहत असेल. आपला पायरव, आपल्या स्वरातलं आर्जव ज्याला जाणवलं नाही, त्याला त्या निर्जीव मूर्तींवरचं वस्त्र ढळलेलं जाणवतं? नवलच आहे. माझ्यापेक्षा भाग्यवान म्हणायच्या त्या मूर्ती. वल्लभचा कृपाकटाक्ष, त्याचा हस्तस्पर्श रोज लाभतो त्यांना... आणि मी मात्र एका कटाक्षालाही वंचित....'

दूरवर मंदिरातली घंटा घणघणली.

'प्रहर उलटला असणार. आता काही क्षणांतच पहाट उमलेल. निद्रिस्त विश्व जागं होईल. नित्यक्रमाला लागेल. तोही... श्रीवल्लभ! मूर्ती घडवण्यासाठी हत्यारं उचलण्यापूर्वी तो प्रत्येक मूर्तीवरचं अवगुंठन दूर करेल. त्यावर अलगद हात फिरवेल. आजतरी त्याला त्याच्या कलेतलं ते पूर्णत्व सापडून जाईल? की आजही पुन्हा आणखी एक अपुरी मूर्ती जन्माला येईल?'

रत्नकांतेच्या मनात अनोखी हुरहूर दाटून आली. वल्लभचा राग आलेला असूनही त्याच्याबद्दलच्या जवळिकीने तिचे हृदय भरून आले. त्याच्या बोटांचा हळुवार स्पर्श प्रत्यक्ष जाणवल्यासारखी तिची काया थरथरली. विलक्षण ओढीने ती मंचकावरून उठली.

तिच्या जिवणीतून निश्चयी स्मित सांडत होते.

घाईघाईने रोजची आन्हिके उरकून वल्लभने आपली आयुधे हातात घेतली. आज नेहमीपेक्षा कितीतरी लवकर तो खाली निघाला होता. अजून सूर्य उगवला नव्हता. पहाटेचा संधिकाल, तुरळक दवाने भिजलेली आर्द्र हवा. रात्री नीट झोप न लागल्यामुळे त्याचे डोळे चुरचुरत होते. गात्रांना थकवा जाणवत होता. का कोण जाणे, पण कालची रात्र वेगळीच वाटली होती त्याला. शरीर रोजच्यासारखंच श्रांत, पण मनात मात्र एक चमत्कारिक अस्वस्थता हेलकावत होती. त्या भरतीच्या लाटांमुळेच नीटशी झोप लागली नव्हती. रात्रभर वेड्यावाकड्या स्वप्नसावल्या अर्धजागृत अवस्थेत त्याला सतावत राहिल्या होत्या.

त्यामुळेच आज तो नेहमीपेक्षा लवकरच आपल्या कर्मभूमीकडे निघाला होता.

खाली उतरण्यापूर्वी हातातली आयुधे शेजारच्या कातळावर ठेवून सवयीनेच तो अपुऱ्या शिल्पांकडे वळला... एकेका शिल्पावरचं आवरण उघडून ते शिल्प नव्यानेच पाहत असल्यासारखा सूक्ष्म निरीक्षण करत पुढे जाऊ लागला.

एकाहून एक सरस उतरलेल्या त्या गौरगुलाबी पाषाणमूर्ती. कुणाचे ओठ मनासारखे जमले नव्हते म्हणून, तर कुणाचे नाक नीट वाटले नाही म्हणून, कुणाच्या नेत्रातले भाव उच्छृंखल वाटले म्हणून, तर कुणाच्या मान वेळावण्यातला डौल बिघडला म्हणून... अशा अगदी छोट्याछोट्या कारणांनी त्याने बाजूला सारलेल्या कित्येक मूर्ती. कलेच्या परिपूर्णतेचा प्रवास करताना ओलांडलेले अंतराच्या खुणेचे दगडच जसे काही. एकेक दगड ओलांडून जाताना गाठलेला प्रवासाचा पुढचा टप्पा.

एका मूर्तीपाशी तो काहीसा विचारमग्न होऊन थांबला. ही मूर्ती आपण का बाजूला सारली होती, तेच त्याला आठवेना. पुन्हापुन्हा नीट निरखूनही त्या मूर्तीतले न्यून त्याच्या ध्यानात येईना. रेखीव भालप्रदेश, त्याखालच्या भुवयांची धनुष्याकृती

बंद नेत्रांच्या जागी कोरलेली दोन कमलदले, नासिकेचा धारदार उतार, त्याखालचे नाजूक ओठ....

'पहाटेच्या धूसर प्रकाशात त्यांचा रंग खरोखरीच गुलाबपाकळ्यांसारखा दिसतोय? की आपली झोप नीट झाली नाही म्हणून तसा भास होतोय?'

केळीच्या गाभ्यासारख्या नितळ मानेवरून त्याची नजर खाली उतरली. उरोजांची प्रमाणबद्ध गोलाई, कटिप्रदेशाची तलम वलयं, नाभीचा नाजूक खळगा, नितंबांच्या आकर्षक वेलांट्या आणि....

'हे... हे... सारं आपण घडवलं आहे? इतकं परिपूर्ण? इतकं प्रमाणबद्ध? आपल्या हातून कधी घडलं हे शिल्प? आणि त्यात कोणतं न्यून आहे म्हणून आपण ते असं बाजूला सारून ठेवलं आहे?'

गोंधळून जाऊन त्याने पुन्हा त्या शिल्पाकृतीवरून हात फिरवला.

...आणि भयाने तो नखशिखांत थरथरला. दचकून मागे सरकला. हा स्पर्श पाषाणाचा नव्हता. ह्या मूर्तीच्या स्पर्शात जिवंत ऊब होती. तिचा स्पर्श अचेतन, थंड पाषाणस्पर्श नव्हता.

वल्लभच्या अशा दचकण्याने त्या मूर्तीचे ओठ विलगले, विजयाच्या स्मिताने रुंदावले.

"क... कोण आहेस तू?" तो प्राणभयाने किंचाळला.

"मी रत्नकांता. तुझी स्फूर्तिदेवता."

"अशा अवेळी इथे का आलीस? आणि अशी... अनावृत्त... तुला संकोच, लज्जा, या एकांतस्थळाचं भय... काही काही वाटलं नाही?"

आपले नेत्र झाकून घेत त्याने हातातलं वस्त्र तिच्याकडे भिरकावलं.

"जा निघ इथून. स्वत:ला झाकून घे आधी."

"नाही शास्त्री. सगळी लज्जा, संकोच सोडून मी इथे आलेय, फक्त तुमच्यासाठी. तुमच्या कलेच्या पूर्ततेसाठी. आता तुम्ही डोळे झाकून घेऊ नका."

त्याने स्वत:च्या डोळ्यांवर गच्च दाबून धरलेले तळवे तिने हाताने ओढून बाजूला केले.

"मी एक स्त्री म्हणून तुमच्यासमोर आलेली नाही. तुमच्या कलेचा पूर्णाकार म्हणून आलेय. तुमचे कलेचे नेत्र उघडून माझ्याकडे बघा... या इथे अशा अर्धवट पडलेल्या मूर्ती पाहवत नाहीत मला. त्यांच्यातलं न्यून तुम्हाला गवसावं, ते पूर्ण करता यावं म्हणूनच आले आहे मी इथे. तुमच्या कलेवर माझी प्रीती जडलीय, भक्ती जडलीय. त्या कलेसाठी सगळी लज्जा, संकोच सोडून आलेय मी इथे. तुमच्या आयुष्याचं इप्सित– तुमची अजोड कलाकृती आज पूर्ण होऊ देत. त्यासाठी कितीही वेळ मी इथे अशी थांबायला तयार आहे. पण माझं पूर्ण रूप पाहून तुम्ही...."

"नाही. आता ते कदापि शक्य नाही. माझ्या कलाकृतीला आता कधीच पूर्णत्व लाभणार नाही. कामिनी, घात केलास तू माझा. एकच अवघा आनंद होता माझ्या जीवनात. तोही हिरावून घेतलास.''

"पण... पण मी असं काय केलं? उलट तुमच्या कलेला पूर्णत्व मिळावं म्हणूनच मी....''

"कलेच्या पूर्णत्वाची भाषा तुझ्या तोंडी शोभत नाही रूपगर्विते. कारण तुला कलेचा अर्थच कळलेला नाही. अगं खऱ्या कलेला कधीच पूर्णत्व लाभत नाही आणि तिला ते नकोही असतं.

"कोणत्याही कलाकाराचं बलस्थान म्हणजे त्याची प्रतिभा, त्याची कल्पना. तीच त्याच्या हातून नवनिर्मिती घडवते. पण या कल्पनेच्या बहरण्याला पूर्णत्व मानवत नाही. त्यासाठी आवश्यक असतं ते अपुरेपण. अस्वस्थता हाच तर कलेचा, प्रतिभेचा आत्मा असतो. पूर्णत्वाच्या शोधाचा प्रवास म्हणजेच कलानंद... तुझ्यातल्या कलाकाराला हे उमगलं नाही?

"कलाकृतीत एक गूढार्थ असावा लागतो. एक रहस्य असावं लागतं. आज ते रहस्यच तू असं उघड्यावर मांडून ठेवलंस... का? का अशी वागलीस?

"स्वतःला कलावंत, कलासक्त समजणारी तू. आपल्या उतावीळ बुद्धीने काय करून बसलीस हे? माझ्यातला कलाकार संपला... इथेच... आता....''

बेभान वेगाने वल्लभ त्या प्रचंड जलौघाकडे धावला.

हतबुद्ध होऊन रत्नकांता तशीच उभी होती वाऱ्याने फडफडणारं अंगावरचं वस्त्र सावरीत....

■

राजवस्त्र

बसला एकदम हिसका बसला म्हणून दचकून प्रियाने खिडकीबाहेर पाहिलं आणि रोजच्या रस्त्यावरचं चौकातलं परिचित दृश्य दिसल्यावर तिला एकदम भान आलं. 'सिग्नलपाशी बस थांबलीय म्हणजे आता दोन चौकापलीकडे उतरायचंच की!'

उतरायचं म्हणून खिन्नतेचा हलकासा तरंग मनावर उठेस्तोवर दुसरीही एक महत्त्वाची गोष्ट लक्षात आली, 'पंचवीस सीटच्या बसमध्ये आपण तिघंच उरलोयत. त्यापैकी एक ड्रायव्हरच आहे आणि दुसरे दोघं म्हणजे आपण आणि अरुण वझे.'

आणि मग त्या हलक्याशा खिन्नतेबरोबर खजीलपणाचीही भावना...

'उरलेली सगळी माणसं उतरून गेली. अगदी आपल्या शेजारी बसलेली कल्पनाही उतरली. तरी आपल्या ते लक्षात येऊ नये? अरुण वझेशी बोलण्यात एवढ्या गुंगून गेलो आपण?'

आपल्या खिन्न, खजील मनाला तिने घाईघाईने जागेवर आणलं आणि मग उगीचच ओढणी ठीक करून, पर्स चाचपत ती अरुण वझेला म्हणाली, "बोलताबोलता येऊन पोहोचलो की आपण. मी इथं वाचनमंदिराच्या चौकात उतरणार. तुम्ही?''

अरुण वझे किंचितसा विचारात पडला. 'आता प्रवास संपला. उतरावं तर लागणारच.' असा हताश भाव त्याच्याही डोळ्यांत तरळून गेला. अस्वस्थपणे पॅंटच्या खिशातून बाईकची किल्ली काढून तो ती बोटांभोवती फिरवत राहिला.

त्याच्या त्या अस्वस्थ हालचालींनी प्रिया आणखी खिन्न झाली. पण आत कुठेतरी सुखावलीही.

'आपल्यासारखंच त्यालाही वाईट वाटतंय आजचा दिवस संपल्याबद्दल....' तिच्या मनातली खिन्नता जरा पुसट झाली.

''चलो. इसी बहाने एक मस्त पिकनिक तर झाली.'' सगळ्या भावना नीट आवरून-सावरून अरुण वझेनी निरोपाचं भाषण सुरू केलं.

''हो ना. तेवढाच चेंज.'' तिनेही मग दिवसभराचा वेगळा, प्रसन्न मूड पुसण्याचा प्रयत्न करत आवाजात औपचारिक सहजता आणली.

पण बसमधून उतरल्यावर परत ते सुखद, हळवे क्षण लांबवण्याचा मोह झालाच दोघांना. अरुण वझेनं 'जस्ट अ कप ऑफ कॉफी,'चा आग्रह केला, सहजच केल्यासारखा... आणि प्रियानेही त्याला होकार दिला, 'चालेल,' अशी अलिप्त भूमिका घेतल्यासारखा....

खरं म्हणजे त्यांची काही आजच ओळख झालेली नव्हती. वेगवेगळ्या ब्रँचमध्ये असले तरी बँकेच्या कामाच्या निमित्ताने कधी ना कधी संबंध यायचाच. पण एवढी जवळीक, अशा गप्पा आजपर्यंत झाल्या नव्हत्या. रोज समोर दिसणारं एखादं पुस्तक कव्हरवरून ओळखीचं वाटलं तरी वाचण्याची उत्सुकता वाटू नये आणि एखाद्या दिवशी अचानक उघडल्यावर झपाटल्यासारखं वाचताना, 'अरे, एवढे दिवस समोर दिसत असूनही हे पुस्तक कसं वाचलं नाही आपण?' असा प्रश्न पडावा, असाच विलक्षण अनुभव होता आजच्या दिवसाचा.

त्यांच्या बँकेनं दत्तक घेतलेल्या सोनवली गावाची या वर्षी शासनानं आदर्श खेडं म्हणून निवड केली होती. तिथल्या ग्रामपंचायतीने त्यानिमित्ताने छोटासा समारंभ आखला होता. परमारसाहेबांनी गेल्याच आठवड्यात प्रत्येकाला बोलावून 'यायलाच पाहिजे,' असं बजावलं होतं म्हणून नाइलाजाने ती आणि कल्पना तयार झाल्या होत्या. नाहीतर अख्खा रविवार असा फुकट घालवणं दोघींच्याही जिवावरच आलं होतं. पण बँकेनं गाडीच ठरवली होती.

'स्पेशल पिकनिक समजून जाऊ यात गं.' म्हणत दोघींनीही एकमेकींना उसना उत्साह पुरवला होता. पण सकाळी गाडी सुटल्यावर नेहरूनगर ब्रँचच्या अरुण वझेनं आठवणींच्या भेंड्यांची भन्नाट कल्पना मांडली आणि त्या कल्पनेतही रूक्ष वाटणाऱ्या रविवारचा चेहराच बदलून गेला... निदान प्रियासाठी तरी!

प्रवास सुरू झाल्यावर कुणीतरी नेहमीसारखीच अंताक्षरीची टूम काढली आणि पंचवीस सीट्सच्या त्या बसमधे 'दीदी तेरा देवर दीवाना' पासून 'नाना करते प्यार' पर्यंतचा ठरावीक क्रमाचा कोरस रंगात आला.

''प्लीज स्टॉप!'' मागच्या बेंचवरून अरुण वझे ओरडला, ''आपण जरा

नेहमीपेक्षा वेगळ्या भेंड्या खेळू यात.''

''फक्त मराठी भावगीतं वगैरे असला अळणी प्रकार असेल तर मी बाद.'' क्षीरसागरनी आधीच जाहीर केलं.

''मग काय फक्त आर्या आणि श्लोकच म्हणायचे की काय?'' मिसेस मराठेंनीही खिल्ली उडवली.

''की इंग्लिश साँग्ज? माय हार्ट इज बीटिंगऽ'' खैरनारनीसुद्धा चेष्टेचाच सूर लावला.

पण अरुण वझे ठाम होता....

''कोणत्याही भाषेतली गाणी नकोतच. आपण आठवणींच्या भेंड्या खेळू यात.''

''आठवणींच्या भेंड्या? हा काय प्रकार आहे?''

''कुणीतरी आपली एखादी आठवण सांगायला लागला की, आपल्याला वाटतं अशाच प्रकारचा थोडा वेगळ्या तपशिलाचा प्रसंग आपल्याही आयुष्यात घडून गेलाय. मग आपण तो सांगायचा... तो ऐकताना तिसऱ्याला स्फूर्ती येईल. असं केलं म्हणजे गप्पाही होतील आणि टाईमपासही.''

अरुण वझेची कल्पना कुणाला फारशी पसंत पडली नाही. पण 'बघू यात तर खरं. दीडेक तासाचाच प्रवास आहे,' अशा समजूतदार विचाराने मंडळींनी माना डोलावल्या आणि त्या वेगळ्या भेंड्यांना सुरुवात झाली.

गाडी जेव्हा सोनवलीला पोहोचली तेव्हा मागच्या बेंचवर फक्त प्रिया, कल्पना, वझे, चोरघडे आणि नीना समतानी एवढी पाचच माणसं आठवणींच्या भेंड्यांत मनापासून रमली होती.

लहानपणीच्या, शाळेतल्या, मैत्रीच्या, भांडणाच्या, कॉलेजच्या, गॅदरिंगच्या, नाटकाच्या, स्पर्धेच्या, प्रेमात पडल्याच्या अशा कोवळ्या आणि टवटवीत, आठवणीच सगळ्या! पण सकाळीसकाळी त्या आठवणींनी निरागस प्रसन्नतेचं अत्तरशिंपण केलं! दिवसभर तो मंद सुगंध अवतीभोवती दरवळत राहिला.

आठवणी सांगतासांगता गवसलेले एकमेकांच्या आयुष्यातले रागालोभाचे कितीतरी सामाईक क्षण! फक्त आपलंच असं होतं असं वाटायला लावणाऱ्या अतिखासगी क्षणांचं दुसऱ्याच्या आयुष्यातलं निःसंकोचपणे झालेलं दर्शन, त्यातून उलगडत गेलेले एकमेकांचे स्वभावविशेष, व्यक्तिमत्त्वाचे अदृश्य नि अनोळखी कोपरे, समान आवडीनिवडींची आणि अवघडलेल्या अभिमानाची प्रतिबिंबं... सगळं विलक्षणच होतं. कितीतरी दिवसांनी असं निवांत, निर्हेतुकपणे सैल, मोकळं होत जाण्याचा आनंद काही वेगळाच होता. दिवसभर थेंबाथेंबानं तो आनंद मनात झिरपत राहिला आणि मुख्य समारंभाच्या कडेकडेने तिच्या आणि वझेच्या गप्पा रंगत

राहिल्या. त्यात इतर सगळेही सामील होते. कल्पना, चोरघडे, लोणकर, पण ते अधेमधे तोंडी लावण्यापुरते. गप्पांचा तो नितळ पारदर्शी प्रवाह तिने आणि वझेनेच अखंडपणे वल्हवत पुढे नेला होता. अगदी आत्ताच्या गाडीतून उतरण्याच्या क्षणापर्यंत.

"सोनवली बँकेचं किती देणं लागतं त्याचे तपशील आत्ता नेमके ठाऊक नाहीत मला. पण मी मात्र नक्कीच सोनवलीचं देणं लागतो, आजच्या ह्या सुंदर दिवसाबद्दल!"

"खरंच! जेमतेम आठ ते दहा तासच. पण आत्ता असं वाटतंय की, खूप दिवसांची जुनी मैत्री आहे आपली."

"मॅडम, एक सांगू तुम्हाला? मैत्री हा शब्द वापरू नका प्लीज. फार गुळगुळीत झालाय तो शब्द आता."

"रिझर्व बँकेने चलनातून काढून तर टाकला नाही ना अजून?" ती खट्याळपणे म्हणाली. पण वझे गंभीरच होता.

"नाव द्यायलाच हवं का प्रत्येक अनुभवाला? ह्या अशा उत्फुल्ल दिवसाच्या आठवणी कुठलंही नाव न देता जपाव्यात की... आणि मैत्री हे तर फार बेगडी, पोकळ नाव आहे आजच्या दिवसातल्या आनंदासाठी."

"मला नाही तसं वाटत. मैत्री म्हणजे एक निरपेक्ष नातं."

"असं अगदी बजावल्यासारखं ठासून सांगतो आपण, अगदी स्वत:लाही. पण प्रत्यक्षात मैत्री जसजशी दाट होत जाते तसतशी आपोआपच आतून वेगवेगळ्या अपेक्षांनी पोखरत राहते. मित्र किंवा मैत्रीण हे मग जवळचं नातं न उरता हेव्यादाव्याचंच एक नाव ठरतं. त्यापेक्षा सखी म्हणावं. काही काळापुरतं का होईना, पण मनाशी खरंखुरं सख्खं नातं जोडणारी ती सखी."

"काही काळापुरतं असं का म्हणता? नीट काळजी घेऊन टिकवलं की, नातं व्यवस्थित टिकतं, अगदी शेवटपर्यंत. माझा स्वत:चा अनुभव आहे हा."

"काळजी घेऊन टिकवावं लागणं हाच नात्याचा पराभव नाही का? आणि आजच्या क्षणांनी जो आनंद दिला तो तर नात्यात बांधूच नका प्लीज. कारण हे क्षण असे बांधून टिकवू पाहिले तर त्याची गोडीच जाते. हे सगळं तेवढ्या क्षणापुरतं ठीक असतं, समुद्राच्या लाटेसारखं. नंतर खूणसुद्धा उरत नसली तरी तिचं उसळणं त्या क्षणापुरतं सत्यच असतं ना."

"हं." काहीशा नाराजीनं ती पुटपुटली.

एवढ्या सुंदर, भारावलेल्या दिवसाचा मुद्दाम थांबून निरोप घेताना वझेचं हे विवश तत्त्वज्ञान अगदी नकोसंच वाटलं तिला.

"फारच झोकदार झालेला दिसतोय प्रोग्रॅम." आल्याआल्या तिचा तरंगता मूड

बघून सतीशने चिडवलं.

"प्रोग्रॅमचं ठाऊक नाही. पण माझा दिवस मात्र तुझ्या भाषेत सांगायचं तर एक्स्ट्रॉ झोकदार गेलाय. इतका मस्त..." कपडे बदलतानाच तिने सतीशला अरुण वझेबद्दल सांगून टाकलं.

ती आतल्या खोलीत, तो हॉलमध्ये टीव्हीवरच्या न्यूज ऐकत बसलेला. तरीही तिच्या आवाजातला काठोकाठ उत्साह त्याच्यापर्यंत नेमका पोहोचला. बातम्यांकडचं लक्ष वळवून त्याने तिचं बोलणं आधी मन:पूर्वक ऐकलं आणि मग भसकन टाचणीच लावली तिच्या मूडला....

"बायका हळव्या, अशा चकचकीत वाक्यांना भुलणाऱ्या असतात, हे पुरुषांना पक्कं ठाऊक असतं. म्हणून मग दिवसभराच्या टाईमपाससाठी ही अशा तत्त्वज्ञानी वाक्यांची फिल्डिंग... म्हणजे पुढच्या कार्यक्रमाला त्या वझेला तुझ्या सोबतीची निश्चिंती...."

"काहीतरीच काय सतीश?"

"त्यात 'काऽहीतरीच' असं काही नाही हं. मीसुद्धा असा कुठे ट्रीपला गेलो असतो आणि दोन-तीनच बायका बरोबर असत्या तर त्यातल्यात्यात दिसायला बरी असेल तिला असंच तत्त्वज्ञान पाजळून गंडवलं असतं."

सतीश एकाग्रपणे रिमोटची बटणं दाबत जोरात हसला. तसा सतीश खूप समजूतदार आहे. एखाद्या पुरुषाचं मागे लागणंही तिला मोकळेपणाने सांगता यावं इतका समजूतदार. तिच्या चांगलं दिसण्यावरून तर तो नेहमीच थट्टा करतो तिची... तरीही त्याचं आजचं चिडवणं तिला आवडलं नाही.

'तिचं वागणंबोलणं मोकळेपणाने स्वीकारणाऱ्या सतीशने आजच अशी भाषा का वापरावी?' तिच्या स्वभावानुसार ती बराच वेळ विचार करत राहिली.

त्याचं वाक्य, त्याचं वागणं खोलवर खणत गेली आणि तिच्या लक्षात आलं, 'आजवर नव्याने ओळख झालेल्या कोणत्याच व्यक्तीबद्दल, विशेषत: पुरुषाबद्दल आपण असं भारावून बोललो नव्हतो. कोरडे, बिनधोक संबंध समजून घ्यायला सोपे जातात. पण आजचं आपलं वझेबद्दलचं भिजून-भारावून बोलणंच सतीशच्या मनात एखादी ठिणगी पेटवून गेलं असेल का?' आणि मग ह्या विचारानंतर वझेची वाक्यं तिला प्रकर्षाने आठवत, पटत राहिली, पुन:पुन्हा.

'जसजसे आपण एकमेकांच्या जवळ येतो तसतशी आपली समजून घ्यायची ताकद कमी पडायला लागते. केवळ अपेक्षांचे आणि मालकी हक्कांचे ताण वाढत जातात.'

दोन दिवस झाले, घरचा फोन डेड होता. आईला फोन लावायचा म्हणून लंच अवरमध्ये प्रिया बाहेर पडली, बरोबर कल्पनाही. कोपऱ्यावरच्या कॉफी हाऊसशेजारीच काचेची केबिन उभारून केलेला एस.टी.डी. बूथ होता. प्रिया, कल्पनाचं हे कॉफी प्यायचं नेहमीचं ठिकाण.

फोनपाशी फारशी गर्दी नव्हती. तिथली मुलगी निवांतपणे कादंबरी वाचत बसली होती. या दोघींकडे बघून तिने भुवयांना प्रश्नार्थक बाक दिला. प्रियाने नंबर सांगताच हातातली कादंबरी बाजूला पालथी घातली. सावकाश हालचाली करत नंबर फिरवून फोन लागल्यावर 'हं' म्हणून रिसीव्हर प्रियाकडे देऊन ती पुन्हा वाचनात गुंतली.

फोन झाल्यावर बिल घेतानाही तशाच संथ हालचाली. प्रिया किंचित चिडून तिच्या हालचाली न्याहाळत राहिली. ती सावळी असली तरी रेखीव होती. केसांचं वळण साधं, पण मोहक होतं. बघितल्याबरोबर चारचौघींपेक्षा चटकन वेगळं वाटावं असं रूप, पण चेहऱ्यावर एक लाचार, ओशाळा तरंग आणि हालचालींमध्ये भरून राहिलेला नाइलाज.

''मला नेहमी कोडं पडतं कल्पना. ही मुलगी अशी का वागत असावी?''

''अशी म्हणजे?''

''बघ ना. तिच्या डोळ्यांत एक छान चुणूक आहे. पण चेहरा किती ओशाळा, दीनवाणा दिसतो तिचा.''

''अगं, गरीब असेल, दबलेली असेल.''

''तेच ना! असू देत दबलेली. फोन लावून देताना अगदी आपल्यावर उपकार केल्यासारखी देते. मग तोच दिमाख जरा चेहऱ्यावर आणला तर चेहरा किती छान, किती वेगळा दिसेल.''

''जाऊ देत ना. आपल्याला काय करायचंय?'' कल्पना जरा चिडल्यासारखीच झाली.

''तुला चिडायला काय झालं?'' प्रियाला तिचं चिडणं समजेना.

''तू फार कीस पाडत बसतेस बारीकसारीक गोष्टींचा. कशी का असेना ती मुलगी. फोन तर लागला नं? बिल द्यायचं अन् बाजूला व्हायचं.'' कल्पना आणखी तडतडली.

''ते तर दिलंच गं. फक्त काय असतं म्हणजे तिचं व्यक्तिमत्त्व परिपूर्ण वाटलं असतं तेवढं सांगितलं. मला नेहमीच तिच्याकडे बघितल्यावर तसं वाटतं.'' प्रियाचं चालूच होतं.

''तुला ना प्रिया, फार सवय आहे प्रत्येक गोष्टीपुढे पूर्णविराम ठेवून बघण्याची. आयुष्य इतकं परिपूर्ण नसतं गं. तुला वाटतं की, एखाद्याच गोष्टीमुळे अपूर्णता येते,

पण एकेकाचं आयुष्य अनेक अर्थांनी अपूर्ण असतं. तुझ्या वाट्याला सगळं व्यवस्थित आलंय. म्हणून तुला वाटतं एवढंसं काही मिसळलं की, एखादी गोष्ट अगदी परफेक्ट होऊन जाते. तसं नसतं. कधीच, कुणाच्याच बाबतीत नसतं. फक्त तुझा अपवाद सोडला तर....''

कल्पना तडातडा बोलतच राहिली. सगळाच संदर्भ काही त्या बूथवरच्या मुलीचा होता, असं नाही. आधीचं साचलेलंही बरंचसं होतं त्यात. कल्पनाचा प्रेमभंग झालेला होता. मनाविरुद्ध ज्याच्याशी लग्न करावं लागलं तो बराच तिरसट आणि संशयी स्वभावाचा. त्यामुळे तिला खूप त्रास व्हायचा. त्या पार्श्वभूमीवर प्रिया आणि सतीशच्या सहजीवनाबद्दल वाटणारा मत्सर तिच्या तोंडून बरेचदा थट्टेच्या रूपाने बाहेर पडायचा. पण आजचं तिचं तडतडणं मात्र विषारी होतं. खूपसं मनात साचून, मुरून त्याचं विष बनलं होतं.

प्रिया विस्मयाने पाहत राहिली. नकळत तिला अरुण वझेचं वाक्य आठवलं, 'मैत्री दुःख गोंजारू शकते. पण तेवढ्याच ताकदीनं आनंद पेलू शकत नाही. हेवा, मत्सर ह्या मूलभूत भावना मैत्रीतही तेवढ्याच प्रकर्षाने उरतात....'

आणि मनोमन त्याचं बोलणं पटूनही तिने जोराजोरात मान हलवली, 'छेऽऽ हे काही खरं नाही.' अशा अर्थाची!

चार दिवस झाले हिराबाई येत नव्हती. घरातली स्वच्छता, धुणंभांडी, सायलीला शाळेत सोडणं, सगळ्याच कामांची गर्दी. प्रिया दोनदा जाऊन आली तिच्याकडे. तिच्या शेजारणीने सांगितलं की, गावाकडून मयतीचा निरोप आला म्हणून ते सगळे गावाला गेलेत. म्हणजे आता कमीत कमी पंधरा-वीस दिवसांची खात्री. दुसरी बाई शोधणं भागच होतं.

प्रियाने कॉलनीत आणि सायलीच्या पाळणाघराच्या दीदींना सांगून ठेवलं. एका सकाळी पावणेदहा वाजता कामाच्या ऐन धुमश्चक्रीत ए विंगमधल्या मिसेस मलकानी एका बाईला घेऊन आल्या.

''सर्वंट पायजे होती ना तुमाला?''

वेळ अशी की, प्रियाला धड तिला थांबवूनही घेता येईना आणि धड नकोही म्हणवेना. घड्याळाचे तीनही काटे सेकंदकाट्याच्या वेगाने पुढे निघाले होते. हिराबाई नसल्यामुळे गेल्या आठवड्यात दोन लेटमार्क झालेत. परमारने केबिनमध्ये बोलावून जिव्हाळ्याने वैयक्तिक चौकशा करण्याचा नकोसा प्रसंग दोनदा ओढवून गेलाय.

''संध्याकाळी येऊ शकाल बाई तुम्ही? प्लीज.'' तिने दिलगिरीच्या सुरात विचारलं.

"येईन नं." त्या घाईतही तिचा स्वच्छ स्वर आणि शुद्ध उच्चार प्रियाच्या मनावर कोरले गेले.

मिसेस मलकानीला आळीपाळीने सॉरी आणि थँक्स म्हणत तिने भराभर कामं उरकली. पण त्या कामाच्या झपाट्यात आपोआपच एक निश्चिंत भाव आला... आता संध्याकाळपासून बहुधा हे सगळं करावं लागणार नाही.

त्या खुषीत कामं उरकूनही ती वेळेवर बाहेर पडली.

"बाई मिळतेय गं बहुतेक आजपासून." दुपारी आठवणीने तिने कल्पनाला सांगितलं.

घरातल्या बारीकसारीक गोष्टीही एकमेकींना सांगायची सवय होती, दोघींनाही! आणि तशीही प्रियाच्या दृष्टीने आजच्या दिवसातली सगळ्यात महत्त्वाची घटना कामाला बाई मिळणं हीच होती....

"मिसेस मलकानी घेऊन आली होती सकाळी. बरी वाटली. तिशीच्या आसपासची असेल."

कल्पनाला तिच्याबद्दल सांगत असतानाच त्या बाईचा चेहरा पुन्हा एकदा डोळ्यांसमोर आला आणि पुन्हा तिला सकाळसारखंच वाटून गेलं, 'हा चेहरा बराच ओळखीचा वाटतोय आपल्याला.'

ठरल्याप्रमाणे संध्याकाळी ती अगदी वेळेवर आली. प्रियाने आता नीट निरखून पाहिलं तिच्याकडे. ही मोलकरणीचं काम करत असेल असं तिच्या राहणीवरून चुकूनसुद्धा वाटलं नसतं कुणाला. अगदी स्वच्छ, पॉलिश्ड व्यक्तिमत्त्व होतं तिचं. फिकट जांभळ्या रंगाची पिनबिन लावून व्यवस्थितपणे नेसलेली साडी, मॅचिंग ब्लाऊज, नीटसपणे विंचरलेले केस, चेहऱ्यावर घरातलं काम आवरल्यावर तोंड धुवून सहज पाय मोकळे करायला बाहेर पडावं तसा तजेला....

"नाव काय म्हणालीस तुझं?"

"सखी."

"काय?"

प्रिया उडालीच.

अरुण वझे कानात गुणगुणून गेला.

"स-खी." तिने पुन्हा ठासून सांगितलं, "म्हणजे नाव सखू आहे, पण सगळे सखी म्हणतात. मलाही आवडतं ते. बेमिसालमध्ये नाही का अमिताभ राखीला सखीच म्हणतो...."

धुणंभांड्याची कामं करणाऱ्या बायकांच्या भाषेतल्या अशुद्धपणाचा लवलेशही तिच्या उच्चारात नव्हता. सहसा त्या बायका ख चा उच्चार क असा करतात, पण हिचा ख च काय प्रत्येक शब्द अगदी खणखणीत, स्पष्ट, ठाशीव. उच्चारातला

तोच ठाशीव ठामपणा नजरेत आणि अगदी उभं राहण्यातसुद्धा.

'ही धुण्याभांड्याचं काम मागायला आलीय की, सतीशच्या ऑफिसमधल्या असिस्टंटचं?' प्रियाला प्रश्न पडला.

"आधी कुठे काम करत होतीस?"

"सी विंगमधल्या नेवरेकरांकडे."

"मग ते का सोडलं?"

"त्यांनी जागा बदलली. त्यांचं नवं घर बरंच लांब आहे आणि त्यांच्या जुन्या फ्लॅटमध्ये आलेली फॅमिली मला फारशी पटली नाही."

"आणखी कुणाकुणाकडे काम करतेस?" घराखाली

"सी विंगमधल्याच ओकांकडे. मी जास्त कामं धरत नाही एका वेळी."

तिचं बोलणं ऐकताना, तिच्याकडे नीट निरखून बघताना एकदम प्रियाच्या लक्षात आलं, हिचा चेहरा खूपसा त्या बूथवरच्या मुलीसारखा आहे. तसंच केसांचं वळण, नाकाडोळ्यांच्या ठेवणीतही बरचसं साम्य होतं. फक्त त्या मुलीच्या चेहऱ्यावरचा लाचार, ओशाळवाणा तवंग नव्हता हिच्या चेहऱ्यावर. त्याऐवजी एक वेगळाच दिमाख, आपण कुठेही कमी नसल्याचा तोरा आणि विशेष म्हणजे तिचा तो तोरा अगदी स्वाभाविक वाटत होता. जराही उर्मट वाटत नव्हता.

'हेच... अगदी असेच भाव अपेक्षित होते आपल्याला त्या मुलीच्या चेहऱ्यावर.' प्रियाला प्रकर्षाने वाटलं, 'केवळ तेवढ्यानेच हिचं व्यक्तिमत्त्व किती बदललंय. असंच्या असं हिला कल्पनासमोर नेऊन उभं करावं आणि तिला दाखवावं की, बघ, मी म्हणत होते ना, तो पूर्णविराम हाच!'

त्याच वेळी खूप आश्चर्यही वाटलं तिला. असं अगदी आपल्या मनात असावं आणि हुबेहूब तसंच काही आपल्यासमोर इतक्या सहजपणे यावं, याचं आश्चर्य!

'फर्स्ट इंप्रेशन इज द लास्ट इंप्रेशन,' हे सतीशचं आवडतं तत्त्वज्ञान. कुणाशी नव्याने ओळख झाली की, एकदातरी तो ते बोलून दाखवायचाच. सखीच्या बाबतीत प्रियाचंही तसंच झालं. पाहताक्षणी ती जशी जाणवली तशीच होती अगदी. अंतर्बाह्य पारदर्शी. हसत कामं उरकणारी. कधीही पाहिलं तरी प्रसन्न दिसणारी. कुठल्याही कुटुंबात चटकन मिसळून जाणारी. पण तरीही स्वत:चं वेगळेपण जपणारी. कुठेच कणभरही न वाकणारी. ठाम. नववी पास एवढंच 'शिक्षण' झालेलं होतं तिचं. पण समज मात्र ग्रॅज्युएटला लाजवेल अशी.

जिथं काम करायचं तिथल्या माणसांचे स्वभाव, मतं, धोरणं आणि आपसातले संबंध याबाबत अचूक आडाखे बांधण्याचं तिचं कौशल्य अजब होतं. त्या आपल्या

तर्कशास्त्राच्या आधाराने ती प्रत्येकाशी आणि एकेक मिळून सगळ्यांशीही अगदी व्यवस्थित वागायची. ती आल्यावर हिराबाईच्या परत येण्याची आठवणही राहिली नाही कुणाला.

तिचा स्वभाव लक्षात आल्यावर सतीश थोडं थट्टेने, थोडं गंभीरपणे म्हणायचा, ''सखी मोलकरीण झाली नसती तर थेट गृहमंत्रीच झाली असती. वेगवेगळी माणसं हाताळणं आणि त्यांची एकत्र मोट बांधून बिनबोभाट कारभार हाकणं तिला छान जमेल.''

स्वत:च्या सर्व कौशल्यांबद्दलची सार्थ जाणीव होती तिला. तिच्या वागण्यातला दिमाख हा त्या जाणिवेचाच परिपाक होता. स्वत:ला जराही कमी करून घेणं ठाऊकच नव्हतं तिला.

पहिल्याच दिवशी तिने प्रियाला सांगितलं होतं, ''मी वहिनी म्हणेन तुम्हाला. माझ्याच वयाच्या तर आहात तुम्ही. तुम्हाला बाई म्हणणं कसंतरीच वाटतं जिभेला.''

तिचं म्हणणं पटून प्रियाने स्वत:च्याही नकळत होकारार्थी मान हलवली. पण सखीचा स्वभाव कळत गेल्यावर मात्र तिला वाटलं हे विधान लबाडीचं असणार. आपण कोणत्याही वयाच्या असतो तरी तिनं जवळिकीचं, नात्यातला भेद स्पष्ट न करणारं 'वहिनी' हेच संबोधन वापरलं असतं आपल्यासाठी. कुणालाही 'बाई' म्हणून स्वत:कडे कमीपणा घेणं तिला अमान्यच असावं.

'मला जेवढी पैशाची गरज आहे तेवढीच तुम्हालाही माझ्या कामाची गरज आहेच की!' असा ताठरपणा तिच्या हालचालीतून अप्रत्यक्षपणे डोकावायचा आणि सगळ्यात महत्त्वाचं म्हणजे तिचा तो ताठर, काहीसा मुजोर भाव पटूनही जायचा.

सखीची भाषा शुद्ध होती. विचार सडेतोड. बोलणं फटकळ नाही, पण रोखठोक. जे सांगायचं ते अगदी स्वच्छपणे आणि तपशीलवार सांगणार. मात्र एखाद्या मुद्द्यावर हरकत घेतली तर आपल्या रुबाबदार स्वरात असा प्रतिप्रश्न करायची की, समोरचा निरुत्तरच व्हावा.

तिचं जगण्याबद्दलचं तत्त्वज्ञानही असंच. सहज बोलण्यातून ती ते मांडायची तेव्हा प्रियाला स्वत:तच खोल डोकावून आपल्या जीवनपद्धतीचा फेरविचार करावासा वाटायचा.

उष्णतेनं की कशाने कोण जाणे, सायलीच्या डाव्या पावलावर एक फोड आला होता. त्यात पाणी झालं, ठणका लागला.

डॉक्टरांकडे नेलं तर ते म्हणाले, ''साधाच फोड आहे. आधी फोडायला नको. पिकून आपोआप फुटू देत. नंतरचं ड्रेसिंग पुरेसं होईल.''

फोड पिकला, पण लवकर फुटेना. सायली सारखी पाय धरून रडत राहायची.

शेवटी प्रियाने तिची केस हातात घेतली. प्लकर उकळत्या पाण्यातून काढला. कापूस, डेटॉल सगळं जवळ घेऊन बसली. पण तो फोड फोडायचा धीर काही होईना तिच्याने. प्लकर जवळ नेला की, फोडाला स्पर्श करण्याआधीच सायलीच्या 'मम्मी नको नाऽ'चा व्हॉल्यूम वाढायचा आणि प्रियाचा हात थरथरायला लागायचा. मायलेकींचं ते तळ्यातमळ्यात बघून सखीने तिच्या हातातला प्लकर ओढून घेतला.

"आणा इकडे, मी बघते." आणि प्रिया, 'अगं, अगं...' म्हणेपर्यंत भसकन तो फोड फोडूनही टाकला. सायलीला किंचाळणं सुचायच्या आतच ऑपरेशन पार पडलं.

फोड फुटलाय हे बघितल्यावर सायली जराशी घाबरली. पण नंतर तिलाही एकदम मोकळं वाटलं.

"कमाल आहे तुझी. असं भसकन फोडतात का?" प्रिया जरा रागानेच म्हणाली.

"अहो वहिनी, हळू काय आणि एकदम काय? फोड फुटल्यावर दुखायचं तेवढंच दुखणार ना? हळूच फोडलं तर काय कमी दुखतं? आणि एक सांगू का वहिनी तुम्हाला? कसलंही दु:ख असलं ना, तर भर्रदिशी त्याला निपटून मोकळं व्हावं. आळूबाळू करत राह्यलं तर जास्त ठुसठुसतं ते."

दु:ख हा शब्द तिने जखम, वेदना एवढ्या मर्यादित अर्थानेच वापरला होता, हे कळूनही तिचं ते धीट वाक्य प्रियाच्या मनात बराच वेळ घुमत राहिलं.

आरशासमोर पाठमोरी उभी राहून प्रियाने मान वळवून स्वत:च्या प्रतिबिंबाकडे पाहिलं. ब्लाऊजचं फिटिंग अगदी व्यवस्थित जमलं होतं. कलकत्ता कॉटनमध्ये क्वचितच मिळणारी तजेलदार पोपटी छटेची साडी, त्याला बारीक लालबुंद काठ, त्याच्याशी नेमकी रंगसंगती साधणारा ब्लाऊज, बिनबाह्यांच्या ब्लाऊजमधून उठून दिसणारे नितळ, गोरे दंड... स्वत:च्या सुडौल, सुरूप प्रतिबिंबाकडे पाहताना खुषीचं हलकं स्मित तिच्या जिवणीवर उमटलं.

"आज कत्लका इरादा है क्या?" समोरच्या दिवाणावर लोळणारा सतीश कधीचा तिच्या हालचालींकडे पाहत होता.

"कत्तलबित्तल करायचं वय राहिलं नाही बाबा आता. सहा वर्षांच्या मुलीची आई आहे मी."

सतीश, 'काय सांगतेस? वाटत नाही.' अशा अर्थाचं ओठ पुढे काढून हसला.

"आज संध्याकाळी परस्पर वास्तुशांतीला जायचंय लोणकरकडे. यायला उशीर

होईल हं.''

''उशीर कशाला? आज परमार गाडी घेऊन येईल बघ. तेवढाच तुला आणि कल्पनाला लिफ्ट द्यायचा चान्स आणि तुला तर आज एकटीला सोडणारच नाही तो. अशी चिकणी दिसतेस.''

''शी! काहीतरी बोलू नकोस हं सतीश.'' ती डाफरली.

परमार त्यांचा ब्रँच मॅनेजर. एक नंबरचा लघळ आणि लंपट. ब्रँचला लेडिज स्टाफ म्हणजे फक्त ती आणि कल्पना. दोघी सतत बरोबर राहायच्या. एखाद दिवशी एकीची रजा असली आणि दुसरी एकटी पडली की, तो अगदी नको करायचा. उगीचच सारखं टेबलपाशी, काउंटरवर असेल तर पाठीमागे येऊन उभं राहायचं. हसतहसत काहीतरी बोलायचं. एरवीही त्याचं बोलणं, विनोद तसेच असायचे. बाकीचा स्टाफ ह्या दोघींच्या असण्याचं भान ठेवून वागायचा. ह्यालाही ते भान असायचं, पण उलट्या अर्थाने. बाई दिसली की, ह्याची रसवंती जरा जास्तच पाघळून वाहायला लागायची. निसटत्या स्पर्शाची संधीसुद्धा चालायची त्याला. अशा वेळी स्वत:च्या पदाचंही भान उरायचं नाही.

परमार हा तिच्या आणि कल्पनाच्या गप्पांमधला कधीकधी चेष्टेचा आणि बरेचदा नकोसा विषय होता. सतीशही त्याचे बरेचसे किस्से ऐकून होता. कधीकधी मग तोही चिडवायचा प्रियाला.

''वा वहिनी! मस्तच दिसतोय हा रंग तुम्हाला.'' हातात केरसुणी घेऊन सखी आत आली आणि कौतुकाने तिच्याकडे पाहत दारातच उभी राहिली.

''बघ बघ. सखीला विचार.'' सतीशला चिडवायला चेव आला.

सखी झाडून घेत होती म्हणून सतीश बाहेर गेला. प्रिया ड्रेसिंग टेबलपाशी उभं राहून पर्समध्ये काहीतरी शोधत होती. तेवढ्यात सखी एकदम म्हणाली, ''वहिनी, तुमची ती लाल साडी द्याल मला?''

आश्चर्याने ती मागे वळली. आजवर सखीने असं कधीच काही मागून घेतलं नव्हतं आणि आज अचानक साडी? तीही प्रियाच्या नेहमीच्या वापरातली.

''मला तुमची ती साडी खूप आवडते.''

सखीच्या चेहऱ्यावर एक आर्जवी भाव, आजवर कधीच न दिसलेला. प्रिया आश्चर्याने मागे वळल्यावर सखीने तिची नजर चुकवली.

आधीच सतीशच्या चेष्टेने तिचा मूड बिघडला होता. त्यात सखीची ही मागणी! ती चिडलीच एकदम.

''तुझी आवडनिवड उंचीच असते गं. ती लाल साडी साधी नाहीये. प्युअर सिल्क आहे चौदाशे रुपयांची. मीसुद्धा अगदी जपून वापरते ती.''

पण त्या साडीची किंमत ऐकूनही सखीचे डोळे अजिबात विस्फारले नाहीत.

"नसेल द्यायची तर राहू देत."

काही न घडल्यासारखा चेहरा करून ती शांतपणे केर काढत राहिली.

तिच्या त्या थंडपणाने प्रियाला आणखी चिडल्यासारखं झालं. तरातरा बाहेर जाऊन तिने धाडकन दार ओढून घेतलं.

बँकेत गेली तरी सखीची ती बेधडक मागणी आणि नकाराला आलेला निर्विकार प्रतिसाद तिच्या मनात बोचत होताच. कामात बुडाल्यावर ती बोच हळूहळू कमी होत गेली. नंतर पुन्हा तो प्रसंग आठवला तेव्हा थोडं लांबून त्याच्याकडे बघताना तिचं तिलाच आपलं चिडणं उलगडलं....

सखीच्या मागणीचा राग नव्हता तो. तिनं कुठंतरी वाकावं; पुसटसा का होईना, पण तिचा स्वर लाचार व्हावा; याचाच सल जास्त तीव्र होता.

तिला कल्पनाचं टोकणं आठवलं, 'कुणाच्यातही पटकन आणि खूप गुंततेस तू प्रिया.'

'सखी खरं म्हणजे तिच्याकडची मोलकरीण. एका रेघेपलीकडचेच संबंध. जवळ जाणं म्हणजे फारतर सहानुभूती किंवा आर्थिक मदत. पण आपण फारच गुंतलो तिच्यात. हिराबाईशी एवढ्या वर्षांचे संबंध असून तिच्याबद्दल कधी एवढं काही वाटलं नाही. मग हिच्याबद्दलच का?'

विचार करताकरता प्रियाला जाणवलं, 'सखीचं बेछूट, स्वत:शी प्रामाणिक असणारं वागणं आपल्याला भुरळ घालतं. कारण मनातून कुठेतरी आपल्याला तसं वागायचं असतं. लाल साडी... आपण ती वापरतोय ती आपली आवडती साडी आहे, हे काही आपल्या नकाराचं खरं कारण नाही. ती साडी नेसल्यावर सखीच्या व्यक्तिमत्त्वात येणारा दबलेपणा आपल्याला सहन होणार नाही.'

आपलं वागणं आपल्यालाच कळून आल्यावर नेहमीप्रमाणेच तिला कल्पनाशी मोकळं व्हावंसं वाटलं. कल्पना आज कॅशवर होती. त्यामुळे आल्यापासून नीटसं बोलणं झालंच नव्हतं. कस्टमर्सचा ओघ जरा कमी झाल्यावर तीच कॅश केबिनपाशी गेली.

"गोड दिसतेयस आज." कल्पनाने लगेच पावती दिली.

प्रिया खुषीने हसली आणि मग हसतहसतच तिने कल्पनाला सतीशची कॉमेंट सांगितली.

"मला खरंच हेवा वाटतो तुमच्या दोघांचा." कल्पनाने नेहमीसारखाच खिन्न सूर लावला, "अशा चेष्टेमुळे किती मोकळं वाटतं ना? आमच्याकडे अशी मिश्कील चेष्टा करणं राहिलं बाजूला. पण काहीतरी तिरकस बोलणंच ऐकावं लागतं... 'तुमचंच वागणं तसं असेल. उगीच कशाला कोण असा पाघळपणा करेल?' वगैरेवगैरे म्हणजे जसा काही आपलाच दोष सगळा...."

कल्पनाचा तो निराश स्वर ऐकताना प्रियाला पुन्हा अरुण वझे आठवला. पण या वेळी त्याच्या आठवणीने जरा चिडल्यासारखं झालं.

'आधीही कल्पनाचा स्वभाव, आपले दोघींचे संबंध, सगळं असंच होतं. पण त्यादिवशी वझे नात्याबद्दल ते तसं बोलल्यापासून प्रत्येक वेळी त्याची वाक्यं आणि नातंही तपासून पाहायची वाईट खोड लागलीय आपल्याला.' आणि मग लक्षात असूनही सखीबद्दल काहीच बोलली नाही ती कल्पनाजवळ.

रविवारचं फिरणं झालं की, सायलीचा आवडता कार्यक्रम म्हणजे पावभाजी आणि आइस्क्रीम. नेहमीसारखीच आइस्क्रीम पार्लरमध्ये तुडुंब गर्दी होती. त्या दोघी टेबल पकडून बसल्या आणि सतीश ऑर्डर द्यायला काउंटरपर्यंत गेला.

प्रिया इकडेतिकडे बघत होती. दोन रांगांपलीकडच्या टेबलावरून आपल्यासाठी कुणीतरी हात हलवत असल्याचं तिच्या लक्षात आलं. अधलेमधले चेहरे चुकवत तिने त्या दिशेने नीट पाहिलं. तो अरुण वझे होता.

क्षणभर तिचा चेहरा उजळला. डोळ्यांत तो पूर्ण रविवार उमटला. त्याची सतीशशी ओळख करून देण्याच्या इराद्याने ती अर्धवट उठलीही, पण पुढच्याच क्षणी तिला भान आलं. सतीशचं त्या दिवशीचं वेगळं वागणं, तटकन तोडून बोलणं, नंतर कधीच चेष्टेतही जाणूनबुजून त्या दिवसाचा विषय न काढणं... सगळं आठवलं आणि चुकून कडू गोळी गिळावी तसा तिच्या चेहऱ्यावरचा भाव बदलला. कावरीबावरी होत त्याच्याशी ओळखच नसल्यासारखं तिने तोंड फिरवलं.

सतीश आइस्क्रीम घेऊन आला. ती संधी साधून तिने आपल्या खुर्चीची दिशाही बदलली. अरुण वझेच्या टेबलाकडे चक्क पाठच केली.

तसं प्रियाला वाचनाचं फारसं वेड नाही. याउलट सतीश पुस्तकातला किडा. कधी काही चांगलं वाचलं तर तो प्रियाला वाचायचा आग्रह करतो. वेळ आणि मूड असेल तर प्रियाही त्याचं ऐकते.

आजही बँकेचा लाक्षणिक संप आहे म्हणून दुपारी लोळताना त्याने सांगितलेला कथासंग्रह तिने चाळायला घेतला आणि त्यातल्या एका कथेत ती रमत गेली, स्वतःच्याही नकळत.

लोककथेच्या अंगाने जाणारी माणसाच्या सूक्ष्म मनोव्यापाराचा शोध घेणारी कथा होती ती.

एका राजपुत्राला मुक्त जगण्याचं वेड असतं. त्याचं मन राजवाड्यात मुळीच रमत नाही. रानावनात मनसोक्त भटकावं, पाखरांसारखं मोकळ्या गळ्याने गावं, शेतकऱ्यांच्या मुलांसारखी गोफणीने शिकार करावी, वंजाऱ्यांच्या मुलांसारखं डफ नाहीतर तंतुवाद्य वाजवत फिरावं, शेकोटीभोवती गप्पा छाटत रात्री जागवाव्यात, असल्या विलक्षण इच्छा त्याला होत असत. राजमहालातलं आखीव, गुळगुळीत जगणं त्याला पसंत नव्हतं.

कधीकधी आपल्या सवंगड्यांबरोबर वेष बदलून असे मुक्त क्षण अनुभवण्याचा तो प्रयत्न करायचा. पण त्याच्या राजबिंड्या रूपामुळे कुणीही त्याला चटकन ओळखायचं आणि युवराजासाठीची खास वागणूक मिळायची. त्या मुक्तपणातला सगळा आनंदच नासून जायचा. मग पुन्हा त्याची चिडचिड.

आपल्या मुलाच्या अशा वागण्याने आणि अस्वस्थपणाने राजाही त्रासून गेला होता. दर पौर्णिमेला तो एका योगीमहाराजांच्या दर्शनाला जात असे. त्या महाराजांच्या तप:सामर्थ्यावर त्याची मन:पूर्वक निष्ठा होती. मात्र आपल्या भौतिक सुखदु:खांच्या प्रश्नांची उकल करण्यासाठी तो कधीच या श्रद्धेचा वापर करत नसे. पण जेव्हा युवराजांच्या वागण्याचा ताण अगदीच असह्य झाला, तेव्हा मात्र राजाने आपली समस्या त्यांना सांगितली.

योगीमहाराज हसले.

ते म्हणाले, ‘‘शेवटी कितीही काही मिळालं तरी असमाधान हे राहतंच. तरीही मी एक उपाय करू शकतो.’’

आपल्या मंत्रसामर्थ्याने त्यांनी युवराजांच्याच वयाचा एक कुमार निर्माण केला. ज्याचं रूप भिन्न होतं. पण मन मात्र कुमारांच्या मनाशी जोडलेलं होतं. रूपाच्या वेगळेपणामुळे तो कधीही, कुणाच्यातही मिसळू शकला असता आणि तो जे काही करेल, वागेल त्याचं समाधान मात्र युवराजांच्या मनाला मिळणार होतं. ज्या गोष्टी करण्यात युवराज असण्याचा अडथळा येत होता, त्या गोष्टींचा आनंद आता युवराजांना बिनदिक्कतपणे मिळणार होता.

राजा आनंदला. युवराजही खूष झाला. आपलं मन घेऊन वावरणारं ते मनुष्यरूप त्याने एखाद्या वारूप्रमाणे उधळलं. आवडत्या गोष्टी मनमुराद उपभोगून घेतल्या.

पण थोड्याच दिवसांत युवराजाला या युक्तीचाही कंटाळा आला. एखाद्या गोष्टीतला आनंद हा त्या घटनाकृतीत सुरुवातीपासून गुंतून राहण्याने मिळतो. फक्त पूर्णतेच्या पायरीचा आनंद म्हणजे दात पडलेल्या माणसाला शेंगांचं दूध काढून पाजण्याचाच प्रकार. त्यामुळे एक मनुष्यरूप आपल्याला हव्या त्या गोष्टी करू

शकतंय यातून युवराजांना समाधान लाभण्याऐवजी अधिक अतृप्तीच आली. आपलं मन त्यात ओतलेलं आहे, हे ठाऊक असूनसुद्धा. मनमोकळं वागणाऱ्या त्या मनुष्यरूपाचा हेवाच वाटायला लागला. जे आपल्याला मिळत नाही ते त्याच्यापासूनपण कसं दुरावेल, याचेच विचार युवराजांच्या मेंदूत घोळायला लागले आणि शेवटी एक दिवस त्याला त्यावरचा उपाय सापडला.

मुक्तपणे जगता येऊ नये म्हणून त्या मनुष्यरूपाला युवराजांनी आपली राजवस्त्रं घालायला लावली.

साधीच कथा, पण मनुष्यस्वभावातल्या मत्सराचं सूक्ष्म रेखाटन होतं त्यात. ती कथा पूर्ण झाली तरी हातात पुस्तक तसंच धरून बसली प्रिया.

'अरुण वझे म्हणाला ते किती खरं होतं. बाकीच्या सगळ्या भावना आवरता, अडवता येतात; मत्सर नाही.'

त्याच्या आठवणीने तिच्या चेहऱ्यावर हसू उमटलं.

'अरुण वझे. जेमतेम एकाच दिवसाचा पूर्ण सहवास लाभलेला आपला एक सहकारी. त्यानंतर पुन्हा कोणताही संवाद नाही आपल्यात. त्यादिवशी तो दिसला तर आपण पाठच फिरवली. तरीही मनातून जात नाही तो. रोज एकदा तरी कोणत्या ना कोणत्या निमित्ताने त्याच्या बोलण्याची आठवण येतेच. उगीच नाही सतीश चिडला त्यादिवशी. त्याला जाणवलं असणार. आपलं मन ओळखण्याच्या बाबतीत फारच हुशार आहे तो.'

सतीशच्या हेवा वाटण्याचंही मग तिला हसू आलं.

रिक्षा वळली तेव्हा प्रियाच्या लक्षात आलं, 'कोपऱ्यावरच्या अंधारात बोलत उभ्या असलेल्या दोघांपैकी एक आकृती ओळखीची वाटतेय.'

रिक्षातूनच वाकून तिने मागे वळून पाहिलं. ती सखी होती. कुणातरी पुरुषाशी गप्पा मारत उभी होती. रस्त्यावरच्या दिव्यांचा उजेड दोघांच्याही चेहऱ्यावर पडला होता. तो काळगेला तरुण सखीचा नवरा दिसत नव्हता. सायलीच्या वाढदिवसाला सखी नवऱ्याला घेऊन आली होती. प्रियाच्या लक्षात होता त्याचा चेहरा.

'मग हा कोण असेल?'

"सखी कधी गेली?" घरात पाय टाकल्याटाकल्या तिने विचारलं.

सतीश नुकताच बाहेरून आला होता. कपडेसुद्धा न बदलता त्याची सायलीशी मस्ती चालली होती. त्याला प्रियाच्या प्रश्नाचा संदर्भ कळलाच नाही.

"आताच गेली. का गं?"

"तिथं कोपऱ्यावर कुणाशीतरी गप्पा मारत उभी आहे. गेल्या आठवड्यातही त्याच्याशी गप्पा मारताना पाहिलं मी तिला." ती विनाकारण तणतणली.

"जाऊ दे ना. आपल्याला काय करायचंय? काम उरकून गेली ना?"

तरीही दुसऱ्या दिवशी सकाळी आल्याआल्याच तिने सखीला टोकलं, "काल कोपऱ्यावर तुझ्याशी बोलत उभा होता, तो कोण गं?"

"तो ना? गणेश होता." सखीने मोकळेपणी सांगून टाकलं.

"कोण गणेश?"

"माझ्या गावातलाच. सातवीपर्यंत वर्गातपण होता माझ्या. सातवीनंतर शाळा सोडून इकडे आला. आता एका वर्कशॉपमध्ये वेल्डिंगचं काम करतो." सखीने गणेशचा सगळा बायोडेटा प्रियापुढे ठेवला.

"पण असं इथेतिथे गप्पा मारत उभं राहणं चांगलं दिसत नाही. नवऱ्याने बघितलं म्हणजे तुझ्या? त्याला चालेल?"

"का नाही चालणार? त्याच्या गावाकडची बाई भेटली तर मी चालवून घेईनच ना. असं गावाकडच्या माणसाशी जिवाभावाचं बोलताना वेगळंच वाटतं. नवऱ्याशी ते सगळं कुठे नीट बोलता येतं? आणि नुसतं बोललं तर लगेच ती भानगड थोडीच असते?" सखीचा बिनतोड सवाल.

तिच्या स्वरात केवळ बचावाचा उद्धटपणा नव्हता. सगळी नाती, स्वतःचा संसार आणि मनाचा आनंद यांची मूल्यं तिने त्यांच्या-त्यांच्या जागी व्यवस्थित मांडलेली होती. उगीचच कसलीही भिडस्त, बोटचेपी तडजोड मान्य नसलेल्या तिच्या मताचं स्वच्छ प्रतिबिंब होतं त्या प्रश्नात.

प्रिया भिऊन गप्पच झाली तिच्या प्रश्नापुढे.

ती जरा इकडेतिकडे झाली तेव्हा सतीश वैतागाने प्रियाला म्हणाला, "तू का एवढी तिच्या मागे लागलीयेस? तिचं खासगी आयुष्य विकत घेतलेलं नाही आपण."

"ते खरंच. पण आपल्याकडे काम करतेय म्हटल्यावर तिचं चारित्र्य...."

"उगीचच एवढे टोकाचे शब्द वापरू नकोस. नशीब ती बिथरली नाही तुझ्या प्रश्नाने आणि तिने सांगितलं ना तो कोण आहे ते? मग सोडून दे आता. मुळात सखी चोरूनलपून काही भानगड करेल, असं मला वाटत नाही. तिला जे बरं वाटेल ते अगदी खुशाल करेल ती आणि ते उघडपणे कबूल करायलाही कचरायची नाही."

"हो ना. तेच तर...." गुळमुळीतपणे काहीतरी बोलायचं म्हणून ती बोलली.

डोकं ठणकत होतं म्हणून प्रिया शॉर्टलीव्ह घेऊन दुपारीच घरी आली. येताना

सेफमधून काढून आणलेले दागिने तिने तसेच कपाटात ठेवले आणि गोळी घेऊन कपडे न बदलताच ती आडवी झाली.

डिपॉझिट्स वाढवायची म्हणून त्यांच्या बँकेत एका नवीन स्कीमवर काम चाललं होतं. गेले तीन-चार दिवस कामाचा बराच ताण पडत होता. शिवाय एक-दोन जणांची रजा असायचीच. त्यासाठीची ॲडजस्टमेंट... कल्पनाला तर पूर्ण आठवडाभर कॅशवर थांबावं लागलं होतं. दोघीही अगदी कंटाळून गेल्या होत्या. पण पुढच्या महिन्यात मुलाच्या परीक्षेसाठी रजा घ्यायची म्हणून कल्पनाला रोज येणं भागच होतं. तशी प्रियाची उद्या रजा होती, पण त्या रजेचा तिला स्वत:ला काही उपयोग नव्हता. ताईंच्या– सतीशच्या मोठ्या बहिणीच्या धाकट्या मुलाचं लग्न होतं. आज संध्याकाळपासूनच कार्यालयात जायचं होतं. उद्याचा अख्खा दिवस तिकडेच जाणार....

कपाळावर आडवा हात घेऊन ती उद्याचाच विचार करत राहिली.

सतीशचा स्वभाव तसा नातेवाइकांना धरून राहण्याचा, त्यांच्यात फारसं मिसळण्याचा नाही. त्याच्या सगळ्या नातेवाइकांबरोबरचे संबंध प्रियानेच आपल्या गोड बोलण्याने टिकवून धरले आहेत. तिचा स्वभाव अगदी भिडस्त. वाद घालणं अजिबात आवडत नाही तिला. समोरचा माणूस इरेला पेटतोय असं नुसतं वाटलं तरी लगेच ती पडतं घेते, अगदी सतीशशी वागतानाही. या स्वभावामुळेच कधीकधी नको असतानाही तिला माणसं सहन करावी लागतात. मनात नसलं तरी त्यांच्यात मिसळावं लागतं.

खरं म्हणजे ताईंकडच्या लग्नाला जाणं हेसुद्धा तिला संकटच वाटतं. पण इलाज नाही. तशा ताई स्वभावाने चांगल्या आहेत. मोठ्या असूनही ‘वन्संपणा’ अजिबात गाजवत नाहीत. उलट आपल्या एकुलत्या एक धाकट्या वहिनीचं कौतुकच वाटतं त्यांना. पण तरीही त्यांच्याकडच्या कुठच्याही समारंभात ती कंटाळून जातेच. कारण ताईंचं, ‘मी... माझं... मला!’ श्रीमंतीचं प्रदर्शन आणि आत्मगौरवाचा अतिरेक. बोलण्यातलं कर्ता,कर्म, क्रियापद मी आणि माझं ऐश्वर्य!

दारावरची बेल वाजली तेव्हा ती दचकून जागी झाली. दार उघडलं तर बाहेर सतीश उभा.

‘‘एवढ्या लवकर?’’ तिने डोळे चोळत विचारलं.

‘‘साडेसहा झाले. झोपली होतीस की काय? चल आटप आता लवकर. मला वाटलं तयार असशील तू. सायलीलापण आणलं नाहीस वाटतं अजून.’’ त्याने धडाधड मशीनगनच सुरू केली.

‘‘सायलीला दीदींकडूनच घेऊ जाताजाता. तिचे कपडे घेते मी.’’

तिने स्वत:चं आवरायला घेतलं. सतीश बाथरूममध्ये शिरला.

पदराच्या घड्या जुळवत असतानाच टेलिफोनची बेल वाजली. ती तशीच वाजू देण्याचा प्रिया विचार करत होती, तेवढ्यात सतीश ओरडला, "प्रिया, फोन बघ. माझा एक महत्त्वाचा कॉल यायचाय."

नाइलाजाने तिने फोन उचलला. पलीकडे कल्पना होती.

"प्रिया, अजून कार्यालयात गेली नाहीस ना?"

"नाही. का गं?"

"अगं, पाच हजाराचा डिफरन्स येतोय कॅशमध्ये."

"पाऽऽच?" प्रिया जवळजवळ किंचाळलीच.

"हो ना." कल्पनाचा स्वर रडवेला...

"मराठे, लोणकर, मी तिघंही थांबलोय. पण तुला जाताना इकडून जायला जमेल का? ते दोघं सटकण्याच्या बेतात आहेत. आज युनियनची मीटिंग आहे नं. बँकेत मी एकटीच... आणि... परमारसाहेब." कल्पनाला फोनवरच हुंदका फुटला.

"बघते. मी येतेच... थोडा वेळ थांबून जाईन." प्रियाने तिला धीर दिला.

"कुणाचा फोन गं?" सतीश बाहेर आला.

"कल्पनाचा. मला बहुतेक बँकेत जायला लागेल थोडा वेळ."

"आत्ता?" तो जोरात ओरडला

"अरे, कॅशमध्ये बराच डिफरन्स आलाय. थोड्या वेळासाठी तरी...."

"पण तू तर सध्या त्या नवीन स्कीमवर काम करतेयस ना?"

"हो. पण कल्पना कॅशवर आहे रे."

"मग बघून घेईल तिची ती."

"बघून तीच घेणारेय. पण आत्ता या घडीला ती एकटीच आहे तिथं आणि तो परमार. म्हणून तर."

"प्रिया तसाही कार्यालयात जायला उशीर झालाय. ताई, विनोदराव वाट बघत असतील. अजून सायलीला घ्यायचंय."

"अरे... पण,"

"तुमची बँक भरवस्तीत आहे आणि परमार मॅनेजर आहे त्या ब्रँचचा. अशा पीक अवरला भलतंसलतं वागण्याइतका तो मूर्ख नसेलसं वाटतंय मला."

"तुला त्याचा मूर्खपणा ठाऊक नाही सतीश. आम्हा बायकांनाच कळतो तो."

"काय करेल तो? बलात्कार तर नाही ना करणार?"

"शी! काहीही काय बोलतोस? आणि बलात्कार परवडला. पण त्याचं ते नजरेने आणि शब्दातून लगट करणं फार हॉरिबल असतं."

"तेवढं सहन करेल कल्पना आणि तुला एवढी काळजी वाटत असेल तिची तर तिच्या घरी फोन करून तिच्या नवऱ्याला पाठवून दे सोबतीला. चल आटप."

सतीशच्या वक्तव्यापुढे काही बोलताच आलं नाही तिला. एरवी नातेवाइकांच्या काहीही वाटण्याबद्दल पूर्ण बेफिकीर असणाऱ्या सतीशला आजच ताई, विनोदरावांच्या रागाची एवढी पर्वा का वाटावी, तेही समजेना.

कार्यालयात गेल्यावर पुन्हा एकदा बँकेत फोन करावा, असा विचार करून ती त्याच्याबरोबर बाहेर पडली. पण तिथे गेल्यावर अडकलीच पुरती. कढीभाताचं जेवण आणि सीमांतपूजनाचा समारंभ. केवळ मिरवण्याच्या सोयीपुरते उरलेले अर्थशून्य विधी. साड्यादागिन्यांचं प्रदर्शन, खूप दिवसांनी भेटलेल्या नातेवाइकांबद्दलचा दिखाऊ जिव्हाळा. सगळ्यात ती वरवर सामील होत होती. पण आतून दरक्षणी एकच प्रश्न कुरतडत होता, 'आता कल्पना कोणत्या परिस्थितीत असेल?'

साडेदहा वाजता संधी मिळाली तेव्हा तिने बँकेत फोन लावला. पण तो नुसताच वाजत राहिला.

कार्यालयातल्या उत्सवी, उत्साही गर्दीत राहून ती आतल्याआत एकाकीपणे फक्त काळजीच करत राहिली.

सकाळी दहा चाळीसचा मुहूर्त होता. लग्न लागल्यावर प्रिया आधी बाहेर पडली आणि समोरच्या पब्लिक टेलिफोनमधून तिने कल्पनाला बँकेत फोन लावला.

"काय झालं गं कालच्या डिफरन्सचं?"

"सापडले. पाचशेच्या नोटांच्या बंडलची सवय नाही ना अजून आपल्याला. ते चुकीचं मोजलं जात होतं आणि अकराशे रुपयांची एक एन्ट्री राहिली होती."

कल्पनाच्या स्वरात मोकळेपणा, सुटकेचं समाधान नव्हतं. प्रियाने साथ न दिल्याबद्दलचा रुसवा होता फक्त.

ती मग फारसं बोललीच नाही पुढे. कल्पनाने न उच्चारलेले सगळे आरोप तिला मान्यच होते. कल्पनाला वाटलं नसतं तरीही तिने ते स्वत:वर लादून घेतले असतेच.

कार्यालयातून घरी यायला बराच उशीर झाला. घर तसंच शिळंपारोसं पडलेलं.

"सखी येऊन गेलेली दिसत नाही." सतीश वैतागून म्हणाला.

"बघू उद्या."

प्रिया इतकी दमली होती की, विचार करायचं त्राणच उरलं नव्हतं तिच्यात.

दुसऱ्या दिवशी सकाळीही सखीचा पत्ता नाही.

प्रियाचं सगळं आवरलं. ती सायलीचा डबा भरत होती तेवढ्यात बाईसाहेब उगवल्या.

"काय गं? ही यायची वेळ? कालपण आली नव्हतीस वाटतं. भरवशाने घर टाकून जावं तुझ्यावर अगदी."

सखी समोर दिसताच परवापासून कोंडलेली वाफ थडथडत बाहेर आली. पण सखी शांत होती.

"वहिनी, लागेल तेवढं ओरडा. काल दिवसभर डोकं बांधून झोपले होते मी."

"बरं नव्हतं तर आधी सांगायचं ना. निदान निरोप तरी."

"कशाचा निरोप? परवा रात्री पोलीस स्टेशनवरून यायला दोन वाजले."

"पोलीस स्टेशन? का? काय झालं?" तिनं थोडं धसकून विचारलं.

सखी ओट्याला टेकून तिच्या नेहमीच्या पोझमध्ये उभी राहिली.

'आता ही कसलीतरी सविस्तर हकिगत सांगत बसणार.'

आत्ता घाईच्या वेळी हा विषय काढल्याबद्दल प्रियाने मनातल्या मनात कपाळाला हात लावला.

"ते ए विंगमधले नेवरेकर होते ना, त्यांच्याकडे परवा चोरी झाली."

"पण ते तर आता तिकडे...."

"हो. त्यांच्या नव्या जागेतच. नवराबायको ऑफिसमधून आल्यावर पार संध्याकाळी लक्षात आलं. मग पहिला संशय नोकरमाणसांचाच. त्यांच्याकडे आता चंदाबाई काम करते. तिला धरलं पोलिसांनी. तीपण वेडपट. गेली चौकीवर. तिला माराची धमकी दिली. एक-दोन लगावल्यापण असतील. पण हिनं ठाम सांगितलं की, मी चोरी केली नाही. मग आधीच्या मोलकरणीचा म्हणजे माझा ठावठिकाणा विचारला. रात्री दहा वाजता पोलिसांची वरात माझ्याकडे.

"मी काय त्यांना अशी दाद देते? म्हटलं आधी ऑर्डर आणा लिहून आणि मग माझं घर तपासा. तसे गेले परत. पण त्यांच्या बोलण्यातून कळलं की, चंदाबाईला अजून चौकीवरच ठेवलंय त्यांनी. तशी मी चवताळले. एकतर आधी एकट्या बाईला चौकीवर बोलवायचंच नसतं आणि तिला अडकवायचं झालं तर तिथे बाईपोलीस असावी लागते.

"मी तसं म्हटलं तर मलाच ते गुरकावले, 'तुला एवढा कळवळा का तिचा?'

"म्हटलं की, बाईलाच बाईचा कळवळा असतो मनापास्नं. बाप्यांच्या कळवळ्याची जात वेगळी असते."

"पुढे काय झालं ते सांग लवकर."

"काय व्हायचंय? मी चौकीत गेले. दाबून भांडले. म्हटलं तुम्हाला एक कायदा माहीत असेल तर मला दहा कायदे ठाऊक आहेत. नेवरेकरांकडची फुसकी चोरी राहील एका बाजूला, एका बाईला रात्रीची विनाकारण चौकीत डांबून ठेवलीत म्हणून उद्या बायकांचा मोर्चा येईल. पेपरात छापून येईल. मग जड जाईल तुम्हाला. शेवटी त्या इन्स्पेक्टरनी हात जोडले माझ्यापुढं. पण चंदाबाईला सोडली एकदाची. रात्री दोन वाजले घरी यायला. सांगते काय!"

प्रिया थक्क होऊन ऐकत होती.

"एवढे कायदे कुठे शिकलीस गं?"

"आपल्या फायद्याच्या गोष्टी मुद्दाम शिकायला लागत नाहीत. देशमुखांकडे काम करत होते. त्यांची सून वकील होती. कार्यपण करायची. तिथं कानावर पडायचं येताजाता."

"घरी यायला एवढी रात्र झाली म्हणून नवरा ओरडला नाही?"

"ओरडला नं. त्याला म्हटलं तू दारू पिऊन काय गोंधळ घातला असतास आणि मग मला चौकीवर एवढा उशीर थांबावं लागलं असतं म्हणजे?"

रोजच्याच सहजपणे सखी सांगत होता आणि प्रिया जागच्याजागी कणाकणाने विरघळत चालली होती.

'ही समोर उभी आहे ती सखीच, की आपल्या अमूर्त इच्छांचं देहरूप? भोवतालची जी कुंपणं आपण नेभळटपणे जपत राहतो, ती कुंपणं ही एवढ्या सहजपणे कशी ओलांडू शकते? कल्पनासाठी साधी जाताजाता बँकेत एक चक्कर टाकणं जमलं नाही आपल्याला आणि ही मात्र अपरात्री दोन वाजेपर्यंत....'

आतून एखादी ठिणगी पेटावी तशा पायापासून गरम वाफा सळसळत गेल्या. स्वतःच्या नाकर्तेपणाची चीड आणि सखीच्या सहज वागण्याचा मत्सर... 'कशानेच कशी दबत नाही ही?'

अरुण वझे आणि सतीशच्या पुस्तकातला तो राजपुत्र दोघंही एकदमच आठवले प्रियाला.

'कोणत्याही संबंधातलं चिरंतर सत्य– हेवा. आत्ता आपल्यालाही काय वाटतंय नेमकं? सखीच्या वागण्याचं कौतुक की तिच्या धडाडीचा हेवा?'

आपल्याच मनाने विचारलेल्या प्रश्नांची उत्तरं स्वतःला सापडायच्या आतच प्रतिक्षिप्तपणे तिने सखीच्या खांद्यावर थोपटलं आणि म्हणाली, "तुला माझी ती लाल साडी आवडते म्हणाली होतीस नं? उद्या लाँड्रीतून आली की, घेऊन जा."

सखीच्या चेहऱ्यावर उमटलेलं आश्चर्य तिला दिसलंच नाही. तिची वापरलेली लाल साडी नेसल्यावर किंचित नमलेली सखीच डोळ्यांना सुखावत राहिली.

■

त्रिपुर

सरत्या चैत्रातली मलूल संध्याकाळ. सूर्य शक्य तेवढा रेंगाळत मावळतीकडे निघाला होता. आळसावून लोळत पडाव्यात तशा झाडांच्या लांब सावल्या रस्त्यावर पसरल्या होत्या. आधीच हा रस्ता कमी रहदारीचा. त्यात ह्या कोंदट हवेमुळे आणि निस्तेज आकाशामुळे तो आणखी उदास, रिकामा वाटत होता. नांदेडकर बाई आणि ललिता न बोलता चालल्यामुळे शांतही! पुढच्याच वळणावर नांदेडकर बाईंचं घर होतं. रोज शाळेतून येताना दोघी बरोबरच येतात. या वळणापाशी थांबून उरलेल्या गप्पा होतात. मग ललिता पुढे निघते.

आजही सवयीप्रमाणे दोघी थांबल्या. पण ललिता लगेचच म्हणाली, ''चला, निघते मी.''

काय बोलावं ते बाईंनाही सुचत नव्हतं. पण तिने थांबावं असंही वाटत होतं त्यांना.

तिचं 'निघते मी,' ऐकलंच नसावं तशा सहजपणे त्या म्हणाल्या, ''घरात चलतेस जरा? सरबत....''

''छेऽ बाई. पोटात जागा कुठंय?''

''मग नुसतीच चल. बऱ्याच दिवसांत घरी आलीच नाहीस.''

''आज नको पण. रामदास गावात जायचा होता. झाडांना पाणी घालायचं राहिलं असेल.''

बाई मग काही बोलल्याच नाहीत. त्या न बोलताच थांबून राहतील आणि

आपल्यालाही थांबावं लागेल, या भीतीने ललिता निघालीच चटकन. पण चार पावलं पुढे आल्यावर तिची चाल आपोआप मंदावली. करडं आभाळ खाली उतरून अगदी पुढ्यातच उभं राहिलं जसं काही. संध्याकाळ पार उदासउदास होऊन गेली... या वळणापुढचा हा एकटीने चालायचा रस्ता नेहमीच तिच्या जिवावर यायचा. पण आज ते एकलेपण जास्त जाणवत होतं.

'आणखी चार-पाच महिन्यानंतर तर या वळणापर्यंतही सोबत नसेल. शाळेपासूनचा दीड किलोमीटरचा रस्ता एकटीनेच....'

कल्पनेनंही घशात आलेला आवंढा तिनं मुकाट गिळला.

'आज असं का होतंय आपल्याला? पंडित सरांच्या सेंड ऑफने एवढ्या का गळून गेलोयत आपण? आपलं बोलणं प्रभावी म्हणून प्रत्येक कार्यक्रमात भाषणा-निवेदनाचं काम आपल्याकडेच असतं. पण आज पंडित सरांच्या निरोपाचं भाषण अगदी जिवावर आल्यासारखं केलं आपण. इतकं वाईट वाटावं असे त्यांचे आपले काही फार जिव्हाळ्याचे संबंध नव्हते. तरीही बरोबरीचं एकेक पान गळायला लागल्याची जाणीव आतून अचानक उसळून आली आज. आता जूनमध्ये शाळा सुरू होईल तेव्हा पंडित सर नसतील... मग नांदेडकर बाईही जातील... आणखी दोन वर्षांनी आपली रिटायरमेंट. पुढचा उरलेला रस्ता एकाकी... किती अंतर उरलं असेल?'

दगडाची बनलेली असावीत तशी तिची पावलं जडशीळ होऊन गेली.

शेजारच्या बंगल्याचं मेंदीचं कुंपण नुकतंच कातरलं होतं. त्याचा उग्र गंध हवेत पसरला होता. उमलायला लागलेल्या मोगऱ्याचा मंदसर गंध त्या उग्र वासात मिसळूनही आपलं वेगळेपण जपत होता... तिचे आवडते ते दोन्ही गंध येऊन तिच्या श्वासांशी झोंबले. कमानीवरच्या बोगनवेलीच्या रंगीत झुबक्यांनी तिच्याकडे पाहत लांबूनच हात उंचावले. घर जवळ आल्याची खूण!

तिचे पाय आणखी जडावले.

'घरी जायलाही नको वाटतंय. रामदास नसेल. एकटंच जाऊन व्हरांड्यातल्या झोपाळ्यावर मुकाट्याने बसून राहायचं. संथ झोके घेत भोवती दाटून येणारा अंधार डोळ्यांतून मनात रिचवत राहायचा आणि....'

फाटकापाशी येताच ती थबकली. लोखंडी फाटक अर्धवट उघडं होतं.

'रामदास गावात गेला नाही की काय? पण तो घरात असला आणि नसला तरीही फाटक असं निष्काळजीपणे कधीच उघडं टाकत नाही.'

किंचितशा भीतीनं ती आत डोकावली. हातात पाण्याचा पाईप घेऊन कुणीतरी

अनंताच्या झाडापाशी पाठमोरं उभं होतं. मावळता प्रकाश समोरून आल्यामुळे तांबूस, काळ्या दिसणाऱ्या त्या मनुष्याकृतीकडे ती क्षणभर पाहतच राहिली... आणि दुसऱ्याच क्षणी आनंदाने ओरडली, "मित्राऽ"

हातातला पाईप सांभाळत गडबडीने मित्रा मागे वळली आणि मग तो तसाच सोडून देऊन दोन्ही हात पसरून ललिताच्या दिशेने धावली.

पाईपला पीळ पडल्यामुळे पाण्याचा फवारा उलटासुलटा झाला. ललिताच्या तोंडाखांद्यावर उडाला आणि मग खाली मातीत पडून रागाने तिथेच तळं साचवत राहिला.

"दीदी, किती वाट पाहायची गं?" तिच्या मिठीत स्वत:ला घुसमटवून घेत मित्रा म्हणाली. आवाज लहान मुलासारखा रुसका.

'कोण म्हणेल हिला बावीस वर्षांची एक मुलगी आहे म्हणून?'

ललितानं तिच्या खांद्यापाठीवर मायेनं थोपटलं.

"आज अशी अचानक कशी?" आणि एवढं बोलताबोलताच आतापर्यंत कसेबसे सांभाळलेले पाण्याचे थेंब पडलेच डोळ्यांबाहेर. मित्राला ते जाणवलं. पटकन मस्तक वर उचलून तिनं ललिताच्या डोळ्यांकडे बघितलं.

"दीदी? काय गं?"

ललिता अश्रूंसकट हसली.

"काही नाही. आत्ता दोन मिनिटांपूर्वी मी खूप उदास होते. नकोनकोसं वाटत होतं सगळं आणि त्या मूडमध्ये असतानाच अचानक तू दिसलीस म्हणून... एका मूडमधून एकदम दुसऱ्या मूडमध्ये जाणं सोसत नाही आता."

"हो ना! वय झालं तुझं." वेडावल्या सुरात मित्रा म्हणाली, "आता काठी घेऊनच चालायला लाग तू."

"काठी कशाला? तू आणि नंदू आहात की. तीपण आलीय ना?"

"अंहं. राजस्थानी लोकजीवनावर डॉक्युमेंटरी करतोय त्यांचा ग्रुप. सगळे उंटउंटिणी तिकडे जाऊन राहिलेत."

"तरीच तू इथं पाण्याचा माग काढायला आलीस."

खाली पडलेला पाईप उचलून ललितानं पेरूच्या खोडापाशी फेकला. गार थेंबाचं कारंजं पुन्हा दोघींच्या अंगावरून थिरकत पुढे गेलं.

दार उघडताच बाहेर थांबलेलं वारं आत घुसावं तसं मित्राचं घरी येणं. आत शिरल्याबरोबर सगळ्या वस्तूंचा ठावठिकाणा सुटायचाच. आताही दारालगतच्या सोफ्याखाली तिने सँडल्स सरकवून दिले. सूटकेस सोफ्यावर आदळली आणि पर्सचं धूड मुड्याच्या दिशेने फेकलं. बसण्याच्या सगळ्या जागा सामानानं भरल्या, तशी मग ती खालीच कार्पेटवर ऐसपैस बसली.

"दीदी, पहिलं तुझ्या हातचं अमृत. जरा जान आली की, मग हातपाय धुणार. होऽऽ तुझे लाडके टोस्ट आणलेत. काढू लगेच?"

"आयता चहा हवाय तो सांग. उगीच टोस्टबिस्टची लालूच कशाला?" लटक्या रागानं ललिता म्हणाली तरी तिची खात्री होती की, इकडे यायचा बेत कितीही अचानक झाला असला तरी मित्रानं रिक्षावाल्याला त्या अरुंद गल्लीत रिक्षा घुसवायला लावून, तिथे ताटकळून आपल्यासाठी त्या ठरावीक बेकरीतून स्पेशल टोस्ट आणले असणार.

ती मित्राची प्रेम करायची पद्धतच होती. वादळानं झाडावर प्रेम करावं तशी. ज्याच्यावर प्रेम करेल त्याच्यावर अशी बरसेल की, त्यानं पार हेलपाटून, उन्मळून जावं हिच्यापुढे... आणि त्यातून तिचं ललितावरचं प्रेम तर जगावेगळंच!

तसं मित्राचं सगळंच वागणं जगावेगळं. कशातही सहज मिसळून जाताना स्वत:ला किंचितही न दुमडण्याची अवघड कला तिला जन्मजातच अवगत होती. आयुष्यानं कोणतंही कोडं घालावं, लहान पोराच्या उत्सुकतेनं ती ते सोडवायला पुढे व्हायची. कुठच्याही विषयात, कोणत्याही क्षेत्रात तिला रस असायचा. नुसता रस नाही तर एक बालिश कुतूहल. खोल खणत तळ शोधण्याची ओढ. तिथं काय हाती लागेल, याची जिज्ञासा... विलक्षणच व्यक्तिमत्त्व होतं तिचं. लौकिकाच्या जड झुली मुक्तपणे आभाळात भिरकावूनदेखील ती सहजतेनं वावरायची. तिच्या वागण्यात-वावरण्यात कसलाही दंभ नसायचा. व्यवहाराची बंधनं झुगारल्यावर येणारा उर्मट, उद्धट भाव नसायचा. तिचं नैसर्गिक, नितळ, स्वच्छ, पारदर्शी व्यक्तित्व कुणालाही हवंहवंसंच वाटायचं. तिच्याकडे बघितल्यावर वाटायचं हे असं रुळलेल्या रस्त्याशी फटकून वागणं, हे उन्मुक्त मनस्वीपण हे सारं हिनं ओढून, पांघरून आणलेलं नाहीये. एक अवखळ, निरागस उर्मी सतत हिच्या मनात उसळ्या घेत असावी... आणि हिचं हे असं वागणं म्हणजे मनातल्या मनात त्या अनावर उर्मीला तिने दिलेली सहजसुंदर दाद आहे. तिच्या सहवासात आलेला माणूस मग नकळत तिच्या प्रेमात पडायचा.

मित्राच्या या चंचल आणि तेवढ्याच उत्कट स्वभावावर ललिताचंही अपार प्रेम होतं. पण मित्राच्या वागण्यातल्या सहजपणाचा तिला तेवढाच अचंबाही वाटायचा.

'हे असं निर्भर, खळखळतं वागणं आपल्याला का नाही जमत? आपण असं वागायचा कितीही प्रयत्न केला तरी व्यवहाराचं, नीतीनियमांच्या बारीक टोकदार काट्यांचं कुंपण उभं राहतंच मनात नेमक्या क्षणी आणि मग त्या उसन्या आवेगाला ओहोटी लागून जाते. मुकाट्यानं आपण जगन्मान्य गोष्टीच करत राहतो आणि मनोमन स्वत:च्या, फक्त स्वत:च्याच मनाचं देणं मोकळेपणाने देऊन टाकणाऱ्या मित्रासारख्या माणसांना सलाम करत राहतो.'

आजही मित्राच्या केसांच्या बदललेल्या नव्या 'कट'कडे, तिच्या सावळ्या रंगाला निमूटपणे शोभून जाणाऱ्या जीन्स आणि त्यावरच्या आरसेबिरसे लावलेल्या पोरकट जाकिटाकडे पाहताना नेहमीसारखंच ललिताच्या मनात तिच्या मुक्तनिर्भर वागण्याचं कौतुक आणि हेवा, दोन्ही दाटून आलं.

"दीदी भेटली की माझं पोट भरतं. जेवायला नकोच फारसं आता." दर वेळी आल्याआल्या रामदासनं जेवणाचा मेनू विचारला की, मित्रा जाहीर करून टाकते. नंदू बरोबर असली की, तिच्यापाशी फर्माईशची लांबलचक यादीच तयार असते. मग ती एकेक पदार्थ सांगणार आणि रामदास 'याच्यासाठी भरपूर दही लागेल.' 'याच्यासाठी सकाळपासून डाळ भिजवायला हवी होती.' 'याच्यासाठी पुरेसे बटाटे नाहीत घरात. आधी ठाऊक असतं तर आणून ठेवता आले असते.' असं सांगून एकेका पदार्थावर सपासप काट मारत जाणार. मित्राचं तसं नसतं. 'काहीही चालेल,' हाच तिचा फर्माईशी मेनू. 'फारशी भूक नाही,' असं म्हणेल. पण पानावर बसली की, दुष्काळातून आल्यासारखी जेवेल. आजही तिनं कढीखिचडीवर आडवा हात मारला.

"दीदी, आज रात्रभर जागायचं हं. तुला झोपू देणार नाही बिलकूल. खूप गप्पा मारायच्यात तुझ्याशी."

असं पानावरून उठताउठता ठामपणे म्हणाली ललिताला. पण ललिता दात घासून, गोळ्या घेऊन खोलीत येईपर्यंत तिची मध्यरात्र झाली होती, नेहमीसारखीच!

स्वत:शीच हसून ललिता कॉटवर तिच्याजवळ बसली. लहान मुलासारखे पाय पोटाशी घेऊन झोपलेल्या मित्राच्या केसांवर तिने हळूच थोपटल्यासारखं केलं आणि पायाजवळची पातळ चादर तिच्या अंगावर सरकवली. मित्राने झोपेतच डोळे किलकिले करून हात लांबवले.

"झोप ना."

"नको. थोडे पेपर्स राहिलेत तपासायचे."

"राहू देत आज. झोप." मित्रा पुटपुटली आणि पुन्हा पाय आखडून झोपलीसुद्धा.

तिच्याजवळून उठून टेबलापाशी पेपर तपासायला बसली तरी ललिताचं लक्ष त्यात नव्हतं. संध्याकाळी अंगणात मित्राला अचानक बघितल्यावर आनंदाच्या भावनेला लागूनच मनात उमटलेली शंका अजून घुटमळतच होती.

'मित्रा आज अशी अचानक का आली असेल?'

तसं मित्राच्या येण्याला आखीव वेळापत्रक नसलं तरी साधारण अप्पांच्या श्राद्धाच्या वेळी तिचं येणं व्हायचं. रजा असेल तर चार-आठ दिवस राहायची. नाहीतर धावता दौरा... ती आणि नंदू, दोघींनाही ह्या घराची, ललिताची ओढ होती. पण तरीही आज ललिताला सारखं वाटत होतं की, मित्राचं आजचं येणं सहज नाहीये... नको त्या गुंत्यात पाय अडकवून घ्यायची मित्राची जुनी सवय. ओझं

पेलेनासं झालं, गुंता सुटेनासा झाला की, दीदीकडे धाव घ्यायची. दीदीनं सगळं निस्तरून तिला पाठीशी घालायचं. माई-दादा होते तेव्हाही!

'हल्लीच ती जरा स्थिरावल्यासारखी वाटत होती. आता पुन्हा काय झालं असेल?'

साडेबारा वाजेपर्यंत नेटानं बसली तरी ललिताचे दहासुद्धा पेपर तपासून झाले नाहीत.

"दीदी, आज शाळेत जायचं नाही ना तुला? आपण लवकर आवरून जरा मार्केटला जाऊ यात."

"शाळेत तर जावंच लागेल थोडा वेळ. मार्केटला काय? संध्याकाळीही जाता येईल. नाहीतर रामदास आणून देईल. काय हवंय तुला मार्केटमधून?"

"रामदासला नाही समजायचं. मला एखादं सुरेख प्रेझेंट आणि ग्रीटिंग घ्यायचंय."

"कुणासाठी?"

मित्रा थोडा वेळ गप्प झाली, उत्तर कशा पद्धतीनं द्यावं याचा विचार करत असल्यासारखी आणि मग कपात उरलेला चहा पटकन पिऊन तशाच घाईघाईच्या सुरात म्हणाली, "बिशनसाठी."

"काय?" ललिताचा आवाज बदलला, तिला स्वत:लाच ओळखू येऊ नये इतका.

मित्रा कदाचित ललिताच्या अशा सटपटून जाण्याची, बेसावध होण्याचीच वाट पाहत असावी. ललिताची ही प्रतिक्रिया तिला अपेक्षितच होती.

जराही वेळ न लावता तिने लगेचच ठासून सांगितलं, "हो. बिशनसाठीच."

"तो आता कुठं भेटला तुला पुन्हा?"

"तो भेटला नाही. मी चाललेय त्याला भेटायला मुंबईला."

"काही नकोय जायला."

"मी एकटी नाही दीदी, तुलाही घेऊन जाणारेय."

"मित्रा!" ललिताला रागाने काय बोलावं तेच सुचेना.

"दीदी, बिशनच्या पोर्ट्रेटला बक्षीस मिळाल्याचं, त्याला आंतरराष्ट्रीय सन्मान मिळाल्याचं तू पेपरला वाचलं असशील. येत्या मंगळवारी मुंबईत समारंभ आहे राष्ट्रपतींच्या हस्ते."

"तुला आवर्जून आमंत्रण पाठवलंय वाटतं त्याने?"

"नाही. मी स्वत:हून चाललेय... मी आणि तूसुद्धा!"

"या असल्या समारंभांना जाण्यासाठी माझ्याकडे बिलकूल वेळ नाही आणि

सांगून ठेवतेय तुला, तूसुद्धा जायचं नाहीस. आता काय संबंध आहे तुझा त्याच्याशी?''

मित्रा छद्मी हसली.

''अजूनही नंदूचा बाप तोच आहे दीदी.''

ललिता काहीतरी सणसणीत बोलणार, तेवढ्यात रामदास कपबशा उचलायला आला. आपला राग तिने ओठाआड ढकलला.

''दुपारी जेवायला काय करायचं?''

तो तसाच टेबलापाशी थांबला.

''मी अंघोळ करून घेते,'' म्हणत मित्रा पटकन उठून गेली.

आज मित्राच्या आवडीचा काहीतरी बेत करावा, असं सकाळीच ललिताच्या मनात आलं होतं. फ्रीजमध्ये कायकाय शिल्लक आहे, तेही तिने तपासलं होतं. पण आता या कलकलत्या क्षणी तिला काहीच आठवलं नाही.

रामदासच्या प्रश्नाची उगीचच चीड येऊन त्याच्या अंगावर ओरडण्यासाठी तिने तोंड उघडलं आणि मग एकदम त्याच्यावरचं चिडणं किती व्यर्थ आहे, हे उमगून पडेल आवाजात ती म्हणाली, ''बघ. मित्रालाच विचार तिला काय हवंय ते.''

शाळेत जायला हवं होतं, हे खरं. पण अगदी काटेकोर वेळ पाळायची गरज नव्हती. सगळ्याच शिक्षकांनी वेळापत्रकाच्या चौकटी आपापल्यापुरत्या शिथिल करून घेतल्या होत्या. तरीही ललिता रोजच्यापेक्षा लवकरच बाहेर पडली. मित्रा स्वयंपाकघरात रामदासच्या हाताखाली लुडबूड करत होती. तिथे डोकावल्यासारखं करून, ''मी येतेच दोन-अडीचपर्यंत. वाटलं तर तू जेवून घे आधी.'' असं मोघम सांगून ती घाईघाईनं बाहेर पडली.

अजून अकराही वाजले नव्हते तरी रस्त्यावर मध्यान्ह उतरली होती. झाडांच्या सावल्या आक्रसून तळाशी गोळा झाल्या होत्या. रस्ता आत्ता वितळून भुळूभुळू वाहायला लागेल की काय, असं वाटत होतं.

फाटक ओलांडून थोडं पुढे आल्यावर ललिताच्या लक्षात आलं, 'आज छत्रीही घेतली नाही आपण. परतताना दुपारचं ऊन पायही टाकू देणार नाही रस्त्यावर. पण छत्रीसाठी पुन्हा घरात जायचं म्हणजे....'

तिने सरळ ऑटोलाच हात केला.

ती शाळेत पोहोचली तेव्हा लखू स्टाफरूम झाडत होता. पर्स लॉकरमध्ये टाकून तिनं आरामखुर्ची कडेला, अगदी कोपऱ्यात ओढून घेतली आणि लखूला सांगितलं, ''जाताना तेवढा पंख्याचा स्पीड वाढवून जा रे.''

''जी.''

लखूने लगेच स्वच्छता आटोपती घेतली.

वर मान करून पंख्याच्या गरगरत्या पात्याकडे बघत ललितानं खुर्चीच्या पाठीवर मान टेकली. तिचा श्वास जोरजोरात चालला होता. कशालातरी भिऊन जिवाच्या आकांतानं लांब पळावं, तशी घाईघाईनं ऑटो करून ती शाळेत आली होती. पण ज्याच्यापासून लांब पळायचा तिचा प्रयत्न होता, ते सत्य लोचटासारखं तिचा पदर धरून पाठी आलंच होतं....

"अजूनही नंदूचा बाप तोच आहे दीदी."

'अजूनही एवढी गुंतलीय मित्रा बिशनमध्ये? ती त्याच्यापासून वेगळी झाली तेव्हा नंदू जेमतेम चार वर्षांची होती. आता तिला बाविसावं लागलंय. एकमेकांचं तोंड न पाहताही अठरा वर्षांनंतर एवढं आकर्षण राहू शकतं? याला खरं प्रेम म्हणायचं की निव्वळ हळव्या आठवणींची जपणूक?

बिशननंतरही दोन पुरुष येऊन गेले मित्राच्या आयुष्यात... तरीही आज त्याचा गौरव, त्याची बक्षिसं असल्या कारणांसाठी हिनं एवढं उमलून यावं? एरवी वाहत्या पाण्यासारखा हिचा स्वभाव. तेवढ्यापुरता एखाद्याचा रंग घेतला तरी पुढच्या वळणावर पुन्हा आत्मरंगी होऊन जायचं. पण बिशनचा रंग मात्र पुसू शकली नाही ही मनावरून. बिशननं एवढं बांधून ठेवलंय हिला?

मित्रानं बिशनशी लग्न करायचा निर्णय घेतला तेव्हा अप्पांनी हरकत घेतली नाही हे खरं, पण फारसा पुढाकारही घेतला नाही. तो घेतला आपण... आणि तिने बिशनपासून दूर व्हायचं ठरवलं तेव्हाही तिला सर्वस्वी साथ आपणच दिली. तिचं मन, तिच्या भावना, तिची वेदना... सारं फक्त आपणच वाचू शकतो, असा अभिमान होता आजवर आपल्याला. पण आपल्यालाही न कळणारा असा एक कप्पा राहिलाच तिच्या मनात. जिथे कदाचित बिशन आणि फक्त बिशनच असू शकेल....'

नको असतानाही ललिताच्या समोर बिशन येत राहिला. त्याचं लाघवी बोलणं कानात घुमत राहिलं. अस्सल कलावंताचेच असावेत तसे भोवतालच्या जगाविषयी बेफिकिरी दर्शवणारे त्याचे निळेभोर डोळे, त्यात काठोकाठ भरून राहिलेला आत्मतुष्ट भाव, रेशमाच्या लडीचा गुंता व्हावा तशी कपाळावरच्या बटांची पिंगट वलयं, ओठांची खट्याळ मुरड, जिवणीतून सांडणारं मोहक स्मित, पौरुष आणि मार्दव दोन्हीचा एकत्र अनुभव देणारा सशक्त स्पर्श... सारं सारं आजूबाजूला– अगदी जवळ असल्यासारखं तिला जाणवत राहिलं.

बिशन त्यांच्या सगळ्यांच्याच आयुष्यात किती वेगवेगळे रंग भरून गेला होता... ती, मित्रा, अप्पा आणि बिशन. बिशनच्या सहवासातली ती पाच-सहा वर्षं म्हणजे चौघांच्याही आयुष्यातले कोवळ्या सोनेरी उन्हाचे मृदू कवडसेच होते. हळूहळू ते ऊन प्रखर झालं, दाह वाढत गेला आणि मग छोट्या नंदूसहित

सगळ्यांचीच त्यात होरपळ झाली.

'अजून-अजूनही ते चटके जाणवतात कधीकधी.'

मिटलेल्या पापण्यांतून ललिताच्या अंगावर कढत पाणी सांडलं.

ती, मित्रा आणि बिशन.... एकमेकांशी काहीही नातं नसलेली तीन टोकं, पण आत्ता ह्या अवघड क्षणी विश्वात जसं काही दुसरं काहीच उरलं नव्हतं. फक्त ती तिघं आणि त्यांचं एकमेकांवरचं जगावेगळं प्रेम!

अप्पांनी दुसरं लग्न करायचं ठरवलं तेव्हा ललिताला नीटसा उमजच पडला नव्हता कशाचा. 'तुला एक आई आणि एक छोटी बहीण मिळणार आहे.' असं अप्पांनी सांगितलं म्हणून ती त्या दिवसाची वाट पाहत होती, इतकंच. पण आई ह्या शब्दाचं अप्रुप वाटावं एवढा आईचा सहवास कधी घडलाच नव्हता. तिचं सारसर्वस्व होते ते अप्पा. त्यांनी एवढ्या कौतुकानं सांगितलंय म्हणजे आई आणि बहीण ह्या व्यक्ती चांगल्याच असणार, अशा खात्रीनंच तिनं अप्पांच्या दुसऱ्या लग्नाचं स्वागत केलं.

लहानपणीच आई गेल्यामुळे असेल कदाचित, पण ललिताचा स्वभाव ओठमिटला झाला होता. त्यात हट्टीपणा, उतावळेपणा, रडूनभांडून येणारा मोकळेपणा नव्हता. नव्या आईच्या आणि छोट्या सुमित्राच्या येण्यामुळे तिचं भावविश्व कसं आणि किती बदललं, ते अप्पांनाही समजलं नाही.

'जेमतेम दोन वर्षांची, बोबडंबोबडं बोलणारी, बाहुलीसारखे इवलेइवले हातपाय असणारी, खुदूखुदू हसत प्रत्येकाशी लाडीगोडी लावणारी, दुडूदुडू पावलांनी घरभर फिरणारी सुमित्रा घरात आली आणि इतके दिवस आपले... फक्त आपलेच असणारे अप्पा आता तिचेही झाले.' हे सत्य आठ वर्षांच्या ललिताने आपल्या स्वाभाविक शांतपणानं पचवलं. मनातल्या खळबळीचा एवढासुद्धा तरंग डोळ्याकिनारी आला नाही.

अप्पा निश्चिंत झाले. आईनं अगदी भरभरून प्रेम केलं नाही. पण सावत्रपणाचा जाचही नव्हता. आईचा स्वभाव कोरडेपणाकडे झुकणारा. मनभरून वाहून जाणं तिच्या स्वभावातच नव्हतं. सुमित्राशीही तिचं वागणंबोलणं, प्रेम करणं असंच असायचं. त्यामुळे ललिताबद्दल तिच्या मनात अगदी टोकाचा आकस नसला तरी पोटभरून मायाही नव्हती. ललिता आणि ती मायलेकीच्या ओलसर नात्यानं कधी एकमेकींच्या जवळ आल्याच नाहीत.

आईच्या अशा कोरड्या स्वभावामुळे अप्पा त्यांनाही नकळत आधीच दूर गेलेले होते... मग ललिता आणि बडबडी सुमित्राच एकमेकींत खोल गुंतून गेल्या.

एकमेकींची सोबत, सावली झाल्या. सुमित्राचं 'मित्रा' झालं खऱ्या आणि पुऱ्या अर्थानं!

दोघींचं एकमेकींवर गाढ प्रेम होतं. पण ते करण्याची पद्धत मात्र वेगवेगळी. ललिताचं प्रेम प्रौढ, पिकलं, समजूतदार, दोन्ही हात पसरून आश्वासकपणे कवेत घेणारं... तर मित्राचं प्रेम अवखळ, अंगणभर भिरभिर धावत राहणारं, धावताधावता मध्येच येऊन दीदीला बिलगणारं, 'दीदी, इथंच रहा हं! मला हवीयेस तू,' असं हक्काने सांगणारं.

इंटर सायन्सनंतर मित्राला टेक्स्टाईल डिझायनिंगचाच कोर्स करायचा होता. गावात त्याची सोय नव्हती. पुण्या-मुंबईला कुठंतरी जाऊन होस्टेलला राहावं लागणार होतं. नुकतीच आई गेलेली. दुसऱ्यांदा आलेल्या विधुरपणानं अप्पा पुरते खचलेले. अशा उदास वेढ्यात सापडलेल्या दीदीला एकटीला सोडून जाणं आणि आपणही होस्टेलला जाऊन एकटं पडणं मित्राच्या अगदी जिवावर आलं होतं. पण तरी टेक्स्टाईल डिझायनिंगचं आकर्षण बाजूला सारणं शक्य नव्हतं... मित्राच्या स्वभावाचं हेच तर वैशिष्ट्य होतं. स्वत:चं काही सोडायला ती कधी तयार नसायची. दुसऱ्यानं आपल्यासाठी काही सोडावं, अशी स्वार्थी अपेक्षाही नसायची तिची. पण कुणी तिच्यासाठी काही त्याग केला तरी ते ती फारसं लावूनही घ्यायची नाही. तो आपला हक्कच असल्यासारखी वागायची.

मित्रा मुंबईला गेली आणि घर रिकामं झालं. अप्पा रिटायर झाले होते. ललिताची शाळेतली नोकरी नुकतीच सुरू झाली होती. घरात सगळ्यांचं एकत्र असणं, गप्पा, हसतबोलत जेवणंखाणं, सगळ्याचंच वेळापत्रक विस्कटून गेलं. घरात आणखी एखादं माणूस हवं होतं, असं अप्पांना आणि ललितालाही प्रकर्षाने वाटायला लागलं.

आणि अचानक एका सकाळी बिशन दारात येऊन उभा राहिला.

ललिताची शाळेत जायची वेळ. गेल्या वर्षी अप्पांनी घेतलेली नवी सायकल रोजच्यारोज ती स्वत:च पुसायची. आजही ती तयार झाल्यावर व्हरांड्यात सायकल पुसत होती. बिशन फाटक उघडून आत आल्याचं तिला कळलंच नाही. मध्येच केव्हातरी लक्ष गेलं तेव्हा आपल्या हालचालींकडे एकटक पाहत उभा राहिलेला बिशन तिला दिसला. समोरून आलेलं सकाळचं ऊन त्याच्या समुद्री डोळ्यांत उतरलं होतं आणि त्या चमकत्या नजरेच्या संथ लाटा ललिताकडे झेपावत होत्या.

गडबडीनं ती उभी राहिली.

"कोण हवंय?"

आता त्याच्या दोन्ही हातातल्या बॅगा तिला दिसल्या. त्याची तंद्री मोडली. सूटकेसेस खाली ठेवून त्याने हात जोडले....

"मी विश्वनाथ मुझुमदार. आजऱ्याहून आलोय. मांडकेसर आहेत घरात?"

"हो आहेत. या ना. अप्पाऽऽ"

ती आत धावली.

बिशनचे वडील गजानन मुझुमदार– अप्पांचे वर्गमित्र. अतिशय श्रीमंत आणि तेवढाच लहरी माणूस. आजऱ्याला त्यांची वतनाची शेतजमीन होती. भाताचं प्रचंड उत्पन्न. आजूबाजूच्या गावात दोन-चार भातगिरण्या टाकलेल्या. आपल्या मुलाचा चित्रकलेचा छंद त्यांना अजिबात पसंत नव्हता. मुलाला नेमक्या रस्त्यावर कसं आणायचं, ते कळत नव्हतं. त्याच्या छंदाला, त्यापायी येणाऱ्या बेबंद वागण्याला, वेसण घालायला घरात कोणी बाईमाणूस नव्हतं. मध्यमवर्गीय मास्तरांच्या घरातले संस्कार चांगले वळणदार असतात. पोरगं तिथं बिघडायचं नाही, नीट रांकेला लागेल, या समजुतीने त्यांनी मैत्रीचं एक पत्र देऊन बिशनला अप्पा मांडक्यांच्या घरी पाठवलं होतं.

त्यांची समजूत चुकीची नव्हती. अप्पांच्याही घरात आता तशा अर्थानं कुणी बाईमाणूस उरलेलं नसलं तरी ते घर असं वांड-उनाड झालेलं नव्हतं. मुख्य म्हणजे घराचं घरपण अजून शाबूत होतं. दाराभिंतींना मायेची, आपलेपणाची ऊब होती. पैसा आणि मानसन्मान याखेरीज इतर कशालाही महत्त्व न देणाऱ्या घरातून आलेला पोरका बिशन या घरात रमला... रुळला... ललिताचं एकटेपणही भरून निघालं.

लहानपणीच गेलेली आई ललिताला आठवतही नव्हती. दुसऱ्या आईच्या अस्तित्वाला मित्राच्या प्रेमाची ठळक किनार लाभलेली. त्यामुळे तिला केविलवाण्या पोरकेपणाचा अनुभव नव्हता. अप्पांचं प्रेम होतं. घरात आईचं अस्तित्व होतं. मित्राची सोबत होती. बाहेरच्या लोकांनी सहानुभूती दाखवावी आणि आपल्या पांगळ्या आयुष्याची पदोपदी टोचणी लागावी, अशा प्रकारचं पोरकेपण, उदास एकलेपण कधी तिच्या वाट्याला आलंच नव्हतं.

बिशनच्या स्वभावातल्या बेफिकिरीला मात्र आपण पोरके आहोत, ही धारदार जाणीव पहिल्यापासूनच वेढलेली होती. म्हणूनच त्याच्या कलंदर वृत्तीला कारुण्याचे काठ होते. मनात एक अनाकलनीय पोकळी होती.

अप्पांच्या घरातल्या वास्तव्यात त्याच्या मनातली पोकळी हळूहळू मिटत गेली. ललिताच्या ऋजू ,सोशिक स्वभावानं तो घरात स्थिरावत गेला. कुटुंब या संस्थेबद्दलची त्याची मतं बदलत गेली. कधी स्वप्नातही अपेक्षिलं नव्हतं ते प्रेम, स्थैर्य त्याला या

घरानं दिलं. एरवी त्याचा स्वभाव फारसा बोलका नव्हता. पण बोलायच्या मूडमध्ये आला की, अगदी भरभरून बोलत राहायचा. मनाच्या कानाकोपऱ्यात दडलेलं सगळं सांगत राहायचा.

"...मी पहिल्यांदा या घरात आलो ना ललिता, तेव्हा मला तू दिसलीस. सायकल पुसणारी... आणि मी नुसता पाहतच राहिलो. तुझ्या त्या पुसण्यातून तुझं सायकलवरचं प्रेम कळत होतं. गाय वासराला प्रेमानं चाटताना कधी पाहिलंयस तू? तो प्रेमळ स्पर्श तिच्या नुसतं उभं राहण्यातूनही जाणवत असतो. तशीच दिसत होतीस तू. आपल्या सोनुल्यावर प्रेम करणाऱ्या, त्याला गोंजारणाऱ्या आईसारखी! तुझ्याकडे पाहिलं आणि मनावरून पुसून गेलेला आईचा चेहरा डोळ्यांसमोर आला, अस्पष्टसा...."

"तुझ्या आईला पाहिलं नव्हतंस तू कधी?"

त्याच्या डोळ्यांत सहस्र जखमांच्या वेदना....

"पाहिलं होतं गं. विलक्षण देखणी होती म्हणतात ती. पण तिचं रूप साठूनच नाही राहिलं माझ्या डोळ्यांत. आई म्हटलं की, मला आठवते ती फक्त ज्वाला... लाल... केशरी... पिवळी... दाहक रंगाची ज्वाला...."

"का पण?"

"तिच्या सगळ्या आठवणींशी फक्त ज्वाळाच निगडित आहेत म्हणून. माझा पाचवा वाढदिवस होता. मला खूप आवडतात म्हणून आईनं स्वत: गुलाबजाम केले. कशी कोण जाणे कढई कलंडली आणि उकळतं तूप तिच्या दोन्ही हातांवर सांडलं, पार मनगटापर्यंत... दुसऱ्या दिवशी हातावर मोठाल्या बोरांएवढे फोड. ओवाळणीचं तबकसुद्धा धरता येत नव्हतं तरी तशाच हातांनी तिने मला ओवाळलं. अजूनही वाढदिवस म्हटला की, आईचे ते फोडांनी भरलेले हात, त्यात कसंबसं पेललेलं ते तबक आणि त्यातली ती निरांजनाची थरथरती ज्योत एवढंच आठवतं मला."

"पुरे! नको सांगूस."

"प्लीज ललिता... सांगून तरी मोकळं होऊ देत ना मला!"

"अरे, पण त्या आठवणींनी तुलाच किती वेदना होतायत बघ."

"होऊ देत. आत खोलवर दडलेल्या व्यथा जेव्हा अशा सैलपणे बाहेर येतात ना, तेव्हा त्या स्वत:च फुंकर होऊन जातात. दुःख आपोआप निवतं. मन ही सर्वांत विचित्र चीज आहे ललिता... मनात लपलेलं काही जेव्हा बाहेर येतं ना, तेव्हा ते आपलं आपल्यालाच इतकं अनोळखी होऊन जातं म्हणून सांगू!

आमच्या गावात एक महादेवाचं देऊळ आहे. गावकऱ्यांची फार श्रद्धा आहे त्याच्यावर. दरवर्षी कार्तिकी पौर्णिमेला तिथे मोठा उत्सव असतो. देवळापुढच्या

चबुतऱ्यावर त्रिपुर पेटवला जातो. त्रिपुर म्हणजे एवढासा समईतल्या वातीएवढा नाही. होळीसारखा प्रचंड, धगधगीत... आणि मग त्या त्रिपुराभोवती नवस बोललेले गावकरी प्रदक्षिणा घालतात. ज्यांच्यावर काही गुन्हा केल्याचा संशय असेल ना, अशा आरोपींनासुद्धा त्याभोवती प्रदक्षिणा घालायला लावतात आणि मग खरंच त्या माणसानं गुन्हा केला असेल तर त्यानं कितीही लांबून प्रदक्षिणा घातली तरी त्या ज्वाळांचे चटके त्याला बसतातच... इतके की, ते असह्य होऊन शेवटी तो ओरडायला लागतो. गुन्हा कबूल करतो.''

''खरंच असं घडतं?''

''कोण जाणे! मी लहान असताना आमचा गडी खांद्यावर बसवून मला त्रिपुर बघायला न्यायचा. पण त्या ज्वाळा बघून मी फार घाबरायचो. कारण....''

बोलताबोलता बिशन मध्येच थांबला. अस्वस्थपणे त्याने हाताचे तळवे चेहऱ्यावर खसाखसा चोळले आणि मग नजर वळवून पडेल स्वरात सांगितलं, ''कारण वडिलांच्या संशयी स्वभावाला कंटाळून माझ्या आईनंही जाळून घेतलं होतं शेवटी.''

''माय गॉड! किती भयंकर आहे हे सगळं.''

''आईची आत्महत्या मी प्रत्यक्ष पाहिलेली नाही. तरीपण त्रिपुराच्या ज्वाळा आणि आईचा मृत्यू हे समीकरणच बसून गेलंय माझ्या मनात... आणि तुला कल्पनाही करता येणार नाही अशी एक वेगळीच धग पेटलीय तिथं.''

''कसली?''

''जसजसा मी मोठा होत गेलो तसतशी चमत्कारांवरची श्रद्धा उडत गेली खरी, पण त्रिपुराच्या त्या चटक्यांचा एक नवा अर्थ सापडून गेला मला... लोकांचं गुन्हा कबूल करणं त्या ज्वाळांच्या चटक्यानं घडत नसेल.''

''मग?''

''कोणताही गुन्हा करताना ज्या सदसद्विवेक बुद्धीची होळी झालेली असते ना, तिचे निखारे मनात तसेच धगधगत असतात. आरोपाची एखादी फुंकर त्यांना पुन्हा चेतवते आणि ते अनावर पेट घेतात... आपल्या मनात अगदी आत पेटलेला, आपण चुकीचं वागलो या जाणिवेचा त्रिपुर जे चटके देतो ना, ते असह्य होतात आणि माणूस कळवळतो. गुन्हा कबूल करतो... हे लक्षात आल्यावर वाटायचं की, आईपण अशा मनाच्या आगीनंच जळाली असेल का? बाबांचा संशय खराही असेल कदाचित...''

''शी! स्वत:च्या आईबद्दल असं कसं बोलवतं तुला बिशन?''

''हेच... हेच तुझे सोज्वळ विचार त्या दिवशी तुझ्या चेहऱ्यावर उमटले होते. फक्त मलाच ते वाचता आलं आणि वाटलं, 'नाही... फक्त व्यभिचार हेच रूप नाही स्त्रीचं, तिथं ममता आहे, आश्वासन आहे.' त्या निर्जीव लोखंडी सायकलबद्दल जे

ममत्व तुझ्या डोळ्यांत उमटलं होतं, तेच मला स्त्रीची कितीतरी सोज्वळ रूपं दाखवून गेलं.''

''हे बघ, आता हे असे वेड्यासारखे विचार करत बसू नकोस. तुला या घरात जे भलेपणाचं आश्वासन मिळालंय ते तसंच जप. त्याची जाणीव ठेव आणि यश दे या घराला. तुझ्या वडिलांनाही वाटू दे की, मांडकेसरांकडे ठेवला, पण पोरगा सुधारला हो.''

''ए शहाणे, मी बिघडलेला नाही हं... आणि तुला सोज्वळबिज्वळ म्हणालो तर लगेच दादीमाँच्या रोलमध्ये शिरू नकोस. मला उगीचच बुद्धपणाचा आव आणणाऱ्या पोरी बिलकूल आवडत नाहीत. मुलींनी नेहमी कसं आपल्या वयापेक्षा लहानच असावं जरा....''

''मग आमची मित्रा आवडेल तुला. कायम स्वत:च्या वयापेक्षा चांगली दहा-बारा वर्षांनी लहान असते ती.''

खरोखरच मित्रा आली आणि बिशनचं तिच्याशी छान सूत जमलं. ललिता, बिशन आणि मित्रा, तिघांची मैत्री दाट, घट्टमुट्ट, खोलखोल होत गेली.

मात्र वडिलांनी त्याला ज्या हेतूने अप्पांकडे ठेवला होता, तो त्यांचा हेतू काही सफल झाला नाही. बिशननं चित्रकला सोडली नाही. पहिल्यापेक्षाही अधिक हुरूपानं आणि अधिक मोकळेपणानं त्याचे रंगाकागदाशी खेळ चालू राहिले. आता त्याच्या कलेचं मनापासून कौतुक करणारी माणसं भेटली होती ना त्याला! ललू आणि मित्रा....

त्या तिघांना हसताखेळताना, एकमेकांची चेष्टा करताना पाहिलं की, अप्पा म्हणायचे, ''इतके दिवस आपल्याला जाणवलं नव्हतं, पण एखादा तरुण मुलगा घरात असला की, वेगळाच जोश असतो. नाही?''

''अंहं. नुसता तरुण नाही, एक मस्तवाल मुलगा... शिवाय त्याच्या जोडीला ललू-मित्रा आणि अप्पापण हवेत. तरच असा जोश येतो. नाही?'' बिशन डोळे मिचकावत म्हणायचा आणि मग चौघंही उसळून हसायचे.

सुटी पडली तरी बिशन घरी जायला तयार नसायचा. मग अप्पा आणि ललिताच त्याच्या पाठी लागायचे आणि दामटून-चेमटून आठवडाभरासाठी तरी

त्याला घरी पाठवायचे. जिवावर येऊन एखादी शिक्षा भोगायला जावं तशा पडेल चेहऱ्यानं बिशन घरी जायचा आणि दिवस मोजत तिथे राहायचा. पोरगा माणसात आलाय, ह्या समाधानानं त्याचे वडील त्याच्या अशा लगेच निघून जाण्यावर आक्षेप घ्यायचे नाहीत.

घरून परत आला की, बिशनच्या गप्पांना आणि हकिगतींना नुसता ऊत यायचा. कुणाला वाटावं, हा किती वर्षं ह्या घरापासून दूर होता कोण जाणे.

आठवडाभरातलं सुख तो हावरटासारखं ओरबाडून घ्यायचा. अशा वेळी ललिताला जेवणा-अंघोळीसाठीसुद्धा त्याच्यामागे भुणभुण लावावी लागायची. असाच एकदा गप्पांमधून उठवून तिनं त्याला बाथरूममध्ये ढकलला. अर्धी अंघोळ तंद्रीतच झाली रावसाहेबांची. मग लक्षात आलं की, टॉवेल बॅगमध्येच राहिलाय.

''ललू, माझ्या बॅगमधला टॉवेल दे गं.'' बाथरूममधून तो ओरडला.

''घरी जाऊन आलास ना की, फार ऐदी होतोस तू. पुढल्या वेळी येताना दोन-चार नोकरपण बरोबर घेऊन ये तिकडचे.''

लटक्या वैतागानं तिनं त्याची बॅग उघडली. टॉवेलसाठी पार तळापर्यंत शोधाशोध करावी लागली. टॉवेलबरोबर त्याची स्केचेसची वहीपण आली हातात. ललिताला ती वही पूर्ण परिचित होती. एखादं नवीन स्केच केलं की, ते ललिताला दाखवताना, त्याची पार्श्वभूमी समजावताना, कसं जमलंय ते विचारून आपली स्तुती ऐकताना त्याचा चेहरा लहान मुलासारखा निरागस व्हायचा....

'या वेळी घरी जाऊन किती नवीन स्केचेस केलीत बघू दे.' म्हणत तिनं त्या वहीची लांबुळकी पानं उलटली. पहिली तीन-चार स्केचेस तर तिनं पाहिलेलीच होती. त्याच्या पुढची पानं उलटली आणि ती अवाक झाली.

पुढची सगळी... सगळी स्केचेस मित्राची होती, या सुटीतच केलेली.

प्रत्येक स्केचखाली तारीखच नाही तर वेळही टाकलेली. काहीकाही स्केचेसमध्ये केवळ पंधरा मिनिटांचं अंतर... नुसत्या पेन्सिल शेडनं काढलेल्या त्या चित्रांची रेषन्‌रेष बोलकी होती. त्या प्रत्येक रेषेला हजारो शब्द फुटले होते आणि ते सगळे शब्द एकच भाव व्यक्त करत होते... पुन:पुन्हा....

''ललिता, मी गारठलोय इथं.''

बाथरूममधून बिशनची हाक आली तशी एकदम दचकून ती भानावर आली. स्केचबुक पुन्हा जसंच्या तसं ठेवून तिने बॅग नीट बंद केली.

पुढच्या सुटीत मित्रा घरी आली तेव्हा तिने मित्राला छेडलं.

''तू नेमकं कसं गं दीदी मनातलं ओळखतेस?'' म्हणत मित्रानं आवेगानं तिला

मिठी मारली आणि ललितापुढच्या प्रश्नाचं उत्तर सोपं झालं.

अप्पांनी भरभरून संमती दर्शवली नाही तरी त्यांनी आढेवेढे घ्यावेत, असं काहीच नव्हतं. एक 'स्थळ' म्हणून बिशन लाखात एक होता.

बिशन आणि मित्रा लग्नाची नोटिस देऊन आले, त्या दिवशी रात्री जेवताना ललिताने सांगितलं, "गावात मी जागा बघितलीय. दोनच खोल्या आहेत. तुम्ही दोघं तिकडे जाल की मी आणि अप्पा जाऊ?"

"अगं, वेडी की काय ललू तू?" अप्पा आश्चर्याने म्हणाले, "चांगलं मोठ्ठं, गावाबाहेरच्या मोकळ्या हवेतलं घर आहे आपलं. गावात कशाला जायचं आणखी? आणि रोजचेच तर आहोत आपण चौघं. कुणी नवं माणूस थोडंच येणारेय?"

"म्हणूनच तर अप्पा! माणसं रोजचीच असली तरी आता एकमेकांतली नाती बदलतील."

"अगं, पण आपण तेच राहणार आहोत. अशा तासाभराच्या मंत्रविधीनं आणि सहीच्या एका फटकाऱ्यानं माणसं थोडीच बदलतात?"

"बदलायला हवीत. आपल्यातल्या संबंधाचं जे नवं रूप आपण स्वीकारतोय त्याच्याशी प्रामाणिक नको राहायला आपण? नवराबायको म्हणून एकमेकांना स्वीकारताना, जाणून घेताना त्यांना दोघांनाच राहू देत काही दिवस. आपली माणसं, आपली माणसं म्हटलं तरी आपण आसपास असताना ती दोघं एकमेकांजवळ नीटशी पोहोचू शकणार नाहीत."

"दीदी, मी नाही तुला सोडून जाणार हं. सांगून ठेवतेय." खरकट्या हातानंच मित्रा ललिताच्या गळ्यात पडली.

"बरं. मग आपण बिशनला आणि अप्पांना पाठवू हं तिकडे... शाणं माझं बाळ ते."

चेष्टेचेष्टेतून का होईना ललितानं दोघांचा वेगळा संसार मांडण्याचं ठसवलंच त्यांच्या मनावर. बिशन आणि मित्रा तिकडे राहायला निघाले तेव्हा मात्र आपले अश्रू आवरताच आले नाहीत तिला.

"दीदी."

मित्राच्या डोळ्यांच्या काठाशी अश्रू थांबलेच होते निमित्त शोधत.

"अंहं. रडायचं नाही. माझे अश्रू आनंदाचे आहेत मित्रा. तू आणि बिशन, दोन्ही माझी लाडकी माणसं एकमेकांच्या जवळ आला आहात. एकमेकांना सुखी करा. खूप प्रेम करा... खूप... खूप...." ललिताला पुढे बोलवेना.

"रियली शी इज अ वंडरफुल वुमन." ऑटोत बसल्याबसल्या बिशन म्हणाला.

"खरंच! खरंतर सावत्र बहिणीसुद्धा नाही आहोत आम्ही. आई, वडील कुणीच समान नाही आमच्या नात्यात. पण सख्ख्या बहिणीच्याही पलीकडचं प्रेम करते ती

माझ्यावर. मी कशीही वागले तरी दर वेळी तीच निभावून नेते सगळं. आपण थोडे दिवस तरी दूर राहायला हवं, हे माझ्याही मनात स्पष्ट उमटलं नव्हतं तोवरच ओळखलं तिनं... अशी दीदी मागून तरी मिळेल कुणाला?''

''मॅडम... मॅडम... बरं वाटत नाही का?''

खुर्चीच्या पाठीवर मान टेकवून मलूलपणे पडलेल्या ललिताला दिवेकरसर विचारत होते. ती दचकून भानावर आली.

''नाही... तसं विशेष काही नाही. रात्री बराच वेळ पेपर तपासले ना.''

''आज फारसं कुणी आलेलं दिसत नाही. मीही घरी निघालोय. येताय का? जाताजाता सोडून देतो तुम्हाला हवं तर.''

''अं...? बरं. आलेच मी दोन मिनिटात.''

'...कई बार यूँही देखा है
ये जो मनकी सीमारेखा है
मन तोडने लगता हैऽ...'

दुपारच्या शांततेत येसुदासचे गहिरे स्वर कानातून अलगद मनात झिरपत होते. ते ऐकत डोळ्यांवर आडवा हात घेऊन मित्रा पडली होती. दीदीचं कलेक्शन तिलाही आवडायचं. नेहमीच घरात दीदी नसताना ती कॅसेट लावून ऐकत राहायची.

आज मात्र चित्त गाण्यात नव्हतं तिचं... 'मला आपलं वाढ बाबा. खूप भूक लागलीय.' म्हणत मगाशीच तिनं थोडंसं जेवून घेतलं होतं, दीदीसाठी थांबणं मुद्दाम टाळून! शक्यतोवर दीदी घरात आल्याआल्या समरप्रसंग नको होता तिला.

'चिडचिडून मग दीदी नीट जेवलीही नसती कदाचित... कोण जाणे... कदाचित शांतपणे, आपण हललोच नाहीत कशानं, असं दाखवत रोजच्यासारखीही वागली असती. एवढी वर्षं आपण तिला बघतोय, पण तिच्या मनाच्या तळाशी नाहीच पोहोचता आलं आपल्याला. कुठच्या प्रसंगी ती कशी वागेल, त्याचा काही अंदाजच बांधता येत नाही... हां. एक मात्र आहे. जे काही करेल ते फक्त आपल्यासाठी! आपल्याला सुखावणारं!! सख्खी बहीणही उभी राहणार नाही अशा प्रसंगातही... कधीकधी आई-अप्पाही नाहीत... फक्त दीदीच उभी राहिली आपल्या पाठीशी.'

'कृतज्ञतेच्या भावनेनं मन भरून आलं तरीही आज दीदीबद्दल नेहमीचा ओढाळ ओलावा नाहीये आपल्या मनात,' हे मित्राच्या लक्षात आलं. पण त्याचं कारण मात्र सापडेना तिला...

'बिशनचा बेछूट स्वभाव आणि आपली चंचल वृत्ती हे दोन्ही एकमेकांवरच्या प्रेमापेक्षा सरस ठरलं. नंदूचा रेशमी पाशही दोघांना एकत्र बांधून ठेवू शकला नाही. एकमेकांपासून दूर होतानाही आपल्या पाठीशी दीदी खंबीरपणे उभी राहिली.

लग्न न करता एकटं राहणं वेगळं आणि लग्नानंतर एकटं राहणं वेगळं. नंतरच्या एकटेपणात कितीतरी समस्या समोर आल्या... दर वेळी दीदीचा आधार होता म्हणूनच सगळं सोपं झालं. आपल्या मनाचाच कौल मानायचा असं ठरवलं तरीही आपण घेतलेले कितीतरी निर्णय चुकत गेले... वाटेवर श्रीनिवास वर्मा भेटला. तो सावरून घेईलसं वाटलं, पण तो कल्पनेच्याही पलीकडचा स्वार्थी निघाला. हर्षदबरोबरही राहून पाहिलं काही दिवस. पण त्याच्याशीही नाही पटलं. परंपरावादी असूनही दीदीनं दर वेळी आपल्यासाठी स्वत:ची मतं बाजूला ठेवली. आपली बाजू, आपली भूमिका, आपली मन:स्थिती सगळं जाणून ती आपल्याला जपत राहिली. आपण पांगळ्या होणार नाही, अशा बेतानं आधार देत राहिली. तरीही ती दुखावणार नाही, याची काळजी घेत राहिली... आणि असं असूनही आपल्या हातून एवढ्या चुका घडूनही आपल्यावर तिने स्वत:चे निर्णय कधी लादले नाहीत. त्या जपणुकीचं ओझं कधी आपल्या मनावर टाकलं नाही. जो बिशन तिला एवढा प्रिय होता, त्या बिशननं आपल्याला दुखावल्यानंतर तिनं पुन्हा चुकून त्याचं नावही घेतलं नाही... आठवण काढणं तर दूरच....'

विसरले-विसरले वाटणारे कितीतरी प्रसंग सगळ्या बारकाव्यांसहित मनासमोर उभे राहिले आणि त्यांचे तुकडे जुळवून त्यात मित्रा ललिताच्या आताच्या वागण्याचा अर्थ शोधत राहिली.

'...आपल्याला वाटलं होतं त्यापेक्षाही जास्त रुजलाय बिशन आपल्या दोघींच्या आयुष्यात. भांडूनतंडून दूर झालो तेव्हाचा राग-तिरस्कार मावळलाय आता. त्या दिवशी त्याच्या चित्राला सुवर्णपदक मिळाल्याचं वाचलं आणि मनाच्या खोल गाभ्यातून फक्त आनंदच उमटला, उमलून आला. वाटलं हेच निमित्त आहे आपल्यातला दुरावा सांधण्याचं. पुन्हा जवळ नाही आलो तरी चालेल, पण मधलं हे अंतर तरी मिटून जाईल. बिशन, दीदी, आपण आणि नंदू एकमेकांचे चांगले मित्र म्हणून तरी आयुष्यात पुन्हा भेटू शकू.

हा विचार मनात आला आणि वाटलं की, दीदीलाही हे असंच वाटेल अगदी. आपण असा विचार केला म्हणून ती खूष होईल. आपणहून मुंबईला जायचे, बिशनला चकित करायचे बेत करेल. पण...

फटदिशी दार उघडून ललिता आत आली. कॉटसमोरच्या खुर्चीत बसली.

मित्रानं डोळ्यांवरचा हात बाजूला केला.

"जेवलीस दीदी?"

"नाही. भूक नाहीये मला."

"दीदीऽ प्लीज."

"मित्रा, या वेळी माझं ऐक जरा. नको पुन्हा या फंदात पडूस."

"दीदी, काहीतरी गैरसमज होतोय तुझा. मी पुन्हा बिशनशी कोणतंही नातं जोडायला चाललेली नाही. जस्ट ॲज अ वेलविशर. एकेकाळची त्याची अत्यंत जवळची माणसं त्याच्या स्वप्नपूर्तीच्या क्षणाला साक्षी म्हणून अचानक हजर राहिली तर त्याला किती आनंद होईल, दीदी."

"एका कणानंही मला पुन्हा त्या माणसाला आपल्या मनात येऊ द्यायचं नाहीये."

"दीदी, का राग करतेस तू त्याचा एवढा?"

"कारण त्यानं तुझ्या आयुष्याची वाताहत केली."

"हे कारण तुला तरी पटतंय का? आणि वाताहत केली म्हणजे काय केलं? त्याच्याशी लग्न करण्याचा निर्णय मी स्वखुषीने, उघड्या डोळ्यांनी घेतलेला होता. त्याने काही मला फसवलंबिसवलं नाही, जाणूनबुजून माझा छळ केला नाही की कधी माझ्याशी दुष्टपणाने वागला नाही. फक्त आमच्या वृत्तीच एवढ्या भिन्न होत्या की, सारखे वाद व्हायला लागले आमच्यात. पण त्या गोष्टीला मीसुद्धा तेवढीच जबाबदार होते."

"काहीही असलं तरी बिशन हा विषय आपल्यापुरता, आपल्या घरापुरता कायमचा संपलाय आता."

"दीदी, तू एवढी दुष्ट नाहीयेस. तूच त्याच्यातलं पोरकेपण मिटवलंस, मायेचा आधार देऊन नीट उभं केलंस त्याला आयुष्यात... आणि आता अशी का पाठ फिरवतेस त्याच्याकडे?"

"पण तुझा तरी एवढा आग्रह का मित्रा?"

"ठीक आहे. तुला यायचं नसलं तर मी एकटीच..."

"मित्राऽ" एवढा वेळ खालच्या पट्टीत स्थिर असलेला ललिताचा आवाज एकदम चढला, "तू त्याला भेटायला गेलीस तर आजपासून तुझं माझं नातंही संपलं असं समज."

मित्रा चपापून स्तब्ध झाली. तिच्या स्तब्धपणानं ललिताच वरमली.

उठून तिच्याजवळ जात मऊ, पडेल स्वरात म्हणाली, "मित्रा, कसं सांगू तुला? तुझ्या आयुष्यावर पुन्हा त्या माणसाची सावलीसुद्धा पडायला नकोय मला. अगं...."

चवताळून मित्रानं तिला लांब ढकललं. रागानं बारीक झालेल्या डोळ्यांतून सगळा संशय एकवटत तिनं ललिताकडे पाहिलं.

"दीदी? दीदी, तू प्रेमात पडली होतीस बिशनच्या?"

"मित्रा!" ललिताचा उंच, कापरा स्वर दुपारच्या शांततेला सर्रकन चिरून गेला.

"हो. येस... दीदी, तू प्रेमात पडली होतीस त्याच्या. म्हणूनच तो माझ्या आयुष्यातून गेल्यावर तू समाधानाचा सुस्कारा टाकलास आणि म्हणूनच आता पुन्हा तो माझ्या आयुष्यात येतोय, हे कळताच तू अस्वस्थ झालीस. नक्कीच तू त्याच्या गाढ प्रेमात होतीस. आता हळूहळू माझ्या लक्षात येतंय सगळं. माझ्यावरचं तुझं प्रेम हा एक देखावा होता. निव्वळ देखावा! स्वत:ला लपवण्यासाठी मांडलेली आरास होती ती. पहिल्यापासूनच जमिनीवरून पाय सोडून जगणं, भान विसरून धुंद क्षणांना भिडणं तुला जमलंच नाही... आणि माझ्या तर जगण्याची रीतच ती होती. म्हणून माझा हेवा वाटायचा तुला आणि त्याचबरोबर माझ्या तशा वागण्याचं आकर्षणही! आणि मग ते लपवायला तू माझ्यावर प्रेम करत असल्याचं सोंग वठवायला लागलीस... गांभीर्याचा कितीही आव आणलास तरी आतून काहीतरी उसळत असायचं. बिशनला तुझ्याकडे पाहून आई आठवायची म्हणून मग तूही प्रौढ ममतेचं सोंग करायचीस. पण तरीही त्याचं आकर्षण वाटायचंच तुला. तुझ्या डोळ्यांत त्याच्याबद्दलची लालसा स्पष्ट उमटायची...."

दोन्ही हातानं जोरदार पाणी उडवावं तसे शब्दाचे सपकारे! त्या सपकाऱ्यांना तोंड देणंही शक्य नव्हतं आणि थांबवणंही.

डोळे गच्च मिटून ललिता तशीच बसून राहिली... मित्राचा एक-एक शब्द सुटा होऊन मनात शिरत होता आणि उसळी घेऊन मेंदूवर आपटत होता. दर क्षणी त्याची धार वाढत होती. जाणवत होतं, 'हा प्रत्येक शब्द सच्चा आहे. मित्रा बोलतेय ती सगळी आपल्याच मनाची स्पंदनं आहेत. कल्पनाही करता येणार नाही एवढं अफाट प्रेम केलं आपण बिशनवर... आपल्या डोळ्यांदेखत तो मित्राचा झाला तेव्हा तडफडलो. तिच्यापासून दूर गेला तेव्हा सुखावलो आणि आता पुन्हा त्यांनी एकमेकांत गुंतू नये म्हणून आपल्या जिवानं आकांत मांडलाय... अगदी खरं आहे सगळं! आजवर आपल्याला अस्पष्टसं जाणवलं होतं तेच आता तिच्या शब्दातून सामोरं येतंय.

'पण हे सगळं मित्राला कसं जाणवलं? की बिशन म्हणायचा तो आपल्या मनातला त्रिपुर म्हणजे मित्राच आहे? अंतर्मनातल्या चटक्यांनी गुन्हा कबूल करून घेणारा तो विलक्षण त्रिपुर....'

डोळे मिटून शांतपणे बसलेल्या दीदीकडे बघताबघता मित्राचा आवेश हळूहळू

कमी झाला. आपण कायकाय आणि कितीकिती बोललो याचं तिला भान आलं.

'दीदी एक अक्षरही उलटून बोलली नाही... म्हणजे? दीदीला हे सगळं मान्य आहे?'

अनपेक्षित आश्चर्याचे भाव मित्राच्या डोळ्यांत उमटले आणि त्या आश्चर्यापाठोपाठ दुसरीही एक जाणीव... आणखी घायाळ करणारी....

'आजपर्यंत दीदीवर आपण अपार प्रेम केलं. आज केवळ दीदीनं बिशनकडे जायला विरोध केला म्हणून आपण उलट्या फिरलो. नाही नाही ते बोललो आपण तिला. रागाचा, संतापाचा तो एक क्षण दोघींना परकं करून टाकणारं असं काही वदवून गेला आपल्या तोंडून... जे आजवर कधीच आपल्या मनात आलं नव्हतं... की हे सगळं आपल्या मनात, आपल्याही नकळत खोल दडून राहिलं होतं? केवळ ठिणगी पडायची वाट पाहत?

बिशन म्हणायचा तो त्रिपुर म्हणजे हा असा अवचित अंगावर येणारा क्षणच असेल का? विवस्त्र ज्वालांसारखा तळपता! सच्चा, पण सगळी नाती कोळपून टाकणारा!! आपल्यालाही न कळलेलं आपलं मन दाखवणारा!!!'

भर उन्हाळ्यातल्या त्या रखरखीत दुपारी दोघींच्याही नात्यामध्ये एक ज्वाला धगधगत होती. एकच ज्वाला, पण दोघींना बसणारे चटके मात्र वेगवेगळे.

■

वाळवंट

सकाळी नऊची वेळ. स्वयंपाकघराचं कुरुक्षेत्र झालेलं. फळी-शेल्फावरच्या वस्तू आपापला ठावठिकाणा सोडून निर्वासित झाल्यायत. कुकरचा सायरन. बाथरूममधून ह्यांच्या स्फूर्तिगीताच्या ताना. घड्याळाचे काटे दुश्मनाच्या तलवारीसारखे सपासप चालतायत. अधूनमधून मुलांचे किरकोळ हल्ले होताहेत. माझी अवस्था खिंडीतल्या बाजीप्रभूसारखी. कोबीचा गड्डा आणि सुरी यांच्याशी सर्व शक्तीनिशी झटापट चाललीय. पण अद्याप विजयाची चिन्हं नाहीत.

आणि अशा वेळी संरक्षणफळी तोडून शत्रूसैन्य आत घुसावं तशी शैला येते. तिचं येणं नेहमी असंच असतं, मुसंडी मारल्यासारखं!

''काय गं?'' माझ्या उरात धडकी.

''उद्याच्या कार्यक्रमाचं ठरलं. म्हटलं तुला सांगून यावं. बटाटेवडे मिसेस पाटकर आणि मिसेस वैद्य करणारेत. नारळाची बर्फी आपटेबाई....''

शैला तशी साधीसुधी नाहीये. सोसायटीतली कांदेनवमी उद्या रात्री आहे. त्याचा मेनू मला सांगायला ती आत्ता ह्या घाईगर्दीच्या वेळी चार जिने चढून येणार नाही, हे नक्की. दुसरी काहीतरी खमंग बातमी असणार. गनिमी काव्याने काढून घ्यायला हवी. माझा कोबीच्या हल्ल्यावरचा जोर मंदावतो....

''अगं, हे सगळं परवाच ठरलंय. फक्त बासुंदीच राहिली होती. त्याचं काय झालं?''

“बासुंदी....” शैला क्षणभर विचारात पडते आणि विषय जास्त लांबवता-घुमवता येत नाही, हे जाणवताच सरळ मुद्द्यावर येते....

“कोण जाणे! ते जाऊ दे. तुला नवी शेजारीण येत्येय.”

“नवी शेजारीण?”

माझा हात थांबतोच. शैलाच्या डोळ्यांत चार जिने चढून आल्याचं सार्थक.

“वाटलंच मला. तुला पत्ताच नाही ना? काल दुपारीच येऊन गेली म्हणे. मिसेस वाघ नेमक्या रजेवर होत्या काल. त्यांनीच सांगितलं.”

शैलाने एवढी सविस्तर सुरुवात केलीय म्हणजे नक्कीच काहीतरी इंटरेस्टिंग मॅटर असणार... कॉफी ठेवायलाच हवी.

“एकटीच राहते म्हणे. मुलं इग्लंड की अमेरिकेत आहेत. मिस्टर दोन वर्षापूर्वीच कॅन्सरने गेले. पण नाहीतरी हिचं पटतच नव्हतं म्हणे. त्या बिचाऱ्याला एवढा दुर्धर रोग झालेला आणि हिच्या आपल्या घटस्फोटाच्या गोष्टी.”

सोसायटीतली तमाम पुरुषमंडळी शैलाला सोसायटी टाईम्स म्हणतात ते उगीच नाही. कुठचीही, कसलीही, कितीही छोटी माहिती असो. त्याची रसभरीत बातमी करण्यात शैलासारखं वाकबगार कुणी नाही आमच्या सोसायटीत.

“इतिहासाची प्राध्यापक होती म्हणे पुण्याच्या कॉलेजात. मी सांगते, शिक्षणाचा गर्व असेल तिला. पण आपण हिंग लावून विचारायचं नाही. आता विधवाच आहे म्हटल्यावर हळदी-कुंकवाबिंकवाला बोलवायचा प्रश्न नाहीच्चे. पण आपल्या इतर कार्यक्रमातही ओढायचं नाही उगीच. हां, आता आपणहून आली तर गोष्ट वेगळी.”

शैला आमच्या सोसायटीतल्या महिला परिषदेची अलिखित अध्यक्षा आहे. निदान ती स्वत:ला तसं समजते आणि मग भराभर असे ठराव करून मोकळी होते. मग ते अमलात आले नाही तरी चालतात.

कॉफी घेऊन मी पोळ्यांना सुरुवात करते तेव्हा ‘निघतेच बाई आता.’ म्हणत शैला उठते. मलाही कामाची गडबड आहे. पण यजमानकर्तव्य म्हणून मी तिच्याबरोबर जिन्यापर्यंत जाते. दारात गेल्यावर आमचा दोघींचाही आवाज बंद. कारण आमच्या समोरच्या ब्लॉकचं दार उघडलंय. माणसं कुणी दिसत नाहीयेत, पण सामानाची ने-आण चालू आहे. नेमकं काय बोलावं हे न सुचून, पण खूप गप्पा मारायच्या असल्याच्या अविर्भावात आम्ही जिन्याच्या तोंडाशी उभ्या राहतो, गप्पच.

हातावरच्या घड्याळाकडे बघत मग शैला गडबडीने निघतेच. दोन जिने उतरून गेल्यावर पुन्हा दडादडा वर येते आणि दोन-तीन पायऱ्या अलीकडेच थांबून आत गेलेल्या मला ओरडून सांगते... “तुझ्या दूधवाल्याला विचारून ठेव गंऽ. संध्याकाळी ठरवून टाकू यात ते बासुंदीचं.”

नजर अर्थातच समोरच्या ब्लॉकच्या उघड्या दारावर.

सोसायटीत कुणी नवीन रहिवासी येणं ही केवढी सामान्य घटना. पण आमच्या सोसायटीत मात्र ती सामान्य उरत नाही. हेच तर वैशिष्ट्य आहे आमच्या सोसायटीचं. इथं कशानेही खळबळ माजू शकते. मला खात्री आहे, आमच्यासारखंच उरलेल्या आठ बिऱ्हाडातही आजच्या जेवणातलं कुरकुरीत तोंडीलावणं एकच असेल– दहा नंबरच्या बिऱ्हाडातली एन्ट्री.

ह्या दहा नंबरच्या ब्लॉकला स्वत:चं असं वेगळं व्यक्तिमत्त्व आहे, वेगळा इतिहास आहे.

आमची सोसायटी तशी बऱ्यापैकी जुनी. वाडा संस्कृती आदराने आणि अभिमानाने जपली जात होती, पण मनोमन नव्या ओनरशिपवाल्यांचा हेवाही वाटत होता, त्या काळातले घरमालक बापटांनी वाडा विकतानाच सर्वांत वरच्या मजल्यावरचा एक ब्लॉक आपल्या बहिणीसाठी ठेवायचं बिल्डरकडून कबूल करून घेतलं होतं. बापटांची ही विक्षिप्त बहीण खरंतर खूप श्रीमंत, ऐसपैस बंगलेवाली होती. पण माहेरची आठवण म्हणून तिला म्हणे इथे एक ब्लॉक हवा होता.

बिल्डिंगचं बांधकाम चालू असताना ती स्वत: इथे यायची. बिल्डरला सूचना देऊन तिने स्वत:च्या ब्लॉकचं डिझाईन आपल्या मनासारखं आणि जरा हटके करून घेतलं होतं. इतर नऊ ब्लॉक सर्वसामान्य टू रूम किचनचं डिझाईन असलेले. त्या प्रत्येक ब्लॉकला तीन बाय दहाची गॅलरीनामक रुंद जरीकिनार होती. पण या ब्लॉकला मात्र टेरेसची स्कर्ट बॉर्डर. इतर ब्लॉकचं डिझाईन म्हणजे भारतीय रेल. या ब्लॉकमध्ये सुटसुटीत काटकोनी डिझाईन. बापटांची ती बहीण इथं फारशी राहायला यायची नाही. पण कधी क्वचित दार उघडं राहिलं तर समोरच्या ऐसपैस पॅसेजमधली टेरेस गार्डन पाहणाराच्या मनात मत्सर जागवून जायची.

सहा महिन्यांपूर्वी बापटांची ती बहीण अचानक गेली. त्या वेळी हा ब्लॉक विकणार किंवा कसं? विकणार असाल तर आधी सोसायटीच्या लोकांचा अधिकार आहे– असे साळसूद शब्दातले फोन, पत्रं बापटांकडे गेले. अर्थातच बापटांनी कुणालाच उत्तर दिलेलं नव्हतं. त्यामुळे प्रत्येकाच्याच मनात सोसायटीतल्या दुसऱ्या कुणालातरी तो ब्लॉक मिळतोय की काय, अशी दुष्ट शंका आणि आपण त्या गावचेच नाही, असं दाखवत खडा मारून पाहणं गेले कित्येक दिवस चालू होतं... आणि आज कुणाच्याही ध्यानीमनी नसताना कुणा इतिहासाच्या प्राध्यापिकेने अचानक त्या ब्लॉकचा ताबा घेतला होता. मनातून प्रत्येकालाच वाईट वाटलं असणार. पण दु:खात सुख एवढंच होतं की, आपल्याला नाही तर नाही निदान शेजाऱ्याला तरी तो ब्लॉक मिळाला नाही.

संध्याकाळी मी ऑफिसमधून आले तर अगदी गेटपाशीच मिसेस पाटकरांनी 'आजपासून दहा नंबरवाले राहायला आले बरं काऽ' ची वर्दी दिली. वर येतानाच मनाशी विचार केला, 'शैला काहीही म्हणाली तरी शेजारधर्म नावाची काही चीज आहेच. चहाबिहा विचारू यात तिला. शिवाय काही मदत हवी असली तर... मोलकरीण, दूधवाला, पेपरवाला... नवीन घर म्हटलं की, कितीतरी गोष्टी असतात. तशा सोसायटीतल्या सगळ्या जणी एकसेएक कुजकट आहेत. आपणच तिला काही मदत लागली तर करायला हवी. उगीचच कशाला वाकडेपणा धरायचा? बाई प्राध्यापक आहेत. कॉलेजाबिलेजात ओळखी असतीलच. केव्हा कुणाची गरज लागेल सांगता येतं थोडंच?'

पण वर येऊन बघते तर दाराला कुलूप.

'बरोबरच आहे. आमच्यासारखा भवपाश नाही. एकटा जीव. संध्याकाळी निवांत फिरणंबिरणं....'

मी दार उघडून घरात आले. साडी बदलून स्वयंपाकघरात शिरलं की, बाहेरचं विश्व उरतंच कुठे? चहा, कॉफी, खाणंपिणं, टेबल आवरून स्वयंपाकाला लागणं... नोकरी करणाऱ्या गृहिणीच्या संध्याकाळच्या टाईमटेबलातले तास यापेक्षा वेगळे नसतातच कधी.

रात्री मागचं आवरून पदराला हात पुसत गॅलरीत आले आणि सहज समोर लक्ष गेलं. समोरच्या ब्लॉकची टेरेस आमच्या गॅलरीसमोरच येते ना!

आज तिथे नक्षीदार स्टँडचा सुबक झोपाळा झुलत होता. शेजारी पुरुषभर उंचीचा दिव्याचा स्टँड. त्यावर फिक्या निळसर रंगाची लँपशेड. त्या अस्मानी उजेडात माझी नई पडोसन काहीतरी लिहीत बसली होती, पाठमोरी.

उत्सुकतेने मी पुढे झुकले. पहिल्यांदाच दर्शन होत होतं ना!

खांद्यापर्यंत कापलेले केस, अंगात नाजूक फुलांच्या डिझाईनचा उंची नाईटगाऊन. तिच्या व्यवस्थित राहणीचा आणि निवांतपणाचा मला जरा हेवाच वाटला.

'काय लिहीत असेल ती? परदेशातल्या मुलांना पत्रं? की उद्याच्या नोट्स काढत असेल? पण इथे असं उघड्यावर कशाला? सोसायटीतल्या लोकांवर आपल्या बुद्धीची छाप पाडायला?'

तिचं आत्ममग्न रूप असं दुरून बघताना माझ्या मनात आमच्या दोघींमधलं अंतर रुंदावतच गेलं.

'शैला म्हणाली तेच खरं. शेजारीण असली म्हणून काय झालं? आपण नकोच जायला लोचटासारखं.'

मी निमूट आत वळले. उद्यासाठी मटकी भिजत घालायची होती.

राक्षेंकडे सत्यनारायण होता. तीर्थप्रसादाला गेले आणि गप्पा चांगल्याच रंगल्या. एरवी मिसेस राक्षे असं मनमोकळं बोलत नाहीत. कारण सोसायटीतल्या बायकांपैकी त्या एकट्याच बँकेत आहेत. बाकी आम्ही सगळ्या जणी पोस्ट, नाहीतर शाळा. मिसेस पाटील तर नोकरीच करत नाहीत. मग कसल्याही विषयावरचं बोलणं असलं की, मिसेस राक्षे त्यात कसातरी, कुठूनतरी बँकेचा संदर्भ घुसडतात आणि स्वत:च बोलत राहतात. आम्ही सगळ्या जणी मग एकमेकींना खुणावत मुकाटपणे त्यांचं बोलणं ऐकत राहतो.

मध्यंतरी मिस्टर राक्षेंच्या स्कूटरला अपघात झाला. मग पोलीस केस. चूक त्यांचीच होती म्हणा, पण माझा मावसभाऊ इन्स्पेक्टर आहे. त्याच्या ओळखीनं निस्तरलं सगळं. तेव्हापासून मिसेस राक्षे माझ्याशी जरा 'स्पेशल' बोलतात.

...तर आमच्या गप्पा रंगल्या होत्या. तेवढ्यात माझी शेजारीण जिन्यातून जाताना दिसली.

मिसेस राक्षेंनी लगेच हाक मारली, ''पाठकबाईऽ''

ती विधवा असल्यामुळे तिला मिसेस पाठक म्हणावं की नाही, असा प्रश्न मिसेस राक्षेंना पडला असणार. कारण मलाही तो पडला होता.

ती मागे वळली.

''तीर्थप्रसाद घेऊन जा ना.''

आत येऊन तिने देवाला फुलं, पैसे वाहिले. दोन-चार सेकंदं डोळे मिटून मनोभावे नमस्कारही केला.

मी अचंब्याने पाहतच राहिले. ती आमच्यासारखं साधं, सरळच वागत होती, कोऱ्या साडीच्या घडीसारखी, करकरीत तरीही हवीहवीशी.

तीर्थप्रसाद घेतल्यावर आमच्याकडे बघून हसत ती म्हणाली, ''ग्रुप छान आहे हं आपल्या सोसायटीतला. आवडला मला... आणि मला हे असं बाईबिई नका म्हणू. तुमच्या सगळ्यांपेक्षा मी थोडी मोठी आहे हे खरं, पण नुसतं ताई किंवा वीणाताई म्हणालात तरी चालेल.''

ती निघून गेल्यावर आम्ही बोलायच्याच विसरलो. कानात नुसते तिचे शब्द झंकारत राहिले... 'वीणा... वीणाताई....'

वीणाताई दिसायला सुरेख होत्या. जोडीला कमालीची टापटीप. रोज सकाळी

बाहेर पडायच्या, त्या वेळी जिन्यातून सुगंधाची हलकी झुळूक शीळ वाजवत जायची. त्यांचा बांधा, उंची विलक्षण बेतशीर. नेहमी स्टार्च केलेल्या, फिक्या रंगाच्या, बारीक किनारीच्या, नाजूक डिझाईनच्या, उंची साड्या. मॅचिंग व्यवस्थित जमलेलं. हलकंसं प्रसाधन. कपाळाला बारीक टिकली. कानात हिऱ्याच्या कुड्या. गळ्यात गोफ आणि चेहऱ्यावर प्रसन्न हास्याचा अखंड मेकअप... चालही कशी प्रगल्भ, संथ, राजहंसासारखी डौलदार.

नाहीतर आम्ही सगळ्या. फॉर्मचा पत्ता नाही. त्यामुळे साडी गुंडाळल्यासारखीच. काठाचं डिझाईन किनारा शोधायला गेलेलं. पदराला पिन लावली तरी तिच्या निऱ्या एकमेकींशी चढाओढ लावल्यासारख्या वरखाली. खांद्याला लोंबणारी पर्स. घाईघाईत पावडरचं प्रमाण जरा चुकलेलंच. केसांचे कितीही लाड केले तरी वेणीचं नि सरळ रेषेचं वाकडंच. चपलेनं सदानूकदा धर्मराजाचा अवतार घेऊन अंगठ्याचा त्याग केलेला. महिन्यातले वीसेक दिवस तरी आमचं ध्यान असंच 'सुंदर.' कितीही प्रयत्न केला तरी वीणाताईंसारखं राहणं जमायचंच नाही आम्हाला.

त्यांचं घरही व्यवस्थित होतं. आपणहून त्या फारशा मिसळायच्या नाहीत आमच्यात. पण सोसायटीतली प्रत्येक जण काहीतरी निमित्त काढून त्यांच्यापर्यंत जायचा प्रयत्न करायची, तेव्हा त्या दूरही लोटायच्या नाहीत कुणाला. त्यांच्याबद्दल आम्हा सगळ्यांच्या मनात एक अजब फीलिंग होतं. हेवा-दुरावाही वाटायचा आणि त्यांच्याजवळ जाऊन त्यांचं लांबून आकर्षक वाटणारं आयुष्य जवळून पाहण्याची उत्सुकताही दाटायची मनात.

त्याच्या वागणुकीतल्या एका विसंगतीचा अर्थ लावणं मात्र कठीण होतं. रोज संध्याकाळी पाच-साडेपाचच्या सुमारास त्या न चुकता बाहेर पडायच्या, अगदी रविवारीसुद्धा! त्या वेळी त्यांचा पेहराव वेगळाच असायचा. डार्क रंगाची मोठ्या बटबटीत डिझाईनची साडी, कानात मोठाल्या रिंग्ज आणि केसांचे चक्क दोन बो.

त्यांच्या खानदानी, तृप्त चेहऱ्याशी त्यांची ही वेशभूषा अगदी विसंगत वाटायची. त्या सवंग, पोरकट अवतारात त्यांना बघायला नको वाटायचं. पण त्या वेळी त्यांचं कुणाकडे लक्षच नसायचं. लगबग चालीनं जेमतेम गेटपाशी जाऊन त्या ऑटो करायच्या न् निघून जायच्या... साडेआठ-नवाला परत.

दरवर्षीप्रमाणे दिवाळीच्या आधीच सासूबाई माझ्याकडे राहायला आल्या. त्या आल्या की, माझ्या मोकळेपणावर बंधनं यायची खरी, पण कामातून जरा विसावाही मिळायचा.

आमच्या सासूबाई तशा मोठ्या धोरणी. मामंजी ध्यानीमनी नसताना गेले.

मुलांची लग्नं होऊन दोघांनीही जागा लहान म्हणून वेगळी बिऱ्हाडं केलेली. आता कुणाकडेही जाऊन राहायचं म्हणजे मिंधेपणा आला. एकटं राहायचं तर लोकनिंदा आणि एकटेपण दोन्ही नकोसं. त्या वेळी गावात नुकतीच ओनरशिप ब्लॉक्सची साथ सुरू झाली होती. मग त्यांनी ह्यांना आणि विनयभाऊजींना दोघांनाही ओनरशिप ब्लॉक्स घ्यायला लावले. भाड्याचं घर सोडताना मालकाकडून मिळालेले पैसे आणि मामंजींच्या फंडा-ग्रॅच्युईटीचे पैसे दोघांनाही निम्मे-निम्मे दिले. पण ते देताना अटही घातली. दोघांच्याही ब्लॉकमध्ये भागीदार म्हणून सासूबाईंचं नाव असेल आणि वर्षातून सहा महिने त्या एकेकाकडे राहतील.

निव्वळ पैशाची मदत होतेय म्हणून आम्ही हो म्हटलं. शिवाय सासूबाईंचा तसा फारसा काही त्रास नव्हता. जरासा भोचकपणा करायच्या इतकंच. पण बिनव्याजी भांडवलासाठी तेवढं सहन करायला हवंच.

या वेळी सासूबाई इथे आल्या तर त्यांना वीणाताईचं खाद्य होतंच!

"बाईऽ बाईऽऽ बाई... चांगलं लेकराबाळांपाशी राहायचं सोडून इथं एकटीच कशाला राहते गं ही भवानी? सकाळ-संध्याकाळ गावभर भटकायचं आणि...."

"तुम्हाला दोघींना काय करायचंय?"

पेपरमधून डोकं काढून हे खेकसले तेव्हा आईंचा पट्टा बंद झाला. पण आडून-आडून टेहेळणी आणि माझ्यापाशी गुणगुण, भुणभुण चालायचीच.

"तुझी ती समोरची बया आज सोमेश्वराच्या देवळात दिसली मला."

"काय सांगताय? वीणाताई देवळात?"

"हो. एक देखणा बाप्या होता बरोबर. मंडपातल्या बाकावर निवांत बसली होती दोघं. बगीच्यात बसल्यासारखी."

"दुसरं कुणीतरी असेल."

"दुसरं कुणी कसं? मी नीट बघितलं. तांदळातला खडा दिसतो मला अजून. एवढं मोठं माणूस दिसणार नाही?"

'वीणाताई संध्याकाळी देवळात जातात? तो तसला भडक अवतार करून?' मी चक्रावूनच गेले.

'शैला, मिसेस राक्षे, मिसेस पाटील, कुणाला बरं ही बातमी आधी सांगावी?'

कुणालातरी सांगायला हवीच. त्याखेरीज मला बरं वाटलं नसतं.

ऑफिसमधून जरा लवकर घरी आले तर दाराला कुलूप. बहुधा सासूबाई देवाला गेल्या असाव्यात. एरवी आम्हा चौघांकडेही एकेक किल्ली असते. पण सासूबाई आल्या की, माझी किल्ली त्यांच्याकडे जाते.

आता काय करावं अशा प्रश्नचिन्हात गुरफटून मी उभी होते. तेवढ्यात वीणाताई आल्या.

"का हो?" दार उघडता-उघडता त्यांनी विचारलं.

"सासूबाई बाहेर गेलेल्या दिसतायत. किल्ली नाही."

"मग कुठे बिघडलं? या ना माझ्याकडे. कॉफी घेऊ यात."

खुषीनं मी त्यांच्यामागोमाग आत शिरले. आंधळा मागतो एक आणि....

अजूनपर्यंत त्यांच्या स्वयंपाकघरात जायची कधी वेळ आली नव्हती. आज पाहिलं. किती व्यवस्थित, नेटकं लावलं होतं सगळं. अर्थात त्यात नवल काहीच नव्हतं म्हणा. आमच्यासारखा गावगोंधळ नसतो घरात. सगळा एकहाती कारभार. जिथली वस्तू लगेच तिथे गेली की, घर नीटस न दिसायला काय झालं?

वस्तूही तशा कमीच होत्या घरात.

"फर्निचर वगैरे करून घ्यायचं असेल ना अजून?" मी अंदाज घेतला.

"फर्निचर? नाही बाई. मला एकटीला पुरेसं आहे हे एवढं. उलट पुण्याला असताना भरपूर होतं. त्यातलं बरंचसं विकून टाकलं इकडे येताना."

"पण कधी पाहुणेबिहुणे आले की...."

त्या हसल्या.

"माझ्याकडे कोण येणारेय? माझी सून, मुलगा वॉशिंग्टनला आणि जावई, मुलगी स्पेनला. कधीतरी आले तरी ते हॉटेलमध्येच उतरणार. शिवाय मीही कुठे इथे राहणार आहे फारशी? अजून फारतर दीड-दोन वर्षं. मग मीही जाईन मुलांकडे."

मी एकदम सावध झाले.

'अजून दोन-एक वर्षं...? म्हणजे बाई हा ब्लॉक विकून जाणार असतील. सोसायटीत कुण्णाला हे कळता कामा नये. आता सुजित-सुमित मोठे होतायत. ब्लॉक लागेलच आपल्याला. अनायासे एकाच मजल्यावर....'

माझ्या मनातला ससा टुणटुण उड्या मारत कुठल्याकुठे पोहोचला. पण नीट विचारपूर्वक सगळी योजना आखायला हवी.

"मुलांकडे म्हणजे इथलं सगळं सोडून? तुमची कॉलेजमधली नोकरी...."

"कॉलेजमधली नोकरी?"

चमच्याने कॉफी ढवळता-ढवळता त्या हसल्या.

"पुण्याला मी कॉलेजमध्ये नोकरी करत होते. इथे नाही. इथे एका शिक्षणसंस्थेत शिकवते, पण ते ऑनररी. नोकरी अशी नाही. त्यामुळे सोडायचा प्रश्नच येत नाही."

'ऑनररी म्हणजे चकटफु,' मी मनातल्या मनात त्या शब्दाचं मायबोलीत भाषांतर केलं, 'पगार न घेता वेळेवर नेमाने जाऊन शिकवायचं. त्यासाठी रात्री जागून नोट्स काढायच्या? बाई गं!' माझी छातीच दडपून गेली.

"घ्या ना."

त्यांनी माझ्यासमोर कॉफीचा कप धरला. स्वत:च्या कपात सॅकरीनच्या गोळ्या घालून त्या कॉफी ढवळत राहिल्या. कॉफी पितापिता कपाच्या कडेवरून मी त्यांच्याकडे पाहत राहिले.

'सॅकरीनच्या गोळ्या म्हणजे डायबेटिस दिसतोय. पण तोंडून कधी तब्येतीचं रडगाणं काढलेलं आठवत नाही. चेहऱ्यावरही ते उमटलं नाही कधी. आपण वेगळ्या समजत होतो. पण ह्या किती आपल्यातल्याच आहेत. आज हे असं वाड्यातल्यासारखं सहजपणे मला कॉफीला बोलावणं... आपल्या विद्वत्तेचा, मुलं परदेशी असल्याचा तोरा कुठंच नाही यांच्या बोलण्यात. नाहीतर मिसेस पाटकरांचा भाचा, दोन वर्षांच्या कान्ट्रॅक्टवर दुबईला गेला तर....'

"फार गोड झालीय का?"

"अं? नाही. ठीक आहे."

"आपल्या सोसायटीतलं वातावरण आवडलं मला. सगळ्या कुटुंबांत बरीच एकी आहे नाही?"

"हो. आता तुम्हीपण मिसळायला हवं आमच्यात." माझ्या आमंत्रणाला उगीच एक खजील झाक, इतके दिवस मुद्दाम वीणाताईंना दूर ठेवल्याची.

त्या हसल्या.

"मला आवडेल ते. पण तसं मला चटकन मिसळता नाही येत कुणाच्यात. पहिल्यापासून माझा स्वभावच तसा आहे. शिवाय...."

बोलताबोलता एकदम त्या थांबल्या. हातावरच्या घड्याळाकडे बघत म्हणाल्या, "अगंबाई! पावणेपाच झाले?" आणि इतक्या वेळचं गोड बोलणं पुसून तुटकतोडल्या स्वरात म्हणाल्या, "मला आवरायला हवं. साडेपाचला निघायचंय."

घाईघाईने कॉफी संपवून मी उठले. त्यांच्या विचित्र वागण्याचा इतका राग आला की, थँक्ससुद्धा म्हटलं नाही त्यांना.

त्यांच्या विचित्र वागण्याने दुखावल्यासारखं झालं तरी वीणाताईंना तोडून चालणार नव्हतं.

'त्यांना कुणाच्यात मिसळायला नसेल आवडत फारसं तर नको आग्रह करायला. पण आपण मात्र संबंध वाढवायचे त्यांच्याशी. असेल स्वभाव थोडा विक्षिप्त, पण तसं तर प्रत्येकाच्याच वागण्यात काहीतरी उणंअधिक असतंच की! आणि कुठे फार दिवस राहिले आहेत आता? दीड-दोन वर्षंच तर उरलीयेत जेमतेम. तेवढे दिवस सांभाळून घेतलं की झालं. एवढा चांगला ब्लॉक खटपटीशिवाय मिळवायचा म्हणजे

तेवढं करायलाच हवं. सासूबाईंना आधी काही सांगायला नको. उगीच पाटकरांच्या आजींजवळ बोलून बसल्या तर नसती पंचाईत. नकोच ते... उद्या सासूबाईंना पाटवड्या करायला सांगायला हव्यात. त्यांच्या छान होतात. वीणाताईंना असं वाटीत घालून काही ना काही दिलं पाहिजे अधूनमधून. एकटंच असलं की, सतरा प्रकार करायचा कंटाळा येतो माणसाला आणि शेवटी हृदयाचा मार्ग पोटातूनच जातो ना?'

भाऊबीजेच्या दिवशी संध्याकाळी घरात मी एकटीच होते. हे आणि सासूबाई उषावन्संकडे गेले होते. सुजित-सुमीत सिनेमाला. दुपारच्या श्रीखंडपुरीने जडावल्यासारखं झालं होतं. त्यामुळे संध्याकाळचा स्वयंपाकही करायचा नव्हता. भरपूर मोकळा वेळ होता.

दोन-तीन महिन्यापासून मॅचिंग ब्लाऊजपीसेस आणायचे राहिले होते. ते आणून टाकावेत म्हणून बाहेर पडले तर गेटपाशीच वीणाताई भेटल्या, संध्याकाळच्या त्याच थिल्लर युनिफॉर्ममध्ये. दोन वेण्या, कानात मोठाल्या रिंग्ज, लालभडक साडी... पण चेहरा पार उदासलेला. डोळ्यांच्या कडा, नाकाचा शेंडा तांबूसलेले. आज त्या मानाने लवकर परतल्या होत्या.

"का हो वीणाताई? बरं वाटत नाहीये का?"

माझ्या प्रश्नावर त्यांनी नकारार्थी मान हलवली. पण डोळे मात्र एकदम भरून आले. चेहरा कावराबावरा झाला.

"माझ्याकडे येताय थोडा वेळ? कॉफी घेऊ यात. घरात कुणी नाहीये. हवंतर पडा, नाहीतर गप्पा मारू यात."

त्या उपचार म्हणूनसुद्धा नको म्हणाल्या नाहीत. त्यांना खरोखरच कॉफीची गरज होती का? की मायेच्या सोबतीची?

"तुमचं लव्ह मॅरेज आहे का हो?" वीणाताईंचा अकल्पित प्रश्न.

कॉफीत साखर घालताघालता माझा हात थांबलाच. पुन्हा त्यांचा तोच प्रश्न.

"नाही. का हो?"

त्यांनी 'काही नाही,' अशा अर्थी मान उडवली. सणाचे दिवस. बहुतेक त्यांना नवऱ्याची, मुलांची आठवण आली असेल. लोक कितीही, काहीही बोलत असले तरी शेवटी ज्याचं माणूस त्याला प्यारं असतंच.

"तुम्ही सुखी आहात तुमच्या संसारात?" पुढचा प्रश्न अगदीच अनपेक्षित, सरळ चालताना धाडकन कुठेतरी डोकं आपटावं तसा अचानक आलेला.

मला उत्तर देता येईना.

‘सुख म्हणजे नेमकं काय अपेक्षित असेल यांना? तसा तर बारा-तेरा वर्षं संसार झालाय आमचा. दोन मुलं आहेत. नवऱ्याची बाहेर कुठं काही भानगड नाही. अधूनमधून भांडणं होतात आमची. अगदी नाही असं नाही, पण ते तिखटमीठच असतं. त्याशिवाय कुठं चव येते संसाराला?

‘मी दु:खी नाही हे खरं... पण सुखी....’

माझं गप्प राहणं वीणाताईंना अपेक्षितच असावं. क्षणभर वाट पाहून त्या फटकन म्हणाल्या, “आपण सुखी आहोत की नाही, या प्रश्नाचं नेमकं उत्तर सापडत नाही ना कधीच?”

“तसं नाही. पण....”

“ते उत्तर ज्याचं त्यानं शोधावं. शेवटी प्रत्येकाची सुखाची व्याख्या वेगवेगळीच असते ना.”

वीणाताईंचे डोळे पुन्हा भरून आले.

नाही म्हटलं तरी माझ्या पोटात गलबललंच.

‘स्वतंत्रपणे एकटी राहणारी बाई. हिच्या वेगळ्या जातीच्या दु:खाची आपल्याला जाणीवदेखील नाही. मन मोकळं करायला हवं त्या वेळी कुणी मिळत नसेल. आभाळ दाटून यावं तसं मन भरून आलं असेल... नाहीतर एरवी ही बाई अशी हळवी, कोमल, आपल्या सगळ्यांसारखी उठसूठ दु:ख गोंजारून डोळ्यांतून पाणी काढणारी नाही. विचारावं का काही? आवडेल त्यांना? नाहीतर उगीचच रागवायच्या.’

चुळबूळ करत मी तशीच बसून राहिले.

शेवटी पुन्हा उठलेच. म्हटलं आज कुणीच नाही. त्यांच्या जवळ जायची हीच चांगली संधी आहे. कदाचित बाहेर कुठं दुखावून आल्या असतील.

“वीणाताई, एक विचारू?” धीर करून बोललेच, “तुम्हाला कुणी काही बोललं का? की यजमानांची आठवण येतेय? आपलं माणूस सणावाराच्या वेळी आठवणारच हो.”

त्या एकदम उसळल्याच.

“हे आपलं माणूस वगैरे जे काही शब्द असतात ना, ते फार फसवे असतात. मला चीड आहे या शब्दाची. जवळ असलेलं माणूस कधी आपलं नसतंच आणि जे दूर असतं त्याला आपण आपलं समजत नाही. मग कशाला हे असले शब्द वापरायचे?”

क्षणभर त्या गप्प. कुठेतरी शून्यात बघत राहिल्या. मी उठून त्यांच्या जवळ गेले.

त्यांच्या पाठीवर हात ठेवत म्हणाले, “वीणाताई, मला धाकटी बहीण समजा हवंतर तुमची. पण मन मोकळं करा. असं आतल्या आत घुसमटू देऊ नका.”

माझ्या स्पर्शाने असेल किंवा आश्वासनाने असेल, पण त्यांचे बांध पुरते फुटले. दोन्ही हातांच्या ओंजळीत तोंड लपवत हुंदके देत त्या म्हणाल्या, ‘‘कसं सांगू तुम्हाला? पण आज मी शेवटची लढाईसुद्धा हरले हो आयुष्यातली. जगण्यातलं आश्वासनच संपून गेलंय.’’

बराच वेळ त्या हुंदके देत राहिल्या नि मी त्यांच्या पाठीवर हात ठेवून नुसती बसून राहिले.

थोड्या वेळाने त्यांच्या त्याच सावरल्या. बेसिनपाशी जाऊन, तोंड धुवून, चेहऱ्यावरच्या उध्द्वस्त खुणा पुसून आल्या.

‘‘माझ्याकडे बघून तुम्हाला माझं आयुष्य शांत, मनाजोगतं वाटत असेल ना?’’

मी फक्त हसले किंचितशी. त्या हसण्याचा अर्थ मलाही नेमका ठाऊक नव्हता.

‘‘खुद्द मलाही तसंच वाटत होतं, लग्नाला पंचवीस वर्षं होईपर्यंत. पण लग्नाच्या पंचविसाव्या वाढदिवशी मला समजलं, माझ्याशी लग्न ही माझ्या नवऱ्याने केवळ त्याच्या आईवडिलांना दिलेली कमिटमेंट आहे. लग्नाला पंचवीस वर्षं झाली तरी त्याच्या मनात दुसरीच कुणीतरी आहे.’’

‘‘होतं असं बरेचदा. नंतर हळूहळू गुंतत जातं माणूस जोडीदारात.’’

‘‘नाही. आमच्या बाबतीत तसं झालं नव्हतं. त्यांनी मला स्वच्छ सांगितलं की, तुला माझ्या मनात कोणतंही स्थान नाही. एक जवळची व्यक्तीसुद्धा मानत नाही मी तुला. मुलं होणं हा अपघात. केवळ दोघांच्याही शरीराची गरज होती ती....

‘‘ते ऐकल्यावर मी हादरलेच. एवढा पोकळ, एवढा पोखरलेला संसार केला आपण? रात्रंदिवस मनाला हीच भावना छळायला लागली.

‘‘खूप विचार केला आणि ठरवलं वेगळं व्हायचं. सुदैवानं मी माझ्या पायावर उभी होते. माझा निर्णय समजून घेण्याइतकी मुलंही सुजाण झाली होती. असं जबरदस्तीने बांधून एकत्र राहण्यात आता काहीही अर्थ नव्हता.

‘‘पण माझा निर्णय मी जाहीर केला, सुरुवातीचे काही सोपस्कार झाले आणि अचानक त्यांना मेंदूचा कॅन्सर झाल्याचं निदान झालं. त्यांचे फार दिवस उरले नव्हते. तसं तर मी दूर जाण्याने त्यांना काही फरक पडला नसता. पण माझ्याच सदसद्विवेकबुद्धीला ते पटलं नाही. अन्नावारी राबणारी मोलकरीणसुद्धा नात्याची जाण ठेवते अशा वेळी. मग मी तर बायकोच होते त्यांची. पण त्या शेवटच्या दिवसांत त्यांची शुश्रूषा करताना जाणवलं की, आपल्या मनात उगवतंय ते फक्त कर्तव्य. त्यात मायेचा ओलावा कुठेही, कसाही येत नाहीये.

‘‘ओढूनताणून बरेच प्रयत्न करून मी माझं मन चाचपलं. ते पुरतं कोरडं झालं होतं. वाटलं आपणही आयुष्यातला ओलावा हरवून बसलो आता. आपलं संवेदनाक्षम मन या नात्याच्या वणव्यात करपून, कोळपून गेलंय. हे असं शुष्क, रसहीन जिणं,

मनाचा झालेला दगड... माझी मलाच घृणा यायला लागली.

"त्याच सुमारास एक विचित्र घटना घडली. मी ह्यांची औषधं आणायला मेडिकल स्टोअरमध्ये गेलेली असताना मला आमचे शाळेतले सर भेटले."

क्षणभर वीणाताई बोलायच्या थांबल्या. 'सांगू की नको' चा विभ्रम त्यांच्या चेहऱ्यावर स्पष्ट उमटला आणि तेवढ्याच वेगाने तो पुसलाही गेला. आज त्यांना मोकळं व्हायचंच होतं. मनावरचं ओझं उतरून ठेवायचंच होतं. त्यांच्या बोलक्या डोळ्यांत या न पेलणाऱ्या ओझ्याची आर्त वेदना उमटलेली दिसत होती.

"हे सर मॅट्रिकच्या वर्गात असताना आम्हाला इंग्लिश शिकवायचे. वयाने विशी-बाविशीचे आणि खूप हळव्या, काव्यमय वृत्तीचे होते. माझ्याही नकळत माझं त्यांच्यावर प्रेम बसलं. कवितेतच शोभून दिसेल असं अशारीर प्रेम. ते मला बोलावून उगीचच गप्पा मारत राहायचे. मोठमोठी काव्यमय पत्रं लिहायचे. प्रेम म्हणजे नेमकं काय हे कळत नसलेल्या त्या वयात मी त्यांच्या प्रेमाला जाणता-अजाणता प्रतिसाद द्यायला लागले. त्यांच्या पत्रांना सुचतील तशी काव्यमय उत्तरंही द्यायला लागले.

"अचानक त्यांची बदली झाली. विरहाच्या कल्पनेने व्याकूळ होऊन भावनाचिंब भाषेत त्यांनी मला एक पत्र लिहिलं आणि गावाबाहेरच्या भुवनेश्वराच्या देवळात भेटायला बोलवलं. मी गेलेही. देवाच्या साक्षीनं आम्ही जन्मभर एकमेकांना साथ द्यायच्या आणाभाका घेतल्या. कातर होऊन त्यांनी माझा हात हातात घेतला आणि त्यावर पुसटसे ओठ टेकून लगेच सोडून दिला. आमच्या प्रेमातला शारीरिक भाग हा एवढाच! बाकी सगळं प्लेटॉनिक!!

"ते बदलीच्या गावी निघून गेल्यावर मी खूप रडले. घरच्यांच्या लक्षात येणार नाही अशा बेतानं थोडे दिवस झुरत राहिले. कथा-कादंबऱ्या वाचून विरही दिवसांत जसं वागायचं तसं वागत राहिले आणि नंतर कॉलेजला गेल्यावर हळूहळू ते सगळं विसरत गेले. लग्न ठरल्यावर तर आठवणीही पुसून गेल्या त्या दिवसांच्या. कुठच्याही मुलीने हेवा करावा असं स्थळ मिळालं होतं. माझ्या सुखी, समृद्ध संसारात डुंबताना कधीही, कुठेही त्यांची आठवण माझ्या काळजाला कुरतडून गेली नाही. उलट कधी तो प्रसंग आठवला तर स्वत:च्या बालिशपणाचं हसूच यायचं मला. अगदी संसार विस्कटल्यावरही मला त्यांची हळवी, कातर वगैरे आठवण आली नाही. तेवढं खोल, मनाच्या तळापासून प्रेम केलेलंच नव्हतं मी. नव्हाळीच्या नवथर दिवसातलं ते कच्चं प्रेम म्हणजे त्या वेड्या वयात चुकून घडलेला एक नगण्य अपघात होता."

"त्या सरांनीसुद्धा कधी तुमच्याशी संपर्क साधला नाही? तेपण तुमच्यासारखंच विसरून गेले का?"

वीणाताईंनी एक खोल श्वास घेतला. जिवणीच्या कडेशी खिन्न हसू उमटलं....

"तीच तर शोकांतिका आहे माझी. त्या दिवशी मेडिकल स्टोअरमध्ये सर मला भेटले तेव्हा त्यांच्याबरोबर एक अनोळखी तरुण होता. भर्रकन पायऱ्या चढून मी दुकानात त्यांच्यापाशी गेले. हसून बोलले. पण त्यांच्या डोळ्यांत मला कुठेही ओळख दिसली नाही.

'आपण कोण?' त्या तरुणाने विचारलं

'मी यांची एक विद्यार्थिनी.' माझ्या मनात ठळकपणे तेवढीच उरलेली आणि जाहीरपणे त्याला सांगता येण्यासारखी ओळख मी सांगितली.

'त्यांच्या लक्षात नसेल.' तो तरुण शांतपणे उत्तरला.

'असं कसं? बरीच आवडती विद्यार्थिनी होते मी त्यांची.'

तो हसला, म्हणाला, 'मीही त्यांचा आवडता विद्यार्थी आहे. मला आई-वडील नाहीत. बॅचमधली मुलं मला सरांचाच मुलगा म्हणायची. इतका आवडता होतो मी त्यांचा. सर्वांत शेवटच्या बॅचमधला. आमच्या वेळीच ते रिटायर्ड झाले. नंतर कुठलीही बॅच नाही. तरीही माझं नाव त्यांच्या लक्षात नाही. तुम्ही तर बऱ्याच आधीच्या असाल.'

'तुमचं नाव त्यांच्या लक्षात नाही? आत्ता तुम्ही त्यांच्या बरोबर आहात तरीसुद्धा?' मी अचंब्याने विचारलं.

'तीच तर ट्रॅजेडी आहे... सरांना एका जगावेगळ्या आजाराने पछाडलंय. विस्मृतीचा रोग. अल्झायमर! त्यांना मागच्या क्षणाचंदेखील काही आठवत नाही. सेकंदकाटा पुढे गेला की, त्या क्षणाचा संदर्भ पुसला. आपण मागच्या क्षणांचा संदर्भ मनात घेऊन पुढचं आयुष्य चालतो. पण ह्यांचं जगणंच अधांतरी. सारे दोर तुटलेले. त्यांना आठवतंय ते फक्त एकच नाव.'

'कोणतं?'

'वीणा. वीणा शहाणे. त्यांची प्रेयसी.'

मी चरकले. वीणा शहाणे हे माझं माहेरचं नाव. ह्या तरुणाला माझ्याबद्दल त्यांनी काय काय...

'मग ती कुठे असते आता?' मी स्वतःला सांभाळत सहज सुरात विचारलं.

'कोण जाणे!' तो कडवटपणे म्हणाला, 'सर जन्मभर तिच्यासाठी तसेच राहिले. तिने मात्र लग्न केलं असावं. ते कधी फारसे ह्या विषयावर बोलायचे नाहीत कुणाशी. पण आता विस्मृतीच्या वाटेवर गेल्यानंतर हे गुपित आम्हाला कळलं. अजून ती आठवते, म्हणजे सरांनी किती मनापासून प्रेम केलं असेल तिच्यावर. आयुष्यभर इमानाने घडवलेली इतकी मुलं, शाळेतले सहकारी, नातेवाईक, कुणाकुणाचं नाव त्यांना आठवत नाही. मात्र तिचं नाव नेहमी घेतात. तिचं पत्र खूप दिवसांत आलं नाही म्हणतात. कधी म्हणतात, 'आज भुवनेश्वराला जायचंय. वीणा येणारेय.'

आता फारशा दोन वेण्या कुणी घालत नाही. पण मध्यंतरी रस्त्याने चालताना दोन वेण्या घातलेली एक तरुणी दिसली तर तरातरा जाऊन ह्यांनी तिला वीणा वीणा म्हणत थांबवलं....'

"मी पुरती अस्वस्थ झाले ते ऐकून. त्या तरुणाचा पत्ता घेतला आणि घरी आले. तो पुण्यातला नव्हता. काही कामानिमित्त पुण्याला आला होता. सर सध्या त्याच्याकडेच राहत होते. त्याची बायको आणि तो दोघंही सरांचे विद्यार्थी. ती दोघं आता त्यांना सांभाळत होती. त्यांचा बाकी काही त्रास नव्हता. नकोशा शारीरिक व्याधी नव्हत्या. फक्त ते जगाची ओळख विसरले होते आणि त्यामुळेच त्यांना सांभाळणं अवघड होतं. लहान मुलांना तरी कुठे काय कळत असतं? पण त्याला आपण पावलं पुढे टाकायला शिकवतो नि ते पाऊल पुढे टाकतं. इथे आयुष्यात तोच निरागसपणा भरलेला. पण पावलं मात्र मागे जाणारी. अशा माणसाला सांभाळण्याची तारेवरची कसरत तो करत होता.

"त्यानंतर दोन-चार दिवसांनीच ह्यांची तब्येत खूप बिघडली. औषधं, उपचारांचा काहीही उपयोग नव्हताच....

"...मृत्यूची अशुभ, उदास सावली घरात पसरलेली. दिवसकार्यासाठी नातेवाईक जमलेले, तरीही घरातलं एक माणूस गेल्यामुळे एक प्रकारची पोकळी जाणवत असलेली. ह्या सगळ्याचा माझ्यावर काहीच परिणाम होत नव्हता. मला सारखी सरांची ती कोरी, ओळख विसरलेली नजर आठवत होती. त्यांच्याबद्दलचं बोलणं आठवत होतं. त्यांच्यासाठी काय करता येईल, याचे विचार मनात घोळत होते.

"दिवसकार्य झाल्यावर माझ्या मुलाने आणि मुलीनेही मला आपापल्या घरी यायचा आग्रह केला. पण मी त्यांच्याकडून दोन वर्षांची मुदत मागून घेतली."

"मुदत? ती कशाला?"

"मला पुन्हा सरांच्या आयुष्यात डोकावायचं होतं. माझ्या सहवासाने त्यांची स्मृती परत आणायचा प्रयत्न करायचा होता. ज्या माणसाने केवळ लग्नाची बायको, एवढ्यापुरतंही माझ्याकडे पाहिलं नाही त्याच्या शेवटच्या दिवसात मी मनाविरुद्ध का होईना, पण त्याची सेवा केली होती आणि ज्या माणसाने आपलं तारुण्य, आपलं अवघं आयुष्य केवळ माझ्या आठवणी छातीशी धरून काढलं, त्याच्यासाठी मला काहीच करता येऊ नये? दैव, दैव म्हणतात ते इतकं नाठाळ असावं? माणसाला फक्त खेळवण्यापुरतंच त्याचं अस्तित्व असावं?"

"तसं नसतं वीणाताई. देव कुठेतरी जागा असतो. नुसत्या विस्मरणाने माणूस पार हरवून जाणार नाही. काहीतरी तोडगा निघेलच..."

"नाही हो. तो रोग फार भयंकर असतो. शारीरिक वेदना परवडल्या एक वेळ. पण हे असं सगळ्या जाणिवा संपून जाणं नको. जगणंच थांबतं माणसाचं. फक्त

श्वास तेवढे चालू.''

"अशा खचून जाऊ नका. बरं वाटेल त्यांना.''

"नाही. आता तेवढाही दिलासा उरला नाही. सगळंच संपलंय आता.''

"म्हणजे?''

"म्हणजे आज दुपारीच ते....''

वीणाताईंनी ओंजळीत तोंड लपवून एक हुंदका दिला.

"शेवटपर्यंत काही आठवलं नाही त्यांना. खूप प्रयत्न केले मी. रोज संध्याकाळी त्यांच्याकडे जायची. कधी त्यांना बाहेर न्यायची. मुद्दाम दोन वेण्या घालून, अल्लड-पोरकट दिसायचा जास्तीतजास्त प्रयत्न करून जायची. कधी त्यांना देवळात न्यायची. शपथ घेतल्याची वाक्य बोलायची... पण कशाचाही उपयोग झाला नाही.''

"तुम्ही तुमच्याकडून प्रयत्न केलेत ना? मग....''

"तेवढं समाधान पुरेसं नाही हो मला. मला त्यांना फक्त एवढाच दिलासा द्यायचा होता की, ज्या वीणासाठी ते जन्मभर झुरले, ती वीणा शेवटी त्यांच्यापाशी आली होती. एखाद्या गोष्टीसाठी जन्मभर तडफडल्यावर शेवटी तरी ती गोष्ट मिळावी, याचं मोल केवढं असतं आयुष्यात. मला सरांना ते समाधान द्यायचं होतं. नाहीतरी दुसरं काय मिळवलंय मी आयुष्यात? निव्वळ वैराण आयुष्य जगले मी. मी ज्याच्यावर प्रेम केलं त्याने माझं प्रेम जमेत धरलंच नाही... आणि ज्याने माझ्यावर प्रेम केलं त्याचं प्रेम माझ्यापर्यंत पोहोचलंच नाही... सरांचं प्रेम, त्यांची निष्ठा एवढी मूल्यवान, इतकी ताकदीची की, अगदी शेवटच्या शुष्क वळणावर त्यांनी माझ्या आयुष्यात ओलावा आणला. हळवेपणाची शिंपण पुन्हा मला भावनाप्रधान करून गेली. जगण्याला अर्थ देऊन गेली. पण मी मात्र....

"मी मात्र त्यातला इवलासा कणसुद्धा त्यांच्यापर्यंत पोहोचवू शकले नाही. वाळूत पावलं रुतवली तर त्याचा ठसासुद्धा मागे उरत नाही म्हणतात. माझं आयुष्य तसंच वैराण वाळवंट वाटायला लागलंय मला. प्रेम असं दोनदा माझ्या आयुष्यात आलं आणि पावलाचा ठसासुद्धा न उमटवता परत गेलं. असलं भयंकर आयुष्य खरंच कुणाच्याही वाट्याला येऊ नये...''

वीणाताई हुंदके देत ओल्या डोळ्यांनी बोलत होत्या आणि काय बोलावं हे न सुचून मी फक्त ऐकत होते... डोळ्यांतलं पाणी आटूनच गेलं होतं जसं काही.

त्या रात्री मला नीट झोप लागली नाही. वीणाताईंचे हुंदके, त्यांचा भिजलेला स्वर सतत कानात घुमत होता... 'प्रेम दोनदा माझ्या आयुष्यात आलं आणि पावलांचा ठसासुद्धा न उमटवता परत गेलं....'

आपल्या आयुष्यात आलेली प्रेमाची पावलं वीणाताईंना उशिरा का होईना जाणवली होती. पण मी? मीच कशाला? सोसायटीतल्या सगळ्या जणी, आमची

कुटुंबं आम्ही ह्या अशा प्रेमाचा, माणुसकीचा विचारसुद्धा करत नव्हतो. एवढी वर्षं संसार केला. पण आपण मनापासून एकमेकांवर प्रेम करतोय का, याचा कधी शोध घेतला नाही. त्याची गरजच वाटली नाही आम्हाला. घेण्यापुरतं देणाऱ्या आणि दिलेलं पुरेपूर मोजून घेणाऱ्या दुनियेचे आम्ही रहिवासी होतो. आमचे श्वासच स्वार्थात भिजलेले होते. जगणं हेवेदावे, द्वेषमत्सराच्या रस्त्यावरून पुढे निघालेलं. एकमेकांशी जोडलेली नाती आम्ही जपत होतो, ती फक्त कसल्या ना कसल्या अपेक्षेने. तिथे कोणतेही बंध नव्हते. एकमेकांपर्यंत पोहोचण्याचे आम्ही बांधलेले पूल होते, ते फक्त चांभारचौकशांचे. तिथे मायेची विचारपूस नव्हती. एकमेकांची उणीदुणी शोधून त्यांचेच दोर करून मधलं अंतर तोडायचा आमचा प्रयत्न होता. आयुष्यात प्रेम येतं, येईल... त्याचं स्वागत प्रेमानेच करायला हवं, हा विचार आमच्या वागण्याबोलण्यात कधीच नव्हता आणि म्हणूनच कुणाचीही दु:खं समजून घेण्यापेक्षा त्यावर टोचे मारण्यात आम्हाला जास्त आनंद वाटत होता. वीणाताईंना आम्ही कधी आपलं मानलंच नव्हतं. कथाकहाण्यांचं वलय निर्माण करून त्यांच्यापासून दूरच राहिलो होतो.

मीही त्यांच्याशी सलगी करत होते ती त्यांच्या फ्लॅटवर डोळा होता म्हणूनच ना? आमच्या सगळ्यांच्याच वागण्यात हा दुटप्पीपणा होता. दुसऱ्याला नावं ठेवून स्वत:चे दोष झाकण्याचे प्रयत्न... सगळ्यांचेच. स्वत:च्या आत डोकावून पाहण्याची, स्वत:बद्दलचा खोलवर विचार करण्याचीसुद्धा आम्हाला कधी गरज भासली नव्हती.

नेमकं कुणाचं आयुष्य वैराण होतं? वीणाताईंचं की आमचं?

सकाळची रोजची गडबड चालू असतानाच जिन्यातून शैलाची हाक आली. सवयीनं माझे हात चालले होते, पण मन कशातच नव्हतं. शैलाची हाक ऐकून मी चटकन वळले. वाटलं, 'शैलाला सांगावं सगळं कालचं. आपण किती कोरडं जगतोय. किती निरर्थक....'

"तुला कळलं की नाही?" शैलाने आज नमनाला तेल जाळलंच नाही.

"मिसेस पाटकरचा भाऊ फ्रॉडमध्ये अडकलाय म्हणे कंपनीच्या. बरीच मोठी रक्कम आहे. काल भाऊबीजेला आला नाही, तेव्हाच ओळखलं होतं मी. दरवर्षी माझ्या भावाची ओवाळणी अनकॉमन असते म्हणून किती मिरवते मिसेस पाटकर. गेल्या वर्षी तर...."

शैलाची सुपरफास्ट चालूच होती.

तिला थांबवायलाच हवं होतं. मी जोमाने पुढे झाले. पण दुसऱ्याच क्षणी माझे पाय अडखळले. शैलाच्या डोळ्यांतून आनंद ओसंडून वाहत होता. मिसेस पाटकरची

घमेंड जिरल्याचा अपार आनंद. तो आनंदाचा लोट मी अडवला तर शैला मला दूर सारून खालच्या मजल्यावर जाईल, मिसेस राक्षेकडे. तिथेही हा आनंदाचा पूर आणि शिवाय माझं वागणं किती मानभावी आहे, याची चर्चा. तिथून मग पुढच्या फ्लॅटमध्ये... मग पुन्हा....

कल्पनेनेच मी घाबरले. वीणाताईंच्या दुःखाला न्याय द्यायचा, आपली आपल्याला ओळख पटवून घ्यायची, तर ह्या सुरक्षित कळपातून बाहेर पडावं लागलं असतं. झेपेल मला ते?

क्षणभर... अगदी क्षणभरच विचार केला न् दुसऱ्याच क्षणी उत्साही स्वरात शैलाला म्हटलं, "होऽ? कम्माल आहे. भावाच्या गाडीची तर केवढी कौतुकं सांगायच्या मिसेस पाटकर. नाही का? बस ना. कॉफी होईल एवढ्यात आणि तुला माझी भाऊबीजेची साडीपण दाखवायचीय. बरं झालं आलीस."

भाऊबीजेच्या साडीचा लफ्फेदार पदर शैलापुढे उलगडताना माझ्या डोळ्यांसमोर पसरलं होतं अथांग वाळवंट, रखरखीत तापल्या वाळूचं, नजर पोहोचेल तिथवर पसरलेलं... कुठेच, कधीही न संपणारं....

■